கருணாகரனின்
அழகிய மனவாளினி

செண்பகப்ரியா

notionpress.com

INDIA · SINGAPORE · MALAYSIA

ISBN 979-8-88783-581-5

விநாயகர் துதி

பாலும் தெளிதேனும் பாகும் பருப்புமிவை
நாலும் கலந்துனக்கு நான் தருவேன் கோலம்செய்
துங்கக் கரிமுத்து தூமணியே நீ எனக்கு
சங்கத் தமிழ் மூன்றும் தா.

பொருளடக்கம்

என்னுரை 7

அணிந்துரை 9

முன்னுரை 11

1. பூசநாள் கங்காபுரி (கங்கை கொண்ட சோழபுரம்) 17
2. கோ ராஜகேசரி குலோத்துங்கன் 43
3. மலர்விழி 55
4. கோட்டையினுள் ஆலயம் 67
5. அரசாங்க அலுவல் மண்டபம் 73
6. பானு நிருப்பமை 81
7. நந்தவனம் 87
8. கோட்டை வளாகம் 97
9. அந்தப்புரம் 107
10. வண்டையர்கோன் சீர்இளங்கோ கருணாகரன் 121
11. ஆற்றுப்படுகை காளி கோயில் 141

12. ஆலோசனை மண்டபம் 149
13. தொண்டை மண்டலம் 157
14. கருவூலம் 177
15. சோழ வம்சம் (குலம்) 189
16. சயங்கொண்டார் குடில் 197
17. காஞ்சி சித்திர மண்டபம் 209
18. மதுராந்தகி தீன சிந்தாமணி 215
19. ஈமை 243
20. விக்கிரமனின் வருத்தம் 265
21. சோழர்களின் மெய்கீர்த்தி 277
22. வந்தியத்தேவனின் குந்தவை 295
23. தொண்டை வன முற்றுகை 313
24. பரணியின் நாயகனும், உலா நாயகனும் 319
25. மாதவனின் அறிவுரை 333
26. கருணாகரன் சோழபுரம் வருகை 343
27. பணி சிறப்பும் பட்டமும் பாராட்டும் 361
28. தொண்டைமானின் விண்ணப்பம் 373
29. அரசனும் ராயரும் ஆலோசனை 385
30. நிருதியின் நிராகரிப்பு 395

என்னுரை

பிற்காலச் சோழர்களில் ஒருவனின் பேர் எதிர்பார்ப்பு. தன்னைப் போலவே தன் தேசத்தையும், தன் மகளையும் ஒரு சேர நேசிக்கும் ஒருவனைக் கண்டறிவது. அவன் அரசவை அமைச்சர்களில் ஒருவனான சிற்றரசன் சீர் இளங்கோவன் அவனின் வாழ்நாள் இலட்சியம். சோணாட்டைத் தன் கண் என காப்பது, அவன் தந்தையின் இலட்சியம். தன்னைப் போலவே தன் குலப்பெருமை, கொள்கைகளையும், கோட்பாடுகளையும், தன் மகனும் காக்கவேண்டும் என்பது, அவன் தாயின் இலட்சியம் தமையன் மகளை மணந்து கொள்ள வேண்டும் என்பதும், சீர் இளங்கோ அவனுக்கும், அவன் நாட்டிற்கும் அரசியாக வேண்டும் என்பதும், அவன் அம்மான் மகளின் வாழ்நாள் இலட்சியம். இருப்பினும் காலத்தின் கட்டாயம். சோழனின் மகளை மணந்துக் கொண்டது.

சோழனின் எதிர்பார்ப்பு, சோணாட்டின் பாதுகாப்பு, தந்தையின் இலட்சியம், தாயாரின் கட்டளை, காதலியின் கனவு, கட்டிய மனைவியுடனான உறவு, இப்பேரிடரில் சிக்கித் தவித்த சிற்றரசனின் கதை இது.

நட்பு, வீரம், விவேகம், விசுவாசம், வெகுளி, வஞ்சகம், அவலம், அச்சம், காதல், காமம், துரோகம், இறைநிலை, முக்தி, மோட்சம் இவை அனைத்தையும் ஒருவன் தன் வாழ்நாளில் சந்திப்பது சாத்தியமா? சாத்தியமே!

காவலனை சூட்டிய தோன்றலின் நாவல் இது.
"கருணாகரனின் அழகிய மனவாளினி."

எந்நன்றி கொன்றாற்கு முய்வுண்டா முய்வில்லை
செய்ந்நன்றி கொன்ற மகற்கு

எத்தகைய சிறந்த அறத்தைக் கெடுத்தவனுக்கும் உய்வு உண்டாம்!, தனக்கு பிறர் செய்த நன்றியை மறந்த மனிதனுக்கு எக்காலத்திலும் உய்வில்லை. என்ற வள்ளுவத்திற்கினங்க.

எனது இந்த எழுத்து பணிக்கு பெருமளவு ஆதரவு அளித்து' பொருட் செலவுகள் செய்து. தோள் கொடுத்து துணை நின்ற! நிற்கும்......, திரு. சந்தோஷ்ராஜா அவர்களுக்கு' இந்நூல் சமர்ப்பணம்......!!!

உலக மொழிகளுக்கு தாயாம்! என் முத்தமிழுக்கு முதல் நன்றி... எனது பெற்றோர் திரு. நாட்ச்சியப்பன், திருமதி. உமாநாட்ச்சியப்பன், என்னை ஊக்குவித்து, துணை நிற்கும் எனது அன்பு மகன் செல்வன். கார்த்திகேயன் அவர்களுக்கும்' தெய்வத்திரு. முத்து அவர்களுக்கும், எனது எழுத்துகளுக்கு வடிவம் தந்த திருமதி. சுதா, திரு. செந்தில்குமார், வாக்கியம் திருத்திய திரு. ஜெயராச், ஓவியர் திரு. தெய்வா, அணிந்துரை நல்கிய திருமதி. அழமேலுபாலசுப்ரமணியன்' மற்றும் எனது இளைய மகன்கள் செல்வன். ஷாம் சுந்தர், அழகப்பன் அவர்களுக்கும், திரு. சிவா, திரு. தனுஷ்கோடிரமேஷ், திரு. பாலசுப்ரமணியன், திருமதி. அழமேலுபாலசுப்ரமணியன், செல்வி. சகாயமேரி, திருமதி. மாலதிராமநாதன், திரு. காமாட்சிநாதன் அவர்களுக்கும் இன்னும் எனை ஆதரித்த பல நல்லுள்ளங்களுக்கும் எனது நன்றிகள் உரித்தாகட்டும்.....

- செண்பகப்ரியா

அணிந்துரை

"கருணாகரனின் அழகிய மனவாளினி" இதன் ஆசிரியர் திருமதி. செண்பகப்ரியா கதை களம் கையாண்டு இருக்கும் விதமும், காட்சி படுத்திய விதமும் எனது பார்வையில், பண்டைய தமிழர்களின் கலாச்சாரமும், வாழ்வியலையும் எடுத்து கூறும் "கருணாகரனின் அழகிய மனவாளினி" மேலும் தெரிந்து கொள்ள, பிற்கால சோழர்களின் தலைநகரமாம் கங்கை கொண்ட சோழபுரம் அழைத்து செல்லும் அழகிய மனவாளினி....

மனித வாழ்வியலில் ஒன்றெனன கலந்த பலதரப்பட்ட. உணர்வுகளை புதுப்பிக்கும் முயற்சியாக, நட்பின் பெருமையை பறைசாற்றும்; கதாபாத்திரங்களாக, குலோத்துங்க சோழன், உத்தமசோழ வானதி ராயர், கருணாகரனும், பல்லவன் மாதவனும், பானுநிருபமை, அமுதா.

வீரத்திற்கு, பலபோர்களம் கண்டு வெற்றி கொண்ட அரும்பாக் கிழான் காலிங்கராயர், விக்கிரம சோழன், போர்முனையில் ஆயிரம் யானைகளைக் கொன்று வெற்றி கொண்ட கலிங்கத்துப்பரணியின் நாயகன்' இந்நாவலின் நாயகனும் ஆன கருணாகர தொண்டைமான், வானகோவரையன்.

விவேகத்தை, எடுத்துரைக்கும் வேளான் மாதவனாகிய பல்லவரையன், திருவரங்க அன்னவராயர்.

விசுவாசத்திற்கு, வானர் கோன் உத்தமசோழனாகிய வானதி ராயர், கருணாகரனின் சுந்தரபுரவியும்

வெகுளி புவனமுழுதுடையாள் மதுராந்தகி தீனசிந்தாமணி,

காதலுக்கு, அழகிய மனவாளினியும் அவளது கணவனும்.

இறை பக்திக்கு' சோழ குடிகள்... இவர்களுடன் இணைந்து பயணிக்கும் இன்னபிற மாந்தர்களுடன்..... "கருணாகரனின் அழகிய மனவாளினி".

சில கதைகள் கேட்டு ரசிப்பதற்கும், வாசித்து மகிழ்வதற்க்கும் உகந்தது. என்றால்... "கருணாகரனின் அழகிய மனவாளினி" அதிலே கதாபாத்திரங்களோடு நாமும் பயணிப்பது போன்றதொர் உணர்வதனை ஏற்படுத்தி உள்ளார் ஆசிரியர் செண்பகப்ரியா.

ஒரு ஊமை எப்படி வெல்லத்தின் சுவையை தன்னுள் பொதித்து வைத்திருப்பானோ.! அதுபோல, இந்த நாவல் ஒரு இனிமையான நினைவுகளை நம்முள் இனிக்க செய்வதும், சில நேரங்களில் ஏன் இப்படி என்ற அங்கலாய்ப்பை உணரச்செய்வதும், ஆசிரியரின் முயற்சிக்கு கிடைத்த வெற்றி என்றே நான் கருதுகிறேன்.

பொறுமையும், புரிதலும் உடைய காதலர்க்கு மரணம் என்பது அவர்களின் உடலுக்கு மட்டுமே 'அவர்களின் காதல் காலம் கடந்தும் பேசப்படும்' என்ற உண்மையை ஊர்சிதப்படுத்தும் வரலாற்று நாவல்களின் வரிசையில் இனைந்து கொண்டது "கருணாகரனின் அழகிய மனவாளினி".....!

கதை முற்று பெரும்போது நம்முடனேயே இருப்பது போன்ற உணர்வை ஏற்படுத்தி விட்டாள்....!!!! செண்பகப்ரியாவின் "கருணாகரனின் அழகிய மனவாளினி".

- அலமேலு பாலசுப்பிரமணியன்

முன்னுரை

எப்படி இருந்தது சோழதேசம் - ஓர் ஆயிரம் ஆண்டுகளுக்கு முன்னால்? அம்மங்கை திருமகனின் ஆட்சியின் கீழ் ஊற்றும், மழையுமாகிய இருவகை நீர் வளங்களும், வற்றாத பொன்னியைத் தவழவிட்டு, பூரணிக்கே அன்னம் வழங்கும் சோற்றுடைச் சோழம். மற்ற வளங்களை மகிழ்வுடனே அள்ளித்தரும் மருத நிலம். இறைவனும், இறைவியும் உருவில் பெரிதாய், அருளில் அதைவிட பெரிதாய் இசைத்தே எழுந்தருளிய விண் நகரம். புலியின் அரவணைப்பில் புள்ளினங்கள் துவங்கி மானுடம் வரை புகழுடனே வாழ்ந்த புண்ணியதேசம். பேரரசன் எனும் பெயருக்குப் பொருள்தரும் மனு துவங்கிய மகத்தான பல அரசர்களை இம்மண்ணிற்குப் பரிசளித்த பூமி. பொன்னிக்கு ஓர் அணை; அறத்திற்குப் பல ஆலயங்கள்; புகழுக்கும் புலவர்களின் எழுத்தாணி. இசைந்து இயற்றிய பட்டிப்பாலை துவங்கி உலாவரை நீளும் சோழர்களின் கீர்த்தி. அந்நாளில் பெரும் முயற்சி செய்து தோடாமலே, எல்லோரும் விரும்பத்தக்க மிக்க பொருள்வளமும், விளைபொருட்களும் உணவுப்பொருட்கள் துவங்கி உலோகம் வரை, ஔஷதம் துவங்கி ஆயுதம் வரை எதுவும் இல்லை என்று கூறுகிற அளவுக்கு இல்லாமை இல்லாமல் போன பொற்காலம் அது. வறுமை வற்றிப்போன வசந்தகாலம் அது.

வான்முட்டும் அறநெறியும், கற்றறிந்த அறிஞர்களும் நிறைந்த, பகைவர்களால் கெடுக்கப்படாததாகவும், கெட்டுவிட்ட காலத்திலும்

வளம் குன்றததாகவும், உடனிருந்தே பகைமை பாராட்டும் குறுநில மன்னர்கள் இல்லாததாகவும், திகழ்ந்த மணியைப்போல் தெளிந்த நீரையும் வெட்ட வெளியான நிலத்தையும் அழகிய நிழல் உடைய வனங்களையும் நல் அரண்களாகக் கொண்டு விளங்கிய பெருமைமிகு மண். அதனுடனே இயற்கையான நுட்ப அறிவோடு அறத்தை அறிந்தவனாக, அறிவு நிறைந்து அமைந்த சொல்லை உடையவனாக எக்காலத்திலும் பொருந்தச் செயலாற்றும் திறன் செறிந்தவனாக ஆன "வானர்குல திலகம்" உத்தம சோழனாகிய வானதிராயர் தலைமை அமைச்சராக உடன் இருக்க, தான் இன்புற்றதற்குக் காரணமான கல்வியால் இவ்வுலகமும் இன்புற வேண்டும் என்று கல்வியின் மேன்மையை அறிவுறுத்தும் அவைப் புலவர்கள் சயங்கொண்டார், திருநாராயணப் பட்டர் வீற்றிருந்த செழுமைமிகு மண்!

ஒரு பேரரசின் செல்வங்கள் எல்லாவற்றிலும் சிறந்ததாகக் கருதப்படுவது அந்த அரசிடம் இருக்கும் பெரும் படையே ஆகும். அந்த வகையில் பகைவரை சினந்து நோக்கிய கண், அவர் வேலைக் கொண்டு எரிந்த போது மூடி இமைக்குமானாலும் அது வீரம் உடையவர்க்குத் தோல்வியே என மார்தட்டும் நாற்படை தலைமைச் சேனாபதி "அரும்பாக்கிழான், மணவிற் கூத்தன், காலிங்கராயரின்" கீழ் சோழனின் படையானது எமனே சினம் கொண்டு தன்மேல் எதிர்த்து வந்தாலும், ஒன்றாகத் திரண்டு மறித்து நிற்கும் ஆற்றல் உடையது. எலியாகப் பகை கூடி கடல் போல் ஒலித்தாலும், என்ன நடந்துவிடும்? பாம்பு மூச்சு விட அவை கலைந்து ஓடும்.

மானம், வீரம், சிறந்தவழியில் நடக்கும் நடவடிக்கைகள் அரசனால் நம்பித் தெளியப்படும் பண்பு. இவை நான்கும் கொண்டவையே சோழப்படைகள் ஆகும். ஆக, இவை அனைத்தையும்தன்ஆளுமையின்கீழ்கொண்டவன்இராஜேந்திர சப்தம விஷ்ணுவர்த்தன குலோத்துங்கன். தாய்த் தமிழகத்துடனே கங்கம், கடாரம், கலிங்கம், கொண்கானம், சிங்களம் முதலான பிற நாடுகளையும் தன் குடைக்குக் கீழ் புகழுடனே ஆண்ட அவன் குலோத்துங்கனின் இன்ன பிற சிறப்புகள்: ஈசனை இறுகப் பற்றிக்

கொண்டமையால் அவன் இறை பக்தியை எடுத்துரைக்கும் திருநீற்றுச் சோழன் எனும் பட்டம். அதனுடனே வறியவர் இருள் நீக்கிய அபயன், "புவி இராச இராசர் மனு முதலோர் தவிர்த்திருள் நீக்கி உலகாண்ட ஸ்ரீ குலோத்துங்கன் மேலை சாளுக்கியம் துவங்கி, மலைநாடு (சேரநாடு) வரை தானே நேரில் சென்று களப்போர் செய்து வெற்றி கண்ட சயத்தரன், சோணாட்டு மக்கள் இன்புற்று வாழ வகை செய்த ராச நாராயணன் ஆட்சியின் கீழ் சிறப்பு நிலை எய்தி இருந்தது. அந்நாளில் சோழத்தில் ஒருவன் பிறப்பால் குறுநில மன்னன். பெயரால் சீர் இளங்கோ கருணாகரன். அவன் குறைவில்லாக் கல்வி, முறையான பயிற்சியுடனே கணிதம், பொறியியல், மருத்துவம், ஆயுதப் பயிற்சியும் கற்றறிந்த அவனுக்கு இலக்கு: சோழதேசத்தின் மேம்பட்ட பாதுகாப்பிற்கு உழைப்பது. ஏற்றது: சோழ அவையின் மேன் தரத்து அதிகாரப் பொறுப்பை.

பகைவரை நேர்கொண்டு எதிர்க்கும் வீரத்தை ஆண்மை என்பார்கள். அதே பகைவர்க்கு ஒரு துன்பம் வந்த போது முன் சென்று உதவி செய்தலை அந்த ஆண்மையின் கூர்மை எனலாம். அதற்கு மிகச் சரியான சான்று சீர் இளங்கோ கருணாகரன். இறை அன்பினால் எடுத்த பெயரோ "சிவபாதச் செல்வன் அரசியல் முதிர்ச்சியை வலியுறுத்த சோழன் ஆராய்ந்து அளித்த பெயரோ "வேல்" எனும் நாமம். தேர்ந்த அறிவினன் ஆதலின் புலவன் புகழ்ந்து அளித்த பெயர் "நாதனுக்கும் நாதன் மந்திரி" என்று. அதனுடனே விவேகம் கலந்த வீரத்தை மெச்சி விரும்பியே "திருமாலின் சக்கரம் போன்றவன்" என்ற இன்னும் ஒரு பெயரை இணைத்து பாடினான், புலவர் செயங்கொண்டான்.

இல்லறம், அதில் எதிர்கால வாழ்க்கைத் துணையாக அம்மான் மகள், இடையே துணையாக வாய்ந்த சோழனின் மகள் - இப்படி அவன் வாழ்நாள் வரை மருதத்தின் வளம் கொழிக்கும் குளுமையிலும், அவன் வாடித் தவிக்க காரணமாக அவள். அவள் கருவிழி காண குவளையும் நாணித் தலை கவிழும்! அன்னத்தின் சிறகும் அவளின் அடிக்கு நோகும்!

தெய்வப் பெண்ணோ? மயிலோ? மரை மானோ? என்று விரும்பி நெகிழ்ந்து அவளைக் கண்ட கண்கள் இன்று உறக்கம் இல்லாத துன்பத்தால் வருந்தி கண்ணீரே அற்றுப் போனது அவனுக்கு. அவள் உடன் இல்லாத தருணம் அவன் உறங்குவதில்லை; அவள் உடனிருந்த போதும் அவன் உறங்கியதில்லை. இவற்றுக்கு இடையே சோர்வடையும் அவன் கணகள். அதற்குக் காரணம் அவள் எனத் தெரிந்தும், அவளையே நோக்கக் காத்திருக்கும். அவை அடையும் துன்பத்தை பொறுத்துக் கொண்டு தான் விரும்பிய அவள் மீண்டும் வந்து அன்பு செய்யயமாட்டாள் என்றாலும், அவளைப் பற்றியே நினைப்பதும், கேட்பதும் அவன் நெஞ்சிற்கும், செவிக்கும் இன்பம் பயத்தன. நாளும், பொழுதும் கழிவது என்பது மிகவும் கொடுமையானது என்று நீ உடன் இருக்கும் வரை நான் அறியவில்லை. கண் பார்வையின் அளவில் பிணங்கி எனைச் சேர அவள் இணங்கி கரை புரண்டோடும் காம நதியில் நீந்த, கரை சேரும் முன் அவள் காணாமல் போன காரணம் எது? என்று இன்றுவரை நான் அறியேன். வெள்ளம் இழுத்துச் செல்வதை அறிந்திருந்தாலும் ஓடும் நதியில் பாய்கின்றவரைப் போல பயன்படாது எனத் தெரிந்தும் உன்மேல் ஊடல் கொள்வதால் தான் என்ன பயன்? இப்பிறவியில் உனைச்சேர நான் செய்த நன்மை தான் என்ன? உனைப் பிரிய நான் செய்த தீமை தான் என்ன? நான் தூங்க என் தோள்களிலே சாய்ந்தும், நான் விழித்திருக்க உடனே என் உள்ளத்தே உறையும் என் மனம் கவர் கமல மணவாளினி! நீ வாழ்க! என் அகத்திலே எந்நாளும் நான் மரணித்த பின்னும் கடலை தூர்ப்பது எளிதான ஒன்று எனக் கருதிய அவனுக்கு அவளை நீங்கி வாழ்வது இயலுமோ?

எங்கே அவள்? மிதிலையின் மருகன் கருணாமூர்த்தி தனைக் காக்க வருவான் என்று அகலிகை காத்திருந்தது போல, வண்டையரின் மகன் கருணாகரன் தனைக் காண வருவான் என்று அவள் இருந்த நிலமது பூமியை இன்னதென்று இனம் காண தெரியாதபடி இறுக கட்ட இறைவன் சமைத்த கொடியோ? என எண்ணத் தோன்றும். கூகைக் கொடிகளும், இண்டங்

கொடிகளும், மலை எனக் குவிந்து புதராய்ப் படர்ந்து இருந்த காடு. அவற்றுடனே வள்ளியும், கோரையும், குமிட்டியும் பின்னிப் பிணைந்து கிடக்க; தாழையும், தவளமும், காரையும், கள்ளியும், முள்ளியும் காண்பதற்கு செடியா? அல்லது மரமா? என்று பிரித்து அறிய முடியாது வளர்ந்திருக்க; வாகை, வேலம், விளா, வீரை, சூரை, பாரை, பாலை, ஓமை, நெல்லி, தேற்றா, மூங்கில், புங்கம், ஆகியவை நிலத்தின் அடியே நீர் இல்லாததாலோ, என்னவோ தங்களின் நீர்த் தேவையைக் கேட்டு வருணனிடம் வாதிட வான் நோக்கிப் பயணிப்பது போல் இருந்தது அம்மரங்களின் வளர்ச்சியானது. இருப்பினும், காற்றை குடித்தே வாழலாம் என்று அக்காட்டுக்குள்ளே காடென பெருகி இருந்ததன. நெருஞ்சியும், கள்ளியும், காரையும். இவைகள் தவிர அங்கே என்ன உள்ளது? வரை நவ்வி (மான்), வரையாடு, செந்நாய், நரியும், கிரட்டான், பருந்து, கழுகு, வரைக்கோழி.

இறைவன் இவற்றைப் படைத்ததற்காக இக்காட்டைச் சமைத்தானா? அல்லது இக்காட்டைச் சமைத்ததற்காக இவற்றைப் படைத்தானா? என்று எண்ணத் தோன்றும். வருடமே கடந்தாலும் அதில் ஓர் இரு நாள் வருணன் வாஞ்சையுடனே பாலைக்கு நீர் வார்க்கச் சென்ற போது அப்பாலையின் கோரத் தாகமது மழைநீரால் தணியாது, வருணன் உடல் நீரை உறிஞ்சி, அதிலும் அடங்காது அவன் விழிநீரை உறிஞ்சியது. பாலையின் வறட்சி வருணன் பார்வையைப் பறிக்க, பல காலம் அவன் பார்வையின்றி அலைந்திருக்கக் கூடும். (வருணனே வர மறுக்கும் ஓர் நிலம்) தினம், தினம் ஆதவனே அலுத்துக் கொண்டு கடந்து செல்லும் கானகம். மானுடம் வாழ மறுக்கும் ஓர் இடம். அதிலே காளியைக் காவலுக்கு நிறுத்தி கதியின்றி அலையும் பேய்களை அக்காட்டிலே உலவ விட்டு நரகத்தின் நகல் இது என்று உலகுக்கு உணர்த்திய நிலப்பரப்பு. அதிலே தீமையைச் செய்த பகையை அடக்கி, நலம் பயத்த நாதனைக் காண நினைத்த அளவில் வலிமை உண்டாக, விரும்பிய பயன்களை விரும்பியவாறே அடைய முடியும். ஆகையால் ‘எனதுயிர்’ ‘நான்’ எனும் பற்று நீங்கி, உமைக் காணும் வரமது

வேண்டி ஈசன் இடையோர் பாகமாம் பெரியநாயகியின், தாள் வணங்கி, பாலை நிலம் உறைப்பாவையின் கண் பார்வையின் கீழ் அமர. தவம் செய்யும் வரம்மதனைத் தந்தருள்க பரமனே என வேண்டி வடக்கமர்ந்த அவள் காலம் காலமாக கணவனையே கடவுளாகக் கருதும் பெண்களுக்கு கானகமே காவல். காளி துவங்கி சீதை வரை இவளும் அதற்கு விதிவிலக்கு அல்ல. இருந்தும், இவள் வனத்திலே வாழ கருணாகரன் காரணம் அன்று; காலமே காரணம்.

1

பூசநாள் கங்காபுரி
(கங்கை கொண்ட சோழபுரம்)

Deiva

காசிபமைந்தனின் கரணங்கள் மெல்லப் படர்ந்த கங்கை கொண்ட சோழபுரத்தில். புல்லினங்கள் இரைதேட மெல்லிடையார் நீர் ஆட, பண்டிதர்கள் மறை ஓத, மெல்லப் புலர்ந்தது காலைப் பொழுது.

மஞ்சள் பூசி நீராடி திலகமிட்டு வண்ணமலர்களை ஒன்றாகக் கோத்து அதைத் தன் கூந்தலிலே சூடி, பசுஞ்சாணத்தை நீரில் இட்டுக் கரைத்து, அதை எடுத்துக்கொண்டு புறவாசலுக்கு வந்தாள் மதுரம். வாசலிலே நீர் தெளித்தவள் சற்றே அவள் வீட்டுத் திண்ணையை ஏறிட்டாள். 'யார் இங்கு வந்து படுத்து இருப்பவர்? ஊருக்குப் புதியவர் போல் உள்ளார்...' என்று எண்ணியவள், "அய்யா சற்றே எழுந்து கொள்கிறீர்களா? வாசலில் நீர் தெளிக்க வேண்டும். சற்றே எழுந்து அப்படி சென்றீர்களானால் நான் சாணம் தெளித்து விடுவேன். பின்னர் நீங்கள் இளைப்பாறலாம் என்றாள்."

மன்னியுங்கள் அம்மா, களைப்பு மிகுதியினால் உறங்கிப் போனேன்.

"அதனால் ஒன்றும் பாதகம் இல்லை. இதோ, இப்பொழுது முடிந்துவிடும். அதன் பின் தாங்கள் அமர்ந்து கொள்ளலாம்" என்றவள், விறுவிறுவென வாசல் தெளித்து மாக்கோலம் வரைந்து அதன் நடுவே சாணம் பிடித்து பரங்கிப் பூவை வைத்துச் சென்றாள்.

ஒரு மண் கலயத்தை எடுத்து வந்து, "அய்யா இந்தாருங்கள்!" என்று அந்த வழிப்போக்கனிடம் நீட்டினாள்.

"என்ன தாயே இது?"

"தாங்கள் தானே சற்று முன்பு கூறினீர்கள் களைப்பாக உள்ளெதன்று. அதனால்தான் நீர் ஆகாரம் எடுத்து வந்தேன்; பிடியுங்கள்."

அதற்குள்ளாக அங்கு வந்தான், மதுரத்தின் கணவன் ராமன்.

"வாருங்கள் அத்தான் அய்யா இவர் தான் என் கணவர். கழனிக்காட்டிற்குச் சென்றிருந்தார்."

"வணங்குகிறேன் அய்யா, நான் ஒரு வழிப்போக்கன்."

"வணக்கம் அன்பரே, இன்று அதிகாலை கழனிக்குச் செல்லும் போதே நான் தங்களைப் பார்த்தேன். நன்றாக உறங்கிக்

கொண்டிருந்தீர்கள். போகட்டும் அந்த நீர் ஆகாரத்தை வாங்கி அருந்துங்கள்."

அந்தக் கலயத்தை வாங்கிக் கொண்ட வழிப்போக்கன் சற்றே தயக்கத்துடன், "அம்மா ஒரு குவளையில் நீர் தர இயலுமா?" என்றான்.

"இதில் தயக்கம் கொள்ள என்ன இருக்கிறது. அதோ திண்ணையின் அருகே தொட்டியில் நீர் நிரப்பி வைக்கப் பட்டுள்ளதே, வழிப்போக்கர்களின் பயன்பாட்டிற்கு என்றே... அதை நீங்கள் தாராளமாக உபயோகித்துக் கொள்ளலாம்." என்றவள், அங்கிருந்து சென்று மீண்டும் ஒரு மண் கலயத்தில் நீர் ஆகாரம் எடுத்து வந்தாள். தன் கை, கால்களை முகத்தைக் கழுவிக்கொண்ட வழிப்போக்கன், திண்ணையில் வந்து அமர்ந்தான்.

அவனோடு தானும் வந்து அமர்ந்தான் ராமன். வழிப் போக்கனைப் பார்த்து, "அய்யா, தங்களின் ஊர் என்ன? பேர் என்ன? எங்கிருந்து வருகிறீர்கள் என்று கேட்டான்."

"எமது பெயர் கதிர்காமன் அன்பரே. யான் ஈழத்தில் இருந்து வருகிறேன்."

"ஈழத்தில் இருந்தா? அங்கிருந்து எதன் காரணமாக வந்தீர்கள் அய்யா?"

"தஞ்சை பெரு ஆவுடையாரைத் தரிசிக்க வேண்டும் என்பது எனது நெடுநாள் கனவு. அதன் பொருட்டே ஈழத்தில் இருந்து செந்தமிழகத்திற்குப் படகில் வந்தேன். அதன் பின் கால் நடையாகப் பயணத்தைத் துவங்கினேன்."

"தங்களுக்கு உற்றார், உறவினர் என்று எவரேனும் இங்கு உளரோ?"

"இல்லை அன்பரே! அதனால்தான் தங்களைப் போன்றோர் தருவதை உண்டு விட்டு, கிடைக்கின்ற இடத்தில் தங்கிவிட்டு, பயணத்தைத் தொடர்ந்து கொண்டு இருக்கிறேன்."

"அப்படியா! நல்லது, இங்கிருந்து ஒரு சில தினங்கள் பயணித்தால் போதும், தாங்கள் தஞ்சைப் பெரிய கோவிலை அடைந்து விடலாம்."

"மிக்க நன்றி அன்பரே! தஞ்சை சோழர்களின் தலைநகரமாக இருந்தது தானே!"

"ஆமாம், அது ராஜா ராஜா சோழத்தேவர் காலத்தோடு முடிந்தது. இது அத்தேவரின் திருக்குமாரன் ராஜேந்திர சோழத் தேவரால் காடுகளை அழித்து உருவாக்கிய சோழர்களின் தற்போதைய தலைநகரம்.

"கங்கை கொண்ட சோழபுரம் என்பதை யான் அறிவேன் அன்பரே. இந்நகருக்கு வேறு சில பெயர்களும் உள்ளன அல்லவா?"

"ஆம், அன்பரே முடிக்கொண்ட சோழப்புரி, கங்காபுரி என்பதாகும்."

"அப்படியா! மிக்க மகிழ்ச்சி!" என்ற கதிர்காமன் "அன்பரே எமக்கொரு ஐயப்பாடு, கேட்கலாமா" என்றான்?

தாராளமாக என்றான் ராமன்.

"நான் நேற்றைய தினம் பிற்பகலிலே சோழபுரம் வந்தடைந்தேன். அப்பொழுது முதல் இப்பொழுது வரையிலும், யான் காணும் இடமெல்லாம் இங்குள்ள குடிமக்கள் அவரவர் தெருக்களைச் சுத்தப்படுத்துகின்றனர். வீடுகள் தோறும் சுண்ணம் காவிக் கலந்து வர்ணம் தீட்டுகின்றனர். தைத் திங்கள் உழவுத் திருநாள் சில தினங்களுக்கு முன்னே தானே முடிந்தது. அப்படி இருக்க, தற்போது வீடுகளுக்கு வர்ணம் தீட்டுவதற்கு ஏதேனும் காரணம் உண்டா?" என்றான் கதிர்காமம்.

"இருக்கிறது அன்பரே. உழவுத் திருநாளுக்கு ஒப்பாக, குடிமக்கள் கொண்டாடும் நாள் ஒன்று இதே தைத்திங்களில் உள்ளது" என்று ராமன் கூறி, முடிக்கும் முன்பே எங்கிருந்தோ தண்டோரா சத்தம் கேட்டது.

"அய்யா காதிர் காமரே, தங்களின் கேள்விக்கான விளக்கத்தைத் தண்டகத்தான் கூறுவார். சற்றே அதை செவிமடுத்து கேளுங்கள்."

"இதனால் நகர மக்களுக்குத் தெரிவிப்பது யாதெனில், சக்கரவர்த்தி ஸ்ரீ குலோத்துங்க சோழத்தேவரின் திரு நட்சத்திரமான பூசத் திருநாள் நாளை என்பதால் நாம் முன்னமே அறிவித்தபடி, சக்கரவர்த்தி கடக லக்கினம் இன்று துவங்குகிற படியால் இன்று சமூக நடவடிக்கைகளும், பூச நாளான நாளை சக்கரவர்த்தி ஆலயம் எழுந்தருளல், அதனை ஒட்டி இறை வழிபாடு, அன்னதானம், தேவதானம், தேவநேயதானம், கலை நிகழ்ச்சிகள், அரசரின் கட்டளைகள் அறிவிப்பு; அதோடு அதற்கு அடுத்த தினம்

அரச மாளிகையில் மதிய விருந்துடன் சுப நிகழ்ச்சிகள் இனிதே நிறைவடையும். இச்சுப நிகழ்ச்சிகளில் குடிகள் கலந்து கொண்டு பயன்பெறுமாறு கேட்டுக் கொள்ளப் படுகிறது. இங்ஙனம் அரசின் உடன் கூட்டத்ததிரிகள்" என்று கூறி முடித்தான் தண்டகன். அவனைச் சுற்றி நின்ற பிள்ளைகள் கலைந்து சென்றனர். ஆங்காங்கே நின்று மூப்பர்களும் அவரவர் வீட்டுத் திண்ணையில் அமர்ந்து உரையாடத் தொடங்கினார். இல்லத்தரசிகளோ விடுபட்ட அடுக்களைப் பணிகளைத் தொடங்கினர்.

மீண்டும் உரையாடத் தொடங்கினர் ராமனும், கதிர்காமனும். கதிர்காமனே பேசலானான்: "அய்யா! தண்டகன் உரைத்ததில் பொற்காசுகளும், பொருள் தானமும் இடம் பெறவில்லையே, இது எதனால்?"

"பரந்து விரிந்த இந்தச் சோழ சாம்ராஜ்ஜியத்தின் சக்கர வர்த்தியின் பிறந்த நாளில் பொன், பொருள் தானம் இடம் பெறாதது உங்களுக்கு ஆச்சரியமாக உள்ளது. அப்படித்தானே..." என்றான் ராமன்.

"ஆமாம்; மூவேந்தர்களுள் தற்சமயம் முதன்மையானவராகப் போற்றப்பெறும் சோழனின் பிறந்தநாள் இது. இந்நாளிலே குடிகளுக்குப் பொன்னையும், பொருளையும், ஆடை, அணி மணிகளையும் தானமாகக் கொடுத்தால் தானே குடிகள் மகிழ்ச்சி பெறுவர்!"

இதனைக் கேட்டதும் ராமன் நகைக்கத் தொடங்கினான்.

"என்னவாயிற்று அன்பரே? நான் எதுவும் பிழையாகக் கூறிவிட்டேனா? ஏன் இவ்வாறு நகைக்கிறீர்கள்?"

"இல்லை, இல்லை; தாங்கள் சரியாகத் தான் கூறினீர்கள். தாங்கள் கூறியது மற்ற தேசங்களுக்குப் பொருந்தும். ஆனால், சோணாட்டிற்குப் பொருந்தா. எங்கள் நாட்டைப் பொருத்தவரை தேவதானமும், தேவநேய தானமுமே பிரதானம்."

"இதற்கு என்ன காரணம் அன்பரே?" என்றான் கதிர்காமம்.

"உழைத்தால் மட்டுமே உய்ய முடியும் என்பது இங்கு சக்கரவர்த்தி துவங்கி சாமானியன் வரையிலும் கடைபிடிக்கும் கோட்பாடு."

"தங்கள் கூற்று விளங்கவில்லையே! சற்றே புரியும்படியாக விளக்குங்கள்."

“தாங்கள் முன்பு கூறியதைப் போல் ஒரு காலத்தில் இங்கு அநேக தானங்கள் இருந்தமை உண்மையே. அதோடு கூட இங்கு அனைத்திற்கும் சுங்கம் செலுத்தும் முறையும் இருந்தது. இதனால் குடிகள் பெற்ற இன்னல்கள் சொல்லில் அடங்கா. இதனை அறிந்த எங்கள் குலோத்துங்க சக்கரவர்த்தி ஒரு அரசாணையைப் பிறப்பித்தார்.”

“என்ன அது?”

“வேளாண் நிலங்கள் தவிர மற்ற ஏனைய அனைத்திற்கும் சுங்கத்தைத் தவிர்த்தார்.

“ஏனைய அனைத்திற்கும் என்றால் எவற்றிற்கெல்லாம் தவிர்த்தார்?” என்று கேட்டான் கதிர்காமன்.

“சொல்கிறேன் கேளும்!” என்றான் ராமன்.

ஊர் நத்தம், குளம், கம்மாளஞ்சேரி, வெல்லான் சுடுகாடு, ஊர் நில்ததூடறுத்துப்போன வாய்க்கால், சீக்கோயில், ஐயன் கோயில், பிடாரிக் கோயில், களணிக்குளங்கள், பரிச்சேரி, நத்தம், நந்தவனம், குடிஇருக்கை, ஊர் இருக்கை, ஓடை, ஈழச்சேரி, வண்ணாரச்சேரி, பெருவழி, திருமுற்றம், ஊருணி, கொட்டக்காரம், களம், தேவர் திருமஞ்சனக்குளம், கன்று மேய்பால், சுடுகாட்டுக்குப் போகும் வழி, மனை, மனைப் படப்பை, கடை, கடைத்தெரு, மன்று, கிடங்கு, புற்று, காடு, உவர், ஆறு, ஆற்றிருப்படுகை, உடைப்பு, மீன் பயில் பல்லம், தேன் பயில் பொதுப்பு போன்றவற்றுக்கு சுங்கம் தவிர்க்கப்பட்டது. சக்கரவர்த்தியின் இப்பெரும் செயலை மெச்சி குடிகள் அவரை ‘சுங்கம் தவிர்த்த சோழன்’ என்று வாயார வாழ்த்தினார்கள். புலவர்களோ, தவிராத சுங்கம் தவிர்த்தோன் என்று போற்றினார்கள்.”

“உண்மையிலேயே தங்களுடைய அரசரின் உயர்ந்த உள்ளம் பாராட்டுதலுக்கு உரியது.”

“சற்றுப் பொறுங்கள் அன்பரே, யான் இன்றும் முழுவதுமாக முடிக்கவில்லை. தங்களின் பாராட்டுகளை இறுதியில் தெரிவித்துக் கொள்ளுங்கள்.”

“என்ன இன்னும் முடியவில்லையா?” என்றான் கதிர்காமன் ஆச்சரியத்துடன்.

“ஆமாம்; சற்று நேரத்திற்கு முன்பு தண்டகன் கூறியதைக் கேட்டீர்கள்” தானே! அதில் இன்று சமூக நடவடிக்கைகள் என்றானே......

“ஆமாம் கேட்டேன். இதன் பொருள் என்ன, அன்பரே?”

“இன்றைய தினம் கோடைச் சாகுபடியைத் துவங்குபவர் களுக்கு இந்த ஆண்டிற்கான சுங்கம் தவிர்க்கப்படும். போதிய நிலம் இருந்தும், நந்தவனம் அமைக்க மனம் இருந்தும் இயலாதோர் அரசிடம் பதிவு செய்வோமாயின், இன்றைய தினம் அரசு அதிகாரிகளின் மேற்பார்வையில் வித்துக்களையும், நாற்றுகளையும், கொடிகளையும், அரசாங்கமே தரும். அதையும் அரசின் நந்தவன ஊழியம் செய்வோரே வந்து பயிரிட்டு அதற்கான நீர்ப்பாசனத்தையும் செய்து தருவார்கள். இவை அனைத்தும் அரசு அதிகாரிகளின் மேற்பார்வையில் நடக்கும். மேலும் பூக்களின் அறுவடைக் காலத்தில் கடைத்தெருவில் உள்ள அரசு அங்கீகாரம் பெற்ற பூக்கடைகளிலேயே கொடுத்து பொற்காசுகளாகவும், பொருட்களாகவும் பெற்றுக் கொள்ளலாம். தவிரவும், ஆண்டிற்கு ஒருமுறை ஆற்றின் கரைகளை மேம் படுத்துவதும், ஏரிகள், குளங்கள், ஊருணிகள், கம்மாய்கள் தூர்வாரப்படுவதும் இந்நாளிலேதான் துவங்கும். மேலும் அரசின் அங்கீகாரம் வேண்டி பலதரப்பட்ட கோரிக்கைகள் குடிகளால் பதிவு செய்யப்பட்டிருக்கும். அவையெல்லாம் இந்நாளிலே தான் அரசால் அங்கீகரிக்கப்பட்டு அமலாக்கத்திற்கு வரும். யான் கூட இந்நாளிலே நந்தவனம் அமைக்க விண்ணப் பித்திருந்தேன் - எங்களது குலதெய்வ கோயிலுக்கு அருகே உள்ள நிலத்தில். அதனை அரசும் ஏற்றுக் கொண்டது. எனது மனைவியின் நெடுநாள் ஆசை இன்று நிறைவேறப் போகிறது. இன்னும் சற்று நேரத்திற்கெல்லாம் அரசு அதிகாரிகள் அங்கே வந்துவிடுவார்கள் - நந்தவனம் அமைக்க. நான் புறப்படட்டுமா? தாங்கள் ஓய்வெடுத்து கொள்ளுங்கள் அன்பரே!” என்றான் ராமன்.

அவனையே கண்இமைக்காமல் பார்த்துக் கொண்டு இருந்தான் கதிர்காமன்.

“என்னவாயிற்று அன்பரே? ஏன் இவ்வாறு உள்ளீர்கள்?”

"ஒன்றும் இல்லை ஐயா. உண்மையில் தங்கள் அரசரின் கொள்கைகள் புதுமையாகவும், விநோதமாகவும் உள்ளனவே, அதை நினைத்துப் பார்த்தேன்"

"உண்மைதான். புதுமைகள் நிறைந்ததே எங்கள் கங்காபுரி" என்றான் ராமன்.

"தாங்கள் தவறாக எண்ணவில்லை என்றால் நானும் தங்களுடன் வரலாமா?"

"அதற்கு என்ன?" தாராளமாக! என்றவன், "மதுரம் நான் கோயில் கொள்ளைக்குச் சென்று வருகிறேன்" என்றதும், தன் வீட்டு வாசலுக்கு ஓடோடி வந்த மதுரத்தின் முகத்தில் தான் எத்தனை மகிழ்ச்சி! "ஆகட்டும் சாமி தாங்கள் சென்று வாருங்கள். நான் மதிய உணவை சமைத்து எடுத்து வருகிறேன்."

"நல்லது மதுரம். நான் இவரையும் என்னுடன் அழைத்துச் செல்கிறேன்."

"ஆகட்டும் அத்தான்." ராமனும் கதிர்காமனும் அங்கிருந்து சென்றனர்.

அகன்ற வீதியில் அவர்கள் இருவரும் நடந்து சென்றனர். வீதியின் இரு மருங்கிலும் சிறியனவும், பெரியனவுமாய் வீடுகள் அமைந்திருந்தன. ஓடுகள் பனை, தென்னை, வைக்கோல், கழுபுறகள் போன்றவற்றால் வேயப்பட்டவை. அத்தனை வீடுகளிலும் திண்ணை என்பது பிரதானமாய் இருந்தது. அவரவர் வசதிக்குத் தகுந்தாற்போல் மாட்டுவண்டி, கூட்டுவண்டி, குதிரை வண்டி எனவும் சில வீடுகளில் இருந்தன. இது புறத்தோற்றம் என்றால் 'வீடுகளில் புழக்கடையில் ஒரு பாதி மாடு கட்டும் துறை; மறுபாதி கூட்டுக் கொள்ளை[1] அத்துடன் வீடுகள் தவறாது கிணறுகளும் இருந்தன. மூப்பர்கள் திண்ணைகளில் பேசிக் கொண்டிருப்பதும், பிள்ளைகள் விளையாடிக் கொண்டிருப் பதும், நடுத்தர வயதினர் கழனிக்குச் செல்வதும், பெண்கள் பூசநாளை முன்னிட்டு தமது மனைகளைச் சுத்தம் செய்வதுமாக அந்நாள் நகர்ந்து கொண்டிருந்தது.

1 அதாவது மரங்கள், காய்கறி, மருத்துவ தாவரம் அடங்கிய செடி கொடிகளைக் கொண்ட கொள்ளை.

Deiva

ராமனின் வீட்டிலிருந்து பாதி தூரம் வந்திருப்பார்களோ என்னவோ, கதிர்காமனை அழைத்து ராமன், “அன்பரே, சற்று ஓரமாக வந்து இத்திண்ணையின் மேல் நின்று கொள்ளுங்கள்” என்றான்.

“ஏன்?” என்று கேட்டுக் கொண்டே வழியைத் திரும்பிப் பார்த்தான் கதிர்காமன். ஒரு சிலர் இவர்களைப் போலவே ஒதுங்கி நின்றனர். அங்கே என்ன நடக்கிறது என்று கதிர்காமன் யூகிக்கும் முன்பே, அப்பெரும் வீதியில் பெரும் புழுதிப்படலம் உருவானது. பதறிப்போன கதிர்காமன் ராமனைப் பார்த்து, “அன்பரே என்ன இது? இத்தனை பெரிய புழுதிப் படலம் உருவாகியுள்ளதே. கூடவே இரைச்சல் வேறு!”

“தாங்கள் பதறும் அளவிற்கு ஒன்றும் இல்லை அன்பரே, மாடு மேய்ப்பானும், கன்று மேய்ப்பாளுனும் கால்நடைகளை ஓட்டிக்கொண்டு வருகின்றனர். அவ்வளவு தான்.”

அப்பெரும் நீண்ட அகண்ட தெருவின் தொடக்கம் முதல் முடிவு வரையிலும் சுரபிகளும் காளைகளும், கன்றுகளும் மிக நெருக்கமாக சென்று கொண்டு இருந்தன. அவற்றை மூன்று ஆண்கள் வழி நடத்தி முன்னே சென்று கொண்டிருந்தனர். பின்னே இரண்டு பெண்கள் சென்று கொண்டிருந்தனர். ‘இவ்வளவு கால்நடைகளா? அதுவும் ஒரே இடத்தில்!’ என்று வியப்பின் உச்சத்தில் இருந்தான் கதிர்காமன்.

அவனின் முகபாவனையைக் கண்ட ராமன், “இதில் வியப்படைய என்ன இருக்கிறது அன்பரே? இவை அனைத்தும் இத்தெருவில் இருப்போரின் கால்நடைகளே. இன்னமும் கூட பேறு காலத்திற்குக் காத்திருக்கும் சுரபிகளும் கன்றுகளை ஈன்ற சுரபிகளையும் வீடுகளில் வைத்தே பராமரிப்போம் - சில காலங்களுக்கு. எனது இல்லத்தில் கூட இது போன்ற நிலையில் நான்கு சுரபிகள் (பசு) உள்ளன. ஒரு நாளில் பெரும் பொழுதானது கழனியிலே கழிந்து விடுகிறது. இதற்கிடையில், கால் நடைகளை மேய்ச்சலுக்கு அழைத்துச் செல்வது என்பது இயலாத காரியம் ஆகிவிடுகிறது. இதன் பொருட்டே இவர் களின் பராமரிப்பில் எங்களின் கால்நடைகளை விட்டு விடுகின்றோம். காலையில் மேய்ச்சலுக்கு அழைத்துச் சென்று மாலையில் அவரவர் வீடுகளில்

விட்டுச் செல்வார்கள். இப்பணிக்காக இவர்களுக்கு ஆண்டு கூலியாக தானியங்கள் வழங்குகின்றோம். இவர்கள் பொருட்டும் அரசுக்கு சுங்கம் செலுத்த வேண்டும் - அந்நாளில். ஆனால் கடந்த பத்து ஆண்டுகளுக்கு முன்பே அதையும் நிறுத்தி விட்டார் எங்கள் சக்கரவர்த்தி."

"அப்படியா? உண்மையில் இது வரவேற்கத் தக்க ஒன்றுதான், அன்பரே!" என்றான் கதிர்காமன்.

இருவரும் உரையாடிக் கொண்டே அவ்வீதி முற்றுப்பெறும் முச்சந்திப்புக்கு வந்தனர்.

அங்கே ஒரு பெயர்ப் பலகையில் கழனிக்காடு செல்லும் வழி, மீன் பயில் பள்ளம் செல்லும் வழி, அதிராஜேந்திர சோழப் பெருந்தெரு என எழுதப்பட்டு இருந்தது. இது ராமன் வசிக்கும் தெருவின் பெயர்.

கதிர்காமன்: "என்ன இது, அன்பரே? சோழ தேசத்தின் பெரும் பாலான பகுதிகளில் இது போன்ற பெயர்களிலேயே அநேக ஊர்கள் இருக்கின்றனவே எதனால்?"

"ஆமாம், இது சோழ குலத்தின் பாரம்பரியங்களுள் ஒன்று. பொதுவாக, சோணாட்டு மண்டலங்களுக்கு மட்டுமே பொதுப் படையான பெயர் இருக்கும். ஒரு சில காலங்களில் அம்மண்டலங்களுக்குக் கூட, சோழ வாரிசுகள் பெயர் வைப்பது என்பது இங்கு வெகு இயல்பு. இந்நாட்டில் இருக்கும் நகரங்கள், நாட்டுக்கு அடங்கி நாடுகள், ஊர்கள், கிராமங்கள், வீதிகள், தெருக்கள், கோயில்கள், ஏரிகள், கண்மாய்கள், குளங்கள், பெரும் கிணறுகள், ஊருணிகள், வாய்க்கால், ஆறு, ஆற்றுப்படுகை, படகுத்துறை, படித்துறை என்று அனைத்திற்கும் இங்கு சோழ குலத்தோர் பெயர்கள் மட்டுமே வைக்கப்படும். இவற்றில் பெரும்பாலான பெயர்கள், அந்நாரின் மீது கொண்ட பேரன்பு காரணமாக மக்களால் வைக்கப்பட்டது."

"தங்களின் இந்தப் பழக்க வழக்கங்கள் முற்றிலும் புதுமையாக இருக்கின்றன" என்றான் கதிர்காமன், "ஈழத்திலும் இது போன்ற சோழர்களின் பெயர்களைத் தாங்கி நிற்கும் நகரங்கள் இருக்கத்தான் செய்கின்றன. இருப்பினும், அப்பெயர் களை சோழர்களே வைத்தனர் - தங்களது ஆட்சியின் ஆளுமையை

நிலை நிறுத்த. ஆனால், இங்கோ மக்களே வைத்துள்ளனர். அது இருக்கட்டும் அன்பரே, இங்கே பெயர்ப் பலகையில் உள்ள சோழர் எங்குள்ளார்?" என்றான் கதிர்காமன்.

"இல்லை, அவர் தற்போது உயிருடன் இல்லை."

"ஓ! அப்படியானால்" சக்கரவர்த்தியின் முன்னோர்களில் ஒருவரே இவர்!"

"ஆமாம் சக்கரவர்த்தின் அம்மான் மகன் அதிராஜேந்திரன். இச்சோழன் மட்டும் உயிரோடு இருந்திருந்தால் தற்போது இவரே இச்சோணாட்டை ஆண்டிருப்பார். என்ன இருந்தாலும்..."

"இச்சோழன் ஏன், எப்படி இறந்தார்?"

"இவரது தந்தையான வீர சோழரின் மறைவுக்குப் பின்னர் அரசக்கட்டில் ஏறி ஆட்சி செலுத்தி சில தினங்களிலேயே அதி ராஜேந்திரர் ஒரு வகையான நோயினால் தாக்கப்பட்டார். இந்நோயிலிருந்து அவரை விடுவிக்க வைத்தியர்கள் எவ்வளவோ முயன்றும் பலன் இல்லை. மறுபுறம் ஆலயங்களில் காலையும், மாலையும் மறைகள் ஓத உத்தரவு இடப்பட்டு இருந்தது. பாவம், அதி ராஜேந்திரன்! சோழருக்கு வைத்தியமோ வழிபாடோ கை கொடுக்கவில்லை. இறுதியில் அந்நோயுடன் போராடி மாண்டே போனார். இதன் பொருட்டே இச்சோழருக்குக் கிருமி கண்ட சோழன் என்ற மற்றொரு பெயரும் உண்டு."

"அப்படியானால், தற்போது அரசராய் இருப்பவர் இவரின் தம்பியா என்ன?"

"இல்லை, கதர்காமரே, அதிராஜேந்திரன் சோழக் குலத்தின் கடைசி ஆண் வாரிசு."

அப்படியா!" என்று ஆச்சர்யத்துடன் ஏறிட்டான் கதிர்காமன்.

"அப்படியானால் தற்போது இருப்பவர் யார்?"

"இவர் அதி ராஜேந்திர சோழனின் அத்தை மகன். வேங்கி நாட்டில் பிறந்தவர். சோழனின் மரணத்திற்குப் பின்னர் இங்கு அரசாள சோழ குல ஆண்மக்கள் எவரும் இல்லாததால் வேங்கி நாட்டு அரசனான ராஜராஜ நரேந்திரனுக்கும், கங்கை கொண்ட சோழர் ராஜேந்திர தேவரின் மகள் அம்மங்கை தேவிக்கும் மகனாகப் பிறந்தவரே ராஜேந்திர விஷ்ணுவர்த்தனன். இவரை சோணாட்டின் அரசனாக ஏற்றுக்கொண்டு முடிசூட்டப்பட்டது.

இவர் சோழர்களின் மகள் வழிப் பேரன் என்பதால் இவருக்குக் குலோத்துங்க என்ற பெயர் காரணப் பெயர் ஆயிற்று."

"அப்படியானால், சோழ குலத்தினர் என்று அதிகாரப் பூர்வமாக ஒருவர் கூட இல்லையா என்ன?"

"ஏன் இல்லாமல்! இருவர் இருக்கின்றனர். அவர்கள் பெண்கள்."

"யார் அவர்கள் அன்பரே?"

"ஒருவர் சக்கரவர்த்தி தாயாரான அம்மங்கை தேவியார்; தற்போது வேங்கியில் இருக்கின்றார். மற்றும் ஒருவர் சக்கரவர்த்தியின் இரண்டாவது அம்மான் மகளும் தனது முதல் பட்டத்து அரசியுமான புவனமுழுதுடையாள் மதுராந்தகியான தீன சிந்தாமணி."

இருவரும் இவ்வாறாக உரையாடிக் கொண்டே ராமனன் குலத்தெய்வக் கோயிலுக்கு வந்தனர். "வாருங்கள் கதிர்காமரே! இதுவே எங்கள் குலத்தெய்வக் கோயில், இதனை ஒட்டிய இந்த நிலப் பகுதிகளில் தான் நந்தவனம் அமைக்கக் கோரி அரசிடம் முறையிட்டேன்." ஏற்கெனவே அந்நிலத்தை உழுது பக்குவப் படுத்தி வைத்திருந்தான் ராமன். அங்கே மண்சாலையில் உரக் குப்பைகளை ஏற்றிய மாட்டு வண்டிகளும், மனிதர்களை ஏற்றிய சில மாட்டு வண்டிகளும் நின்று கொண்டிருந்தன. பரிக்கலில்[2] அமர்ந்தபடி சிலரும் அங்கே வந்து கொண்டிருந்தனர். "அதோ அவர்கள்தான் அரசாங்க அதிகாரிகள் வந்து விட்டார்கள்" என்றவன் ஓடோடி சென்று அவர்களை வரவேற்றான். அவர்களை வணங்கி நின்றான்.

பரியிலிருந்து இறங்கியவர்களில் ஒருவர் ராமனின் பெயர், அவன் தந்தையின் பெயர், கதவு எண், தெருவின் பெயர், நந்தவனம் அமைப்புக்கான விண்ணப்ப எண் வரிசை, தேர்வு செய்யப்பட்ட நிலத்தின் அளவு, அதற்கு அரசாங்கத்திடம் ராமன் பெற்ற ஒப்புதல் ஓலை ஆகியவற்றை சரிபார்த்தார். அனைத்தும் சரியாக உள்ளன என்று அரசாங்க அதிகாரி மாட்டு வண்டியில் இருந்து இறங்கியவர்களைப் பார்த்து, "வாருங்கள் வேலைகளைத் துரிதமாக முடிக்க வேண்டும். இன்றும் சிலரின் நிலங்களை சரிபார்த்து நந்தவனம் அமைக்க வேண்டும். ஆகையால் சீக்கிரம் வேலைகளை

2 பரிக்கல் – குதிரை

முடிக்க வேண்டும்” என்று கூறி, தன்னுடன் வந்த அதிகாரிகளை அழைத்துக் கொண்டு ராமனின் குலதெய்வம் கோயிலில் அமர்ந்தார். அவர் ராமனை அழைத்து, “தாங்கள் விண்ணப்பத்தில் குறிப்பிட்டிருந்த வித்துகள், நாற்றுகள், கொடிகள், மரக்கன்றுகள் இவைதானா என்று சரிபார்த்துக் கொள்ளுங்கள். எங்கள் பணியாட்கள் பயிரிட்டபின், இவை நான் கேட்ட தாவரங்கள் அல்ல; மாறிவிட்டது என்று எங்களைக் குறை கூறலாகாது. ஏனெனில் தங்களைப் போன்று அநேகர் இன்று விண்ணப்பித்திருப்பதால் அனைத்துத் தாவரங் களையும் ஒன்றாக எடுத்து வந்துள்ளோம். இதில் தாங்கள் விண்ணப்பித்தவற்றை தாங்கள்தான் சரிபார்த்துக் கொள்ள வேண்டும். புரிந்ததா?” என்றார். அவரின் முன்பு மிகப் பணிவுடன் “நன்றாகப் புரிந்தது, ஐயா” என்றான் ராமன். “சரி செல்லுங்கள், சென்று பார்வையிடுங்கள்” என்றார் அதிகாரி. நல்லது’ என்ற ராமன் அவ்விடத்திலிருந்து சென்றான். அங்கே நடந்தவற்றைக் கவனித்த கதிர்காமனுக்கு அவை வேடிக்கை யாகவும், விநோதமாகவும் இருந்தன. ‘குடிகளின் தேவைகளை அவர்களின் எண்ணப்படியே நிறைவேற்றும் அரசன் இவ்வுலகில் இருக்கிறாரா என்ன? குலோத்துங்க சோழன் யார்? அவர் எப்படி இருப்பார்?’ என்று எண்ணியபடியே அங்கே ஒரு மரத்தடியில் அமர்ந்தான் கதிர்காமன்.

சிறு சிறு குட்டைகளை அமைத்து அதிலே உரம் இட்டு கருங்குவளை, செங்கழுநீர், மணிக்குவளை, ஆம்பல் போன்ற பூக்களின் வித்துக்கள் தூவப்பட்டன. இன்னும் எண்ணற்ற பூச்செடிகள், கொடிகள், தென்னை, முருங்கை, பலா, வாழை, எலுமிச்சை போன்ற மரக்கன்றுகள் நடப்பட்டு அவற்றிற்கு உரம் இடப்பட்டது. அங்கே வந்தாள் தலைச் சுமையுடன் மதுரம் - மதிய உணவை எடுத்துக் கொண்டு. உடன் ஆண், பெண் இருவரும் மதிய உணவைச் சுமந்து வந்தனர். அர்களின் சுமைகளை இரக்கி வைக்க, அந்த ஆணும் பெண்ணும் இராமனை வணங்கி அங்கிருந்து சென்றனர்.ஒரு கணம் ஆச்சரியம் தாங்கமுடியவில்லை-அவளுக்கு. நேற்றைய தினம் தன் கணவனுடன் பார்வையிட்டுச் சென்ற நிலமா இது என்று மலைத்துப் போனாள். எங்கெங்கு காணினும் செடிகள், கொடிகள், மரக்கன்றுகள் என ஏறக்குறைய நந்தவனம் அமைக்கும் பணி நிறைவுபெற்றது. அதிகாரிகள் அவற்றை சரிபார்த்தனர்.

"சரி, அனைத்து வேலைகளும் முடிந்தன. நாங்கள் புறப்படுகின்றோம்." என்றனர் அதிகாரிகள். அப்போது மதுரம், "ஐயா, அனைவருக்கும் உணவு எடுத்து வந்திருக்கின்றேன். உணவு அருந்தி செல்லுங்கள்" என்றாள் பணிவுடனே.

"இல்லை அம்மா, இங்கு உணவு அருந்திக் கொண்டிருந்தால் பணி தேக்கம் ஆகிவிடும். தாங்கள் தவறாக எண்ண வேண்டாம். நாங்கள் வருகின்றோம்."

"ஐயா சிறிது பாயாசம் மட்டுமாவது அருந்தி விட்டுச் செல்லுங்கள்" என்று வணங்கினாள்.

"அத்தான், என்ன பார்த்துக் கொண்டு இருக்கிறீர்கள்? தாங்களும் கூறுங்கள்" என்றாள் ராமனை நோக்கி.

"ஆமாம், பெரியவர்கள் இந்த எளியவனின் உபசரிப்பை ஏற்றுக் கொள்ளத்தான் வேண்டும்" என்றான் ராமன்.

"சரி ஆகட்டும்" என்றார் அவர். பூவரச இலைகளினால் பின்னப்பட்ட தொன்னையில் சிவப்பரிசி, சிறு பருப்பு, கரும்பு வெல்லம், ஏலம் போன்றவற்றைக் கொண்டு செய்த பாயாசம் அனைவருக்கும் தரப்பட்டது. அதை அருந்திய அதிகாரிகளும், பணியாட்களும் "நன்றாக இருந்தது; நன்றி!" என்று கூறி அங்கிருந்து விடைபெற்று சென்றனர்.

"சரி மதுரம்! நீ வந்து உணவு பரிமாறு; நாம் சாப்பிடலாம்" என்றான் ராமன். "சுவாமி சற்று பொறுங்கள்! நந்தவனத்தில் பயிரிட்டு இருப்பவற்றை பார்வையிட்டு வரலாமா?"

"அதற்கென்ன தாராளமாக!"

"கதிர்காமரே, தாங்களும் எங்களுடன் வருகிறீர்களா?"

"ஆம், காத்துக் கொண்டிருக்கிறேன், அன்பரே."

"சரி வாருங்கள், போகலாம்" என்று மூவருமாக நந்த வனத்தைப் பார்வையிட்டனர். அவர்கள் அவற்றைச் சுட்டிக்காட்டி ஏதேதோ தங்களுக்குள் உரையாடிக் கொண்டனர். "சுவாமி, இவ்வளவு சமைத்து எடுத்து வந்துள்ளேனே, இதை என்ன செய்வது?" என்றாள் மருதம்.

"இதில் யோசிக்க என்ன உள்ளது மருதம். நமது நிலத்தின் அண்டையில் உள்ள கழனியில் வேலை பார்ப்பவர்களை அழைத்தால் போகிறது."

"இதுவும் நல்ல யோசனைதான். இதோ இப்போதே அழைக்கின்றேன்" என்றவள், தன் குரலை உயர்த்தி அங்கு

வேலை செய்து கொண்டிருந்தவர்களின் பெயரைச் சொல்லியும் உறவைச் சொல்லியும் அழைத்தாள்.

“எங்கள் இல்லங்களில் இருந்தும் மதிய உணவு வருமே மதுரம், அதை என்ன செய்வது?” என்றாள். ஒரு பணியாள் “அதை இன்று ஒரு நாள் மட்டும் இரவு வேளைக்கு வைத்துக் கொள்ளுங்களேன். இன்று அரிசி சோறு சமைத்து வந்துள்ளேன். இல்லை என்றால் கூட நிர்பந்திக்க மாட்டேன்” என்றாள் மதுரம். இதைக் கேட்ட வயது முதிர்ந்த பெண்மணி ஒருத்தி “அரிசி சோறா? அப்படியானால் அதிகாரிகளுக்கு சமைத்து எடுத்து வந்த விருந்து என்று கூறு”

“ஆமாம் பெரியம்மா. இதை அவர்களுக்கு தான் எடுத்து வந்தேன். அவர்களோ இன்னும் அநேக இடங்களில் பணிகள் உள்ளதால் பாயாசம் மட்டும் அருந்தி சென்றனர். அங்கிருந் தோரில். மூப்பர் (வயதானவர்) ஒருவர் ஓ! பாயாசம் வேறா?” என்றார் நகைத்தபடி. அங்கிருந்தவர்களில் ராமனின் அத்தையும் ஒருத்தி. “மகளே, நீ என்ன ஓவியமான (அருமையான) வெஞ்சனங்களை சமைத்து எடுத்து வந்திருந்தாய். ஆனாலும் அதற்காக அல்ல. ஓராண்டு காலம் அல்லும் பகலும் கழனியில் பாடுபட்டு, பெற்ற பிள்ளையைப் போல பேணி வளர்த்த கதிரில் இருந்து விளைந்த நெல் மணிகள். இதில் இருந்து ஒரு பருக்கை கூட வீணாகக்கூடாது” என்றவள், “அனைவரும் வாருங்கள், இன்று எனது மருமகன் வீட்டு உணவை சாப்பிடுவோம்” என்றாள் ராமனின் அத்தை. சற்று நேரத்திற்கெல்லாம் இருபது, முப்பது பேர் அங்கு வந்தனர். அதற்குள்ளாக மதுரமும் ராமனின் அத்தையும் சென்று வாழை இலைகளையும், செங்கழுநீர் (தாமரை) இலைகளையும் பறித்து வந்தனர். துவரைக் கரைசலுடன் கூடிய பசு நெய், மிளகுக் குழம்பு, அவரை ஒடிசல், பீர்க்கங்காய் வடிசல், கருணைக் கிழங்கு மசியல், முருங்கைப் பூ ரசம், மோர், நார்த்தங்காய் ஊறுகாய், சோறுடன் பறிமாறப்பட்டது அனைவருக்கும். பின்னர் தொன்னையில் அனைவருக்கும் பாயாசம் வழங்கப்பட்டது. உண்ட களைப்பு தீர தாம்பூலமும் தரப்பட்டது. பிறகு “இன்றைய உணவில் குறையேதும் உளதோ?” என்று கேட்டாள் மதுரம். “ஒரு குறையும் கூற முடியாது. அனைத்துமே நன்றாகத் தான் இருந்தது” என்றார்கள் - அங்கிருந்த அனைவரும். அதில் இருந்த

ஒரு மூதாட்டி மட்டும், "ஏன் மதுரம், அதிகாரிகளுக்கு சமைத்த விருந்து இது, இதில் பாயாசத்தில் பனைவெல்லம் சேர்க்காமல் கரும்புவெல்லம் சேர்த்திருக்கின்றாயே, எதனால்?" என்றார். "எனக்கும் பனைவெல்லம் பாயாசம் சமைக்க ஆசைதான். என்ன செய்வது? இவ்வளவு பாயாசத்திற்கான பனைவெல்லம் தற்போது வீட்டில்லை இல்லை. முன்பு போலவா இருக்கின்றது விலைவாசி?"

"நான் சிறு பிள்ளையாக இருந்த பொழுது கரும்பு வெல்லத்திற்கு, எடைக்கு எடை பனைவெல்லாம் தருவார்கள் கடைகளில். ஆனால் தற்போது அப்படியா உள்ளது. "நான்கு உரி" கரும்பு வெல்லத்திற்கு ஒரு "நாழி" பனைவெல்லமே தருகிறார்கள். இது நமக்கு கைக்கு அடக்கம் ஆகுமா? தாங்களே கூறுங்கள். (1 உரி என்பது லீ, 4 + லீ = 2 கிலோ, 1 நாழி என்பது 1லி கிலோ, இரண்டு கிலோ கரும்பு வெல்லத்திற்கு ஒரு கிலோ பனைவெல்லம்)"

"நீ கூறுவதும் சரிதான். அவரவர் வீட்டுக்கு சாகுபடி செய்கின்றோம். அதைக் கரும்பாலையில் கொடுத்து வாங்க அதற்குக் கூலியாக வெல்லத்தையே எடை போட்டுப் பெற்றுக் கொள்கின்றனர். 'சரி அனைவரின் வீடுகளிலும் கரும்பு வெல்லமே பயன்படுத்துகின்றனர். விருந்தில் மதிப்பாக இருக்கட்டுமே என்று எண்ணி பனைவெல்லத்தைச் சேர்க்க விரும்பினால் இப்படி விலைவாசி உயர்வு! என்னதான் ஓவியமாய் இருக்கட்டுமே? அதற்காக, பாடுபட்டு விளை வித்ததை ஒன்றுக்குப் பாதியாகத் தரமுடியுமா என்ன? இருப்பதைக் கொண்டு சமைக்க வேண்டியதுதான்."

"சரியாகச் சொன்னாய் மதுரம்" என்றாள் கூட்டத்திலிருந்த பெண் ஒருத்தி. இருப்பினும், 'பெரும்பாலான ஔசதங்களுடன் பனை வெல்லம் கலந்துண்ண பிணி போகும்' என்பது வைத்தியர்களின் கருத்து. இதனாலேதான் இவ்விரு வெல்லங் களுக்கிடையே ஏற்றத்தாழ்வு. சில வேளைகளில் ஆடம்பரப் பொருளாகவும் மாறிப்போனது பனைவெல்லம். இதற்குக் காரணம் பனை சேர மண்டலத்திலும், பாண்டி மண்டலத்திலும் தான் அதிகமாக உள்ளது. அங்கிருந்து வாணிபர்கள் கொண்டு வந்து இங்கே விற்பனை செய்வதாலே தான் ஒன்றுக்கு இரண்டு என்ற விலையேற்றம்."

"தாங்கள் கூறுவதும் முற்றிலும் சரிதான், மூப்பரே!" என்றான் அங்கிருந்தவர்களில் ஒருவன்.

"அதெல்லாம் இருக்கட்டும்; ஏனப்பா ராமா, நாளை பூசநாளுக்கு எப்போது ஆவுடையார் ஆலயத்துக்குப் புறப்படுவ தாக உத்தேசம்?"

"இதில் உத்தேசத்திற்கு என்ன உள்ளது மூப்பரே! விடிவதற்கு முன்பாக வீடுகளில் இருந்து புறப்படவேண்டியதுதானே. இரவே வண்டிகட்டி வைத்து, காலையில் காளைகளைப் பூட்டிப் புறப்பட வேண்டியதுதான்.பயணத்திற்கு உகந்தாற்போல் நீர்மோர்,பானகம், கம்மங்கஞ்சி, சுக்கு நீர், பருத்திப் பால் என்று அவரவர் கொண்டு வருவதை வரிசைப்படுத்தினார்கள் அங்கிருந்த பெண்டுகள். "எப்படியும் நாளைய பொழுது முழுவதும் ஆலயத்திலேயே கழிந்து விடும். அதை அனுசரித்தே அனைத்தையும் எடுத்துச் செல்வோம்."

"ஆமாம், என்ன நிறத்தில் ஆடை அணிந்து கொள்வது?" என்றெல்லாம் அங்குள்ள பெண்டுகள் பேசிக்கொண்டனர். "இருக்கும் ஏழு நிறங்களில் வெண்ணிறத்தையும், கரு நிறத்தையும் தவிர, மற்ற ஏதேனும் ஒரு நிறத்தில் அணிந்து கொள்ள வேண்டியது தானே."

"அது என்னவோ உண்மைதான்! விதவிதமான நிற களிங்கு (ஆடை) அணிய நாம் என்ன அரசகுல மகளிரா?" என்றாள் அங்கிருந்தவர்களில் ஒருத்தி.

"உண்மைதான், ஆடை அணி மணிகள் அணிவதற்கு என்றே பிறப்பெடுத்தவர்கள் அரசகுல மகளிர்" என்ற ராமனின் அத்தை "அவர்களுக்கு என்ன... தூய பட்டாடை தொண்டை மண்டலத்திலிருந்து வருகிறது. பட்டுக்குப் பெயர் பெற்ற களிங்கு (துணி) காஞ்சியிலிருந்து வருகிறது. அத்தோடு பால்படர் ஆடையை ஒத்த மிக மெல்லிய நூல் இழைகளினால் ஆன - இதுவரை நாம் கேட்டும், பார்த்தும் இராத பல வண்ணங்களினால் ஆன-துணிகள் சீன தேயத்தில் இருந்து பட்டினக் கடற்கரைக்கு பெரும் மரக்கலங்கள் மூலம் வருகின்றன. அங்கிருந்து சோழர் கோட்டைக்கு எடுத்து வரப்படுகின்றன. கோட்டையினுள்ளும், குடந்தையிலும் விசேடப் பொற்கொல்லர்களும் இருக்கின்றார்கள். இவர்களே அரச மகளிருக்கு பிரத்தியேகமாக ஆபரணங்கள்

செய்கின்றனர். இதனாலே தான் அவர்கள் அணிவது போன்ற ஆடையையோ, அணிகலன்களையோ நாம் வேறு எங்கும் காணமுடிவதில்லை.

“முன்பெல்லாம் நான் நனது நந்தவனத்தில் பூக்களைப் பறித்துக் கொண்டு கோட்டையினுள் உள்ள கடைத்தெருவுக்குச் சென்றிருக்கின்றேன். அப்போது அங்கு வரும் அந்தப்புரப் பணிப் பெண்களைக் கவனித்திருக்கிறேன். அவர்களது ஆடையும், அணிகளும் அழகாக இருக்கும். அவர்களோ வெகு அழகாக இருப்பார்கள்.” இதைக் கேட்டதும், அங்கிருந்த பெண்டுகள் அனைவரும் “அப்படியா!” என்று ஆச்சர்யப்பட்டனர். “ஆமாம், அப்பொழுது எல்லாம் நான் எண்ணிக் கொள்வேன் - அந்தப் புரப் பணிப்பெண்களே இத்துணை அழகு என்றால், அரச மகளிர் எப்படி இருப்பார்கள், என்று.

“அவர்களுக்கு என்ன! பொன்னால் வார்த்த சிலைப்போல் அல்லவா உள்ளார்கள். அவர்களும் நம்மைப் போல் சோணாட்டிலே தானே பிறந்துள்ளார்கள். இருப்பினும், அவர்கள் பொன் நிறத்திலும், நாமோ கருநிறத்திலும். இது எப்படி? ஆடையில் கருமையைத் தவிர்த்த நமக்கு மேனியின் கருமையைத் தவிர்க்க முடியவில்லையே...” என்றாள் பெண் ஒருத்தி ஏக்கத்துடன். ஆண்கள் கூட்டத்தில் இருந்த ஒருவன், நகைத்தபடியே, “காலம் காலமாக கழனிக் காட்டில் கிடப்பதனால் நமக்கு மரபோடு ஒன்றிவிட்டது இந்தக் கருமை. அதிகாலையில் எழுந்ததும் கதிரவனை வணங்கு வதோடு சரி. அதன் பின் அவர் முகத்தில் கூட விழிப்பதில்லை அரச மகளிர் - மறுநாள் காலை வரும் வரையில். இதனால் அவர்களின் மரபில் கலந்தது இந்த புதுவிதப்பொன்னிறம்? எது எப்படியோ, நிறத்தில் வேண்டுமானால் உங்களில் பாகுபாடு இருக்கலாம்” என்றான்.

“பேரழகிகளுக்குப் பெயர் போனது சோணாடு. இது இவ்வுலகம் அறிந்ததே. ஏனோ இந்த உண்மையை நீங்கள் புரிந்துகொள்ள மறுக்கின்றீர்கள்” என்று கூறி மூப்பர் ஒருவர் நகைத்தார். மற்றும் ஒரு பெரியவர், “இந்தப் பெண் பிள்ளைகள் ஒன்று சேர்ந்தாலே இப்படித்தான். ஆடை, அணிகலன்களைப் பற்றியே பேசிக்

கொண்டிருப்பார்கள் - நேரம் போவது அறியாது. மதிய உணவிற்கு இங்கு வந்தோம். இதோ! மாலைப் பொழுதே வந்து விட்டது. வாருங்கள், மனைகளுக்குத் திரும்பலாம். காலகாலத்திற்குப் பணிகளை முடித்துக் கொண்டு உறங்கச் சென்றால்தான் கருக்கலில் ஆலயம் செல்ல இயலும், என்று துரிதப்படுத்தினார். இதைக் கேட்ட அனைவரும் அவர் கருத்தை ஆமோதித்து அங்கிருந்து சென்றனர். “அன்பரே, வாருங்கள் நாமும் மனைக்குச் செல்லலாம்” என்று அழைத்தான் ராமன்.

மதுரம், ராமன், கதிர்காமன் மூவரும் நடக்கத் தொடங்கினர் - மனையை நோக்கி. “ராமன் அவர்களே, தாங்கள் நாளை விடிவதற்கு முன்பே ஆலயத்திற்குப் புறப்பட வேண்டும் என்று கூறினீர்களே, வெகு சீக்கிரம் சென்றால் அந்தப் பரம்பொருளை தரிசிக்க ஏதுவாக இருக்கும் என்பதனாலா?”

“இல்லை, கதிர்காமரே, எப்பொழுதும் முதல் காலப் பூசை சக்கரவர்த்திகளுக்கும் அவர்தம் குடும்பத்தாருக்குமே உரியது. இதில் குடிகளும் கலந்துகொள்ளலாம். இருப்பினும், இரண்டாம் காலப் பூசை துவங்கும் முன்னரே, சக்கரவர்த்திகள் ஆலயத்தில் இருந்து சென்று விடுவார் - எந்தவிதத் தங்கு தடையும் இன்றி குடிகள் ஆலயத்தை தரிசிக்கும் பொருட்டு.”

“அப்புறம் என்ன அன்பரே! நிதானமாகக் கூட தாங்கள் புறப்படலாமே...”

“இல்லை கதிர்காமரே, நாளை முதல் காலப் பூசையில் கலந்துகொள்வதன் நோக்கமே எங்கள் சக்கரவர்த்தி களை தரிசிக்கத் தானே! பின் இரண்டாம் காலப் பூசைக்குச் சென்று என்ன பயன்? தவிரவும் ஏதேதோ காரணங்களை முன் நிறுத்தி பெரு ஆவுடையாரை ஒரு திங்களில் பல முறை தரிசித்துக் கொண்டு தாம் இருக்கின்றோம். இச் சோழ மண்டலத்தை (கங்கை கொண்ட சோழபுரம்) பொருத்த மட்டும் ஒரு மானுடன் பிறப்பில் இருந்து இறப்பு வரையிலும்-ஏன் அவர் இறந்த பின்னும் ஒரு திங்கள் கழிந்தும் கூட-இப்பெருவுடையார் ஆலயத்தில் நந்தா விளக்கேற்றப்படும் அவனின் குடும்பத்தாரால். இப்படி எங்களது வாழ்வியலில் இரண்டறக் கலந்தவர்தாம் கங்கை கொண்ட சோழிசுரரான பெரு ஆவுடையார். இருந்தும், நாளை குடிகள்

அனைவரும் ஆலயம் வருவதே அரசரைக் காண்பதற்கும், அவர் நலமுடன் வாழ ஆவுடையாரை வேண்டு வதற்கும்தான். மேலும் நாளைய தினம் மட்டுமே சக்கரவர்த்தி களை அதிக நேரம் காண இயலும். நாளை காலை பூசை முடிந்ததும் கோட்டைக்குச் சென்றுவிடுவார். இருப்பினும், மாலைப் பொழுதில் கலை நிகழ்ச்சிகள் அவர் ஆலயத்திற்கு வந்த பின்பே துவங்கும். அதன் பின்னர் நள்ளிரவு வரையிலும் ஆலயத்தில் தான் இருப்பார்." உரையாடிக் கொண்டே ராமனின் இல்லத்திற்குத் திரும்பினர்.

ராமனும், கதிர்காமனும் திண்ணையில் அமர, அகத்தே சென்ற மதுரம் குவளையில் நீர் எடுத்து வந்து கொடுத்தாள். கதிர்காமனே பேசலானான்: "தாங்கள் கூறியதன் பொருள் இந்நிகழ்ச்சிக்குப் பின் உங்களது அரசர் கோட்டையிலிருந்து புறத்தே வரமாட்டாரா?"

"என்ன? அப்படி என்று தங்களுக்கு யார் கூறியது கதிர்காமரே."

"இல்லை, அன்பரே, தாங்கள்தாம் நாளைய பொழுதைத் தவறவிட்டால் சக்கரவர்த்திகளைக் காண்பது கடினம் போல் பேசிக் கொண்டு இருந்தீர்கள். அதனாலே தான் கேட்டேன்."

"இல்லை கதிர்காமரே, எங்களது சக்கவர்த்திகள் அனுதினமும் நகர் வலம் வருவார்."

"என்ன!" என்றான், கதிர்காமன் ஆச்சர்யத்துடன்.

"ஆமாம் இருப்பினும் ஆனை சேனைகளுடன் வரமாட்டார். காளை மாட்டின் மீது அமர்ந்தோ, குதிரையிலோ, அல்லது பாத சாரியாகவோ தான் வருவார் - மாறுவேடம் புனைந்து. இது நாள் வரையிலும் சோழ மண்டலத்து மக்கள் ஒருவரால் கூட அரசரை அடையாளம் கண்டுகொள்ள முடியவில்லை. அரசர் வந்து போன ஊர்களுக்கோ அல்லது வீதிகளுக்கோ அவர் வந்து சென்ற ஓரிரு நாட்கள் கழித்து ஓர் அறிவிப்பு வரும். அரசிடம் இருந்து அப்பகுதிக்கான மேம்பாட்டு விவரங்கள் விளக்கப்படும். அதன் பின்னரே அங்கே சக்கவர்த்திகள் வந்து போனது அப்பகுதி குடிகளுக்குத் தெரியவரும்."

"ஓ... அப்படியா! இது புதிதாக அல்லவா உள்ளது. குடிகள் தங்களின் குறைகளை எடுத்துக் கூறியும் பொருட்படுத்தாத மன்னர்கள் வாழும் உலகத்தில், தானே நேரடியாகக் களமிறங்கி குடிகளின் குறைகளை நிவர்த்தி செய்யும் அரசன் ஒருவன் இருக்கிறான்

என்று நான் இப்போதுதான் கேள்விப்படுகிறேன். உண்மையில் தங்கள் அரசின் செயல்பாடுகள் பாராட்டுதலுக்கு உரியவை.

"இதுபோல் தங்களின் வீதிக்கு வலம் வந்துள்ளாரா அரசர், அன்பரே."

"ஆமாம், சில தினங்களுக்கு முன்னால். ஆனால் வழக்கம் போலத்தான் நடந்தது. யாராலும் அரசரை அடையாளம் கண்டு கொள்ள முடியவில்லை."

"பின் எப்படி?"

"அதோ அங்கு தெரிகிறதே - பூட்டி இருக்கும் வீடு, அங்கு தான் வந்தார்."

"அன்று என்ன நடந்தது?" என்று ஆர்வத்துடன் கேட்டான் கதிர்காமன். அன்று நடந்ததை விளக்கிக் கூறினான் ராமன்.

அன்றைய பொழுது சக்கரவர்த்திகள் நடந்து வந்திருப்பார்கள் போலும்! களைப்பின் மிகுதியினால் அந்த வீட்டின் திண்ணையில் அமர்ந்து இருக்கிறார். மறுபுறத் திண்ணையில் அவ்வீட்டின் பெரியவர் படுத்திருக்கிறார். "உள்ளே யாரேனும் இருக்கின்றீர்களா? தாகமாக உள்ளது; அருந்துவதற்குக் கொஞ்சம் நீர் வேண்டும்" என்று கேட்கின்றார். சிறிது நேரத்திற்கெல்லாம் உள்ளே இருந்த மூதாட்டி ஒருவர் மோர் எடுத்து வந்து கொடுத்திருக்கின்றார். அதை வாங்கி அருந்திய சக்கரவர்த்திகள் "எங்கே தாயே, தங்களுக்குப் பிள்ளைகள் இல்லையா?" என்று கேட்க, அங்கே படுத்து இருந்த பெரியவர், "ஏனப்பா இல்லை? மூன்று ஆண்மக்களும், நான்கு பெண்மக்களும் பெற்றோம். அவர்களில் பெண்பிள்ளைகளை மணம் முடித்து கொடுத்தாகி விட்டது. ஆண் பிள்ளைகள் மூவரும் சோழ தேசத்தின் எல்லைக் காவல் பணியில் உள்ளனர். மூத்தவன் தொண்டை மண்டலத்திலும், இளையவன் மலை மண்டலத்திலும், நடுவில் இருப்பவன் பாண்டி மண்டலத்திலும் எல்லைக் காவல் பணியில் உள்ளனர்." என்று கூறி இருக்கிறார். அதற்கு அரசர் அவர்கள், "அப்படியானால் தங்களின் துணைக்கு ஒருவரும் இல்லையா மூப்பரே?" என்று கேட்டுள்ளார்.

"ஏன் இல்லாமல்? எங்களுக்குத்தான் அந்தப் பெருவுடையாரும் எங்களின் சக்கர வர்த்திகளும் இருக்கின்றார்களே, பிறகு என்ன?" என்று பதில் கூறியிருக்கிறார்கள் - தம்பதிகள் இருவரும். இதைக்

கேட்ட சக்கரவர்த்திகள் அங்கிருந்து சென்று விட்டார். கதிர்காமன் ஆர்வத்துடன், “பிறகு? பிறகு என்ன நடந்தது?” என்று கேட்டான். “பிறகு என்ன நடக்கும்! மறுநாள் விடியற்காலை அவர்களின் வீட்டு வாசலில் பல்லக்கும், சில குதிரைகளும், சில காவலர்களும் ஒரு அரசு அதிகாரியும், அவர் அளித்த தகவல் இன்றில் இருந்து தாங்கள் இருவரும் சக்கரவர்த்திகளின் மேற்பார்வையில் கோட்டையினுள் இருக்கும் காவலர் குடியிருப்பு குடிலில் இருக்கும் படி உத்தரவு. தங்களின் முக்கிய உடைமைகளை மட்டும் எடுத்துக் கொள்ளுங்கள். அதை இந்தக் குதிரை வீரர்களிடம் கொடுத்து விட்டு நீங்கள் இருவரும் இந்தப் பல்லக்கிலே அமருங்கள் - கோட்டைக்குச் செல்ல” என்று வணங்கினார் அதிகாரி.

“பிறகு?”

“பிறகு என்ன? அவர்கள் தற்போது கோட்டையில் வசிக்கின்றனர்.”

மதுரம் ஆவி பறக்க சுக்கு நீர் எடுத்து வந்து கொடுத்தாள். இருவருக்கும் அதைக் குடித்துக் கொண்டிருந்தனர். அப்போது கதிர்காமன், “அன்பரே, நான் தஞ்சை பெரு ஆவுடையாரை தரிசிக்கவே இங்கு வந்தேன். ஆயினும், இன்று ஒரே நாளில் சோழ நாட்டு வளமை, இங்குள்ள மக்களின் வாழ்வியல், சோழனின் பேராண்மை என அனைத்தையும் நன்கு அறிந்து கொண்டேன். மேலும் தங்களின், இல்லாள் உபசரணைக்கு மிக்க நன்றி!” என்றார்.

“நான் எனது பயணத்தைத் துவங்குகின்றேன்” என்றான் கதிர்காமன். உடனே ராமன், பதறிப் போனவனாய், “என்ன, அதற்குள்ளாகப் புறப்படுகின்றீர்களா? இன்று காலை தான் சந்தித்தோம். அதற்குள் உடன் பிறந்தவர் போல ஓர் உணர்வு ஏற்பட்டுள்ளது. இன்று இரவு இங்கேயே தங்கிக் கொள்ளுங்கள். நாளை காலை எங்களுடன் தாங்களும் வாருங்கள். இங்கு இருக்கும் பெரு ஆவுடையாரை தரிசித்து விட்டு பின் தாராளமாக தஞ்சை புறப்படலாம் என்றான். “சரி” என்று தலை யசைத்தான் கதிர்காமன். “நல்லது, இதோ வந்துவிடுகிறேன்” என்று அகத்துள்ளே சென்றான் ராமன். சற்று நேரத்திற்கு எல்லாம் ராமனும் கதிர்காமனுமாக மாட்டு வண்டியைக் கட்டினர். இரவு உணவிற்குப் பின் அனைவரும் உறங்கச் செல்ல - திண்ணையில்

படுத்திருந்தான் கதிர்காமன். மங்கலான நிலவொளியில் விண்ணைப் பார்த்தபடி, 'நாளை காலை கங்கை கொண்ட சோழிசுரர் ஆலயம் செல்ல வேண்டும். ஆவுடையாரை தரிசிக்க வேண்டும் என்பதற்காக அல்ல; அந்தச் சோழ சக்கரவர்த்தியை தரிசிக்க. குலோத்துங்கச் சோழ தேவர்... யார்

அவர்? எப்படி இருப்பார்?' என்று எண்ணியபடியே கண் அயர்ந்தான் கதிர்காமன். விடியலில் மக்களும் மாட்டு வண்டிகளும் சாரை சாரையாகச் சென்றனர். பெருஆவுடையார் ஆலயம் காலை முதலே மக்கள் வெள்ளம் சூழ்ந்திருந்தது. அவர்களுள் ராமனும் கதிர்காமனும் அடக்கம். பெரு ஆவுடையார் உடன் பெரிய நாயகி அம்பாள் நர்த்தன விநாயகர், கலைமகள் போன்ற மூர்த்தங்களுக்கு அபிஷேக ஆராதனைகள் ஒருபுறம்; நாயன்மார் களின் திருமுறைகள், பெரிய புராணம் போன்றவற்றை மக்களிடம் எடுத்துரைக்கும் பண்டிதர்கள் மறுபுறம். இப்படி ஆலயமே விழாக்கோலம் பூண்டிருந்தது. சிற்றரசர்கள், குறுநில மன்னர்கள், அமைச்சர்கள், மந்திரிகள் என சோணாட்டின் முக்கிய பிரதிநிதிகள் அனைவரும் அந்நிகழ்வில் கலந்து கொண்டனர். முரச மண்டபத்திலிருந்து முரசு ஒலிக்கப்பட்டது. அங்கிருந்த மக்கள் அனைவரும் அமைதியானார்கள் - தண்டகனின் துதி துவங்க இருப்பதால்.

உரத்த குரலில் இவ்வாறு கூறலானார்.

* * *

2

கோ ராஜகேசரி குலோத்துங்கன்

Deiva

"காசிப மைந்தன் சூரிய குலத்தோர் தோன்றல் வழி வந்த, ஆத்தி மாலை அணிந்து, புலிக் கொடி ஏந்தி, குணப்புலமாளும், விசய தம்பம் திசை தோறும் நிறுத்தி முத்தமிழ் பொதியிலு மத்த வெங்கரி படு, மைய சைவமும் வளர்த்த திருநீற்று சோழன், சிறந்த மணி முடி சூடி, மீனவர் நிலை கெட வில்லவர் குலைத்தர, ஏனைய மன்னவர் இயலற்று இருந்திட, குறுக்கலர் குலைய, கோட்டாறு பட நெறி தொறு நிலை களிட்டருளித் திறல் கொல், வடதிசை, வேங்கை, மண்டலங்கடந்து, கலிங்க மேலும் கனலெரிபரப்பவிலங்கன்போலவிளங்கிய,விருதுராஜபயங்கரன், கொத்தள அரசர் தத்தள மிரிய, வாளுறை கழித்து தோள்வளி காட்டிப் போர் பரி நடத்திக் கீர்த்தியை நிறுத்தி, வடதிசை வாகை சூட்டித் தென்றிசை பொன்னியாடை நன்னிலப் பாவையின் காவலனாம் கரிகால ராஜ நாராயணன், சக்கர கோட்டத்து தாரா அரசனைத்திக்கு நிகழ் திறை கொண்டருளிய அபயன், பெரும் போர் பலனாக பாண்டியர் ஐவரும் ஒளிந்தோட பொதிற் கூற்றம், கன்னியாம் குமரியும் வென்று எடுத்த சயதரன், விண்ணகரம் எழுந்தருளும் திருமால் கோட்டம் அது. பட்டினம் தாங்கி நிற்கும் பெரும்பள்ளி விகாரம், உவந்து அருள் கொடையான், மனுகுல தீபன், புவிராச ராசர் மனு முதலோர் நாளில் தவிராத சுங்கம் தவிர்த்தோன், உலகுய்ய வந்தான், உலகளந்தான், ஆன ஸ்வஸ்தி ஸ்ரீ கோ இராசகேசரி வன்மரான திருபுவன சக்கரவர்த்திகள், ஸ்ரீ இராசேந்திர குலோத்துங்க சோழ தேவர் பெருமகனார், தனது பட்டத்து அரசிகளான புவன முழுதுடையாள் தீன சிந்தாமணி, உலக முழுதுடையாள் தியாக வள்ளி, ஏழுலகுடையாள், ஏழிசை வல்லவியுடன் ஆலயம் எழுந்தருள உள்ளார்" என்று கூறி துதியை முடித்தான் தண்டகன்.

ஆலயத்தில் கோன் அமர் கொலு மண்டபத்திற்கு குலோத் துங்கன் எழுந்தருள குடிகளின் ஆரவாரமும், ஆர்ப்பரிப்பும், வாஞ்சையுடன் கூடிய வாழ்த்தொலியும் அங்கே விண்ணைப் பிளந்தன. சிற்றரசர்கள், அமைச்சர்கள், மண்டலீகர்கள், குடும்புத் தலைவர்கள், என வரிசையில் வந்து ஆரம் (மாலை), பொன்கலம் (பொன் அணிகள்), பகடு (ஆண் யானை), பிடி (பெண் யானை), அடல், அயம் (வலிய குதிரை), முடி (கிரீடம்), நவமணி, நித்திலம்

போன்ற பரிசுப் பொருட்களையும், காந்தள், ஆம்பல் அனிச்சம், குவளை, வெட்சி, வாகை, செருவிளை, கருவிளம், வகுளம், சண்பகம், குளவி, முல்லை, நெய்தல், தவளம், மௌவல், கொகுடி, செம்மல், மணிகுலை, இளவம், ஆத்தி, பிண்டி, தும்பை, நள்ளிருனாறி போன்ற மலர்களால் ஆன மாலைகளையும் குலோத்துங்கனுக்கு வழங்கினர். இவற்றை யெல்லாம் தூரத்திலிருந்து குடிகளுள் ஒருவராக நின்று கண்டுகளித்துக் கொண்டிருந்தனர் ராமனும், கதிர்காமனும். "அதோ அவர்தான் நங்களின் சக்கரவர்த்தி சோழப் பேரரசின் காவலன் இல்லையா?" என்றான் கதிர்காமன். "ஆமாம். ஈசனின் ஆலயத்தில் திருமால் எழுந்தருளியது போல உள்ளது அவரைக் காணும் கால். தாங்கள் கூறியது முற்றிலும் உண்மையே. சோணாட்டு மக்கள் அனைவரும் அவரை, திருமால் என்றே கருதுகின்றோம்."

அந்த வைகுந்த வாசனே, நங்கள் சக்கரவர்த்தியாகப் பிறந்துள்ளார் என்றும், ஸ்ரீ தேதி, பூதேவி மார்களைப் போன்றே அன்னாரின் பட்டத்து அரசிகள். அதோ அவர்கள் இருவரும் அவரின் ஆண் பிள்ளைகள், என்றும் கதிர்காமனிடம் விவரித்த ராமன் இன்னும் எதை எதையோ பேசிக் கொண்டு இருக்க, அவர்களிடத்தே வந்தனர் ராமனின் உறவினர்கள். அன்னோர் அனைவரையும் கதிர்காமனுக்கு அறிமுகம் செய்து வைத்தான் ராமன். அதைத் தொடர்ந்து அனைவரும் அன்னதானத்திலே கலந்து கொண்டனர். ஒருவாறாக அன்றைய பொழுது பிற்பகலைக் கடந்து கொண்டிருந்தது. ராமனிடமும், அவர் தன் மனைவிடமும் தனது நன்றிகளையும் வணக்கத்தையும் தெரிவித்துக் கொண்டு அங்கிருந்து புறப்பட்டான் கதிர்காமன்.

'உண்மைதான். பெரு ஆவுடையாரை இன்று இல்லை யானாலும் நாளை காணும் வாய்ப்பு கிட்டும். ஆனால் இன்று இல்லையானால், இனி ஒரு முறை குலோத்துங்கனைக் காணும் வாய்ப்பு எமக்கு ஒரு போதும் கிட்டாது. இம்மாமனிதரைக் கண்ணாரக் கண்டு களிக்கும் ஒரு அரிய சந்தர்ப்பததினை நல்கிய அப் பரம்பொருளுக்கு எனது கோடான கோடி நன்றிகள் என்று எண்ணிக் கொண்டே கதிர்காமன் கங்கைகொண்ட பெரு ஆவுடையாரை வணங்கி கொலு மண்டத்தில் வீற்றிருந்த குலோத்துங்கனையும் வணங்கி, தஞ்சைக்குப் புறப்பட்டான்.

மாலையில் பற்பல கலைநிகழ்ச்சிகளைக் கண்டுகளித்து பின் ஒரு முக்கிய அறிக்கையை நாட்டு மக்களுக்கு வெளியிட உள்ளார் என்ற தகவல் அங்கே வந்திருந்தவர்களிடையே பரவியிருந்தது. 'அது என்னவாக இருக்கும்?' என்ற ஆர்வத்தை அங்கிருந்த குடிகளின் முகங்களில் காண முடிந்தது. வெய்யோன் மேற்கு நோக்கி மெல்ல நகர விளக்குகள் ஏற்றப்பட ஆவுடையார் ஆலயம் தீப ஒளியில் பிரகாசமாய் ஆனது. கலை நிகழ்ச்சிகளும் ஆரம்பமாயின. தேவாரம், திருவாசகம் பாடல்கள் பாடப்பட்டன. நடன, நாட்டியம், குறவைக் கூத்து என ஒலியும், ஒளியும் ஆலயத்தை ஆட்கொண்டாளும் அந்தப் பிரம்மாண்ட ஆலயத்தின் சில பிராகாரங்கள் அமைதியாகவே இருந்தன.

அங்கே தனித்திருந்த காசி விசுவநாதர் மூர்த்தத்தை நோக்கி, தனது கண்களை மூடிய வண்ணம் ஒரு வாலிபன். மிக அமைதியாக தனது கோரிக்கைகளையும், தனது லட்சியங் களையும், அந்தப் பரம்பொருளிடம் எடுத்துரைத்தான். அப்போது, அங்கே வந்த பெண் ஒருத்தி அங்கே அமர்ந்து இருந்தவனை கவனத்தில் கொள்ளாமல் ஆலய மணியில் இருந்து ஒலி எழுப்பினாள். இதைச் சற்றும் எதிர்பாராதவனாய் பதறி கண் திறக்க, அவன் எதிரே அவள். பார்த்த கணமே பார்க்கிறவரின் மனதைப் பறிக்கொடுக்கச் செய்யும் பேரழகி என்றாலும் அவன் கண்களுக்கு, ஆட வல்லானுக்கும் அவனுக்கும் இடையில் நந்தி போலத் தெரிந்தாள். இருப்பினும், அவளுக்கோ தன் கண்முன்னே தெரிவது தனது எதிர்காலம் என்பது போல ஓர் உணர்வு தோன்றியது.

'என்ன ஒரு ஒளி பொருந்திய முகம் இவருக்கு! ஆனால் ஏன் கோபம் இவர் முகத்தில் இழையோடுகிறது? அப்படி நாம் என்ன செய்துவிட்டோம்? என்று எண்ணிக் கொண்டாள் அவனைப் பார்த்த வண்ணம்.

அவனே பேசலானான்: "யார் அம்மா நீ? ஆலயத்தில் எப்படி நடந்து கொள்ளவேண்டும் என்று உனது இல்லத்தில் யாரும் கற்றுத்தரவில்லையா? இப்படி சத்தம் உண்டு பண்ணுவது என்பது மற்றவர்களின் அமைதியான வேண்டுதலைக் குலைக்கும் என்பது உனக்குத் தெரியாதா?"

அவன் வினாக்களுக்குப் பதில் அளிக்கும் விதமாக, "ஆலயம் என்பது அமைதியாகத் தான் இருக்க வேண்டுமெனில், பின் ஆலயமணியை எதற்காகக் கட்டினார்கள். மணியோசை எழுப்புவது கூட, வழிபாட்டு முறைகளில் ஒன்றுதானே! அப்படி இருக்க, நான் செய்தது எப்படி தவறாகும்?" என்றாள் அவள்.

"மணியோசை எழுப்புவது தவறில்லை தான் என்றாலும் இறைவனுக்கான வழிபாட்டு வேளைகளில் மட்டுமே மணியோசை எழுப்புவது என்பது நமது மரபு. இதனை உனது எண்ணம் போல் மாற்றிக் கொள்வதற்கு இது என்ன உனது பாட்டனார் கட்டிய ஆலயமோ? அப்படியே இருந்தாலும் கூட, நீ செய்தது தவறுதான் அம்மா!" என்று நிறுத்தினான் அவன்.

ஏனோ அவனிடம் மேலும் வாதிட விருப்பம் இல்லாதவளாக, "சரி, தவறு இழைத்துவிட்டேன். இது போல் இனி ஒரு முறை நடந்து கொள்ளமாட்டேன். மன்னியுங்கள்!" என்றவள் அவன் பதிலுக்காகக் காத்திராமல் அங்கிருந்து சென்றாள். இதைச் சற்றும் எதிர்பாராத அவன், கோபம் தணிந்த நிலையில் அவளை ஏறிட்டான். அதற்குள் அவள் அங்கிருந்து செல்ல, ஏனோ அவனுக்கு அவளைப் பார்க்க வேண்டும் என்ற எண்ணம்.

"ஏ! பெண்ணே சற்று நில்!" என்றான். ஆலயப் பிராகாரத்தில் விளக்கு ஒளியும் இருளும் கலந்திருந்தது. இருள் படர்ந்த இடத்தில் இருந்த படியே "ஏன் அழைத்தீர்கள்?" என்றாள். "உன் பெயர் என்ன?" என்ற அவனுக்கு இருளில் அவள் முகம் தெரியவில்லை; வடிவம் மட்டுமே தெரிந்தது. "எமது பெயரைத் தெரிந்து கொண்டு தாங்கள் என்ன செய்யப் போகிறீர்கள்? அதைத் தெரிந்து கொள்வதற்குப் பதிலாக ஆட வல்லானிடம் தங்களின் வேண்டுதல்களைத் தொடங்குங்கள். தங்களின் கோரிக்கைகளை நிறைவேற்ற அந்த ஈசன் காத்திருக்கிறார். உங்கள் இருவரிடையே நான் எதற்கு நந்திபோல்? சென்று வருகிறேன்" என்றவள், அங்கிருந்து சென்றாள். மீண்டும் ஆடவல்லானைத் தொழ கண்களை மூடி கைகூப்பிய அவன், அவள் பெயர் என்னவாக இருக்கும்? என்ற எண்ண ஓட்டம் திடுக்கிட்டு கண் விழித்தான்.

ஒரு வழியாக கலைநிகழ்ச்சிகள், அன்னதானங்கள் என அனைத்தும் முற்று பெற்றன. ஆலயத்தின் மறுபுறம், அரச

மகளிரும் குடிகளில் பாதியும் அங்கிருந்து கலைந்து செல்ல, அரசனும் அவன் உடன் கூட்டத்ததிகாரிகளும்[3] சிற்றரசர்களும், மேற்படி அவை அமைச்சர்களும், குடிகளும் அவ்விடத்தில் இருந்தனர். சக்கரவர்த்தி அறிவிப்பு என்னவாக இருக்கும் என்ற ஆர்வம் மக்களிடையே மேலோங்கி இருந்தது. அக்கூட்டத்தில் இருந்த ஒருவர் காவலனை அழைத்து தனது மகனை அழைத்து வரும்படி கூறினார். ஆலயத்தில் கொம்பு ஒலித்தது. கூட்டத்தாரும், குடிகளும் அமைதி ஆயினர். குலோத்துங்கன் சமிக்கை செய்ய திருமந்திர ஓலை நாயகம் சபை நடவடிக்கையைத் துவங்கினார். குலோத்துங்கனைவணங்கி,"தேவர்அவர்களின்பூசத்திருநாளான இன்று, காலை முதலே எண்ணற்ற சுப நிகழ்வுகள் நடந்தேறி இருந்தாலும், அரசின் கட்டளைகள் இன்னும் சில உண்டு. அதை விவரிக்கவே இந்த சபை கூடியுள்ளது.

ஸ்வஸ்தி ஸ்ரீகோ ராஜகேசரி வர்மரான திரிபுவனச் சக்கரவர்த்திகள் ஸ்ரீ குலோத்துங்க சோழனின் கட்டளைப்படி சோழ தேசத்தின் சிற்றரசர்களான கிளியூர் மலையமான், வானதி கோவரைய்யன், வண்டை நகர் அரசன், திருவரங்க அன்னவராயர், தகட்டூர் அதிகமான், பாண்டியன் ஸ்ரீ வல்லவன், கேரள கேசரி அதிராஜாதிராஜா தேவன், சீயகங்கன், வெலநாட்டு அரசன் முதலாம் கொங்கன், பொத்தப்பி காமதேவ சோட மகராசன், மகா மண்டலேஸ்வரன், சூரப்பராஜன், சேதி நாட்டு மன்னரான மலையமான் மற்றும் மந்திரிகள், அமைச்சர்கள், முக்கிய பிரமுகர்கள் போன்றவர்களின் உடன்படிக்கையால் வெளியிடும் அறிவிப்பு யாதெனின், சேதி நாட்டு மன்னரான மலையமான், பெரியவுடையானான ராஜ ராஜ சேதிராயன் அவர்கள் வகித்த "நாட்டை அளப்போர்" பதவியிலிருந்து ஓய்வு பெற விருப்பம் தெரிவித்து உள்ளார். அவரின் விருப்பத்தை சக்கரவர்த்திகள் ஏற்றுக் கொண்டமையால் சேதிராயர் வகித்த பதவிக்குப் புதியதோர் அதிகாரியை நியமனம் செய்யப்படவுள்ளது என்று நிறுத்தினார்.

---

3 அரசன் தான் விரும்பியவாறு எதையும் நடத்தற்குரிமையுடையவன் ஆயினும், பல அதிகாரிகளுடன் இருந்து ஆராய்ந்து காரியங்களை நடத்துவது வழக்கம். இவர்களையே உடன் கூட்டத்ததிகாரிகள் என்பர்.

அது யாராக இருக்கும்? ஏற்கனவே இருக்கும் அரசு அதிகாரிகள் யாரும் கூடுதலாக இந்தப் பொறுப்பையும் வகிக்க போகிறார்களா, என்ன? அல்லது தேவரின் சிறிய மகனுக்கு இந்தப் பொறுப்புகளைத் தரப் போகிறார்களா என்ன? என்று பேசிக் கொண்டனர் அங்கிருந்த குடிகள். இதன் பொருட்டு அங்கு சற்று இரைச்சல் நிலவியது. அனைவரும் சற்றே அமைதி காக்க வேண்டும் என்று ஓலைநாயகம் வேண்ட, அங்கு அமைதி நிலவியது.

பின் தொடர்ந்த ஓலைநாயகம், "தற்போது இப்பதவியை ஏற்போரின் குலம் இச்சோணாடு அறிந்ததே. திருநரையூர் வண்டை நகர், பூதி விக்ரம கேசரி, குலம் வந்த வண்டையர்கோன், உலகளந்தானான திருவரங்க அன்னவரான தேவன் அவரின் திருக்குமாரன், சீர் இளங்கோ கருணாகரன் என்பார் நாட்டை அளப்போர் பதவியில் அமர இருப்பதாக அறிவிக்கப்படுகிறது. பத்தாண்டுகளுக்கு முன்பாக இவர் தந்தையாரான திருவரங்க அன்னவராயரால் தொடங்கப்பட்ட சோணாடு அளக்கும் பணி வரலாற்றுச் சிறப்பு மிகுந்தது என்பது நாம் அனைவரும் அறிந்ததே. அந்நாரின் இப்பெரும் பணிச் சிறப்பைப் பாராட்டியே 'உலகளந்தான்' என்ற பட்டம் நம் தேவரால் வழங்கப்பட்டது என்பது நாம் அனைவரும் அறிந்ததே. தந்தையைப் போன்றே தனயனும் பல பட்டங்களும், பதவிகளும், பாராட்டுகளும் பெற வாழ்த்துகின்றோம்" என்றார்.

ஈசனை வணங்கிக் கொண்டிருந்த அவன், அங்கிருந்து வெளியேற காவலன் ஒருவன் அவனிடம் வந்து வணங்கிய படியே, "தங்களை அன்னவராயத் தேவர் அவர்கள் அழைத்து வரக் கூறினார்கள்" என்றான். "இதோ! வருகிறேன்" என்றவன், சபை நடைபெறும் இடத்திற்கு விரைந்தான். அப்போது திருமந்திர ஓலை நாயகத்தின் அறிக்கை அவன் செவிகளில் விழுந்தது. இது தன்னை அறிமுகம் செய்யும் அறிக்கை ஆயிற்றே என்ற எண்ணத்துடன் அவன் தந்தையின் அருகில் சென்று நின்றான்.

"மகனே எங்கு சென்றாய்? அப்பா இன்று முக்கியமான நாள் என்பது தெரியாதா?"

“மன்னியுங்கள், தந்தையே! காசிவிசுவநாதர் சன்னதி சென்று வந்தேன். அதனாலேயே சற்று தாமதம் ஆனது.”

ஈசனிடம் பற்று என்பது இருக்க வேண்டியதுதான். அதற்காக? இங்கு எதற்காக வந்தோம் என்பதையே மறக்கும் அளவிற்கு இருப்பாயா என்ன? போகட்டும், இன்னும் சற்று நேரத்தில் இந்நாட்டு மக்கள் இடத்திலும் அமைச்சர்கள் இடத்திலும் உன்னை அறிமுகம் செய்ய உள்ளார்கள்” என்று கூறி அமைதியானார். ஓலை நாயகம் தொடர்ந்தார். “வண்டையர் கோன் திருவரங்க அன்னவராயன் திருக்குமாரன், சீர் இளங்கோ கருணாகரனை இவ்விடத்தே அழைக்கின்றோம்” என்றார். தனது தந்தையின் பாதங்களைத் தொட்டு வணங்கினான் சீர் இளங்கோ. “நலமுடன் வாழ்வாயாக! செல் மகனே” என்றார் அன்னவராயர்.

குலோத்துங்கன் எழுந்தருளியிருந்த மண்டபத்திற்குள் சென்றான் சீர் இளங்கோ. தன் அருகே வந்து நின்ற சீர் இளங்கோவைப் பார்த்த ஓலை நாயகம் புன்முறுவலுடன் மேலும் தொடர்ந்தார். “வண்டையர் குலக்கொழுந்து வண்டையின் அரசன் திருவரங்க அன்னராயரின் திருக்குமாரரான சீர் இளங்கோ கருணாகரன் அவர்கள் சோழ தேசத்து தஞ்சை மண்டலத்து உறையூர் சாலையில் கல்வியும், போர்க்கலைகளையும் பயின்றுள்ளார். மேலும் பிடியேற்றம் (யானை) பரியேற்றம் (குதிரை), தேர் செலுத்துவது போன்ற வற்றை முறையே கற்றறிந்துள்ளார். அத்தோடு கணிதம், கட்டமைப்பு, வைத்தியம் ஆகியவற்றையும் கற்றுத் தேர்ந்துள்ளார். இன்னாரை சோழ தேசத்து “நாட்டை அளப்போர்” பதவியில் அமரச் செய்வதில் இச்சோணாடு மகிழ்ச்சி கொள்கிறது. சக்கரவர்த்திகளின் ஆசிகளும், அரசு அதிகார முத்திரைகளையும் வழங்கி வாழ்த்துவார்” என்று கூறினார் ஓலை நாயகம்.

குலோத்துங்கன் அருகே பணிவுடன் வணங்கி நின்றான் கருணாகரன். “வாழ்த்துக்கள், மகனே! தாங்களும் தங்களின் தந்தையைப் போலவே தாங்கள் வகிக்கும் பணி சிறப்படைய வேண்டும் என்று ஆட வல்லானை வணங்கி வாழ்த்து கின்றேன்” என்றவர் அரசாங்கத்தால் தரப்படும் முடியை அவன் சிரசில் சூட்டினார். நவமணிகளால் அலங்கரிக்கப்பட்ட உறையினுள்

உள்ள வாளையும் அவனுக்குப் பரிசாக வழங்கினார். மேலும் பட்டுத் துணியால் அலங்கரிக்கப்பட்ட தட்டில் அரசாங்க முத்திரைகள், லட்சணைகள், சான்று ஓலைகள், செப்புப் பட்டையம் போன்றவை அதில் அடக்கம். மேலும் தொடர்ந்து குலோத்துங்கன், "இந்தப் பதவியானது இன்று முதல் நமது தாயகத்தில் எங்கு வேண்டுமானாலும் தங்கு தடையின்றி, தாங்கள் சென்றுவர அனுமதிக்கிறது. தவிரவும், தாங்கள் வகிக்கும் இந்தப் பதவிக்காக, நம்பிக்கையின் பெயரில் எத்துணை பணி ஆட்கள் வேண்டுமானாலும், தங்களின் உதவியாளர்களாக வைத்துக் கொள்ள நமது அரசவை அனுமதிக்கிறது. நாளை முதல் சோழபுரம் கோட்டையினுள் இருக்கும் தங்களது மாளிகையிலேயே தங்க வேண்டும். சித்திர மண்டபத்தில் சந்திப்போம்" என்று ஆசி கூறி அமர்ந்தான் குலோத்துங்கன்.

"தங்களின் நல்லாசியோடு, எமது பணியை நான் தொடர்வேன். தாங்கள் எம்மீது கொண்டுள்ள நம்பிக்கையை ஒருபோதும் குலைக்க மாட்டேன். பொறுப்புடனும் நடந்து கொள்வேன்" என்றான் கருணாகரன்.

"நல்லது மகனே, சீருடன் வாழ்வாயாக!" என்று வாழ்த்திய குலோத்துங்கன் அங்கிருந்த சபையினரை வணங்கிப் புறப்பட்டான்.

அரசர்களும் (சிற்றரசர்) அமைச்சர்களும், குடிகளும், சீர் இளங்கோ கருணாகரனுக்குத் தங்களது வாழ்த்துக்களைத் தெரிவித்துக் கொண்டனர். அரசக் காரியங்கள் அனைத்தும் நிறைவுபெற்றதால் அங்கிருந்த அனைவரும் கலைந்து செல்ல, சோழிசுரர் ஆலயம் ஆங்காங்கே நிற்கும் காவலர்களுடன் இயல்பு நிலைக்குத் திரும்பியது.

* * *

3

மலர்விழி

கோட்டை வாயிலில் இருந்து (சோழர்கள்) வண்டையர் மாளிகை வரை அமைச்சர்களும், அரசப் பிரதிநிதிகளும், மற்றும் அரசு ஊழியர்களும், சீர் இளங்கோவனை வாழ்த்தி முழக்கங்களை எழுப்பினர். மாளிகையின் அருகே சென்றதும், அவனுடன் வந்த பெரும்பாலானோர் விடைபெற்று நகர்ந்து செல்ல, “ஒரு கணம் அங்கேயே நில், மகனே!” என்றாள் சீர் இளங்கோவனின் தாய் உத்தம வள்ளி. “எதற்காக தாயே?” என்றான் அவன். “ஆலம் எடுப்பதற்காக” என்றவள், “இள வேனில் அதை எடுத்து வா அம்மா!” என்றாள் இளவேனில் சீர்

இளங்கோ கருணாகரனின் அன்புத் தங்கை. தாயும், தங்கையும் சேர்ந்து அவனுக்கு ஆலம் எடுத்து அகத்தே அழைத்துக் கொண்டனர். அகம் சென்ற அவனுக்கு, சற்று திகைப்பே வந்துவிட்டதைப் போல் இருந்தது. மாளிகையினுள் உறவினர்கள், சுற்றத்தார், நண்பர்கள் என அத்துணை பேரும் அங்கிருந்தனர்.

“வாழ்த்துக்கள் தமையா! இன்று எமக்கு எவ்வளவு பெருமிதமாக இருக்கிறது என்று தங்களுக்குத் தெரியாது. இன்று இச்சோணாடு தங்களைப் பற்றிதான் பேசிக் கொண்டுள்ளது. அண்ணா நனது உள்ளக் களிப்புக்கு அளவே இல்லை எனலாம். தங்களின் உடன் பிறந்தாள் என்பதில் யான் பெருமை கொள்கிறேன்.”

“நன்றிகள் இளவேனில். எமக்கும் அப்படித்தான். நீ நனது தமக்கை என்பதில் எப்போதும், மகிழ்ச்சியும் பெருமையும் எமக்கு உண்டு.”

"தங்களின் உரையாடலில் யானும் கலந்து கொள்ளலாமா?" என்று அங்கு வந்தான், வானதி கோவரையன். கருணாகரனின் அம்மான் மகன் தவிர, தனது தமக்கை இளவேனிலின் கணவனும் ஆவான் - தஞ்சை மண்டலத்து மேன்தரத்து அமைச்சராகப் பதவி வகிக்கும் வானதி கோவரையன். "வாருங்கள், மைத்துனரே! எப்படி இருக்கிறீர்கள்? அம்மான், அத்தையார் மற்றும் மலர்விழி எப்படி இருக்கிறார்கள்? அனைவரும் நலம்தானே? இளவேனில் உடனான தங்களது திருமணத்திற்குப் பிறகு இன்றுதான் தங்களைச் சந்திக் கின்றேன்."

"ஆமாம் கருணா, யானோ நனது பணியின் நிமித்தமாக தஞ்சையில் வசிக்கின்றேன். தாமோ இவ்வளவு காலமாக வண்டையில்; தற்போதிலிருந்து சோழபுரம். எனினும், இதுபோன்ற அரிய சந்தர்ப்பங்களிலே நாம் அனைவரும் ஒன்றாகச் சந்திக்க முடிகிறது. அதுவும் குறைவான கால அவகாசத்தில்."

"உண்மைதான் இந்தப் பதவிகளினாலே நமது பாலிய நட்பை மறந்து மரியாதை நிமித்தத்திலே உரையாட வேண்டியுள்ளது" என்று கூறி நகைத்துக் கொண்டான் சீர் இளங்கோ கருணாகரன். "என்ன செய்வது கருணா? அரசக் காரியங்களை மதித்து நடப்பது தானே நமது முதல் கடமை யாகிறது."

"உண்மைதான், அதற்காக நமது மாளிகைக்குள் கூட அதனைக் கடைபிடிப்பாயா, என்ன?" "வேண்டாம்; இயல்பாகவே இருப்போம்" என்று கூறி நகைத்தான் வானதி கோவரையன்.

“அது சரி வானதிராயா, சற்று முன்பு கூறினாயே குறைவான கால அவகாசத்தில்தான் சந்திக்க முடிகிறது என்று. அது எதனால்?”

“ஆம் கருணா. நாளை விடியலில் யானும், இளவேனிலும் தஞ்சைக்குப் புறப்பட உள்ளோம்.”

“என்ன அதற்குள்ளாகவா? ஏன்? எதற்கு?”

“நீயோ பதவியேற்பின் காரணமாக இன்று காலையில் இங்கு வந்தாய். யானோ இங்கு வந்து ஐந்து தினங்களுக்கு மேலாகிறது. இதன் பொருட்டு தஞ்சை மண்டலத்துப் பணிகள் அனைத்தும் தேக்கம் அடைந்து இருக்கும். ஆகையினால் நாளையே யான் புறப்படவேண்டும்.”

“ஓ! அப்படியா? சோழப்புரம் கோட்டை எனக்குப் புதிது. நீ உடன் இருந்தாயானால் இங்கு இருக்கும் சூழலுடன் யான் இணக்கமாக ஏதுவாக இருக்கும். தற்போது நீ புறப்பட்டு விட்டால் என்ன செய்வது?”

“யான் மட்டும் தான் தஞ்சைக்குப் புறப்பட உள்ளேன். நமது நண்பர்கள் அனைவரும் இங்கு தான் உள்ளார்கள். ஆகையால் பெரிதாக நீ வருந்தத் தேவையில்லை.”

அவர்களின் உரையாடலின் போது அங்கு வந்த உத்தமவள்ளி, “மகனே! மருமகனே! இருவரும் வாருங்கள். அங்கு நுங்களுக்காக விருந்தினர்கள் அனைவரும் உண்ணாது காத்திருக்கின்றனர்” என்றாள். “இதோ! வருகின்றோம் தாயே!” என்றவாறே அவர்கள் உத்தம வள்ளியைப் பின்தொடர்ந்தனர்.

போசன அறையில் அவர்களின் வருகைக்காகக் காத்திருந்தனர் சீர் இளங்கோ கருணாகரனின் தந்தையான வண்டயர்கோன் ஆன, திருவரங்க அன்னவராயர் மற்றும் சிறிய தந்தை ஆவுடையான், சிற்றன்னை பெரிய நாயகி. தனது பெயருக்குப் பொருத்தமாக இருப்பதாலேயே பெரிய நாயகியை மணந்து கொண்டார் ஆவுடையான் என்பது வண்டை நகர் குடிகளுக்குத் தெரிந்த ஒன்று. சீர் இளங்கோவின் அம்மானும், திருமந்திர ஓலை நாயகமுமான வானதிராயர், வானர்குல அரசர், வடிவுடையாள், தனது தந்தையின் உடன் பிறந்தாள், அம்மானின் மனைவியுமான அத்தையார், மற்றும் மைத்துனன் வானதி கோவரையன், சிற்றப்பன் மகனும், தனது அன்புத் தம்பியுமான

இரண்டாம் திருவரங்கன்" தனது அண்ணனின் மேல் கொண்ட அளப்பரிய அன்பினாலும், மரியாதையினாலும் தன் மகனுக்குத் தன் அண்ணனின் பெயரைச் சூட்டி அழகு பார்த்தான் ஆவுடையான்.

மேலும் அங்கிருந்தோர்கள் வண்டையர் கோனின் நண்பரான காளிங்கராயர், கருணாகரனின் நண்பர்களான பாண்டியன் ஸ்ரீ வல்லவன் வேளாண் மாதவனாகிய பல்லவரய்யன், சேனாதிபதி ஞானமூர்த்தி பண்டிதனாகிய மதுராந்தகன் போன்றவர்களும் உடனிருந்தனர். இத்தனை நபர்கள் உடன் இருந்தும், கருணாகரன் யாரையோ தேடுவது போல் இருந்தது. "நாங்கள் அனைவரும் உடன் இருக்க, நீ யாரைத் தேடுகிறாய் கருணா?" என்றான் வானதி கோவரய்யன்.

"நன் தமயன் வேறு யாரைத் தேடப் போகிறார் சுவாமி. மலரைத்தான்" என்று கூறி புன்னகைத்தாள், இளவேனில்.

"ஓ! அவளா? தற்சமயம் அவள் இங்கு இல்லை கருணா. சோழர் அரண்மனையில் இளவரசியுடன் இருப்பாள்."

"எதனால் அப்படி? வானர்களுக்குக்கான மாளிகையும் தானே கோட்டையினுள் உள்ளது. அப்படியிருக்க, அவள் ஏன் சோழர்களின் அரண்மனையில் இருக்க வேண்டும்?"

"என்ன இது கருணா? ஒன்றும் அறியாதவன் போல் கேட்கின்றாய். இங்கே முக்கிய பொறுப்பு வகிக்கும் அனைத்து அமைச்சர்களுக்கும் கோட்டையினுள் மாளிகை உண்டு என்பது உண்மைதான். ஆயினும், அவர்களின் பெண் பிள்ளைகள் அனைவருமே சோழ இளவரசிகள் உடன் அந்தப்புரத்தில் இருப்பார்கள் என்பது வழக்கமான ஒன்றுதானே. அவர்களாக விரும்பும் போது அவரவர் மாளிகைக்கு வந்து செல்வார்கள். இது இங்கே வெகு இயல்பு."

"ஓ! அப்படியா? இது எமக்குத் தெரியாது" என்றான் கருணாகரன்.

என்ன செய்வது? பல ஆண்டுகள் உறையூர் சாலையிலேயே கல்வி கற்பதன் பொருட்டு இருந்தபடியால், பெரும்பாலும் புறத்தே நடக்கும் விதி முறைகள், பழக்கவழக்கங்கள், அறியாமல் இருந்துவிட்டான் நன் மகன் என்று வருந்திக் கொண்டாள், உத்தமவள்ளி.

“இதில் வருந்த என்ன இருக்கிறது? அத்தையவர்களே! அனைத்தும் கற்று அறிந்தவனுக்கு இங்கு உள்ள பழக்கவழக்கங்களை அறிந்து கொள்ள ஒரு நாழிகையே போதுமானது. வருந்த வேண்டாம்.”

அவர்கள் உரையாடலை கவனத்தில் கொள்ளாத கருணா ஏதோ சிந்தனையில் இருக்க, “தங்களின் பதவியேற்பும், தாங்கள் வண்டை மாளிகைக்கு வந்ததையும், மலருக்குத் தெரிவித்தாகி விட்டது அண்ணா. இன்னும் சற்று நேரத்தில் அவள் இங்கே வந்துவிடுவாள்” என்றாள் இளவேனில். அறுசுவை உணவு அனைவருக்கும் பரிமாறப்பட்டது. விருந்து நிறைவடைந்த நிலையில் சிலர் விடைபெற்றுச் சென்றனர். பின் அங்கிருந்தவர்கள் அவரவர் தனித்தனியே உரையாடிக் கொண்டிருந்தனர். கருணா தன் நண்பர்களுடனும் மற்றவர்கள் அவர் சோட்டு உடனிருந்தவர்களுடன் உரையாடிக் கொண்டிருந்தார். அவர்கள் அனைவரிடத்திலிருந்தும் விலகி அன்னவராயரும், உத்தம வள்ளியும் உரையாடிக் கொண்டிருந் தனர் - தாம்பூலம் மடித்தபடியே. “தேவோர் கருணாவுக்கான பொறுப்புகள் கைக்கூடத்தானே காத்திருந்தீர்கள். தற்சமயம் அதுவும் கிட்டிவிட்டது - சோணாட்டின் உயரிய பதவியின் மூலமாக. பின் எதற்காகக் காத்திருக்கவேண்டும்? அவன் கண்ணானத்திற்கு ஒரு நன் நாள் பார்த்து முறைப்படி நனது தமையனிடம் மலரைக் கேட்டால் என்ன?” என்று கேட்டாள் உத்தம வள்ளி.

“சற்றுப் பொறு வள்ளி! அவசரம் கொள்ளாதே! இன்று தானே அவனுக்குப் பதவி கிட்டியுள்ளது. முதலில் அவன் சுயத்தை அவன் அறிய வேண்டும். தனது நிலைப்பாட்டை அவன் உணர வேண்டும். அதற்கு சில ஆண்டுகள் கூட ஆகலாம். தவிரவும் மலர் ஒன்றும் அயலாரின் பெண் இல்லையே, நமது கை மீறிப் போக. அவர்களின் பிள்ளைப் பருவம் முதலே வானதி கோவரைய்யனுக்கு இளவேனில் என்றும், கருணாகரனுக்கு மலர்விழி என்றும் முடிவு செய்தது தானே. எனது தமையன் வானதிராயரோ, நனது தங்கை வடிவுடையோளோ உனது ஆசைக்குத் தடை கூறப்போவதில்லை. பின், எதற்கு தேவையில்லாத கவலை உனக்கு? சில காலம் போகட்டும். பிறகு பார்த்துக் கொள்ளலாம்.”

"ஆகட்டும், சாமி" என்றாள் சுரம் இல்லாக் குரலுடன் உத்தம வள்ளி.

"இதோ மலர் வந்து விட்டாளே... வா மருமகளே, ஏன் இவ்வளவு தாமதமாய் வருகின்றாய்? நாங்கள் அனைவரும் வெகுநேரம் உனக்காகக் காத்திருந்தோம்" என்றாள் உத்தம வள்ளி - மாளிகையில் நுழைந்த மலரைக் கண்டதும்.

மலர்விழி! வானர்குலத்தரசன் வானதிராயர் வடிவுடையாளின் மகள், வானதி கோவரய்யனின் அன்புத் தங்கை சீர் இளங்கோ கருணாகரனின் அம்மான் மகளும் அவனின் வருங்கால மனைவியும் ஆவாள். மலர்விழி... அவள் விழி அழகைப் பொருட்படுத்தவே மலர்விழி என்று அவளுக்குப் பெயர் வைத்தார்கள் போலும். ஊதா மலரின் உள்ளிருக்கும் மாநிறம் அவள் (மகரந்தம்). இது புலவர்களின் அடைமொழியில் ஒன்று என்றாலும் (பெண்பாற் புலவர்கள் பெண்ணை சிறப்பிக்கும்) அவள் நிறத்தைப் புரியும் படிச் சொல்ல வேண்டுமாயின், மாந்தளிரை நிறத்திலும், மேனியிலும் ஒத்தவள் அவள். பல்லவன் உளியில் தப்பிய சிலை அவள்.

மெள்ளப் புன்னகைத்த அவள், "இல்லை, அத்தை அவர்களே! யான் அந்தப்புரத்திலே உணவருந்தி விட்டு தான் வந்தேன். அது இருக்கட்டும். அத்தான் எங்கே?" என்றாள் வந்ததும் வராததுமாக.

"ஏன் மலர்... எங்களைக் காண வேண்டும் என்ற எண்ணமில்லையா உனக்கு?" என்று அங்கு வந்தாள் இளவேனில்.

"நுங்கள் அனைவரையும் அவ்வப்போது நான் கண்டுகொண்டு தான் இருக்கின்றேன். ஆனால், அத்தானை யான் இறுதியாகக் கண்டது உனது திருமணத்திலே தான். ஆகவே தான் தற்போது அவர்களைக் காண வேண்டும் என்ற ஆர்வம். அவ்வளவுதான்."

"உனது ஆர்வத்திற்கு இங்கு யாரும் அணை போடவில்லை. செல் மகளே!" என்றாள் உத்தம வள்ளி.

கருணாவின் அறைக்கு மலர் வருவதை அறிந்து, அங்கிருந்த அவன் நண்பர்கள் அனைவரும், "சரி கருணா, நாளை அரசு அலுவல் மண்டத்தில் சந்திப்போம்" என்று கூறி கலைந்து சென்றனர். "வணங்குகின்றேன் அத்தான். வாழ்த்துக்கள் தங்களுக்கு! வரவேற்கின்றேன் சோழ கோட்டைக்கு! எப்படி

உள்ளீர்கள்? நலமா?" என்றவளைக் கண்கொட்டாது பார்த்த வண்ணம் இருந்தான் சீர் இளங்கோ கருணாகரன்.

"ஏன் இந்த மௌனம்? எதற்கு இந்தப் பார்வை?"

"ஒன்றும் இல்லை மலர். முன்பை விடவும் இப்போது நீ எவ்வளவு வடிவுடன் (அழகு) இருக்கின்றாய் தெரியுமா?" என்றான் - அவளை ஏறிட்ட படியே. ஒரு குறிப்பிட்ட மலரை உன் எழிலுக்கு உவமையாகக் கூற முடியாது என்பாதாலோ என்னவோ நனது அம்மானும், அத்தையும் உனக்கு அனைத்துப் பூக்களின் உள்ளடக்கமான மலர் என்ற பெயரை வைத்திருக் கிறார்கள் போலும்.

இதைக் கேட்ட மலர், வெகு இயல்பாக "போதும் போதும், தங்களது வர்ணிப்பை நிறுத்திக் கொள்ளுங்கள்" என்று சொன்ன போது, அவள் முகத்தில் வெட்கம் வெளிப்பட்டது.

"உண்மையை உரைத்தால் நிறுத்தச் சொல்கிறாய். போகட்டும். ஏன் நீ பதவியேற்பு விழாவிற்கு வரவில்லை? அல்லது நீ வந்தும் யான்தான் கவனத்தில் கொள்ளவில்லையோ? தற்போது மாளிகைக்கு வந்தும் கூட உனக்காக யான் எத்தனை நேரம் காத்திருந்தேன் தெரியுமா நீ வந்த பிறகு உணவு அருந்தலாம்" என்று.

தங்களின் குற்றச்சாட்டு வாசிப்பை சற்றே நிறுத்திவீர்களா அத்தான்." தாங்கள் எண்ணிய கனமே தங்கள் முன் வந்து நிற்பதற்கு யான் ஒன்றும் வண்டையர் மாளிகையின் பணிப் பெண் அல்ல. வானர்குல இளவரசி மலர்விழி ஆவேன். ஆகவே தாங்கள் எமக்காகக் காத்திருக்கத்தான் வேண்டும். தவிரவும், பதவி ஏற்பு என்பது தங்களுக்குப் புதிது. ஆனால் எமக்கோ அப்படியல்ல. நனது பிள்ளைப் பருவம் முதலே பதவியேற்பு என்பது நித்தமும் நடக்கும் ஒரு நிகழ்வு மட்டுமே. எவரேனும் ஒருவர் இங்கே பதவியேற்றுக் கொண்டு தான் இருக்கிறார். மேலும் தங்களின் பதவியேற்பிற்குப் பின் தாங்களும் இங்கேதான் இருக்கப் போகிறீர்கள். எனவே தான் பிறகு பார்த்துக் கொள்ளலாம் என இருந்து விட்டேன். இன்று மாலை யான் ஆலயம் வந்தது உண்மைதான். இருப்பினும், கலை நிகழ்ச்சிகள் நிறைவடைந்தவுடன் சோழ மகளிருடன் யானும் கோட்டைக்குத் திரும்பிவிட்டேன்" என்று நிறுத்தினாள் மலர்.

ஏதோ சிறு ஏமாற்றத்தை உணர்ந்தவன் போல அவள் இயம்புவதைக் கேட்டுக்கொண்டு இருந்தான் கருணா. “மலர், நனது பதவியானது என்ன என்பதைத் தெரிந்துகொள்ள உனக்கு ஆர்வம் இல்லையா?”

“இதில் ஆர்வத்திற்கு என்ன இருக்கிறது அத்தான்? முக்கிய அமைச்சர்களில் ஒருவரான ராஜ ராஜ சேதிராயர் அவர்களின் ஓய்வுபெறும் விருப்பத்தை ஏற்றுக் கொண்ட அரசர் அப்பதவியைத் தங்களுக்கு வழங்கியுள்ளார்; அவ்வளவு தானே. அதை ஏற்றுக்கொண்ட தாங்கள் இங்கே உள்ள தங்களின் மாளிகையில் இருந்து பணியாற்ற வேண்டும் “சரிதானே. அதை விடுங்கள். போகட்டும் வண்டையில் இருந்து எமக்காக என்ன பரிசு கொண்டு வந்துள்ளீர்கள்?” திகைப்பி லிருந்து நிதானத்திற்கு வந்தவனாக, “மறப்பேனா மலர்? இதோ!” என்று ஒரு மரப்பேழையை அவள் கரத்திலே கொடுத்தான். அதனுள் சிறு முல்லை அரும்பைக் கோர்த்து வைத்தது போல் மிக நேர்த்தியான வேலைப்பாட்டுடன் இருந்த கனக மணிமாலை

அதைத் தன் கரத்தில் எடுத்த மலர் கனக மணிமாலையா? என்ன இது அத்தான்? நம்மைப் போன்ற அரச வம்சத்தினர் வரை, வைடூரிய நவ மணிகளால் ஆன ஆபரணங்களையே தான் பெரிதும் விரும்பி அணிவார்கள் என்பது தங்களுக்குத் தெரியாதா? நன்னிடம் இருக்கும் அனைத்து ஆபரணங்களுமே இது போன்றே விலை மதிப்பிட இயலா மணிகல் கோத்த ஆபரணங்களே, இருப்பினும் கனகத்(தங்கம்) தினால் ஆபரணம் என்னிடம் ஏதும் இல்லை. ஆகையினால் யான் இதை வைத்துக் கொள்கிறேன்.”

“அப்படியானால்’ இந்தப் பரிசு உனக்குப் பிடிக்கவில்லையா மலர்?”

“யான் எப்போது அப்படி கூறினேன் அத்தான்? அதுதான் வைத்துக் கொள்கிறேன் என்றேனே, பிறகு என்ன?” அவளின் கரங்களை மெல்லப் பற்றிக் கொண்டு நமது கண்ணானம் பற்றி அம்மானும், அத்தையும் ஏதேனும் கூறினார்களா, மலர்?”

“சில திங்கள்களுக்குப் பிறகு கண்ணானப் பேச்சைத் துவங்கலாம் என்று நேற்று முன் தினமே தந்தையார் தமையனிடம்

கூறிக் கொண்டு இருந்தார் அத்தான்." என்றவளுக்கு எங்கிருந்தோ நாணம் வந்து பற்றிக்கொண்டது.

கரம் கோத்தபடி ஒருவரை ஒருவர் பார்த்த வண்ணம் சில நிமிடங்கள் கரைந்திருக்கும். அமைதி நிலவிய அந்த அறைக்குள், "அண்ணா!" என்று அழைத்து அங்கே வந்தாள் இளவேனில். அங்கே அவள் வர, சற்றே விலகி நின்றனர் இருவரும். இளவேனில், "மலர், அம்மான் அவர்கள் அழைத்து வரச் சொன்னார்கள். நமது மாளிகைக்குச் செல்ல வேண்டுமாம். நாளை நாங்கள் அதிகாலையில் தஞ்சைக்குப் புறப்பட வேண்டி யுள்ளதால் இப்பொழுதே மாளிகைக்குச் செல்ல உள்ளோம். தாங்கள் ஓய்வு எடுத்துக் கொள்ளுங்கள், அண்ணா! வா, மலர். போகலாம்" என்று கூறி அவர்கள் அங்கிருந்து புறப்பட, "நல்லது தங்காய்! நீ சென்று ஓய்வு எடுத்துக்கொள். நாளை காலை வழியனுப்ப கோட்டை வாயிலுக்குள் வந்துவிடுகிறேன் என்றான் கருணாகரன்."

"நல்லது அண்ணா!" அவர்கள் இருவரும் அங்கிருந்து விடை பெற்றுச் செல்ல, வாணர் குலத்தாரை வழியனுப்பி வைத்தனர் வண்டையர் குலத்தோர்.

எண்ணற்ற கலைப் பொருள்களும் சித்திரங்களும், ஆயுதங் களும் அடக்கி வைக்கப்பட்டிருந்த அந்த நீண்டு அகண்ட பெரிய அறையினுள் நுழைந்தான் கருணாகரன். இது அம்மாளிகையில் அவனுக்காக ஒதுக்கப்பட்ட அறை. இதற்கு முன் இங்கே எப்பொழுதாவது வந்து சென்ற அவன் இனி நிரந்தரமாக இங்கேயே இருக்க வேண்டிய சூழலை எண்ணி பெரிதாக மகிழ்ச்சி என்பதே இல்லை. அதுவே உண்மை. இதற்குக் காரணம் பல ஆண்டுகள் உறையூர் சாலையிலும், சில ஆண்டுகள் பெற்றவர்களுடன் வண்டையிலும் இருந்தபடியால், ஒரு விதமான கசப்புணர்வையே அவன் இங்கு உணர்ந்தான். உறையூரோ, வண்டையோ அவன் நினைத்த பொழுதுகளில் செல்ல இயலாது என்பதனாலோ என்னவோ இந்த உணர்வு. இதுவும் கூட விரைவில் கடந்து போகும். இயல்புக்கு வர இன்னும் ஓர் இரு தினங்கள் ஆகலாம். தலைப்பாகை, வாள், பாத அணிகளைக் கலைந்து விட்டு அவன் அறைக்குள் நுழைந்து அங்கிருக்கும் லிங்க வடிவிலான ஈசனை வணங்கி

தனது படுக்கைக்குச் சென்றான். தலையணையில் தன்னைச் சாய்த்தபடி மெள்ளக் கண்மூடினான்.

காசிவிசுவநாதர் சன்னதி, அங்கே வந்த அந்தப் பெண், அவள் உருவம். திடுக்கிட்டுக் கண்விழித்தான். அந்தப் பெண் அவள் யாராக இருக்கும்? அவளின் பெயர் தான் என்ன? தற்போது அவள் எங்கே இருப்பாள்? அவளைப் பற்றி தெரிந்துக் கொள்ள அவன் மனம் அலைமோதியது. பிறகு, அவனாகவே எண்ணிக் கொண்டான் இப்படி: 'அவள் யாராக இருந்தால் தான் என்ன? யான் மலரை அல்லவா காதலிக்கின்றேன். அவளையே மணந்து கொள்ளவும் போகின்றேன். பின் எதற்காக அப்பெண்ணைப் பற்றித் தெரிந்து கொள்ள வேண்டும்?' என்று தனக்கு தானே சமாதானம் செய்துக கொண்டான். உறக்கம் மெள்ள அவன் கண்களைத் தழுவியது. ஆனால் அவனுடைய ஆழ்மனது உறங்கவில்லை - அவள் யாராக இருக்கும் என்ற எண்ண ஓட்டத்தில்.

* * *

4

கோட்டையினுள் ஆலயம்

தனது தந்தையார், அம்மானுடன் தானும் சென்று தனது தங்கையையும், மைத்துனனையும் தஞ்சைக்கு வழியனுப்பி வைத்தான் கருணாகரன். “இளங்கோ உனது பணியின் முதல் நாள் அல்லவா இன்று?”

“ஆம். அம்மான் அவர்களே”

“முதலில் சோழிசுரர் ஆலயம் சென்று வணங்கி விட்டு உனது, தாய், தந்தையையும் வணங்கி விட்டு, பணிகளைத் துவங்கு மகனே!”

“தங்கள் சித்தப்படியே அம்மான் அவர்களே!” என்றவன் அங்கிருந்தவர்களை வணங்கி ஆலயம் சென்றான்.

“மறுபுறம் சோழ மகளிர் அந்தப்புரம் “இளவரசியாரே! ஆலய செல்வோமா?” என்றாள் அமுதா.

அமுதா எப்படிப் பட்டவள் இவள். யார் இந்த அமுதா? சேதி நாட்டு இளவரசி. மலையமான் பெரியவுடையானான ராஜ ராஜ சேதிராயனின் அன்பு மகள். இன்சொல் அவளின் அடையாளம்; அமுது போன்ற மொழியுடையாள்; அனிச்சம் மலர் அவள் தேகம்; வாய்மொழியும் பதுமை. குலோத்துங்கன் தியாக வள்ளியின் இளையமகள்.

“இன்று உனக்கு என்னவாயிற்று அமுதா? பெயரைக் கூறாமல், இளவரசி என்கிறாயே புதிதாய் இருக்கிறது எமக்கு.”

“ஆம் இளவரசியாரே, இன்று முதல் தங்களை இப்படித் தான் அழைக்கப்போகின்றேன்.”

“இதற்கு என்ன காரணம்?”

“நனது தந்தையார், அவர் வகித்த பதவியிலிருந்து ஓய்வு பெற்று விட்டார். இன்னும், சில தினங்களில் இங்கிருந்து புறப்பட்டு விடுவோம் - நங்களின் நாட்டுக்கு.”

“சரி, அதற்கும் நீ இவ்வாறு அழைப்பதற்கும் என்ன சம்பந்தம் அமுதா?”

“தங்களுடான தோழமையை சற்றே விலக்கி வைத்து, சக்கர வர்த்திகளின் மகள் என்ற மரியாதையோடு இருக்க முயன்றால், இனி வரும் பிரிவை ஒருவாறாக சமாளித்துக் கொள்வேன். அதற்காகத் தான்!” என்றாள் பரிதாபமாக அமுதா. இதைக் கேட்ட இளவரசி ‘கலகல’ வென சிரித்தாள்.

"இப்போது இங்கே என்ன நடந்துவிட்டது அமுதா - நீ இவ்வாறு கலக்கம் கொள்ள? உனது தந்தையார் ஓய்வுபெற்று இருக்கிறார்; அவ்வளவு தானே..."

"சேதி நாட்டுக்கு ராயர் அவர்கள் மட்டும் செல்லட்டும். நீ எம்முடனே இருந்துவிடு அமுதா. யான் நமது தந்தையர்களிடம் இதைப் பற்றிப் பேசிப்பார்க்கின்றேன். இதனை அவர்களும் மறுக்கமாட்டார்கள். உனது தந்தையார் உனைக் காண வேண்டும் என்றால். சோழபுரம் வரட்டும்; நீ நுனது பெற்றோர்களைக் காண வேண்டும் என்றால் அப்போது நீ அங்கு செல்லலாம் வேண்டுமாயின், யானும் உன்னுடன் அங்கு வருகின்றேன். சில தினங்கள் அங்கேயே இருந்துவிட்டுத் திரும்பலாம், சரியா? நீ எம்மை விட்டு பிரிந்துச் செல்ல வேண்டும் என்றால் அது உனது தலைவன் இல்லமாகத்தான் இருத்தல் வேண்டும், புரிந்ததா?"

"ஒரு வேளை உனக்கு முன்னதாகக் கண்ணானம் நடந்தால் அப்போது என்ன செய்வாய்?"

"அங்கும் உன்னை அழைத்துச் செல்வேன் அவர் அனுமதி யுடன். உனது ஐயப்பாடு தீர்ந்ததா அமுதா? ஆலயத்திற்குச் செல்வோமா?" 'தடை ஏது?'

"தாராளமாக!"

தோழிகள் இருவரும் உரையாடிக் கொண்டே சோழர் அரண்மனைக்கும், அரசவை மணிமண்டபத்திற்கும் இடையே அமைந்திருக்கும் சிவா ஆலயத்திற்குச் சென்றனர். அவர்களை இடைமறைத்த பணிப்பெண் ஒருத்தி "வணக்கம் இளவரசியாரே, சேதுராயர் அவர்கள் அமுதா அவர்களை அழைத்துவரக் கூறினார்கள்."

"என்ன? தந்தையார் அழைத்தார்களா? இதோ வருகின்றேன். தாங்கள் சென்று ஆலயத்தில் இருங்கள். யான் தந்தையாரைச் சந்தித்து விட்டு உடனே வருகிறேன்."

"ஆகட்டும் அமுதா, சென்றுவா."

அவள் அங்கிருந்துச் செல்ல தான் மட்டும் தனியே ஆலயம் சென்றாள் குலோத்துங்கனின் மகள்.

அரசவை வளாகத்திற்குள் நுழையும் முன்னமே கருணாகரனை வழிமறித்தார் காளிங்கராயர் "வணங்குகின்றேன் ராயர் அவர்களே!"

"வணக்கம் இளங்கோ. தங்களுக்கு இன்றுதான் பணி துவங்குகிறது. ஆகையினால் ஆட வல்லானை வணங்கி தங்களது பணியைத் துவங்கலாமே."

சற்று முன்புதான் ஆவுடையாரை வணங்கி வருகிறேன் அமைச்சரே!"

"நல்லது மகனே. இருப்பினும், அரசு அலுவல்களைத் துவங்கும் முன், கோட்டையினுள் உள்ள ஈசனை வணங்கித் துவங்குவது என்பது மரபு. அது தங்களுக்குத் தெரிந்திருக்க வாய்ப்பில்லை. அதைதான் கூறினேன்."

"ஓ! அப்படியா? அது எமக்குத் தெரியாது அமைச்சரே! இதோ, இப்போதே ஆலயம் சென்று வருகிறேன். விடையளியுங்கள்!"

"நல்லாசிகள் மகனே, சென்று வாருங்கள்."

சிவ ஆலயம் கருவறையிலிருந்து நாராயணப் பட்டர் "புறத்தே எவரேனும் உள்ளீரோ? சுவாமிக்கு ஆராதனைச் செய்ய ஆலய மணியை அடியுங்கள்" என்றார். அவர் கூறிய மறுகணமே மணி அடிக்கப்பட்டது. ஆலயத்திற்கு மிக அருகில் வந்ததை உணர்ந்தான் கருணாகரன். ஆலயத்தின் முகப்புத் தோற்றம் அவன் கண்களில் விழ, கருவறையிலிருந்து புறத்தே வந்த பட்டர், "தாங்களா? யான் அகத்தே இருந்தபடியால் தங்களைக் கவனித்தில் கொள்ளாமல் பணியாள் என்ற எண்ணத்தில் ஏவிவிட்டேன். எம்மை தயவுகூர்ந்து மன்னியுங்கள். இளவரசியாரே" "ஐய்யோ! பட்டரே தாங்கள் வயதில் மூப்பர், தவிரவும், நனது ஆசானும் ஆவீர். அப்படியிருக்க, தாங்கள் என்னிடம் மன்னிப்புக் கோருவதா? தேவையில்லை. அதோடு அந்தப் பரம்பொருள் முன் அனைவரும் சமமே. இதனைத் தாங்கள்தான் எமக்குக் கற்றுத் தந்தீர்கள். மேலும் அந்த ஈசனுக்கு எம்மால் ஆன சிறு தொண்டாகவே இதை யான் கருதுகின்றேன்."

"தங்களின் உயரிய குணம் இச்சோணாடு அறிந்ததே, இனி யான் கூற என்ன இருக்கிறது? இதோ வந்துவிடுகின்றேன் தாயே!" என்று கூறி அங்கிருந்து சென்றார் பட்டர்.

‘அங்கே யார்? ஆலய மணியை அடித்துக் கொண்டு இருந்தது. இது அந்தப் பெண். அவளே தான். இங்கே எப்படியவள்...’ என்று எண்ணியவாறே ஆலயத்தின் அருகே செல்ல, அங்கு எதிர் பாராமல் வந்த கருணாகரனின் வருகை அவளுக்கு வியப்பைத் தந்தது.

“நேற்று இரவு, ஆலயத்தில் கண்ட பெண் தானே நீ? இப்போதுதான் புரிகிறது.”

“என்ன புரிகிறது தங்களுக்கு?”

“பரந்து விரிந்த இந்த சோழப்புரத்தில் அனைத்திற்கும் பணியாட்கள் இருப்பது போல, ஆலய மணிக்கென்றே ஆட்கள் நியமித்து இருப்பார்கள் போலும்! அப்படியானால் உனது பணி இதுவே! சரிதானே. “

அவளால் அடக்க முடியாமல் நகைக்கத் துவங்கினாள். ஒருவழியாகச் சற்றே ஆசுவாசப்படுத்திக் கொண்டவளாக “சரியாகச் சொன்னீர்கள்” என்றாள்.

நந்தவனத்திற்குச் சென்று திரும்பிய பட்டர், “வாருங்கள், புதிய அமைச்சரே” என்றார் வணங்கியபடியே

“வணக்கம் பட்டரே.” என்றவன் திரும்புவதற்குள் அவளை அங்கு காணவில்லை. ‘இங்கு தானே இருந்தாள். அதற்குள் எங்கு சென்று மறைந்தாள்? நேற்றைய இரவு மீண்டும் ஒருமுறை அவளைக் காண வேண்டும் என்று தோன்றியது. இன்று அவளைக் கண்டும் பெயர் என்ன என்று கேளாமல் விட்டு விட்டோமே...’ என்ற வருத்தம் அவனுக்கு.

* * *

5

அரசாங்க அலுவல் மண்டபம்

Deiva

அரசவை முகப்பு மண்டபம், அதை அடுத்து மிகப் பெரிய வளாகம் இரண்டு பத்திகளாகப் பிரிக்கப்பட்டு இருந்தது. அதனை அடுத்து அழகிய வேலைப்பாடுகள் உடைய நெடிந்து உயர்ந்த கதவுகள் தாளிடப்பட்டு இருந்தன. அதற்கு அப்பால் அரசவை கூடும் மணிமண்டபம். இவை அனைத்தையும் உள்ளடக்கிய அரசாங்க மண்டபம் முகப்பு. மண்டபத் துவக்கத்தில் பெரிய அளவிலான சித்தி விநாயகரும், தில்லை பொன் அம்பலத்தானின் திருவுருவச் சிலையும் ஐம்பொன்னால் வார்க்கப்பட்டு அங்கே நிறுத்தி வைக்கப்பட்டிருந்தன.

அம்மூர்த்தங்களைப்பணிவுடனேவணங்கி,அலுவலகத்தினுள் சென்றான், சீர் இளங்கோ கருணாகரன். ஞானமூர்த்தி பிறப்பால் பண்டிதன். இயற்பெயர் மதுராந்தகன் அவன் வகிக்கும் பதவியோ சோழ மண்டலத்துச் சேனாபதி உறையூர் சாலையில் இளங்கோவுடன் ஒன்றாய்ப் பயின்ற உயிர்த் தோழனும் ஆவான். சீர் இளங்கோ கருணாகரனை ஆரத் தழுவிக்கொண்ட ஞானமூர்த்தி, “வா கருணா. உனது வரவு நல்வரவு ஆகட்டும் என்றான்.

“நன்றிகள் மூர்த்தி! உனைக் கண்டதும் பெரிதும் மகிழ்ச்சி.” “வா கருணா இருக்கையில் அமர்ந்து உரையாடலாம்.” ஆகட்டும் மூர்த்தி இருக்கையில் அமர்ந்த அவன், அந்த நீண்ட உயர்ந்து இருந்த பத்தியைக் காண எங்குப் பார்த்தாலும் பெரிது பெரிதாய் அலமாரிகள், மேசைகள், நாற்காலிகள், சிறிது பெரிதாய் பல வகை இருக்கைகளும் அங்கு ஏராளமாக இருந்தது கணக்கில் அடங்கா செப்புப் பட்டையங்கள், ஓலைச்சுவடிகள், சுருள் ஓலைகள், எழுதப்படா ஓலைகள், செப்புத்தகடுகள், எழுத் தாணிகள், சிறு உளிகள், அந்த அலமாரிகளிலும், மேசைகளிலும் அடுக்கி வைக்கப்பட்டிருந்தது. பெரியப் பானைகளில் கத்தை கத்தையாக மயில் இறகுகள், அன்னச் சிறகுகள் வைக்கப்பட்டிருந்தது. ஒரே இடத்தில், இவ்வளவு ஓலைகள், செப்புத் தகடுகளை இதுவரையிலும், சீர் இளங்கோ கண்டது இல்லை. இவ்வளவு எழுதுப் பொருட்ளை உறையூர் சாலையில் கூடக் கண்டதில்லை. ஆச்சரியத்தில் அவன் கருவிழிகள் விரிந்தது.

அவன் கண் பார்வையின் பொருள் உணர்ந்தவனாக, இதில் மலைத்துப் போக என்ன இருக்கிறது கருணா? வடக் களிங்கம்,

தென் களிங்கம் முதலாய் நுளம்பாடி நாடு, சாலிக்கியம் வேங்கி, சேரநாடு, பாண்டி நாடு, பல்லவ தேசம், சாவகம் இவைத் தவிர நமது சோழ தேசத்தில் உள்ள ஏழு மண்டலங்கள் இவை அனைத்திற்கும் ஆன நில அளவை ஆவணங்கள், சங்க ஆவணங்கள், தேவதான ஆவணங்கள், ஆலையம், சாலைகள் (பள்ளி) வைத்திய சாலைகள் போன்றவற்றின் ஆவணங்கள், இவை தவிர கருவீல இருப்பு, ஆயுத கிடங்கின் விவரங்கள், அது குறித்த ஆவணங்கள். இவை தவிர அரசக்குடும்பத்தாரின் சொத்துக்கள் சம்பந்தமான ஆவணங்கள் அரசப் பணியில் இருப்போரின் சொத்து விவரங்கள் பொருந்திய ஆவணங்கள். இவை தனியே மிகப் பெரிய அறையினுள் பாதுகாக்கப்பட்டுவருகின்றனகடும்காவலுடன்.சக்கரவர்த்திகளுடன் ஒரு சில அமைச்சர்கள் மட்டுமே அந்த அறைக்குள் செல்ல அனுமதி. உனக்கு மேலும் ஒரு கூடுதல் தகவல் கூறுகிறேன். கேள், எழுதுமைகளை சேகரித்த பீப்பாய்களை அடுக்கி வைப்பதற்கென்றே தனி அறை இங்குள்ளது" என்று முடித்தான் ஞானமூர்த்தி.

"உண்மைதான். இங்கே வந்த பின்பே தெரிகிறது. எமது பதவியில் யாம் எவ்வளவு பொறுப்புணர்வுடன் நடந்துகொள்ள வேண்டும் என்று. அது சரி மூர்த்தி. அரசவை எப்போது கூடும்? யான் சிறுவனாக இருந்த பொழுது ஓர் இரு முறைகள் நனது தந்தையுடன் வந்து சென்றுள்ளேன். நீண்ட இடைவேளைக்குப் பின் இங்கு வந்துள்ளமையால், சபை நடவடிக்கைகளை அறிந்து கொள்ள ஆவலாக உள்ளது.

"இல்லை கருணா" தினம் சபை கூடுவதில்லை. அன்றாடச் செயல்பாடுகளை நம்மைப் போன்ற அமைச்சர்களே மேற்பார்த்துக் கொள்வார்கள். திருவிழாக்கள், திருப்பணித் துவக்கம், அண்டை நாட்டோர் கலகம் பற்றி கலந்துரையாடுவது, அமைச்சர்களின் தூர தேசப் பயணம், புலவர்களின் அரங்கேற்றம் ஆகியவற்றைச் சிறப்பிக்கும் விதத்தில் அரசவை கூடும். அதுவும் குடிகள் அறியும்படியாகவே சபை இயங்கும். மேலும் நேற்றைய இரவு ஆலயத்தில் நடந்ததும் சபை நடவடிக்கைகளே. சக்கரவர்த்திகளின் பூச நாள் என்பதால் ஆலயத்தில். இல்லை யேல், உனது பதவியேற்பு இங்குதான் நடந்தேறி இருக்கும். அதோ அந்தக் கதவுகளுக்கு அப்பால் உள்ள மணிமண்டபத்தில். இன்றிலிருந்து

எட்டு, ஒன்பது நாட்களாகும் சபை கூட. யான் அறிந்த அனைத்துத் தகவல்களையும் உன்னிடம் கூறுகின்றேன். அது உனக்குப் பயன் அளிக்கும். நீ இங்கு யதார்த்தமாகவும், இயல்புடனும் இருக்க உதவும்.

“நல்லது மூர்த்தி, எமது பணியைத் துவங்கட்டுமா? முதல் நாள் வேறு.” “

கருணா உனது பணி ஆர்வத்தை யான் மனமார பாராட்டுகிறேன். இருப்பினும், நீ தற்போது துவங்க இயலாதே.

“எதனால் அப்படி?”

“முதலில் இந்தப் பத்தியினுள் சில அறைகள் உள்ளன. அவ்விடத்தே இருக்கை களும், மேசைகளும் போடப் பட்டிருக்கும். அது எந்தெந்தப் பதவிக்கான இருக்கை என்பது அந்த அறையின் முன்பகுதியில் பொறிக்கப்பட்டிருக்கும்” என்ற மூர்த்தி, கருணாகரனை அவனுக்கு ஒதுக்கப்பட்ட அறைக்கு அழைத்துச் சென்றான். அந்த அறையின் முன்னே இப்படி பொறிக்கப்பட்டிருந்தது:

மேன் தரத்து அமைச்சர், நாட்டை அளப்போரான சிற்றரசர், கிளியூர் மலையமான் பெரியவுடையனான ராஜராஜ சேதிராயர்.

அப்பெயர்ப் பலகையைப் பார்த்த வண்ணம் இருந்தான் கருணாகரன்.

மேலும் தொடர்ந்தான் மூர்த்தி; “அமைச்சர் ராயர் அவர்கள் இங்கு வந்து தான் இதுவரை மேற்கொண்ட பணிகளையும், இனி நீ மேற்கொள்ளவேண்டிய பணிகளையும் உன்னிடம் எடுத்துரைத்த பிறகு அவரே நாட்டை அளப்போர் இருக்கையில் உன்னை அமர்த்திச் செல்வார். அதன் பிறகே உனது பணிகள் தொடங்கும். அதுவரை நீ காத்திருக்க வேண்டும்.”

“நிச்சயமாக மூர்த்தி! ஆமாம் எமக்கு ஏனோ உனது பணியை நீ சரிவரச் செய்கிறாயா! என்பதில் ஐயப்பாடு உள்ளதே மூர்த்தி.”

“பார்த்தாயா? நண்பன் என்று உரையாடினால் எமையே நீ கேலி பேசுகிறாய். போகட்டும். யாமே விளக்கம் அளிப்போம். யான் சயம் கொண்ட சோழ மண்டலத்து புறவு வரித்தினைக் களம் பதவி வகிக்கின்றேன்.”

“அதுதான் யான் அறிவேனே மூர்த்தி. சயம் கொண்ட சோழ மண்டலத்து வேளாண் விளைநிலங்களுக்கான சுங்கம்,

தொழில்சார்ந்த, வணிகம் சார்ந்த முதலீடுகளும், இழப்பீடுகளும் குறித்த விவரம் சேகரிப்பு. இவற்றோடு, கூடுதலாக நாடு காவல் சயங்கொண்டசோழ மண்டலத்திற்கு (தொண்டை மண்டலம்) இங்கு சில பணிகள் எம்பொருட்டு உள்ளபடியால் இங்கு இருக்கும்படியான சூழல். விரைவிலேயே தொண்டை மண்டலம் சென்றுவிடுவேன்."

"உனது பணிச் சுமையை அறியாமல் நீ வருந்தும் படியாகப் பேசி இருந்தால் எம்மை மன்னித்து விடு மூர்த்தி."

"நண்பர்கள் இடையில் இது வெகு இயல்பே. நீ இதைப் பெரிதாக எண்ண வேண்டாம்."

"ஆகட்டும் மூர்த்தி. சோழ புரத்தில் வசிக்கும் அமைச்சர்களின் பெயர்களையும் அவர்களின் பணிகளைப் பற்றிய விவரங் களையும் எமக்குக் கூறு."

"உன் கடமை உணர்விற்கு, அளவு இல்லையா கருணா?" என்ற மூர்த்தி நகைக்கத் தொடங்கினான்.

"அப்படி என்ன யான் கேட்டுவிட்டேன். அவர்களைப் பற்றி அறிந்துகொள்வது அவசியமான ஒன்று தானே."

"உண்மைதான். இருப்பினும், முதலில் சக்கரவர்த்திகளைப் பற்றி தெரிந்து கொள். பின்னர் மற்றவர்களைப் பற்றி அறிந்து கொள்ளலாம்."

"அவரைப் பற்றிதான் எமக்கு நன்றாகத் தெரியுமே. இருப்பினும், உன் அளவிற்கு, யான் அறிந்து வைத்திருக்க வில்லை என்பது உண்மைதான். ஆகையினால் சக்கரவர்த்திகள் குறித்த விவரங்களை நீயே கூறு." "சாளுக்கிய மன்னனான ராஜ ராஜ நரேந்திரனுக்கும் கங்கைக் கொண்ட சோழனான, ராஜேந்திர தேவரின் மகள் அம் மங்கைக்கும் பிறந்த திருக்குமாரர் ராஜேந்திர விஷ்ணுவர்த்தன் சோழ தேசத்தில் முடிசூட்டிக் கொண்டமையால் ராஜசேகரி குலோத்துங்கன் எனும் பட்டாபிஷேக நாமம் அவருக்குச் சூட்டப்பட்டது அனைவரும் அறிந்ததே. நமது சக்கரவர்த்தி களுக்கு மூன்றாம் குந்தவை என்ற தங்கையும் உள்ளார்.

இவரை கீழைச் சாளுக்கியத்திலேயே மணம் முடித்துக் கொடுத்துள்ளார்கள். தேவரின் தாயாரான அம்மங்கை தேவி நாச்சியாரும் அங்கேயே உள்ளார். நம் சக்கரவர்த்திகளின் மனைவிமார்கள்: முதல் பட்டத்து அரசி, அரசரது இரண்டாம்

அம்மான் மகளாகிய புவன முழுதுடையாள், மதுராந்தகி தீன சிந்தாமணி ஆவார்; அரசரின் இரண்டாவது பட்டத்து அரசி, பழுவேட்டரையரின் மகளாகிய அவனி முழுதுடையாள் தியாக வள்ளி. மூன்றாம் பட்டத்து அரசி, புவி முழுதுடையாள் ஆன அருண் மொழி நங்கை எனும் ஏழிசை வல்லவி. இவர்கள் மூவரும் இங்கே சோழப்புரத்திலும் மற்றும் நான்கு மனைவியர்களுமான கம்பமாதேவி, காடவன் மாதேவி, சோழக்குல வல்லி, திரைலோகிய மாதேவி என்பவர்கள் தொண்டை மண்டலத்திலும் உள்ளனர். இவர்களின் மூத்த அரசியாரான மதுராந்தகி அவர்களுக்கே ஏழு ஆண்மக்களும், இரண்டு பெண் பிள்ளைகளும் அவர்களில் விக்கரம சோழன், ராஜ ராஜ சோழ கங்கன், ராஜ ராஜ மும்முடிச் சோழன், வீரச்சோழன் நால்வர் மட்டுமே தற்போது உள்ளனர். மற்ற மூன்று ஆண்பிள்ளைகளும் பிள்ளைப் பருவத்திலேயே மாண்டு போயினர். சுத்தமல்லி ஆழ்வார், இவர்களை ஈழ அரசன் வீரபாகத் தேவனுக்கு மணம் முடித்துக் கொடுத்துள்ளார். இரண்டாவது மகள் அம்மங்கை ஆழ்வாரை அவரின் அத்தை மகனுக்கு மணம் முடித்துக் கொடுத்துள்ளார்கள் சாளுக்கியத்திலே. அரசரின் இரண்டாம் மனைவியான தியாக வல்லிக்கு நான்காம் குந்தவை, பானு நிர்பமை என்ற இரு மகள்கள் மட்டுமே. இதில் குந்தவையை இரண்டு ஆண்டுகளுக்கு முன்பு வேங்கி நாட்டு சிற்றரசர் ஒருவருக்கு மணம் முடித்துக் கொடுத்தார். சக்கரவர்த்திகளின் மற்ற மனைவியருக்குப் பிள்ளைகள் ஏதும் இல்லை. அரசரின் மூத்த மகனான நம் பட்டத்து இளவரசரான விக்கிரம சோழருக்கு பாண்டியனின் மகள் முக்கோக்கிழானடிகள் என்ற நங்கையை மண முடித்தனர். இவர்களுக்கு இரண்டாம் குலோத்துங்கன் என்ற மகன் பிறந்தார். கடந்த சில ஆண்டுகளுக்கு முன்பு ஏதோ நோயின் தாக்குதலுக்கு ஆளாகி மாண்டுபோனார் முக்கோக் கிழானடிகள். தற்போது இருப்பது விக்கிரமனின் இரண்டாவது மனைவி தியாகப்பதாகை, மூன்றாம் மனைவி நேரியன்மாதேவி என்பார். சக்கரவர்த்திகளின் இரண்டாம் மகனான ராஜ ராஜ மும்முடிச் சோழனுக்கு, மற்றும் ஒரு பாண்டியர் குடியில் பிறந்த அங்கையர் கண்ணி என்பாரை மணம் முடித்துள்ளனர். சக்கரவர்த்திகளின் வேங்கி நாட்டுப் பிரதிநிதியாக ராஜ ராஜ விக்கிரம சோழனும்,

பாண்டி மண்டலப் பிரதிநிதியாக ராஜ ராஜ மும்முடிச் சோழனும் அரியணை ஏறி ஆட்சி செய்வது நாம் அனைவரும் அறிந்த ஒன்றே!" என்று கூறி முடித்தான் ஞானமூர்த்தி.

"உண்மையில் உன் கீர்த்தியை இன்றே யான் நன்கு உணர்ந்து கொண்டேன். சக்கரவர்த்திகளைப் பற்றி ஓரளவிற்கு யான் அறிவேன். இருப்பினும், உன் அளவிற்கு அறியவில்லை என்பது உண்மையே. உனது வாய்மொழியைக் கேட்டதில் இருந்து, அனைத்தும் தெளிவாகப் புரிந்தது. நம் சக்கரவர்த்திகளுக்கு ஒரு தங்கை, ஏழு மனைவியர், ஒன்பது பிள்ளைகள், நான்கு மருமகள்கள், ஒரு பேரன் உண்டு என்பதை அறிந்து கொண்டேன். இதனோடு, சக்கரவர்த்திகளின் பிள்ளைகளில் இரண்டு ஆண்கள், ஒரு பெண் பிள்ளைக்கு இன்னும் மணம் ஆகவில்லை, அப்படித்தானே..." என்றான் கருணா.

பெரும் அங்கலாய்ப்புடன் "ஆமாம் கருணா, ஆமாம்." என்றான் மூர்த்தி.

"அவர்களுக்கு மணமாகாதது குறித்து நீ ஏன் இவ்வளவு மகிழ்ச்சி கொள்கிறாய் மூர்த்தி?"

இருக்காதா கருணா. நம் அரசர் தன் ஐந்து மக்களுக்கும் சாளுக்கியம், வேங்கி, பாண்டிய நாடு, ஈழ நாடு என்று பெண் எடுத்தும், கொடுத்தும் உள்ளார்."

"சரி அதற்கு?"

"எப்போதும்தோழமையோடு ஆதிக்காலம் முதலே, பக்கப்பலமாக இருக்கும் சோழ தேசத்துக் குறுநில மன்னர் களிடத்தே அரசர் அவர்கள் சம்பந்தம் வைத்துக் கொள்ளவில்லை என்பது இங்குள்ள சிற்றரசர்கள் அனைவரிடத்திலும் உள்ள பெரும் மனக்குறை. இதையறிந்த சக்கரவர்த்திகள் தனது இளைய மகனுக்கும், மகளுக்கும் சோணாட்டிற்கு உள்ளே சம்பந்தம் செய்யவுள்ளார்."

வெகு இயல்பாக "சரி, அதற்கும் நீ இப்படி உற்சாகம் அடைவதற்கும் என்ன சம்பந்தம் மூர்த்தி?" என்றான் கருணா.

"என்ன கருணா, இப்படி கேட்டுவிட்டாய் - என்ன சம்பந்தம் என்று? சம்பந்தம் இருக்கிறது

"என்ன அது?"

* * *

6

பாஞ்சு நிருப்பமை

Deiva

"அப்படி கேள்! இந்நாட்டின் குறுநில மன்னர்கள் யார்? உனது குடியான வண்டையர், தொண்டை மண்டலத்து வேளாண் மதவனாகிய பல்லராயர், வானர் குலத்து வானக்கோவரய்யன், கிழியூர் மலையமான்கள், தகட்டூர் அதியமான், திருவித்தள்ளூர், கஞ்சாரன், பஞ்சநதி வந்தராயன், சீயகங்கன், வெளநாட்டு முதலாம் கொங்கன்; இவர்களைத் தவிர பாண்டியக் குடியான ஸ்ரீ வல்லவன், கேரள கேசரி அதி ராஜாதிராஜா தேவன். இவர்கள் இருவருக்கும் நம் அரசர் பெண் கொடுக்கப்போவது இல்லை. பேரரசர் சேர, பாண்டிய வழித் தோன்றல்கள் என்பதால், ஏனைய சிற்றரசர்களில் அநேகம் பேருக்கு மணம் முடிந்து விட்டது. வானதிராயனோ உனது தங்கையை மணந்துகொண்டான். நீயோ அவன் தங்கையை மணக்கப் போகிறாய்?"

இடை நிறுத்திய கருணா. "இதை உனக்கு யார் கூறினார்கள் மூர்த்தி?"

"நேற்றைய தினம் உனது உறவினர்கள் மூலம் அறிந்து கொண்டேன். இடைமறித்துப் பேசாதே" கருணா. எம்மை முழுமையாகக் கூறவிடு. "சரி கூறு."

"பிறகு அறையன் மதுராந்தகன், முதலாம் கொங்கன் இவர்களை ஒப்பிடுகையில் கல்வியிலும், பதவியிலும் யானே முன்னிலை வகிக்கின்றேன். தற்சமயம் பல்லவர் தோன்றல் மாதவனே எமக்குப் போட்டி." இதைக் கேட்ட கருணா 'கலகல' வெனச் சிரித்தான் வெகு நேரமாக.

"கருணா ஏன் இப்படி நகைக்கின்றாய்? காரணத்தைக் கூறினால் யானும் கூட உன்னுடன் இணைந்து கொள்வேனே." தன்னை நிதானப்படுத்திக் கொண்டவனாக.

"மூர்த்தி மதுராந்தகன் என்பது உனது இயற்பெயராக இருக்கலாம். ஆயினும், நீ எங்களைப் போல் சிற்றரசர் தோன்றல் இல்லையே. நீ அந்தணன் என்பதை மறந்து போனாயா? அரசன் அந்தணனோடு திருமண சம்பந்தம் வைத்துக் கொள்வது என்பது இயலாக் காரியம் என்பது உனக்குத் தெரியாதா மூர்த்தி?"

இதைக் கேட்ட மூர்த்தி முகம் வாடி அமைதியானான். பிறகு அவனே, "கருணா, யான் அந்தணன் என்பது எமக்கு நன்றாகவே ஞாபகம் உள்ளது. இருப்பினும், அரசர் தனது மகளை

எமக்குக் கொடுக்க விருப்பம் தெரிவித்தால், யான் அதை மிக்க அகமகிழ்வுடன் ஏற்றுக் கொள்வேன்."

"இது முரணாக தெரியவில்லையா மூர்த்தி உனக்கு?"

"முரணா? இல்லை. நீ அவளைப் பார்த்திருக்கிறாயா, கருணா?"

"யாரை மூர்த்தி?"

"சக்கரவர்த்திகளின் திருமகளை."

"இல்லை இதுவரையிலும் இல்லை."

"ஆகையினால் தான் நீ இதுபோன்று பேசுகிறாய்."

மூர்த்தியின் இந்த வார்த்தைகள் கருணாவிற்கு வேடிக்கையாக இருந்தது.

மேலும் தொடர்ந்தான் மூர்த்தி: "முரண்பாடுகளுக்கு அப்பாற்பட்டவள் அவள். ஓரிரு முறைகள் சற்றுத் தொலைவில் யான் அவளைக் கண்டு உள்ளேன் - சக்கரவர்த்திகளுடன். சோழர் குலப்பெண்களுக்கே உரித்தான எழிலுடன், மீண்டும், மீண்டும் காணத் தூண்டும் அவளின் தோற்றம் அது."

"நேற்றைய இரவு கண்டோமே, அவளை விட வா?"

"என்ன கருணா முணுமுணுக்கின்றாய்?"

"ஒன்றும் இல்லை மூர்த்தி. நீ தொடரு. மணிக்குவளை மலர் போன்றவள் அவள் பொன்னிறத்தாள். கல்வியும், பலகலைகளும் கற்றவள் அவள்."

"ஓ! அப்படியா? அவர்கள் பெயர் என்ன? என்றான் கருணா.

"பானு நிருபமை" என்றான் அவன்.

"இதுபோன்ற பெயரை யான் கேள்வியுற்றது இல்லையே மூர்த்தி."

"உண்மைதான் கருணா. அவளின் பெயர், தோற்றம், குணம் மூன்றுமே தனித்துவம் தான். இதனை யான் கூறவில்லை. நனது தந்தையின் நண்பரான திரு. நாராயண பட்டர் கூறுவார். நீ இன்னும் அவளைக் கண்டதில்லை. நீ அவளைக் கண்டாயா "ஆனால், உனக்கும் அவளை மணந்துகொள்ள வேண்டும் என்ற எண்ணம் தோன்றும் கருணா.

"யான் அவளையா? வாய்ப்பில்லை" என்றவன், மௌனமாக தனக்குள்ளே இப்படி கூறிக்கொண்டான்: 'இவ்வுலகிலே மிகவும்

அழகானவள் நனது மலர் மட்டுமே. அவளைத் தவிர வேறு எவரையும் மணக்கும் எண்ணம் எமக்கு வராது.'

"ஆமாம் மூர்த்தி, யார் அந்த நாராயணபட்டர்? அவர் எப்படி இளவரசியை அறிவார்?"

"பட்டர் தானே இளவரசிக்குக் கல்வியை போதித்தவர். பின் அவருக்கு எப்படி தெரியாமல் இருக்கும்.?"

"அந்த நாராயண பட்டர் இப்போது எங்கு வசிக்கிறார் மூர்த்தி?"

"உனக்கு என்னவாயிற்று கருணா? இவ்வளவிற்குப் பிறகும், இளவரசியைக் காண நினைப்பாய் என்று எண்ணினால், நீ என்னவோ பட்டரைக் கேட்கிறாயே? போகட்டும். இதே கோட்டையினுள் தான் பட்டரின் குடில் உள்ளது. இங்கு இருக்கும் ஆலயத்தில்தான் அவர் சேவை செய்கிறார்."

"மூர்த்தி இவ்வாறு கூறிக் கொண்டு இருக்கையிலேயே உச்சிக்கால பூசை காரணமாக ஆலயமணி ஒலித்தது."

"மூர்த்தி இங்கிருக்கும் ஆலயத்திலா பட்டர் இருப்பார்?"

"ஆம் கருணா, எதற்காகக் கேட்கின்றாய்?"

"அப்படியானால் நீ இங்கேயே இரு, இதோ வந்து விடுகிறேன்." அங்கிருந்து விரைவாகச் சென்றான் கருணாகரன் - ஆலயத்தை நோக்கி.

இளவரசியைப் பற்றித் தெரிந்து கொள்வதற்காக அல்ல; காலையில் கண்ட அப்பெண்ணின் விவரம் ஏதும் பட்டரிடம் கிடைக்கலாம் என்பது அவனது எண்ணம்.

* * *

7

நந்தவனம்

Deiva

ஆலயத்தில் நடை சாத்திக் கொண்டு இருந்தார் பட்டர். அங்கே அவரைத் தவிர வேறு எவரும் இலர். அவர் அங்கிருந்து செல்லும் வரை காத்திருந்துவிட்டு, அவர் சென்றதும் ஆலயப் படிக்கட்டில் அமர்ந்தான் கருணாகரன்.

'இங்குதான் எங்கோ இருக்கிறாள் அவள்; ஆனால், எங்கு இருப்பாள்? எப்படி அவளைக் காண்பது?' என்று எண்ணியவன், 'நாம் ஏன் அவளைத் தேடவேண்டும்? எதற்காகக் காண வேண்டும்? அவள் யாராக இருந்தால் தான் எமக்கு என்ன? இருப்பினும், அவளின் பெயரை மட்டும் தெரிந்து கொண்டால் நன்றாக இருக்கும். யாரிடம் கேட்பது? என்ன சொல்லிக் கேட்பது? குழப்பமாக உள்ளதே...' என்று எண்ணிக் கொண்டான்.

அங்கு வந்த காலிங்கராயன், "சீர் இளங்கோ. இங்கு, என்ன செய்து கொண்டுள்ளீர்கள்

"இந்த மதிய வேளையில்"?

"வணங்குகின்றேன் அமைச்சர் பெருமானே! உச்சிக் கால பூசைக்காக வந்தேன். அதற்குள்ளாக நடை சாத்தி ஆகிவிட்டது. அப்படியே அமர்ந்துவிட்டேன்."

"அதனால் என்ன? உச்சி வேளை போனால் என்ன? அந்தி மாலை பூசையின் போது வந்தால் போகிறது. எப்பொழுதும் அந்திமாலை பூசைக்காக ஆலயமணி அடிக்கப்படும். அப்பொழுது தான் நமது அலுவல்களும் நிறைவுபெறும். அதன்பின் நாம் அனைவருமே இவ்விடத்தே வந்து ஈசனை வணங்கி அவரவர் மாளிகைக்குச் செல்வதே வழக்கம்."

"ஓ! அப்படியா? நன்றிகள் அமைச்சரே யான் மாலையே வந்து ஈசனை தரிசித்துக் கொள்கிறேன்."

'அவள் இன்று மாலை கூட ஆலயத்திற்கு வரக்கூடும்.'

"கருணாகரா என்ன யோசனை?"

"ஒன்றும் இல்லை அமைச்சரே"

"சரி, வாருங்கள் போகலாம். மதிய உணவிற்கான நேரம் இது. அங்கே போசன அறையில் அமைச்சர்கள் காத்திருப்பார்கள். அதன் பின், அலுவல்களைத் தொடருவோம்."

இருவரும் போசன அறைக்குச் செல்ல, அங்கே பெரிய மேசையின் மேல் வாழையிலை போடப்பட்டு அதில் அறுசுவை உணவுகள் பரிமாறப்பட்டு இருந்தன. அமைச்சர்கள், அரசு அதிகாரிகள் அமர்ந்து இருக்க, பணியாட்கள் அவர்களுக்கு உணவு பரிமாறிக் கொண்டிருந்தனர்.

பரபரப்புடன் இருந்த அவ்வறையில் கருணாகரனைக் கண்ட மூர்த்தியும், மாதவனும், “கருணா இங்கே வா? நீ எங்குப் போனாய்? நாங்கள் இருவரும் உனக்காக இங்கே காத்திருக் கின்றோம். இப்படி வந்து அமரு. இது உனக்கான இருக்கை தான்” என்றான் மாதவன்.

“மாதவா? நீ எப்போது வந்தாய்? காலையில் உனை யான் காணவில்லையே...”

“சற்றே புற வேலையாகச் சென்றிருந்தேன், கருணா. சற்று முன்பு இங்கே வர, மூர்த்தி தான் நீ ஆலயம் சென்றிருப்பதையும், இப்போது வந்துவிடுவாய் என்றும் கூறினான். நீயும் வந்து விட்டாய். என்ன கருணா பட்டரைப் பார்த்தாயா?”

“இல்லை மூர்த்தி, அவர் அதற்குள் அங்கிருந்து சென்று விட்டார்.”

“போகட்டும் விடு கருணா. நாம் அனைவரும் இங்கு தானே இருக்கப் போகின்றோம். பிறகு, கண்டுகொள்ளலாம். தற்போது முதலில் உணவை அருந்துவோம். பின்னர் உரையாடலாம்.”

உணவிற்குப் பின் அனைவருக்கும் தாம்பூலம் தரப்பட்டது. அதைப் பெற்றுக் கொண்டு, அலுவல் இடத்தில் போடப்பட்ட நாற்காலிகளில் நண்பர்கள் மூவரும் சென்று அமர்ந்தனர். அவர்களது பிள்ளை பிராயத்தை நினைவு கூர்ந்து மகிழ்ந்தனர். வெகு நேரம் கடந்திருக்கும். ஆலய மணி ஒலித்தது. அலுவல் நேரமும் நிறைவுபெற்றது.

“அட காலம் போனதே தெரியவில்லையே! அதற்குள் மாலை வேளை வந்துவிட்டதா என்ன?” என்றான் மாதவன்.

“சரி, வாருங்கள் போகலாம். ஆலய தரிசனம் முடிந்ததும் அவரவர் மாளிகைக்குச் செல்லலாம்.”

"மூவரும் மற்ற அமைச்சர்களும் ஆலயத்திற்குச் சென்றனர். ஆடவல்லானை வணங்கி அவரவர் மாளிகைக்குச் செல்ல, கருணாகரன் மட்டும் அங்கேயே அமர்ந்தான்."

"ஏன் அமர்ந்துவிட்டாய் கருணா? வா போகலாம்" என்றான் மூர்த்தி.

"இல்லை மூர்த்தி, யான் சற்று நேரம் இங்கே இருந்துவிட்டு வருகிறேன்."

"அவனைப்பற்றி தான் உனக்குத் தெரியாதா மூர்த்தி. ஆலயம் சென்றால் சற்று நேரம் அமர்வது என்பது அவனது இயல்பு தானே. அவன் இங்கேயே இருக்கட்டும்; நாம் செல்லலாம்."

"அதுவும் சரிதான் மாதவா. கருணா நாங்கள் புறப்படு கின்றோம். நாளை அலுவலகததில் சந்திப்போம், சரியா?"

"ஆகட்டும் மாதவா."

"கருணா ஒரு கணம்."

"என்ன மூர்த்தி."

"நாம் வகிக்கும் இந்தப் பதவியினால் இச்சோணாட்டில் எங்கு எப்போது வேண்டுமாயினும் செல்லலாம் என்பது உண்மையே. இருப்பினும், அது இவ்விடத்திற்குப் பொருந்தாது. கோட்டைக்குள் சில இடங்களுக்கு சில வேளைகளில் செல்ல ஆடவர்க்கு அனுமதி இல்லை. கட்டுப்பாடு உள்ளது. இன்னும் சில நாழிகைகளில் இங்கே அரச மகளிர் வரக்கூடும் - ஆலய தரிசனத்திற்காக. அப்போது நீ இங்கே இருப்பது அவ்வளவு உசிதம் அல்ல. அதனால் சற்றுப் பொருத்து உனது மாளிகைக்குச் சென்றுவிடு. நாம் நாளை சந்திப்போம். சரியா?"

"நல்லது மூர்த்தி. உன்னுடைய இந்தத் தகவலுக்கு நன்றி. யான் அப்படியே செய்கின்றேன். நீங்கள் புறப்படுங்கள்."

"நல்லது கருணா" என்று நண்பர்கள் இருவரும் அங்கிருந்து சென்றனர். அவன் அங்கு வெகு நேரம் காத்திருந்தான். அவள் வருவதாய் தெரியவில்லை. மூர்த்தி உரைத்தது ஞாபகம் வந்தது அவனுக்கு.

"அரச மகளிர் வருதல் இன்று இல்லை என்றால் என்ன? நாளை காணலாம். இங்கே தான் எங்கேயோ இருப்பாள்."

ஈசனை வணங்கியவன் 'இறைவா அவளின் பெயரைத் தெரிந்து கொண்டால் கூட நனது மனம் சற்றே அமைதியுறும்' என்று எண்ணியபடி அங்கிருந்து புறப்பட்டான்.

ஆலயத்தைக் கடந்து சென்று கொண்டிருந்தவனை. காவலாளி ஒருவன், "வணங்குகிறேன் அமைச்சரே! இந்த வழியாக தங்களது மாளிகை மிகவும் தொலைவாக இருக்கும் அரசே."

"அப்படியானால், வேறு பாதை உளதோ!"

"ஆம், அரசே. தங்களுக்குப் புறத்தே இருக்கும் பாதை வழி சென்றீர்களானால் ஒரு நந்தவனம் வரும். அதைக் கடந்து தங்களின் வலக் கரம் வழியாகத் திரும்ப வேண்டும். அங்கேயே தங்களின் மாளிகையைக் காண இயலும். இதுவே தங்களுக்கு சுலபமான வழி அரசே. தாங்கள் புரவியில் வரும் பட்சத்தில் மற்ற பாதைகளில் பயணிக்கலாம்."

"நன்றிகள் சேவகனே!"

"நல்லது அரசே!"

"சேவகன் கூறியபடி செல்ல" நந்தவனத்தை அடைந்தான் கருணாகரன். மிகப்பெரிய நந்தவனம் அது. அதனுள்ளே நுழையும் போதே பூக்களின் நறுமணம் மனதைக் கொள்ளை கொள்ளும் பல வண்ணப் பூக்களுடைய செடிகள், கொடிகள், கனி மரங்கள், கலைமான்கள், புள்ளிமான்கள், மயில், அன்னம், கிளிகள், இன்னும் பல பட்சிகளுடன் ரம்மியமாய் இருந்தது நந்தவனம். அங்கே ஒரு சில இடங்களில் பெண்டுகளின் குரல் கேட்க அவர்களின் முகமோ அல்லது அவர்கள் எங்கு இருக்கின்றார்கள் என்று கூடத் தெரியவில்லை அவனுக்கு. அவர்களைக் கடந்து சென்று கொண்டு இருந்தான் கருணாகரன்.

அந்த அடர் சோலையின் நடுவே, ஒரு பெரிய செண்பக மரத்தின் அடியில் பெண் ஒருத்தி நின்று கொண்டு, தூண்டில் தடியைக்கொண்டு செண்பக மலர்களைப் பறித்துக் கொண்டு இருந்தாள்.

'யாராக இருக்கும்? இவள் மட்டும் தனியே பூக்களைப் பறித்துக் கொண்டு இருக்கிறாளே. திரும்பி இருப்பதனால் அவள் முகம் கூட தெரியவில்லையே....' என்று அவன் எண்ணிய கணமே, அவன் வசம் திரும்பினாள் அவள்.

'இது அவளே தான்; நேற்றைய இரவும், இன்று காலையும், இப்பொழுது வரையிலும் எம்மை சஞ்சலப்பட வைத்தவள்.' அவனுடைய எண்ணத்தைப் போலவே, அவளின் எண்ண ஓட்டமும் இருந்தது. இருப்பினும், கீழே உதிர்ந்து கிடந்த செண்பக மலர்களை மூங்கினால் முடியப்பட்ட கூடையில் எடுத்து வைத்தாள் - அவனைப் பார்த்த வண்ணம்.

அவள் அருகே சென்றவன், "நீ நேற்றிரவு..."

"ஏன்.... இன்று காலையும்தான் கண்டீர்கள்."

"ஆமாம், நேற்று ஆவுடையார் ஆலயம்; இன்று விசுவநாதர் ஆலயம். இப்பொழுதோ இந்த நந்தவனத்தில் பூக்கள் பறித்துக் கொண்டு இருக்கிறாய். யார் அம்மா நீ? உன் பெயர் என்ன?"

"ஏன்? அவசியம் நனது பெயரைத் தெரிந்து கொண்டே ஆக வேண்டுமா என்ன?" என்றாள் அவள்.

"அப்படி இல்லை அம்மா. எப்படியும் நாம் இருவரும் அடிக்கடி சந்திப்போம் என தோன்றுகிறது. அப்பொழுது உனை யான் 'ஏய் பெண்ணே!' என்று அழைக்காமல் இருக்கவே பெயரைக் கேட்டேன். வேண்டுமாயின் முதலில் நனது பெயரை உரைக்கட்டுமா? அதன் பின்..." என்றவனை "வேண்டாம் எமக்குத் தெரியும்." என்றாள் அவள். "எம்மைப் பற்றி என்ன அறிவாய்?"

"திருநரையூர் வண்டை நகர், வண்டையர் கோன், உலகளந்தான், திருவரங்க அன்னவராயர் உத்தம வள்ளியின் திருக்குமாரன் சீர் இளங்கோ கருணாகரன். சேதி ராயரின் பதவிக்குத் தங்களை நியனம் செய்துள்ளார்கள் - நேற்றைய இரவிலிருந்து. சரிதானே?"

ஆச்சரியத்துடனே, "உனக்கு எப்படி தெரியும்?" என்றான் அவன். "தெரியும்" என்றவள் மீண்டும் பூக்களைக் கூடையில் எடுத்து வைக்கலானாள்.

"சரி, இப்போதாவது கூறேன் - உனது பெயர் என்னவென்று." கருணாகரனைப் பார்த்த வண்ணம் கூடையைக் கரத்திலே எடுத்தவள்." "நிருதி" என்றுரைத்தாள்.

"நிருதியா? இப்படியும் ஒரு பெயரா? இதற்கு முன் இப்பெயரை யான் கேள்வியுற்றது இல்லையே. இதன் பொருள் தான் என்ன?"

"இதன் பொருள் என்ன என்பது எமக்கும் தெரியாது."

“பொருளே இல்லாமல் ஒரு பெயரா? அதிசயமாய் இருக்கிறதே...” என்றான் அவன்.

“அப்படி இல்லை. நிருதி என்பது நனது பெயரின் சுருக்கமே. நனது தந்தையாரும் நன் சுற்றத்தாரும், இவ்வாறே அழைப்பார்கள். யான் நன் பெயர் சுருக்கத்தின் பொருளையே தெரியாது” என்றேன்.

“அப்படியானால் நுன் முழுப்பெயர் தான் என்ன?”

புன்னகைத்தவாறே “நிருபமை; பானு நிருபமை!” என்றாள் அவனைக் கடந்தபடியே.

“சற்றுப் பொறுங்கள்.”

“ஏன்? என்னவாயிற்று? எதற்காக அழைத்தீர்கள்?”

“அப்படியானால், தாங்கள் சக்கரவர்த்திகளின் திருமகளா என்ன?” என்றான் கருணா --- வெகு இயல்பாக.

“ஆமாம். அதற்கு என்ன வந்தது இப்பொழுது?”

“ஐயோ! தாங்கள் யார் என்றே தெரியாமல், தங்களிடம் ஏதேதோ பிதற்றிவிட்டேனே... எம்மை மன்னியுங்கள், இளவரசியாரே. ”

“மன்னிப்பா? எதற்கு? அப்படி தாங்கள் என்ன என்னிடம் கூறினீர்கள்?”

“அதுதான் நேற்றைய தினம் ‘இது உன் பாட்டனார் கோவிலா?’ என்றது; இன்று காலை ‘கோயில் பணியாளா?’ என்றது - இப்டி எதை எதையோ தங்களிடம் உளறிவிட்டேன்.”

‘கலகலவெனச் சிரித்து விட்டு’ “ஏன் தாங்கள் சிறுபிள்ளையை போல் இயம்புகிறீர்கள்?” என்றாள் அவள்.

“இல்லை. நேற்று யான் அவ்வாறு கேட்ட பொழுது ஏன் தங்களுக்குக் கோபம் வரவில்லை? ஆமாம். இது எமது பாட்டனார் கட்டியது. இது நனது ஆலயம் என்று கூறியிருக்க லாமே... ஏன் ஒன்றும் கூறாமல் சென்று விட்டீர்கள்?”

“அப்படி இல்லை அமைச்சரே! ஆலயம் சோழ வாரிசுகளுக்கு மட்டுமே உரிமைப்பட்டது என்று எமது பாட்டனார் எண்ணி யிருந்தால், பெருஆவுடையார் ஆலயத்தைக் கோட்டையினுள் எழுப்பியிருப்பார். அல்லது ஆலயத்தைச் சுற்றி கோட்டையை எழுப்பியிருப்பார். ஆலயமும் கோட்டையும் தனித்தனியே

இருப்பதனால் ஆலயம் என்பது பொதுவுடைமை என்ற பொருளையே தாங்கி நிற்கிறது. மேலும், சோழர்களுக்கு மட்டுமே ஆலயம் உரித்தானது என்பது பெரும் அபத்தம் நன் வரையில். அதனாலேயே தான் யான் தங்களிடம் ஒன்றும் கூறாமல் வந்துவிட்டேன்."

"தங்களின் இந்த உயரிய பண்பு பாராட்டுதலுக்குரியது இளவரசியாரே. அது சரி, பொதுவாக இளவரசிகள் என்றாலே பணிப்பெண்கள்' தோழிமார்கள் என்று புடைச் சூழத்தானே நடமாடுவார்கள் என்பார்கள்! தாங்கள் ஏன் தனித்தே காணப்படுகிறீர்கள்?"

நகைத்தபடியே அவள், "தங்களுக்கு யார் இப்படியெல்லாம் கூறியது. தோழிமார்களோ, பணிப்பெண்களோ, அவர்களுக்கும் தனிப்பட்ட முறையில் வேலைகளும் இருக்கும்; தேவைகளும் இருக்கும்.எமதுதேவைகளைப்பூர்த்திசெய்தபின்,அவர்களுக்கான பணிகளையும் தேவைகளையும் பார்த்துக் கொள்வார். அந்த இடைப்பட்ட காலத்தில்தான் தாங்கள் எம்மைச் சந்தித்தீர்கள். நேற்றும், இன்றும், மேலும் நம்முடன் இருக்க வேண்டும் என்று நினைப்பது அவர்களைத் துன்புறுத்துவது போல் ஆகாதா? அது தேவையும் இல்லையே..."

"தாங்கள் கூறுவதும் உண்மைதான் இளவரசியாரே!"

அவர்கள் இருவரும் உரையாடிக் கொண்டிருக்கையிலேயே 'நிருதி நீ எங்கிருக்கின்றாய்?' என்று ஒரு பெண்ணின் குரல். அது அமுதாவின் குரல்.

நிருதியின் செவிகளிலே விழ

"அமைச்சர்கள் அவர்களே, தாங்கள் கவலைப்பட்டுக் கொண்டீர்களே, இதோ தோழி வந்துவிட்டாள் - எம்மைத் தேடி. யான் வருகின்றேன். பிறகு சந்திக்கலாம். வணக்கம்!" என்றவள் அங்கிருந்து சென்றாள். "இதோ இங்கிருக்கின்றேன் அமுதா!" என்றவாறு.

"இளவசியாரே, சற்றுப் பொறுங்கள்."

திரும்பியவாறே "கூறுங்கள் அமைச்சரே!" என்றாள்;

"இன்று, கோட்டையில் ஒரு சிலர் தங்களைத் தனித்துவ மானவர் என்று கூறினார்கள். அது முற்றிலும் உண்மைதான். ஆயினும்

கூட, இன்னும் தாங்கள் தங்களின் நாமத்திற்கான பொருளைக் கூறவில்லையே?"

"தங்களுக்குவிளக்கம்வேண்டுமாஅமைச்சரே!அப்படியானால்' இந்த நாமகரணத்தை எமக்குச் சூட்டியவர் திருநாராயணப் பட்டர், அவரிடமே சென்று கேளுங்கள்; விளக்கமளிப்பார். வரட்டுமா அமைச்சரே?" என்றவள், அவன் பதிலுக்காகக் காத்திராமல் அங்கிருந்து சென்றாள்.

* * *

8

கோட்டை வளாகம்

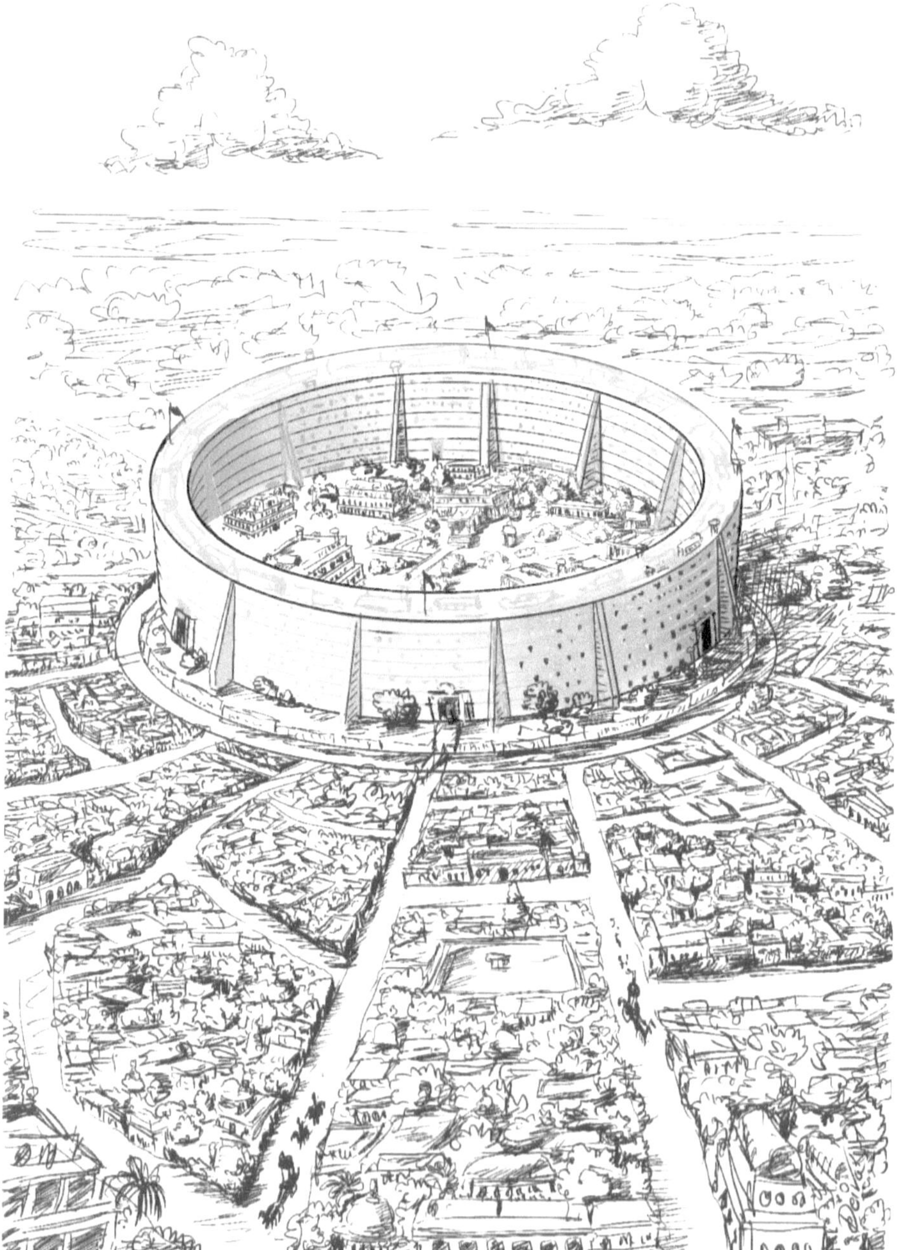

நந்தவனத்திற்குள் அவள் சென்று மறையும் வரை பார்த்த வண்ணம் இருந்துவிட்டு, தனது மாளிகையை நோக்கி நடக்கத் துவங்கினான் கருணா.

'அய்யோ! மலரைக் காண வேண்டும் என்று எண்ணி யிருந்தோமே? எப்படி அதை மறந்தோம்? அவள் தற்சமயம் எங்கு இருப்பாள்? சோழர்கள் அரண்மனை அந்தப்புரம் என்றாள். அங்குச் செல்ல நமக்கு அனுமதி கிடையாது. வானவர் மாளிகையில் தற்சமயம் இருப்பாளோ? என்னவோ?' என்று எண்ணியவன், 'சரி இன்று இல்லை என்றால் என்ன? நாளைக் காணலாம். நமது மாளிகைக்கே செல்வோம்' என்று கருதியவாறு நடக்கலானான். மீண்டும் ஏதோ ஒன்று அவனை ஒட்டிக் கொண்டது. 'பானு நிருபமை' நிருதி நன்றாகத்தான் இருக்கின்றது. இதன் பொருள் என்னவாக இருக்கும்? யாரைக் கேட்பது' என்று சிந்தனை ஓடியது.

நந்தவனத்தைக் கடந்து சிறிய அளவிலான ஒரு தெருவைக் கடந்து சென்றிருந்தான். அங்கே நீண்டு அகண்டு இருந்த பெரிய தெருவின் துவக்கத்தில் ஒரு பலகை வைக்கப்பட்டிருந்தது - வண்டையர் தெரு என்று பொறித்து. அத்தெருவின் முடிவில் வண்டயர்களின் மாளிகையும் இருந்தது. தெருவின் இருமருகிலும் சிறிதும் பெரிதுமாய் குடிசைகள். அவை அனைத்திலுமே குடிகளும் இருந்தனர். அவர்கள் வண்டையிலிருந்து வருவிக்கப் பட்ட அரசு ஊழியர்கள். அத்தெருவின் சாலையில், ஒரே நேரத்தில் தேர் ஒன்று, வாரணம் ஒன்று, புரவி ஒன்று ஒரு சேர செல்லலாம். அவ்வண்ணம் அகண்டு இருந்தது அத்தெரு. கருணாகரன் வண்டையர் தெருவில் நுழைந்த உடனேயே அவனைக் கடந்து சென்ற அனைவரும் வணங்கியும், வாழ்த்தியும் சென்றனர்.

ஒரு வழியாகத் தெருவைக் கடந்து மாளிகைக்குள் நுழைந்தான். அங்கு விருந்தினர் அறையில் தனது தந்தையார் யாருடனோ உரையாடிக் கொண்டு இருந்தார். அரண்மனைப் பத்தியில் இருக்கும் ஒரு சித்திரத்தின் அருகே தனது வாளை வைத்தவனிடம், "வணங்குகிறேன் அரசே, அருந்துவதற்கு நீர் அல்லது பருத்திப்பால் எடுத்து வரட்டுமா?" என்றாள். பணிப்பெண் ஒருத்தி.

"வேண்டாம் நீ செல்லலாம்."

"உத்தரவு அரசே."

'தந்தையார் யாருடன் உரையாடிக் கொண்டு இருக்கிறார்?' என்ற எண்ணத்தில் விருந்தினர் அறைக்குச் செல்ல, "வாருங்கள் பட்டரே! வணங்குகின்றேன்" என்றான்.

"வணக்கம் மகனே, இன்று முதல்நாள் அலுவல் தங்களுக்கு எப்படி இருந்தது?"

"பெரிதாக ஒன்றும் இல்லை பட்டரே. சேதிராயர் இன்னும் இரண்டொரு நாட்களில் நனது பணியைப்பற்றி விவரிப்பாரா. அதன் பின்னரே நனது பணியைத் துவங்க முடியும்"

"அதுவும் சரிதான் இளவரசே. அலுவல் சம்பந்தமான எது வாயினும் தாங்கள் சோதிராயரிடம் நன்கு தெரிந்துகொள்ளலாம். மேலும் இப்பணி குறித்த விவரங்களுக்கு, தங்களின் தந்தையாரை விடவும் வேறு எவரேனும் விளக்கம் தரமுடியுமா என்ன?"

இதனைக் கேட்ட திருவரங்க அன்னவராயர் நகைத்தபடியே, "நனது பணி குறித்த விவரங்களை மட்டுமே எம்மால் விவரிக்கமுடியும் நனது மகனுக்கு. இருப்பினும், கோட்டையின் அகமும், புறமும் உள்ள அனைத்து விவரங்களையும் நனது மகன் அறிய வேண்டுமாயின் அதற்கு அவன் தங்களையே தேர்வு செய்ய வேண்டும் பட்டரே. அதனைத் தாங்கள் மறுப்பீரோ? என்றார்"

"தாராளமாக, சோழ புறத்துக் கோட்டையின் அகமும் புறமும் தாங்கள் எது அறிய வேண்டுமாயின் அதை யான் தெளிவுப்படுத்துகிறேன் இளவரசே. எமக்குத் தெரிந்தவரையில் நீ எனது நண்பரின் மகன் யார் அறிந்தவற்றை உனக்குப் போதிப்பது நனது கடமையாகும்."

"நன்றிகள் பட்டரே."

"அது நனது பாக்கியமாகும்."

"எமக்கொரு ஐயம், பட்டரே!"

"அதற்குள்ளாகவா? என்ன இளவரசே?"

"சோழர்களின் கோட்டைக்குள் வண்டையர் தெரு எனப் பெயரிடப் பட்டிருப்பது எதனால்?"

"இதற்கு யான் பதில் கூற வேண்டுமாயின், கோட்டையின் அமைப்பைத் தங்களுக்கு விளக்கவேண்டும். அதுவே இனி வரப்போகும் தங்களின் வினாக்களுக்கும் பதிலாக அமையும்."

“மிக்க மகிழ்ச்சி பட்டரே. அப்படியானால், கோட்டையைப் பற்றிய அனைத்து விவரங்களையுமே தாங்கள் எமக்குக் கூறுங்கள் பட்டரே” என்றான் கருணாகரன்.

“ஆகட்டும் மகனே. கோட்டையைச் சுற்றிலும், கோட்டை மதிலை ஒட்டி அகழி என்பது அனைத்து சாம்ராஜ்யங்களுக்கும் பொதுவானதே. இதை தாங்கள் நன்கு அறிந்து இருப்பீர்கள். சோழர்களின் அரண்மனையை நடு நாயகமாகக் கொண்டு, ஏழு அடுக்குகளைக் கொண்ட சக்கர வடிவிலானது நம் கோட்டை யின் அமைப்பு. இதில் ஒவ்வொரு அடுக்கும் ஒவ்வொரு வளாகங்களாக பிரிக்கப்பட்டுள்ளது. இதில் ஆறு வளாகங்களில் சிற்றரசர்கள், அமைச்சர்கள், சேனாதிபதி போன்றவர்களின் மாளிகைகள், பாடசாலை, வைத்திய சாலை, அரசு ஊழியர்க்கான அங்காடித் தெரு, ஆயுதக் கிடங்கு, குதிரைக் கொட்டில், (யானை) பிடிக் கூடம் போன்றவற்றை உள்ளடக்கிய நாற்பத்தொரு பெரிய தெருக்கள், எண்பத்திரண்டு சிறிய தெருக்கள்; நடுவே அமைந்த ஏழாவது வளாகத்தில் ஆலயம், சோழர்களின் அரண்மனை அந்தப்புரம், மணிமண்டபம், கருவூலம், நந்தவனம், மணி மண்டபத்திற்குப் புறத்தே அந்தணர்களின் குடில். அங்கே தான் யானும் வசிக்கின்றோம். கோட்டைக்கு நாற்திசைகளிலும் வாயில்கள் இருக்கின்றன. எந்தெந்தத் தெருவில் யாருடைய மாளிகை உள்ளதோ அத்தெருவிற்கு அவர்களின் நாமத்தையே வைப்பது இங்கு மரபு. இத்தெருவில் பிரதானம் நுங்களின் மாளிகை.”

“நன்கு விளங்குகின்றது. அருமை; மிக்க மகிழ்ச்சி! நனது ஒரு கேள்விக்கு தாங்கள் இத்துணை விடயங்கள் தந்து உள்ளீர்கள். அல்லாமல் கோட்டையின் வரைபடத்தைக் கண்முண்ணே விரித்து காட்டியது போல் இருந்தது எமக்கு. தங்களின் இந்த ஆற்றலை யான் என்னவென்று கூறுவேன். எமக்கு மிகவும் பயனுள்ள தகவல்கள் இவை. நன்றிகள் பட்டரே.”

“அப்படி இல்லை கருணா. இதில் யான் முழுதாய் ஒன்றும் கூறிவிடவில்லை; வயது முதிர்ச்சியினால் ஒன்று, இரண்டு விடுபட்டு இருக்கக்கூடும்.”

“இந்த விளக்கமே எமக்குப் போதுமானது பட்டரே. ஒன்று, இரண்டு விடுபட்டது ஒன்றும் பொருட்டல்ல.”

“வெகு நேரமாக உரையாடிக் கொண்டு இருக்கிறீர்கள். அனைவரும் வாருங்கள், உணவு அருந்துவதற்கு!” என்று அங்கு வந்தாள் உத்தமவள்ளி.

“இல்லை அம்மா. அங்கே எமக்காக அலமேலு காத்திருப்பாள். யான் வருகின்றேன்” என்று கூறி அங்கிருந்து புறப்பட்ட பட்டரை, அரண்மனை வாயில் வரையிலும் வந்து வழியனுப்பினர் அன்னவராயரும், உத்தம வள்ளியும்.

“தந்தையே, யான் பட்டருடன் சற்று தூரம் வரை சென்று திரும்பட்டுமா?”

“அதற்கு என்ன தடை மகனே? சென்று வா!”

பட்டரும் கருணாகரனும் வண்டையர் தெருவில் நடக்கத் துவங்கினர் கருணாகரன். சற்றே மௌனம் கலைந்தவனாக பட்டரை நோக்கி, சற்று முன் தாங்கள் இந்தத் தெருவிற்கான காரணத்தைக் கூறினீர்கள் அல்லவா? அதுபோல மற்றும் ஒரு பெயருக்கான பொருளைத் தாங்கள் கூற வேண்டும்.”

“எந்தப் பெயருக்கான பொருளை நீ தெரிந்து கொள்ள வேண்டும் கூறு மகனே!”

“பானு நிருபமை. இந்தப் பெயருக்கான பொருள் என்ன?”

“இது இளவரசியின் பெயர் ஆயிற்றே.”

“ஆமாம். இந்த நாமகரணத்தை தாங்கள்தான் அவர்களுக்குச் சூட்டினீர்களாமே. ஆகையினாலே இதன் பொருளை அறிந்து கொள்ள சிறு ஆர்வம்.” என்றான் கருணாகரன்.

பட்டர் நகைத்தபடியே, “கதிரவனுக்கு ஒப்பானவள். இதுவே, அவள் நாமகரணத்தின் பொருள். இந்தத் தகவல் போதுமா மகனே?”

“மிக்க நன்றிகள், பட்டரே! இது வரையிலும் இப்படி ஒரு நாமத்தை நான் கேள்விப்பட்டதே இல்லை. முன்னது பாதியும், பின்னது பாதியும் பெயர்களாக யான் கேள்விப்பட்டு உள்ளேன். இந்த நாமம் புதுவிதமாக இருந்தது. அதனாலேயே இதன் பொருளைக் கேட்டு அறிந்தேன்.”

“இதில் புதிது என்று ஒன்றும் இல்லை கருணா. இதுவும் பழமையான பெயரே. அதுவும் உனது குடிக்குப் பழக்கப்பட்ட பெயர்தான். நீ அறிந்திருக்கவில்லை போலும்.”

"என்ன நனது குடிக்குப் பழக்கப்பட்ட பெயரா?"

"ஆம் மகனே. முன்னே உனது குடியில் பிறந்த பூதி விக்கிரம கேசரி என்பான் பராந்தகச் சோழனின் இளைய மகளான பானு நிர்பமையை மணந்தான் -- சில நூறு ஆண்டுகளுக்கு முன்."

"அப்படியாயின் சக்கரவர்த்திகளின் மகள். அதாவது, இரண்டாம் பானு நிருபமை. அப்படியா? இச் செய்தி இத்துணை நாட்களாக எமக்குத் தெரியாதே. இது உண்மையிலேயே அரிய தகவல்தான் பட்டரே. சோழர்களுக்கும், வண்டையர்களுக்கும் திருமண உறவு என்பது நன்வரையிலும்... ஓ..."

"இதில் அங்கலாய்ப்புக்கு இடம் இல்லை கருணா. பல நூறு ஆண்டுகளாக - நூறு என்பதை விடவும் ஆயிரம் ஆண்டுகள் என்றே கூட கூறலாம். சோழர்களுக்கும், சோணாட்டுச் சிற்றரசர் களுக்குமான திருமண உறவு என்பது இருந்து கொண்டுதான் இருந்தது. தற்போது, மூன்று தலைமுறைகளாகத் தான் இந்த உறவில் தொய்வு ஏற்பட்டுள்ளது. அதுவும்..." என்ற பட்டர். சுற்றும் முற்றும் தெருவை ஒரு முறை பார்த்துக் கொண்டார்.

"என்னவாயிற்று பட்டரே?"

"ஒன்றும் இல்லை கருணா. யாரேனும் நம் உரையாடலைக் கவனிக்கிறார்களா? என்று எண்ணம். வேறொன்றும் இல்லை. இந்த சாளுக்கியர்களின் நட்பானது சோழர்களிடம் திருமண உறவு கொள்ளும் அளவிற்கு பரிணாமம் அடைந்ததாலேயே குறுநில மன்னர்களுக்கும், சோழர்களுக்கும் இடையே விரிசலும் தொய்வும் மேலோங்கி இருக்கின்றன. சரி போகட்டும் கருணா. நாம் இருவரும் உரையாடிக் கொண்டே வெகு தூரம் வந்து விட்டோம். நீ உனது மாளிகைக்குச் சென்று ஓய்வெடுத்துக் கொள் மகனே, யான் விடைபெற்றுக் கொள்கிறேன். பிறகு பார்க்கலாம்."

"நல்லது பட்டரே! நன்றி!"

தனது மாளிகைக்குத் திரும்பினான் கருணாகரன். "என்ன மகனே? பட்டர் சென்றுவிட்டாரா?" ஆம் என்று தலை அசைக்க, "இளங்கோ, நாளை மறுதினம் அதிகாலையில் யானும் உனது தாயாரும் வண்டை நகர் புறப்பட உள்ளோம்."

"தாங்கள் இருவரும் இங்கேயே எம்முடன் இருந்து விட்டால் என்ன?"

“அது முறையாகாது மகனே. உனது பதவியேற்புக்காகவே நாங்கள் அனைவரும் இங்கு வந்தோம். உனது தாயார் உன்னுடன் இங்கு இரண்டொரு தினங்கள் இருக்க விருப்பம் தெரிவித்தார். ஆகையினாலேயே உனது சிற்றப்பன் இன்று காலையும், நாங்கள் நாளை மறுநாளும் புறப்படுவதாக முடிவு கட்டினோம். தவிரவும், சோணாட்டுக்கான பணிகளின், பொருட்டு சக்கரவர்த்திகளுக்கு உறுதுணையாக நீ இங்கேயும் நமது வண்டைநகர் பணிகளை மேற்காண யானும், உனது சிறிய தந்தையும் அங்கேயும்ருப்பதே உத்தமம். அதோடு நீ தனித்திருப்பதே தற்போது நீ வகிக்கும் பணிக்கு உதவிகரமாக இருக்கும். நீ உனது பணியைத் திறம்பட செய்தாயேயானால் அது உனை பிறர் இடத்திலிருந்து தனித்துக் காட்டும் மகனே.”

“புரிந்தது, தந்தையே! எமக்கு இட்ட பணியை யான் செவ்வனே செய்து முடிப்பேன். அதில் தங்களுக்கு சிறிதும் ஐயம் வேண்டாம்.”

“நுனது மதியின் மீதும் அளப்பறிய ஆற்றலின் மீதும் அதித நம்பிக்கை எனக்கு எப்போதுமே உண்டு மகனே. உனக்கு அறிவுரைகள் என்பது அவசியமற்ற ஒன்று. இருப்பினும், இனி நீ இந்த மாளிகையில் தனித்திருக்க வேண்டிய கட்டாயத்தை உனக்கு எடுத்துரைப்பது நனது கடமை எனத் தோன்றியது. அவ்வளவே.”

“நனது அன்பு மகனுக்கு சிறு வேண்டுகோள் என்றாள் உத்தம வள்ளி.”

“வேண்டுகோளா? கட்டளை என்றே கூறுங்கள் தாயே.”

“துடுக்கென்று வரும் சினத்தை மட்டும் சற்றே குறைத்துக் கொள்ள முயற்சி செய் மகனே. இதுநாள் வரையில் நீ வண்டை நகர் இளவரசர் மட்டுமே. ஆயினும், தற்போதிலிருந்து, சோழ தேசத்து உயர்தர அதிகாரிகளுள் நீயும் ஒருவன். உனது கோபத்தை ஒரு குறையாக மற்றவர்கள் சுட்டிக் காட்ட நீ இடம் அளிக்கலாகாது மகனே. நனது இந்த வேண்டுகோளை ஏற்பாயா?”

“என்ன செய்ய தாயே? நனது இந்த உடன் பிறந்த கோபம், இடையே எப்படி போகும்? காரணம் இல்லாமல் எதற்கும், எவர்மீதும் யான் சினம் கொள்வது இல்லை. இது தாங்களே அறிந்த ஒன்றுதான். இருப்பினும், தங்களின் அறிவுரைகளை அப்படியே ஏற்றுக்கொள்கிறேன்; சரிதானே?”

“நல்லது மகனே. வெகு நேரம் ஆயிற்று. நீ சென்று ஓய்வெடுத்துக் கொள் மகனே.”

“ஆகட்டும் தாயே” என்றவன் தனது அறைக்குச் சென்று பரம்பொருளை வணங்கிவிட்டு, கட்டிலில் தன்னைக் கிடத்திக் கொண்டான். ஏனோ அவனுக்கு உறக்கம் வரவில்லை.

‘உறையூரில் கல்வி பயிலும் போதும் சரி, வண்டையில் இருந்த போதும் சரி, மலரை எப்பொழுது காண்போம் என்ற எண்ணமே மேலோங்கி இருக்கும். அவளைக் காண்பதென்பது அரிதான ஒன்றுதான் என்றாலும், தற்போதோ ஒரே கோட்டை யினுள்ளே இருவரும் இருக்கின்றோம். ஆயினும், அவளைக் காணமுடியவில்லை. நாளை அவசியம் அவளைச் சந்தித்தே ஆக வேண்டும். அப்படியே அவளையும் சந்தித்தால் தான் என்ன? சக்கரவர்த்திகளின் மகளை. காலை என்றால் ஆலயத்திலும், மாலை என்றால் நந்தவனத்திலும் அவளைக் காணலாம். ச்ச... ச்ச... என்ன இது?’ என்று எழுந்து அமர்ந்து கொண்டான். அவன் எதிரே நிலைக் கண்ணாடி. அதனைப் பார்த்த வண்ணம், ‘உனக்கு என்னவானது கருணா? ஏன் இவ்வாறாக நினைக்கின்றாய்? அவள் யார், அவளின் பெயர் என்ன என்று அறிந்து கொள்ளும் ஆர்வத்தால் அவளைப் பற்றிய சிந்தனை இன்று வரை மேலோங்கி இருந்தது. தற்போதுதான் அவள் யார் என தெளிவாக தெரிந்துவிட்டதே. இனியும் அவளைப் பற்றிய சிந்தனை ஏன்? எதற்காக அவளைச் சந்திக்க வேண்டும்? எதிர்பாராமல் அவளைச் சந்திக்க நேர்ந்தால் பாதகம் இல்லை. நாமாக அவளைச் சந்திக்க நினைப்பது தவறில்லையா? அப்பெண் தான் எம்மைப் பற்றி என்ன நினைப்பாள்? மேலும் சிறு வயது முதலே, மலரை யான் மணந்து கொள்ள வேண்டும் என தாயார் விருப்பம் தெரிவித்து இருந்தார். அவர்களின் விருப்பமே, நனது விருப்பமும் கூட. அப்படி இருக்க, மலரைத் தவிர மற்ற பெண்களை மனத்தால் கூட நினைக்கக் கூடாது எனும் எண்ணம் எப்போதுமே நன் அகத்தில் பரவியிருக்கும். இதுநாள் வரையிலும் அப்படித்தான். எத்தனையோ அணங்கு களைக் கடந்திருப்பேன். இருப்பினும், அவர்கள் எனக்கு ஒரு பொருட்டாகத் தோன்றியதும் இல்லை. ஆயினும், கடந்த இரு தினங்களாக அப்பெண்... அவளைப் பற்றிய நினைவுகளை

நன் அகத்தே இருந்து அகற்ற எண்ணுகிறேன். இருந்தும், எங்கோ இருந்து அவளின் நினைவானது மீண்டும் வந்து ஒட்டிக் கொள்கிறதே. என்ன இது, புதுவித உணர்வு. இதிலிருந்து தாங்களே எம்மைக் காக்க வேண்டும் இறைவா.' என்று எண்ணியவாறு மெள்ள கண் அயர்ந்தான் கருணாகரன்.

* * *

9

அந்தப்புரம்

Deiva

நிருதியின் அறை.

"என்ன இது? நிருதி அதற்குள்ளாக உறங்கச் சென்றுவிட்டாய்? சிறிது நேரம் உரையாடிக் கொண்டிருக்கலாமே?

"இல்லை அமுதா. யான் விழித்துக் கொண்டு தான் இருக்கின்றேன். அது தான் மலர் இருக்கின்றாளே நீங்கள் இருவரும் உரையாடிக் கொண்டிருங்கள். யான் கேட்டுக் கொண்டு இருக்கிறேன்."

"உனது விருப்பம்."

மலரும், அமுதாவும் உரையாடிக் கொண்டிருக்க அவர்களின் உரையாடல்கள் யாதொன்றும் நிருதியின் செவிகளில் விழவே இல்லை.

"இரு தினங்களுக்கு முன்பு அவரை முதன் முதலில் கண்டதுமே அவர் யார் என்று தெரியாமலே நனது அகத்தைப் பறிகொடுத்து விட்டேன். மேலும் அந்த இடத்திலேயே நின்று கொண்டிருந்தால்' பின் எப்போதும் அவரை விட்டு அகலக் கூடாது என்ற எண்ணம் மேலோங்கி இருக்கும் என்பத னாலேயே அவர் நனது நாமத்தைக் கேட்டும் கூட அவ்விடத்தே நின்று பதில் கூறாமல் ஓடி வந்துவிட்டேன். அன்றைய இரவு உறக்கம் என்பதே எமக்கு இல்லாமல் போனது. அந்த இரவு நேர விளக்கொளியில் கூட தங்களின் உருவம் நன் அகத்தே ஆழ பதிந்தது. பரம்பொருளின் சந்நதியில் தாங்கள் அமர்ந்து இருந்த கோலம் அதை அப்படியே சித்திரமாகதத் தீட்டி உள்ளேன். நனது அகத்துள்ளே தாங்கள் இருப்பது போல் தாங்களும் அதுபோல், என்னை எண்ணி இருப்பீர்களானால், அதை யான் அறியும் காலம் அதில் தங்களின் முழு உருவத்தையும் எழுதி முடிப்பேன். தாங்கள் யாராக இருப்பினும், பரவாயில்லை. நனது எதிர் காலத்தைப் பற்றிய முடிவுகளை யானே எடுக்கும் உரிமையைத் தந்தையார் அவர்கள் எமக்குத் தருவாரேயானால், தங்களைப் பற்றிக் கூற வேண்டும் என எண்ணி இருந்தேன். ஒரு வேளை தந்தையார் இதை மறுத்தார்களேயானால் எமக்கு வருங்காலம் என்பது தங்களை நினைத்தே கடந்து போகும் என்று எண்ணி இருந்தேன். இருப்பினும், இன்று காலை தங்களைப் பற்றிய தகவலை தந்தையாரே கூறக் கேட்க, நனது மகிழ்ச்சிக்கு அளவில்லாமல்

போனது. மேலும் தங்களின் பால் தந்தையார் கொண்ட நன் மதிப்பினாலும், நனது எண்ணம் ஈடேறும் என்ற நம்பிக்கை மேலோங்கி உள்ளது. ஆலயத்திலும், நந்தவனத்திலும் நிகழ்ந்த எதிர்பாரா தங்களின் சந்திப்பு உள்ளக் களிப்பை உண்டாக்கியது. மெய் என்னவென்றால் தங்களைப் பிரிய மனம் இல்லாமலேயே ஆலயத்திலிருந்தும், நந்தவனத்திலிருந்தும் சென்றேன். எம்மைப் பற்றிய தங்களுடைய எண்ணம் என்னவாக இருக்கும்? அதை யான் எங்ஙனம் அறிவது? தங்களைப் பற்றிய நனது எண்ணம் சரிதானா?'

"அவர், உன் மீது காதல் கொண்டுள்ளார். என அறிந்தும் நீ ஏன் உனது அத்தை மகனைக் காண செல்லவில்லை மலர்?"

"யான் வானர் குல இளவரசி அமுதா. யான் எதற்காக அவரைச் சந்திக்க வேண்டும்? அவர் தான் எம்மைக் காண வரவேண்டும். அத்தோடு கூட காதலர்களே நம்மைத் தேடி வரவேண்டும். அவர்களைத் தேடி நாம் செல்லக்கூடாது அமுதா. மேலும், இன்னும் ஓராண்டுக்குள் நங்களின் கண்ணானம் நிகழ உள்ளது. அதன் பின் வேண்டுமானால் அவருக்கு மனையாள் என்ற முறையில் நான் பணிந்து செல்வேன். எமைக் காணும் எண்ணம் இருந்தால் அவரே வரட்டும்."

"அத்தை மகன் காதலர், கண்ணாலம்.... எமக்குத் தெரியாமல் யாரைப் பற்றி உரையாடிக் கொண்டுள்ளீர்கள் இருவரும்? மலர் உனக்குக் கண்ணானமா? என்ன இது? இதுநாள் வரையிலும் இப்படி ஒரு செய்தியை என்னிடம் நீ கூறியது இல்லையே. ஒரு வேளை யான் ஏதும் அறியக் கூடாது என்ற எண்ணமோ?"

"என்ன இது நிருதி? சிறு பிள்ளையைப் போல் இயம்பு கிறாய்? உன்னிடம் இருந்து யான் மறைப்பதற்கு இவ்வுலகில் ஒன்றும் இல்லை. நனது அத்தை மகனுக்கு, நன்னை மணம் முடிப்பதாக எங்களது, பிள்ளைப் பிராயத்தில் முடிவு செய்தார்கள். அதை அவரும், யானும் ஏற்றுக் கொண்டோம். யான் இங்கும், அவரோ வண்டையிலும் இருந்ததால், ஒருவரையொருவர் சந்திப்பது சாத்தியமில்லாத ஒன்று. அப்படியே சந்திக்கும் வாய்ப்பு கிட்டினாலும், அது நங்கள் இல்ல சுப நிகழ்வுகளில்தான். அங்கேயும் சுற்றத்தார் இருப்பதனால் தனிமையில் சந்திப்பது என்பது இயலாக்

காரியம். ஆனால் தற்போதைய சூழ்நிலை வேறுவிதமாக உள்ளது. நாங்கள் இருவரும் தனியே சந்திக்கவும், உரையாடவும் அதிக சந்தர்ப்பம் அமைய உள்ளது. அதனைக் கூறியே அமுதா எம்மை கேலி செய்கிறாள் நிருதி."

"சந்திப்பதா? அப்படியானால் உனது அத்தை மகன் நமது கோட்டையினுள் தான் இருக்கிறாரா, என்ன? யார் அவர்?"

"இன்று உனக்கு என்ன தான் ஆனது நிருதி? ஏன் ஒன்றும் அறியாதவள் போல் பிதற்றுகின்றாய்? நேற்றைய தினமே மலரின் குடும்பத்தார்களைப் பற்றிய விவரம் அனைத்தையும் நனது தந்தையார் கூறினார்கள். அப்படி இருக்க உனக்கு சக்கரவர்த்தி களோ, அரசியாரோ கூறி இருப்பார்களே."

"இல்லை அமுதா. இது பற்றிய விவரத்தை யாரும் என்னிடம் கூற வில்லையே." "சரி, போகட்டும் நிருதி. யானே மலரின் குடும்பத்தாரைப் பற்றிய விவரங்களை உனக்கு அளிக்கின்றேன். மலர் நீ அதனை சரிபார்த்துக் கொள்."

"உத்தரவு, சேதி நாட்டு இளவரசியாரே!"

"கேள் நிருதி. வானர்குடித் தோன்றலான வானதிராயர் அவர்களின் தங்கை உத்தம வள்ளி அவர்களை வண்டையர் குலத்தின் மன்னரான திருவரங்க அன்னவராயர் என்பவருக்கு மணம் முடித்துக் கொடுத்தனர். வண்டை கோனின் தங்கை தான் நமது மலரின் தாயார் வடிவுடையாள். பெண் எடுத்தும், கொடுத்தும் உள்ளனர். இது காலம் காலமாக நடந்து வருகிறது. இவர்கள் இருவர் இல்லங்களிலும், அதுபோலவே தற்போதும் நமது மலரை அவளது அத்தை மகனான வண்டையர் இளங்கோ, சீர் இளங்கோ கருணாகரனுக்கு மணம் முடிக்க உள்ளார்கள். யான் கூறியது சரிதானே மலர்?"

"சரியாகக் கூறினாய் அமுதா. நிருதி உனக்கு என்னவானது? ஏன் ஒன்றும் கூறாமல் மௌனமானாய்?"

"ஒன்றும் இல்லை மலர். தற்போது புதிதாகப் பதவியேற்று உள்ளாரே, அந்தக் கருணாகரனா உனது அத்தை மகன்."

"அவரின்றி வேறு யாராக இருக்கக் கூடும்? இன்று உனக்கு என்னதான் ஆனது நிருதி? சோணாட்டிற்கு அப்பால் உள்ள சாம்ராஜ்யங்களைப் பற்றிக் கூட நன்கு அறிந்து வைத்திருப்பாய்

நீ. அப்படி இருக்க, சோணாட்டு சிற்றரசர்தானே இவர். இதில் என்ன குழப்பம்?"

"ஒன்றும் இல்லை அமுதா. சிறு தடுமாற்றமே. தற்போது நன்குணர்ந்து கொண்டேன். மலரின் வருங்காலத் துணைவர். வண்டையர் கோன். என்று மிக்க மகிழ்ச்சி. உனக்கு தனது மனமார்ந்த வாழ்த்துக்கள் மலர்."

"நன்றி நிருதி."

"நனது வாழ்த்துக்களையும் ஏற்றுக் கொள் மலர்."

"அப்படியே அமுதா."

"வெகு நேரம் ஆகிவிட்டதே உறங்கலாமா?"

"அதுவும் சரிதான்."

அவரவர் படுக்கைக்குச் செல்ல, அவர்கள் இருவரும் செல்வதற்குக் காத்திருந்தது போல், நிருதியின் விழிகளில் நீர் பெருக்கெடுத்தது.

இறைவா! இது என்ன சோதனை? இதற்குள்ளகவா நனது ஆசைகள் நிராசையாக வேண்டும். எவர் ஒருவரையும் இவர் இன்னார், இன்னகுலம், இன்ன சிறப்புகளை உடையவர் என அறிந்துகொண்டு வருவதற்குப் பெயர் காதல் இல்லையே. ஒருவரைக் கண்ட மாத்திரத்திலேயே அவர் பால் வருவதற்குப் பெயர்தானே காதல். அதுதானே எமக்கும் நிகழ்ந்தது. ஒரு வேளை அவர் மலரை மணக்கப் போகிறவர் என்று யான் முன்னமே அறிந்திருந்தால், அவரைப்பற்றிய நனது எண்ணத்தை மாற்றிக் கொண்டிருப்பேனோ, என்னவோ?' என்று எண்ணிக்கொண்டிருந்தவள் எழுந்து அமர்ந்தாள்.

அங்கே மலரும், அமுதாவும் அயர்ந்து உறங்கிக் கொண்டிருந்தனர். அவள் அறையில் உள்ள ஆடவல்லானின் சிலைக்கு அருகே சென்றவள், ஈசனை வணங்கி, "இறைவா எம்மை இந்த இடர்பாட்டிலிருந்து காத்தருளுங்கள். தனது

வருங்காலக் கணவர் மீது யான் இப்படியொரு எண்ணம் கொண்டுள்ளேன் என்று மலருக்குத் தெரியவந்தால். அவள் எம்மை முழுவதுமாக வெறுக்கக்கூடும். இருப்பினும், அவர் மீதான நனது எண்ணங்களை மாற்றிக் கொள்ளவோ, இனி எம்மால் ஆகாது. அவரின் நினைவுகளுடனேயே எம்மை வாழ அனுமதியுங்கள். இதை அவரும், மலரும் அறியா வண்ணம் காத்தருளுங்கள். இதுவே யான் தங்களிடம் வேண்டுவதாகும். அவருடனான மலரின் இல்லறம் சிறக்க அருள்புரியுங்கள்." தனது கோரிக்கைகளை ஈசனிடம் முறையிட்டு, படுக்கைக்குச் சென்றவள் உறங்கிப்போக, அவளின் உள்ளம்... அது எங்கோ இருக்கும் கருணாகரனைத் தேடிச் சென்றது. சோழர் புரத்தின் காலைப்பொழுது இயல்புடனே துவங்கியது.

சீர் இளங்கோவும் தனது இரண்டாம் நாள் பணிக்காக ஆலய தரிசனத்தை முடித்துக் கொண்டு அலுவலகத்திற்குச் செல்ல, அங்கே அவனுக்கு முன்னதாகக் காத்திருந்தார் சேதிராயர்.

"வணங்குகின்றேன் அமைச்சர் பெருமானே! தாங்கள் எமக்காகக் காத்திருப்பதா? தாங்கள் கட்டளை இட்டிருந்தால் யானே தங்களைக் காண தங்களது அரண்மனைக்கு வந்திருப்பேனே."

"வணக்கம் கருணாகரா. இன்றைய தினம் நனது பணியின் இறுதி நாளாகும் மகனே. ஆதலினால் தங்களைக் கண்டு தங்களுக்கான பணிகளைத் தெளிவுபடுத்துவதே முறையாகும். அதனால் இங்கு வந்து காத்திருந்தேன். இதோ, நனது பதவிக் காலத்தில் சோழ தேசத்தின் அளக்கப்பட்ட நிலங்களின் விவரம் அடங்கிய செப்புப்பட்டைகள், ஓலைச்சுருள்கள் இவை. இவற்றை தாங்கள் ஒரு முறை சரிபார்த்துக் கொள்ளுங்கள் மகனே. இப்பணியை முதன் முதலில் துவங்கியது தங்களின் தந்தையாரே. அவரின் பணிச் சிறப்பு யாதென்று இச்சோணாடே அறிந்தது. ஆகவே இப்பணி குறித்த அறிவுரை என்பது தங்களுக்குத் தேவைப்பட மாட்டா. தற்போது தங்களுக்கான பணி, சயங் கொண்ட சோழ மண்டலத்து (தொண்டை மண்டலம்) நில அளவைப் பணிகள் தங்கள் மேற்பார்வையில் துவங்குவதால் தாங்கள் விரைவிலேயே முதல் அரசுப் பயணமாகக் காஞ்சி செல்ல வேண்டியிருக்கும். அவை தவிர ஏனைய மண்டலங்கள்

அனைத்தும் முறையே வேளாண் விளை நிலங்கள், குடி நிலங்கள், தொழில் நிலங்கள் என அனைத்துமே முழுமையாக அளக்கப்பட்டுவிட்டன கருணா.”

“தாங்கள் அளித்த தகவல்களைக் கொண்டு தாங்கள் தங்கள் பணியைத் திறம்பட செய்து முடிதிருப்பது திண்ணமாகத் தெரிகிறது. தங்களின் வழிகாட்டலின் படியே நடந்து கொள்வேன் அமைச்சரே. எம்மை ஆசீர்வதியுங்கள்.”

“சயம் உண்டாகட்டும். நலமோடு வாழ்வாயாக! தங்களது பணி சிறக்க நனது வாழ்த்துக்கள் மகனே. யான் சென்று வருகின்றேன்” என்றவர் அது நாள் வரையிலும் தான் அமர்ந்து பணியாற்றிய இருக்கையைப்பார்த்தவண்ணமேசிறிதுநேரம்கழிந்தது.எதையோ எண்ணிக் கொண்டவராய் சிறு புன்னகையைத் தவழவிட்டு அங்கிருந்து சென்றார். அவர் அங்கிருந்து சென்றவுடன், அந்த அறையின் பெயர்ப் பலகை மாற்றப்பட்டது - நாட்டை அளப்போர் வண்டையார் கோன் சீர் இளங்கோ கருணாகரன் என்று.

‘உண்மையிலேயே இன்று தான் நனது பணிக்கான முதல் நாள் என்றே தோன்றுகிறது. இறைவா! எமக்கு அருள்புரியுங்கள் நனது பணியைத் திறம்பட செய்து முடிக்க எத்துணை விதமாக உருவப்படுத்தினாலும், பரம்பொருள் என்பது ஒன்று தான். அது போல நனது குலத் தெய்வம் தஞ்சை ஆவுடையாராக இருப்பினும், யான் பெரிதும் அகமகிழ்ந்து விரும்பி வணங்குவது காஞ்சி ஏகாம்பர நாதரைத்தான்! அதனால்தானோ என்னவோ நனது முதல் பணியே காஞ்சியிலிருந்து துவங்குகிறது. அந்தப் பரமேசுவரனுக்கு நன்றிகள்’ என்று எண்ணிக் கொண்ட உடனேயே ஆலய மணி ஒலித்தது. அடுத்த கணமே அவன், ‘ஆலய மணி ஒலிக்கிறதே அவளாக இருக்குமோ?’ என்று யோசித்தான். பெரு ஆவுடையார் ஆலயமும், அங்கே அவளை முதன் முதலில் கண்ட தருணமும் நினைவிற்கு வர அவனையும் அறியாமல்,அவன் இதழ் ஓரங்களில் புன்னகை தவழ்ந்தது. ‘ஆலயம் வரையிலும் சென்று வரலாமா? என்ன இது? நேற்றைய இரவு தானே எமக்கு யானே ஒரு உடன்படிக்கை செய்து கொண்டேன்-எதிர்பாரா சந்திப்பே முறையானது; அவள் இருக்குமிடம் தேடிச் செல்வது முறையற்றது என்று. இந்த விதிமுறையை அதற்குள்ளாக மீறுவதா? வேண்டாம்.

அங்கே செல்ல வேண்டாம். எமக்கான பணிகள் இங்கே ஏராளம் இருக்கையில், அவளைக் காண்பதற்கென ஆலயம் செல்வது தவறு' மீண்டும் ஒரு முறை ஆலயமணி ஒலித்தது. தனது இருக்கையிலிருந்து எழுந்த கருணாகரன் ஆலயத்தை நோக்கிச் சென்றான்.' இன்றைய பொழுது மட்டும் நமது கொள்கைகளைத் தளர்த்திக் கொள்வோம். நாளை முதல் கொள்கைப் பிடிப்பை மேற்கொள்வோம்.

"தங்களின் பூசை முடிந்ததா பட்டரே?"

"சிறப்புடனே! இனி மணி அடிக்கத் தேவையில்லை அமுதா. தங்களின் சேவைக்கு நன்றி."

"இதற்குப் போய் நன்றி உரைப்பதா? இதோ மலர் கூட பூக்களைத் தொடுத்து கொண்டு இருக்கிறாள். இதுவும் இறை சேவை தானே. அப்போது அதற்கும் நன்றி உரைப்பீர்களா, என்ன?"

"அப்படி இல்லை மகளே. இது போன்ற பணி செய்ய இக்கோட்டையினுள் எத்தனையோ பணிப் பெண்டுகளும் காவலர்களும் இருக்க, தாங்களோ அரசிளங்குமரிகள், தங்களுக்கு ஏன் வீண் சிரமம் என்றுதான். மற்றபடி ஏதும் இல்லை அம்மா. சரி போகட்டும்.இன்று மாலை விசேட பூசைக்கு ஏற்பாடுகள் செய்யும்படி சக்கரவர்த்திகள் கட்டளை இட்டுள்ளார். அதன் காரணமாக யான் ஒரு சிலரைச் சந்திக்க வேண்டியுள்ளது. அவர்களைச் சந்தித்து விட்டு, அப்படியே நனது குடிலுக்கும் சென்று வந்து விடுகின்றேன். அது வரையிலும் இங்குள்ள பணி ஆட்களைச் சற்றே கவனித்துக் கொள்ளுங்கள் அம்மா."

"அதற்கென்ன பட்டரே? தாங்கள் சென்று வாருங்கள். நாங்கள் பார்த்துக் கொள்கிறோம்."

பட்டர் ஆலய வளாகத்தை விட்டு வெளியேற, அவரின் எதிரே கருணாகரன் "வணங்குகின்றேன் பட்டர் அவர்களே."

"நல்லாசிகள் மகனே. சற்று முன்பு வந்திருக்கக் கூடாதா? யான் தற்போது தான் காலை பூசையை முடித்தேன்."

"அதனால் ஒன்றும் பாதகம் இல்லை பட்டரே. இப்பொழுது இல்லையானால் என்ன? மாலை பூசையில் கலந்து கொள்கிறேன். அது இருக்கட்டும் பட்டரே. இன்று என்ன விசேடம்? ஆலயத்தை அலங்கரித்துக் கொண்டு உள்ளார்கள்."

“புதிதாகப் பதவி ஏற்கும் அமைச்சரின் பொருட்டு இவ் ஆலயத்தில் விசேட பூசை நடத்தப்படுவது வழக்கம். அதன்படி இன்று மாலை தங்களின் பொருட்டு விசேட பூசை நடத்தப்பட உள்ளது-சக்கரவர்த்திகளின் கட்டளையின் பெயரில்.”

“ஓ! அப்படியா?”

“நல்லது. ஆகட்டும் மகனே. தாங்கள் ஆலயத்திற்குள் செல்லுங்கள். யான் இதோ வந்துவிடுகின்றேன்.”

“மலர் அங்கு பார்த்தாயா -- வருவது யார் என்று?”

“நமது புதிய அமைச்சர் வண்டையர் கோன் தானே.”

“ஆமாம்; அவரே தாம் அமுதா. ஆனால் இவ்வேளையில் இங்கு எப்படி? அலுவல் காரணமாக மணிமண்டபத்தில் அல்லவா இருந்திருக்க வேண்டும்.”

ஆலயத்தினுள் மலரைக் கண்டதும் முக மலர்ச்சியுடன், கருணா, “மலரா இங்கே எப்படி?” என்று ஆச்சரியத்துடன் அவள் அருகே சென்றான்.

“மலர் இவ்வேளையில் இங்கு நீ இருப்பாய் என்று யான் எதிர்பார்க்கவே இல்லை. இன்று நனது பணிகள் நிறைவடைந்ததும் உனைச் சந்திக்கலாம் என்று இருந்தேன். அதற்குள்ளாக சந்தித்தது மிக்க மகிழ்ச்சி.”

“வாருங்கள் அத்தான். வணக்கம். தாங்கள் கேட்டதையே தான் யானும் கேட்க எண்ணினேன். அலுவல் வேளையில் தாங்கள் ஆலயத்தில் எப்படி?”

என்னவென்று கூறுவது என்றே சற்றே சிந்தித்தவனாக, “அது ஒன்றும் இல்லை மலர். இன்று காலை சேதிராயர் அலுவலகத் துக்கு வந்து எமக்கான பணிகளை விவரித்துச் சென்றார். அப்பணிகளைத் துவங்குவதற்கு முன், ஆடவல்லானை தரிசித்துவிட்டு செல்லலாம் என்றே இவ்விடம் வந்தேன்.”

“ஆட வல்லானை தரிசிக்க வேண்டும் எனில் தாங்கள் எதற்காக இவ்விடத்தே வரவேண்டும் அத்தான்?” அதுதான் அலுவலக வளாகத்திலேயே ஐங்கரன் சிலையும், நடராஜர் சிலையும் உள்ளனவே...” என்றாள் அவள்.

‘பரம்பொருளே இவள் வேறு’.

"அப்படி இல்லை அம்மா. லிங்க வடிவில் இருக்கும் பரம்பொருளை தரிசிப்பது எமக்குப் பிடிக்கும் என்பது உனக்குத் தெரியாதா மலர்?"

"ஆமாம் உண்மை தான். தங்களின் விருப்பமே. நாமாகவே உரையாடிக் கொண்டு இருக்கிறோம். இவள் நனது தோழி ஆவாள் அத்தான். இவளின் பெயர் அமுதா. சேதிராயரின் மகள் சேதிநாட்டு இளவரசி."

"வணங்குகின்றேன் அமைச்சரே!" என்ற அமுதாவிடம், "வணக்கம் அம்மா. தங்களின் தொன்மையான பாரம்பரியத்தை நனது தந்தையார் கூறக் கேட்டுள்ளேன். அன்றியும், இன்றோ தங்களது தந்தையாரின் அலுவல் பணிச் சிறப்புகளை அறிந்தேன். தற்போது தங்களின் அறிமுகமும் கிடைத்தது. மிக்க மகிழ்ச்சி." என்றான் கருணாகரன்.

"நன்றிகள் அமைச்சரே."

பிறகு, மலர் உன்னுடன் சிறிது நேரம் உரையாட வேண்டும் என்று எண்ணியிருந்தேன். இன்று மாலை எங்கு சந்திப்பது? நுனது மாளிகைக்கு வரட்டுமா- அம்மான் அவர்களிடம் அனுமதி பெற்றுக்கொண்டு.

"நகைத்தபடியே, இதற்கு ஏன் தந்தையாரிடம் அனுமதி பெற வேண்டும், அத்தான்? மேலும் இன்று மாலை ஆலயத்தில் பூசை இருப்பதனால் தங்களைச் சந்திக்க இயலாது.

"அதுதான் தற்போது சந்தித்து விட்டோமே? பிறகு என்ன? இங்கேயே என்ன கூற நினைத்தீர்களோ? அதைக் கூறிவிடுங்கள். இங்கு எவரும் எதையும் நினைக்கமாட்டார்கள்."

"அதற்கில்லை மலர். உன்னுடன் யான் தனிமையில் உரையாட எண்ணி இருந்தேன்.

"தாங்கள் இருவரும் உரையாடிக் கொண்டிருங்கள். யான் இதோ வந்து விடுகிறேன்" என்று கருணாகரனை வணங்கி, அங்கிருந்து சென்றாள் அமுதா.

மேலும், ஆலயத்தில் பணியில் இருந்தவர்களை அழைத்து, "உச்சி வேளை உணவருந்திவிட்டு பின் பணியைத் தொடருங்கள்" என்று கூறி அங்கிருந்து அனைவரையும் வெளி யேற்றினாள்.

"மலர், உண்மையில் உனது தோழியின் சமயோசிதம் பாராட்டத்தக்கது. இடம், பொருள் அறிந்து வைத்திருக்கிறாள். இன்னமும் வெளிப்படையாகக் கூறவேண்டும் எனில், மிகவும் வடிவுடன் இருக்கின்றாள்."

"சேதி நாட்டு இளவரசி ஆயிற்றே அத்தான். அழகும், அறிவும் ஏன் இல்லாமல் இருக்கும்."

"பொதுவாக மகளிரிடத்திலே அறிவும், அழகும், பணிவும் கூட்டாக இருப்பது அரிதுதானே மலர்!"

"சற்று பொறுங்கள், அத்தான். அனைத்துப் பட்டங்களையும் அமுதாவிற்கு மட்டுமே கொடுத்துவிடாதீர்கள். நனது தோழி என்று இன்னொருத்தி இருக்கின்றாள். அவளுக்கு எதையேனும் மிச்சம் வையுங்கள். ஏனெனில் சற்று முன் மகளிரின் சிறப்புகள் என்று தாங்கள் கூறிய அனைத்தும் அவளிடம் உண்டு. தவிரவும், எங்கள் மூவருள் அவளே சிறந்தவள் என்று நாங்களே ஒப்புக்கொள்வோம். எங்களுடன் சோழ தேசமும் ஒப்புக்கொள்ளும்."

"அப்படியா? யார் அப்பெண், மலர்?"

"சக்கரவர்த்திகளின் மகள் நிருதி. அவளைத் தான் தாங்கள் இன்னும் கண்டதில்லையே. அவளைக் கண்டீர்களேயானால், யான் கூறுவது மெய் என்பதை ஒப்புக்கொள்வீர்கள்.

'நிருதி... அவள்... அவளை அன்று சோழிசுரர் ஆலயத்தில் கண்டதனால் தான் இன்று நனது பணிகளைத் தவிர்த்து விட்டு, இந்த ஆலயத்திலே இருக்கமாட்டாளா என்று எண்ணி ஓடோடி வந்தேன். இதனை யான் உன்னிடத்திலே எப்படி கூறுவேன் மலர்?' என்று அகத்தே எண்ணிக் கொண்டவனாக, "அதனால் இப்போது என்ன மலர்? தற்போது சேதிராயரின் மகளைக் கண்டது போல, மற்றும் ஒரு தருணத்தில் சக்கரவர்த்திகளின் மகளைச் சந்திக்கும் தருணம் வாய்க்காமலா போய்விடும். அப்போது பார்த்துக்கொள்ளலாம். மலர் தற்போது, நம்மைப்பற்றி உரையாடிக் கொள்ளலாமா?" என்றான் கருணாகரன்.

நகைத்தபடியே, "அதற்கு என்ன? தாராளமாக அத்தான்!" என்றாள் மலர்.

நந்தவனத்தில் மற்ற பணிப் பெண்களுடன் சேர்ந்து நிருதியும் பூக்களைப் பறித்துக்கொண்டிருந்தாள். அப்பொழுது பணிப்

பெண் ஒருவரை அழைத்து, "இதுவரை கொய்த பூக்களை ஆலயத்தில் சேர்த்தால், அங்கே மலர், அமுதாவுடன் சேர்ந்து மற்ற பெண்டுகளும் பூக்களைத் தொடுத்துக் கொண்டிருப்பார்கள் அல்லவா? பூக்களை எடுத்துக் கொண்டு வா, போகலாம்."

"உத்தரவு இளவரசியாரே."

இரு பெண்டுகளும், ஆலய வளாகத்தினுள் செல்ல, அங்கே கருணாகரனும், மலரும் உரையாடிக் கொண்டிருப்பதைக் காண நேர்ந்தது.

தன்னுடன் வந்த பணிப் பெண்ணை அழைத்து, "சற்றுப் பொறு. ஆலயத்தினுள்ளே செல்ல வேண்டாம். இந்த மாடத்தின் அருகே வைத்துவிடு. பின்னர் எடுத்துக் கொள்ளலாம். நீ நந்தவனத்தில் இருப்பவர்களை மதிய உணவிற்கு அழைத்துச் செல். யான் நனது அறைக்குச் செல்கிறேன். பிற்பகலில் பணிகளை தொடர்ந்து கொள்ளலாம். புரிந்ததா?" என்றாள்.

"உத்தரவு இளவரசியாரே."

அப்பணிப்பெண் அங்கிருந்து செல்ல, கருணாவையும், மலரையும் கண்டுக் கொண்டிருந்த நிருதி, 'உண்மையிலேயே அவர்கள் இருவரும் ஒருவரையொருவர் காதலிக்கிறாகள் போலும். யான் தான் தவறு இழைத்து விட்டேன். அவரின் எண்ணம் என்ன என்று அறியாமலே, அவரை யான் நேசித்து விட்டேன். இனி, நனது இந்த எண்ணம் ஈடேறாது என்பது எமக்குத் தெரியும். இருப்பினும் 'அவர்களின் எண்ணமாவது ஈடேறட்டும். பரம்பொருளே! அருள்புரியுங்கள். இனி அவர் வாழ்வில் யான் குறுக்கிட மாட்டேன். அவரை மறப்பது என்பது இயலாத காரியம் எனினும், விலகி இருப்பது என்பது இயலும்' என்று எண்ணிக் கொண்ட நிருதி அங்கிருந்து சென்றாள்.

* * *

10

வண்டையர்கோன்
சீர்இளங்கோ கருணாகரன்

அமுதா, "நிருதி நீயே வந்துவிட்டாயா? உன்னை அழைத்து வர, நந்தவனத்திற்கு வரலாம் என்று எண்ணியிருந்தேன். அதற்குள்ளாக நீயே வந்துவிட்டாய். இன்று மதிய உணவை உனது அறைக்கே எடுத்து வரும்படி பணிப் பெண்களிடம் கூறி இருந்தேன். மலர், அவளது அத்தை மகனுடன் உரையாடிக் கொண்டு இருக்கிறாள். அவள் வந்ததும் நமது அறைக்குச் செல்லலாம்."

"ஆகட்டும் அமுதா."

"நிருதி, நீ ஒன்றை அறிவாயா? இன்று தான் மலரின் அத்தை மகனை, அதுதான் வண்டையர் கோன் கருணாகரன் அவர்களைச் சந்தித்தேன். எத்துணை வடிவுடன் இருக்கிறார் தெரியுமா? தோற்றத்திலே கம்பீரம். களங்கமில்லா பார்வை. உண்மையிலேயே மலர் கொடுத்து வைத்தவள்தான் இல்லையா? பார்த்தாயா நிருதி. நீ இன்னும் அவரைக் கண்டதே இல்லை. அதனை மறந்து உன்னிடம் கூறிக் கொண்டு இருக்கிறேன்."

"அதனால் என்ன அமுதா? இங்கே தானே இருக்கப் போகிறார். அவரைக் காணும் சந்தர்ப்பம் அமையும். அப்போது பார்த்துக் கொள்ளலாம்."

"நிருதி, இதில் நீ ஒன்றை அறிவாயா?"

"என்ன அமுதா?"

"முன்னமே வானர் குல இளவரசி என்பதில், மலருக்கு சற்றே கர்வம் உண்டு. இதில் வண்டை நகரத்து வருங்காலப் பட்டத்து அரசி என்ற செருக்கும் சேர்ந்து கொள்ளப் போகிறது."

"நமது மலருக்கு இல்லையா? ஏன் இவ்வாறாகக் கருதுகிறாய் அமுதா? வானர் குலப் பழமையும், பெருமையும் இச்சோழ தேசமே அறிந்த ஒன்று தானே. அப்படியிருக்க, அக்குலத்தில் பிறந்தவளுக்கு சற்றே கர்வமிருப்பதில் தவறு என்ன? மேலும் மலரின் அந்த மிடுக்கான குணமே என்னை வெகுவாகக் கவர்ந்தது. அவள் உள்ளத்திலே என்ன நினைக்கிறாளோ, அதை நடைமுறையில் செயலாக்கவும் செய்வாள். எதிலும் ஒளிவு, மறைவின்றி இருக்கும் அவளின் குணம் அபூர்வம் தானே."

"ஆமாம், ஆமாம். நீ உரைப்பதும் சரிதான் நிருதி. இருப்பினும், இன்னும் சிலவற்றை நீ உரைக்க மறந்தாய். அதை யான் கூறட்டுமா?"

"அது என்ன அமுதா?"

“மலரின் குண நலன்களை நீ பட்டியல் இட்டாய். அதனால் ஏற்படும் விளைவுகளை நீ கூற மறந்தாய்? அவளது உள்ளத்திலே தோன்றும் எண்ணங்களை அப்படியே கூறுவதனால் பெரும் பாலான நேரங்களில் அவளின் எதிரே இருப்பவர்களை அது காயப்படுத்தும். இதைக் கூட, நீ பாராட்டுவாயா நிருதி? இது மலரிடம் இருக்கும் பெரும் குறை என உனக்குத் தோன்ற வில்லையா?”

நகைத்தபடியே, “அமுதா சில நேரங்களில் உனது பேச்சானது சிறு பிள்ளைத்தனமாக உள்ளது.”

“ஏன் நிருதி அவ்வாறு கூறுகின்றாய்? யான் கூறியதில் தவறென்ன? குறைகள் இல்லாதோர் இவ்வுலகில் எவரேனும் உளரோ? ஒரு கொம்பு உடைந்ததனால் ஐங்கரனைத் தொழ நாம் தவறியதில்லையே. நீதிமான் ஆன சனீஸ்வர தேவருக்கு, ஒரு கால் ஊனம் என்கிறது - அவரது வரலாறு. தேவர்களின் அகக் குறைகளை நம்மால் அறிய இயலாது என்பதனாலேயே அவர்களது அங்கத்திலே குறைகளை வைத்து, இம்மூன்று உலகங்களிலும் குறை இலாதார் எவரும் இலர் என்று உணர்த்தியுள்ளார் - அந்தப் பரம்பொருள். அப்படியிருக்க, மலரின் குண நலன்களைச் சுட்டிக்காட்டுவது அபத்தம் அமுதா. தவிரவும், உறவினர்களோ நண்பர்களோ நிறைகுறை களுடனேயே நாம் அவர்களை ஏற்றுக்கொள்ள வேண்டும். அவர்களின் நிறைகளைப் பாராட்டியும், குறைகளை மன்னித்தும் வாழ்வதே சிறந்தது. இதனை யான் கூறவில்லை அமுதா; நமது முன்னோர்கள் சுவடிகளில் வரைந்து வைத்த வாழ்வியல் தத்துவமாகும்.”

“சரி, சரி! உன்னிடம் வாதிட்டு யான் சயம் கொள்ள முடியுமா நிருதி? உனது இந்தக் கருத்தை யான் பூரணமாக ஏற்றுக் கொள்கிறேன். மேலும் உன்னைப் போன்ற உயிர்த் தோழியை, அந்த ஆடவல்லான் எமக்குப் பரிசாக அளித்தமைக்காக நன்றிகள் உரைப்பேன். நனது நன்றியையும் அவர் ஏற்கட்டும் - உன்னையும் மலரையும் தோழியாய்ப் பெற்றதற்காக.

“சரி அத்தான். வெகு நேரமாகிறது. நந்தவனத்தில் இருந்தபடியே அமுதாவும், நிருதியும் அந்தப்புரம் சென்று விட்டார்கள் போலும், அங்கே எமக்காக உணவருந்தாமல் காத்துக் கொண்டு இருப்பார்கள். யான் செல்லட்டுமா? தாங்களும் சென்று வாருங்கள்.

முடிந்தால் இன்று மாலை சந்திக்கலாம். இல்லையானால், நாளை காணலாம். சரிதானே?" என்றாள் மலர்.

"ஆகட்டும் மலர். நீ சென்று வா. பிறகு சந்திக்கலாம்." என்றவன் அவள் அங்கிருந்து சென்றதும், அங்கேயே சிறிது நேரம் அமர்ந்தான்.

'என்ன இது? நேற்றைய தினம் அவளின் எதிர்பாரா சந்திப்பு. இன்றோ அவளை எதிர்பார்த்து வந்தோம். சந்திக்க இயலவில்லையே. இருப்பினும், மலரைச் சந்திக்கும் எண்ணம் ஈடேறியது. அதுவரை மகிழ்ச்சியே. ஐயோ இவர்களின் சிந்தனையில் நமது பணியில் தொய்வு நேர்ந்துவிடப் போகிறது. முதலில் அதை சென்று காண்போம். பின்னர் அரசரின் மகளைச் சந்திக்கலாம்' என்றவன் அலுவலகம் நோக்கிச் சென்றான்.

"என்ன கருணா இது? மதிய உணவைக் கூட தவிர்த்து விட்டு அப்படி என்ன தீவிரப் பணியில் ஈடுபட்டுள்ளாய்?" என்றான் மாதவன்.

"வா மாதவா. தீவிரம் என்று ஒன்றும் இல்லை. ஆர்வம் என்று வேண்டுமாயின் வைத்துக் கொள்ளலாம். இதோ பார். இந்தப் பட்டயத்திலும், ஓலையிலும் சேதிராயரின் பணிச் சிறப்பு மிளிர்கிறது. ஏறக்குறைய அவர் அனைத்துப் பணிகளையுமே முடித்து விட்டார். தொண்டை மண்டலமாகிய சயங்கொண்ட சோழ மண்டலமே எஞ்சியுள்ளது. கூடிய விரைவிலேயே யான் அதைத் துவங்க வேண்டும். தொண்டை மண்டலம் செல்ல சக்கரவர்த்திகளிடம் அனுமதி பெற வேண்டும்."

"உனது எண்ணம் ஈடேற எனது வாழ்த்துக்கள் கருணா. பத்து ஆண்டுகளுக்கு முன்னதாக சோழ தேசத்தின் எல்லைகளும், அதன் நிலப்பரப்புகளும் உனது தந்தையாரின் சீரிய பணியினாலே நிறைவுபெற்றன என்பது அனைவரும் அறிந்த ஒன்றே. இருப்பினும், இத்துணை ஆண்டுகால மாறுதல்களில், நம் தேசத்து நிலப்பரப்பு. சில இடங்களில் விரிந்தும், சில இடங்களில் குறைந்தும் உள்ளது. அதனையும் அவ்வப்போது அளவை செய்துவருவது என்பது நம் தேசத்திற்கு அவசியமான ஒன்றாகிறது. நம் சக்கரவர்த்திகள் ஆட்சியின் துவக்கத்தில் இப்பணியானது உனது தந்தை மற்றும் பல்லவரய்யன் அவர்களால் துவங்கப்பெற்று பின் சேதிராயர். தற்போது உனது பொறுப்பில் வந்துள்ளது. இதனை நீ திறம்பட செய்து முடிப்பாய் என்று நன்கு அறிவேன் கருணா."

“நன்றிகள் மாதவா. தொண்டை மண்டலத்தை மட்டும் அளத்தல் போதா. சோழ தேசத்து எல்லைக்குட்பட்ட பகுதிகளை நேரே சென்று காண வேண்டும். அதற்குப் பின்னரே சக்கரவர்த்திகளிடம் அறிக்கை சமர்ப்பிக்க வேண்டும். அப்பொழுதே நனது பணி முழுமை பெறும்.”

“நல்லது கருணா. அப்படியே செய்.”

அங்கே இருவரும் உரையாடிக் கொண்டிருக்கையில், காவலாளி ஒருவன், “இடையூறுக்கு மன்னிக்கவும். அமைச்சர் பெருமக்களே, தங்கள் இருவரையும் வணங்குகிறேன். இந்த அழைப்பு ஓலையை தங்களிடம் தரும்படி அரசர் உத்தரவு. இதனைப் பெற்றுக் கொள்ளுங்கள் என்று அவர்களிடத்தே கொடுத்துவிட்டு அங்கிருந்து சென்றான்.

இருவரும் அவ்வோலையைப் பிரித்துப் படித்தனர்.

“மாண்புமிகு அமைச்சர் அவர்களுக்கு பெரு ஆவுடையார் பேரருளால் இன்று மாலை நமது கோட்டையினுள் உள்ள ஆலயத்தில் விசேட வழிபாட்டிற்கு ஏற்பாடு செய்தமையால், தாங்கள் தங்கள் இல்ல மக்களுடன் கலந்து கொள்ளுமாறு கோருகின்றோம். இங்ஙனம் ராஜ கேசரி குலோத்துங்கன்.”

“எதற்காக இந்த விசேட வழிபாடு மாதவா?”

“வேறு எதற்காக?

எல்லாம் நமது சோழ தேசத்தின் நலன் கருதிதான் கருணா. இன்னும் கூற வேண்டுமாயின், இந்த வழிபாடு உனக்கானது.”

“என்ன? எமக்காகவா? நீ என்ன கூறுகிறாய் மாதவா?”

“ஆம் கருணா. பொதுவாக சோழ தேசத்தின் நலனுக்காகவோ, அல்லது சக்கரவர்த்திகளின் குடும்பத்தாருக்காகவோ செய்யப்படும் வழிபாடுகள் அனைத்தும் கங்கை கொண்ட பெரு ஆவுடையார் ஆலயத்திலேயே நிகழும். அதுபோலவே நமது நாட்டின் மிக உயரிய பதவியில் ஒருவரைப் பணி அமர்த்தினார்கள் எனில் அவரின் நலனும், அவர் குடும்பத்தாரின் நலனும் மேம்பட வேண்டுமாயின் இந்த விசேட வழிபாடு என்பது இங்கு மரபு கருணா. ஏனெனில் நமது அலுவலகம் கோட்டையினுள் இருப்பதனால் இங்குள்ள ஈசனுக்கு வழிபாடுகள் நடந்தேறும்.”

அவர்கள் இருவரும் உரையாடிக் கொண்டிருக்கையிலே கோட்டையினுள் கொம்பொலித்தது.

“இது என்ன இவ்வேளையில் கொம்பொலிக்கும் சத்தம் மாதவா?”

“ஆமாம் கருணா. இது கோட்டையினுள் இயங்கும் அனைத்துப் பணிகளையும் நிறுத்தும்படியான தகவல் ஒலி. இன்னும் சில நாழிகை இடைவேளையில் இரு முறை கொம்பு ஒலிக்கப்படும். மூன்றாம் முறை கொம்பொலிக்கும் போது, நாம் அனைவரும் ஆலயத்தினுள்ளே இருக்க வேண்டும். அது சரி. நீயோ ஒரு நாட்டின் இளவரசன் வருங்கால அரசனும் கூட! அப்படி இருந்தும், இது போன்ற ஒலியின் மூலம் தகவல் தெரிவிக்கும் பாரம்பரியத்தை நாம் காலம் காலமாகக் கடைபிடிக்கின்றோம் என்பது உனக்குத் தெரியாதா கருணா?”

நகைத்தபடியே “யான் நன்கு அறிவேன் மாதவா. நனது நாட்டில் முரசம் இட்டு சமிக்கைகள் நிகழும். அதில் உண்டான சிறு ஐயம் அவ்வளவே.”

“அதற்கென்ன செய்வது? இங்கே கொம்பு. உனது நாட்டில் முரசு. நனது நாட்டிலோ சங்கு. அவரவர் பாரம்பரியம் அவரவர் வழக்கம்; அவ்வளவே. சரி வா கருணா. நேரத்தைக் கடத்த வேண்டாம். மாலையில் ஆலயத்தில் சந்திக்கலாம். சரியா, கருணா?”

“ஆகட்டும் மாதவா. ஆமாம் மூர்த்தி எங்கே? அவருக்குத் தகவல் தெரிந்தாகிவிட்டதா?”

“இன்று கோட்டைக்குப் புறத்தே சில பணிகள் இருப்பதாகக் கூறினார். இருப்பினும், இன்று மாலை வழிபாட்டின் போது வந்து விடுவார். அவருக்கும் அழைப்பு வழங்கப்பட்டிருக்கும்.”

வண்டையார் மாளிகை வாசலில் இரண்டு புரவிகள் பூட்டப்பட்ட தேர் நிறுத்தப்பட்டிருந்தது. புரவியில் இருந்த கருணாகரன் இறங்க சுந்தரத்தை அழைத்துச் சென்றான் காவலாளி. அரண்மனைக்குள் நுழைந்த கருணாகரன் உத்தம வள்ளியும், அன்னவராயனும் புறப்பட்டுத் தயாராக இருந்ததைக் கண்டான்.

“என்ன கருணா, இத்தனை தாமதமாக வருகின்றாய்? மகனே செல், சென்று நீராடிவிட்டு வா. ஆலயத்திற்குச் செல்ல வேண்டும்” என்றாள் உத்தமவள்ளி.

“இன்று காலை நீ அலுவலகத்திற்குச் சென்ற சிறிது நேரத்திற்கெல்லாம் சக்கரவர்த்திகளும், அவர் தம் பட்டத்து

அரசியாரும் இங்கு வந்திருந்தனர் - ஆலய வழிபாட்டிற்கு அழைப்பதற்காக. இது உனக்கான வழிபாடு என்றும், இதில் நாங்கள் அவசியம் கலந்து கொள்ள வேண்டும் என்றும் கூறிச் சென்றனர். ஆதலினால்தான் யானும் உனது தந்தையும் புறப்பட்டு நீ வருவதற்காகக் காத்திருக்கின்றோம்."

"இதோ வந்து விடுகின்றேன், தாயே" என்ற கருணாகரன் நீராடி வெண்பட்டு உடுத்தி வாசனை திரவியம் பூசி நெற்றியில் திருநீறு தரித்து, சிரசிலே மகுடம் தரித்து, தனது வாளுடன் வெளியே வந்தான். தனது பெற்றோரிடம் ஆசி பெற்றுக் கொண்டான்.

உத்தம வள்ளியும் அன்னவராயனும், "சிரஞ்சீவியாய் வாழ்வாய் மகனே!" என்று வாழ்த்தினர்.

"இன்று நனது கண்ணே எனது அருமை மகனுக்குப் பட்டுவிடும் போல் உள்ளது. தஞ்சை ஆவுடையார் உனக்குத் துணை இருக்கட்டும். புறப்படலாமா? சற்று நேரத்திற்கு முன்பே இரண்டாவது கொம்பு ஒலித்தாகி விட்டது." என்றாள் உத்தமவள்ளி. மூவரும் தேரிலே ஏறி ஆலயத்திற்குச் சென்றனர்.

கோட்டையினுள் ஆலயம் விழாக் கோலம் பூண்டிருந்தது. ஆலயத்திற்கு அமைச்சர்களும், அவர் தம் குடும்பத்தாரும் வந்திருந்தனர். முக்கியஸ்தர்கள், குடிமக்கள் என அனைவரும் கலந்துகொண்டனர்.

வானவரும் அவர் மனைவியும், அவர்களிடத்தே சென்று அமர்ந்தனர். மாதவனுக்கும், மூர்த்திக்கும் இடையே போடப் பட்டிருந்த இருக்கையில் சென்று அமர்ந்தான் கருணாகரன்.

"அண்ணியாரே, மலர் வரவில்லையா? தமையனும், தாங்களும் மட்டும் வந்துள்ளீர்களே என்று உத்தவள்ளி"

"இல்லை அண்ணியாரே, அவள் இளவரசியாருடன் வருவாள். வானதிராய்யர், தாங்கள் எப்போது வண்டைக்குப் புறப்படுகிறீர்கள், மைத்துனரே?

"அன்னவராயன் நாளை அதிகாலை புறப்படலாம் என்று இருக்கின்றோம் அரசே."

வானதிராயர், அப்படியா நல்லது அரசே, யானும் கூட இந்த திருமந்திர ஓலை பதவியிலிருந்து ஓய்வுப் பெறலாம் என்று எண்ணி உள்ளேன். மலரின் திருமணத்திற்கு பின் தான் ஓய்வு

பெறப்போகின்றேன். இல்லத்தில் இருப்போரில் ஒருவர் சோழ தேசத்து மக்களின் நலனிற்காகவும், ஒருவர் தனது நாட்டு மக்களின் நலனிற்காகவும் உழைக்க வேண்டும் என்பதை தங்களிடமே அறிந்து கொண்டேன். வானதிகோவன் அரசப் பதவியில் இருப்பதனால் யான் ஓய்வு பெற விரும்புகின்றேன். அன்னவராயன் தங்கள் விருப்பப்படியே மைத்துனரே.

"அப்புறம் கருணா யானும், மாதவனும் நாளை சயங்கொண்ட சோழ மண்டலம் புறப்பட உள்ளோம். இதன் பின் நாம் எப்போது சந்திப்போம் என்று தெரியாது?" என்றான் மூர்த்தி.

கருணா, "ஆமாம், பதவி காரணமாக நீங்கள் இருவருமே சயங்கொண்ட சோழ மண்டலத்தில் இருப்பதனால் இருவரும் அடிக்கடி சந்தித்துக் கொள்ளலாம் இல்லையா? இதில் யானும் வானர்கோவரைய்யரும் தான் தனித்து விடப்பட்டோம். அவனோ, தஞ்சையில், யானோ இங்கு. உங்கள் மூவரையும் தவிர எவரையும் யான் அறியேன். மேலும் இங்குள்ள அமைச்சர்கள் அனைவருமே எம்மை விடவும் மூப்பர். சக அகவை உடையவர்கள். இருந்த போதிலும், தற்போதே அவர்களின் அறிமுகம் கிட்டியதால், சில காலம் பிடிக்கும் என்று நினைக்கிறேன் - அவர்களுடன் இலகுவாகப் பழக."

"நீ நினைப்பது போல் இல்லை கருணா. சில திங்கள்களுக்கு முன், நனது பதவியேற்பின் போது இது போன்று ஓர் இனம் புரியா உணர்வு எமையும் ஆட்கொள்ளத் தான் செய்தது. பின் அதுவே பழகிப் போனது. ஏனெனில் நமது பதவியின் பணிச்சுமை அப்படி. இப்போதும் கூட யானும், மாதவனும் தொண்டை மண்டலத்தில் பணி புரிகின்றோம் என்றாலும், மூர்த்தி தென்திசை நாடு காவல் அதிகாரி, யானோ வடதிசை நாடு காவல் அதிகாரி. நாங்கள் ஒருவரையொருவர் சந்திக்க வேண்டுமாயின் அதற்கென கால நேரம் ஒதுக்கி அதையும் ஓலையில் வரைந்து அனுப்பி, அதன் பின்னரே சந்திக்கும் நிலைக்குத் தள்ளப்பட்டுள்ளோம். இதுபோன்ற அரிய சந்தர்ப்பங்களிலேயே அனைவரையும் சந்திக்கும் வாய்ப்பு கிடைக்கிறது."

"மாதவன் கூறுவதும் சரிதான் கருணா. ஆயினும் தற்போது நாம் சந்திக்கும் வாய்ப்பு அதுவாகவே அமையப் போகின்றது".

"எப்படி மூர்த்தி?" நீ தான் உனது பணியின் காரணமாக இன்னும் சில தினங்களில் தொண்டை மண்டலம் வரப் போகின்றாயே. அப்போது அங்கே நாம் சந்தித்துக் கொள்ளலாம்."

"மூர்த்தி கூறுவது மிகவும் சரி தான் கருணா. நமது இந்தச் சந்திப்பு நெடு நாட்கள் தொடரும். தொண்டையில் உனது பணி முடியும் வரையிலும்; சரி தானே."

"நிச்சயமாக!"

அதைத் தொடர்ந்து, நண்பர்கள் சில விவாதங்கள் செய்து கொண்டிருக்கையில் மூன்றாவது முறையாக கொம்பு ஒலித்தது. ஆலயமே அமைதி ஆனது.

அரசனும், அவன் குடும்பத்தாரும் வருதலினால், அனைவரும் எழுந்து நின்று அரசனை வணங்க, அவனும் அவர்கள் அனைவரையும் வணங்கி அமரும்படிக் கூறினான்.

"பெருமா வழிபாட்டைத் துவங்கலாமா?" என்று கேட்டார்.

"ஆகட்டும் பட்டரே. இனிதே துவங்கட்டும்."

வழிபாடு துவங்கிய நிலையில், அனைவரும் ஆடவல்லானை வணங்கிய வண்ணம் இருக்க, கருணாகரன் 'இன்றைய நனது எண்ணமானது ஈடேறியது. இன்று அரசனின் மகளையும் சந்தித்தாகிவிட்டது.' என்று எண்ணினான் வெளிர் சிவப்பு நிறத்திலான பட்டாடை, நவமணிகளால் ஆன அணிகலன்கள் அணிந்து அவன் கண் எதிரே அவள். எப்பொழுதாவது இளவரசியைத் தனித்துக் காணும் சந்தர்ப்பம் அமைந்தால் இந்தச் சிவப்பு நிற களிங்கும்(துணி) இது போன்ற அணிகலன்களும் தங்களுக்கு மிகவும் எழிலாக இருக்கின்றது என்று கூற வேண்டும்' என்று எண்ணிக்கொண்டான் கருணாகரன்.

'நாம் அவளைக் காண்பது போல, அவளும் நம்மைக் காண்பாளா? இத்துணை பேர்களில் நாம் எங்கு இருக்கின்றோம் என்று அவளுக்கு எப்படி தெரியும்?' என்ற சிந்தனையில் இருந்தவனை மூர்த்தி அழைத்து, "கருணா, அதோ பார்த்தாயா? சக்கரவர்த்திகளின் இடப்புறமாக அமர்ந்து இருக்கிறார்களே, அவர்கள் தாம் இளவரசி பானு நிருபமை. எப்படி இருக்கிறாள்? இரு தினங்களுக்கு முன்பு யான் கூறியது போல இருக்கின்றாளா? இது போன்ற தருணங்களிலே தான் அரசமகளிரை இத்துணை அருகே காண இயலும். எப்படி இருக்கிறாள்?"

“அரசரின் மகள் சக்கவர்த்திகளின் வலப்புறம் இருப்பது யார் மூர்த்தி?”

மாதவனும், மூர்த்தியும் ஒருவரையொருவர் பார்த்துக் கொண்டு கருணாவை நோக்கினர்.

“அவர் தான் அரசின் மகனான ராஜ ராஜ வீர சோழன்” என்றான் மாதவன்.

“கருணா, நான் கேட்டதற்கு இன்னும் நீ பதிலே கூறவில்லையே.”

“என்ன கேட்டாய்?”

“இளவரசியைப் பற்றி.”

“ஆக நீ வழிபாட்டில் கலந்துகொள்ள வரவில்லை. இந்த சந்தர்ப்பத்தைப் பயன்படுத்தி அரசனின் மகளைக் காண வந்துள்ளாய். இது எங்கே போய் முடியுமோ?”

“வேறு எங்கே போய் முடியும்? இளவரசிக்கும், எமக்குமான கண்ணானத்திலே போய் முடியும்.”

“என்ன?” என்று தன் கண்களை அகல விரித்தான் மாதவன்.

“ஆமாம், இதில் உனக்கென்ன கசந்தது மாதவா? ஒரு வேளை உங்கள் இருவருக்கும் அவளை மணக்கும் வாய்ப்பு இல்லாமல் போனதால் வருத்தமோ?”

“அய்யோ! எமக்கு என்ன வருத்தம் இருக்கிறது இதனால்? நனது பல்லவர் குலத்திலே, உறவின் முறையில் அணங்குகள் (பெண்கள்) அநேகம் உண்டு. அவர்களில் ஒருவரை நனது தாயார் தேர்வு செய்வார். அவளையே யானும் ஏற்றுக் கொள்வேன். எம்மைப் போலவே தான் கருணாவும் அவனது பெற்றோர்களின் ஆசைக்கு இணங்க அவனது அம்மான் மகளையே மணக்கப்போகின்றான். இல்லையா கருணா?”

“ஏனைய சிற்றரசர்களும் உனக்குத் தடையாக இருக்கப் போவதில்லை. அரசர் அவர்கள் அவரது மகளை உனக்குக் கொடுத்தாரேயானால், நீ தாராளமாக மணந்துகொள். அதில் எங்களுக்கு மகிழ்ச்சியே”

“மாதவனின் கருத்தையே யானும் ஏற்கின்றேன் மூர்த்தி. உனது இந்த எண்ணம் ஈடேறுமாயின், உனது திருமணம் வரலாற்றுச் சிறப்பு பெறும். அரசனின் மகளை அந்தணன் மணந்தார் என்று.”

"விளையாடாதே கருணா. இந்த ஒரு காரணம் தான். சக்கரவர்த்திகளின் மகளை யான் அடைய பெரும் தடையாக இருக்கப் போகிறது. என் செய்வேன்?"

"பதற வேண்டாம் மூர்த்தி. அனைத்தும் நல்லதாகவே அமையும்."

பச்சை நிறப் பட்டாடை உடுத்தி, வைரமணிகளால் ஆன ஆபரணம் பூட்டி மலரும், மஞ்சள் நிறப் பட்டாடை உடுத்தி, மரகத பச்சை ஆபரணம் அணிந்து அமுதாவும், நிருதியின் அருகே அழகுற விளங்கினர்.

"சும்மாவும் சொல்வார்களா, என்ன? சோழ தேசத்து அணங்குகளே தனி அழகு தான். இங்குள்ள இளம் மகளிரைக் காணும் பொழுது, மயில் கூட்டத்தில் அழகிய மயில் அவற்றில் எது? என்று ஐயப்பாடு வருமே அது போன்று உள்ளது - இவர்களைக் காணும் பொழுது" என்றான் மாதவன்.

"இதில் ஐயப்பாட்டிற்கு என்ன இருக்கிறது மாதவா? சந்தேகமே இல்லாமல் கூறலாம்- இளவரசியே அழகு என்று."

"என்ன கருணா?"

"உண்மை தானே."

"இறைவா! பரம்பொருளே! இவனிடமி இருந்து தாங்கள் தாம் எம்மைக் காத்தருள வேண்டும்" என்ற மாதவனை கருணாவும், மூர்த்தியும் கண்டு நகைத்துக் கொண்டனர்.

'மூர்த்தி கூறுவது உண்மைதான் என்று எப்படி வெளிப் படையாகக் கூறுவது? அவளை.... அப்பெண்ணை இன்னும் மிக அருகிலே காணவேண்டும் போல் உள்ளது. இருப்பினும், இத்துணை பேர் இருக்கையில் அது சாத்தியப்படாது. இறைவா' நனது இந்த எண்ணப்போக்கு முறைதானா? மலர் அருகே இருக்க, அவளை மறந்து, இவளை நோக்கும் நனது எண்ணம் சரிதானா? ஏனோ இது பெரும் பிழை என்றே தோன்றுகிறது எமக்கு.'

"வண்டையர் அரசரும் அவர்தம் தேவியாரும், இளவரசரும், இப்படி முன்னே வந்து அமருங்கள்" என்றார் பட்டர்.

"பண்டிதர் உன்னை தான் அழைக்கின்றார் கருணா! முன்னே சென்று அமரு!" என்றான் மாதவன்.

தனது தாய், தந்தையுடன், சக்கரவர்த்திகளின் எதிரே சென்று அமர்ந்தான் கருணா.

“வாருங்கள், அமைச்சர் அவர்களே! இது தங்களுக்கான சிறப்பு வழிபாடு. இதில் தாங்களே முன் அமர வேண்டும்.” குலோத்துங்கன் குடும்பத்தினரை வண்டையர் குலத்தினர் வணங்க, அவர்களை அரச குடும்பத்தினரும் வணங்க, அது முதல் இறைவழிபாடுகள் நிறைவு பெறும் வரையில் நிருதி, கருணாவைக் கண்டும் காணாதவள் போல் இருந்தாள். இதைச் சற்றும் எதிர்பாராத கருணா, அவளின் இச்செய்கையினால் பெரும் குழப்பம் அடைந்தான். ஒருவாறாக வழிபாடுகள் முடிந்து, இரவு விருந்து நடைபெற்றுக் கொண்டிருந்தது. சயங்கொண்டாருடன் உரையாடிக் கொண்டிருந்த நிருதியை அழைத்தாள் மலர்.

“மன்னியுங்கள் புலவரே. இதோ இப்பொழுது வந்து விடுகின்றோம்” என்று கூறி நிருதியை அழைத்துச் சென்றாள்.

“எங்கே அழைத்துச் செல்கின்றாய் மலர்?”

“ஒரு முக்கியமானவரை உனக்கு அறிமுகம் செய்ய சற்று அமைதியாக என்னுடன் வா நிருதி.” என்றவள் கருணாகரனிடம் அழைத்துச் சென்றாள்.

“நிருதி இவர் யார் தெரியுமா? இவர்தாம் நனது அத்தை மகன் வண்டையர்கோன். நமது தேசத்துப் புதிய அமைச்சர். நனது வருங்காலக் கணவரும் ஆவார். அத்தான் இவள்தான் சக்கரவர்த்திகளின் மகள். யான் முன்பு கூறினே, நனது தோழி என்று அந்த இளவரசி பானு நிருபமை இவள் தான். நாங்கள் அனைவரும் ‘நிருதி’ என்றே அழைப்போம்.

“வணக்கம் அமைச்சர் அவர்களே!”

“வணங்குகிறேன் இளவரசியாரே, தங்களின் பணிசிறக்க நல்வாழ்த்துக்கள். நன்றிகள் இளவரசியாரே. நிருதி, நீ அத்தானை இதற்கு முன்னே கண்டு இருக்கிறாயா?”

“ஓ! யான் நன்கு அறிவேன் மலர்.”

“என்ன? முன்னமே அறிவாயா? எப்படி நிருதி?”

தான் அறிவதாகக் கூறியதைக் கேட்ட கணம், கருணாகரனை மகிழ்ச்சி ஆட்கொண்டது. அடுத்து அவள் என்ன கூறப்போகிறாள்? என்று அவளையே உற்று நோக்கினான்.

“சற்று முன் ஆலயத்தில் அமைச்சர் அவர்களைச் சுட்டிக் காட்டி தந்தையார் அவர்கள் இவர் குறித்துக் கூறினார்கள். அதன் பொருட்டே அமைச்சர் அவர்களை அறிந்துகொண்டேன்.”

நிருதியின் இப்பேச்சானது கருணாவுக்கு ஏமாற்றம் அளித்தது.

“சரி தாங்கள் இருவரும் உரையாடிக் கொண்டிருங்கள் அமைச்சர் அவர்களே. யான் சென்று வருகின்றேன். பின்னர் சந்திக்கலாம் மலர்” என்ற நிருதி அவர்களின் பதிலுக்காகக் காத்திராமல் அங்கிருந்து சென்றாள்.

‘இதைச் சற்றும் எதிர்பாராத வனாக கருணா இருக்க,

“பார்த்தீர்களா அத்தான்? இன்று பகல் பொழுது அமுதாவை இடம் பொருள் அறிந்து நடக்கிறாள் என்று பாராட்டிக் கூறினீர்களே. தற்போது பார்த்தீர்களா? நமது இந்தத் தனிமையைக் கெடுக்கக்கூடாது என்பதற்காக நிருதியும் சென்று விட்டாள் இதற்கு என்ன கூறுவீர்கள் என்றாள் மலர்.

“உண்மை தான் மலர்! உனது தோழிகள் இருவருமே ஒன்று போலவே உள்ளனர்” என்றவன், தன் உள்ளத்தினுள் ‘இல்லை இளவரசியார் வேண்டுமென்றே தவிர்த்தது போல் உள்ளது. அவரின் இச் செய்கை எமக்கு விளங்கவில்லை. ஏன் இந்தப் புறக்கணிப்பு?’ என்று எண்ணிக் கொண்டான்.

அந்தப்புரத்தில் தனது அறைக்குச் சென்ற நிருதி அங்கு எவரும் இல்லை என்று அறிந்து ‘ஓ’ வென அழத் தொடங்கினாள்.

“பரம்பொருளே! எம்மை ஏன் இப்படி பரீட்சித்துப் பார்க்கிறீர்கள். அவரை மீண்டும் சந்திக்கும்படியான சூழலை ஏன் உருவாக்குகிறீர்கள்? தயவுகூர்ந்து நனது உறுதியைக் கெடுத்து விடாதீர்கள். நனது எண்ணத்தைக் குலைத்து விடாதீர்கள். இந்தச் சூழலில் இருந்து எம்மைக் காத்தருளுங்கள், இறைவா!” என்று எண்ணியபடியே எப்படியோ உறங்கிப் போனாள் நிருதி.

ஒரு வழியாக நிகழ்ச்சிகள் அனைத்தும் நிறைவு பெற்று அனைவரும் அவரவர் மாளிகைக்குச் சென்றனர்.

“இன்றைய நிகழ்ச்சிகள் அனைத்தும் மிகச் சிறப்பாக இருந்தன, இல்லையா வள்ளி?”

“ஆம் சுவாமி மிகவும் நிறைவுடனே இருந்தது.

“மகனே நீ எங்கு செல்கிறாய்?”

“சற்றே களைப்பாக உள்ளது தந்தையே. யான் சென்று ஓய்வு எடுத்துக் கொள்கிறேன். தாங்களும் நாளை வண்டைக்குச் செல்ல வேண்டும் இல்லையா? தாங்கள் இருவரும் கூட சென்று

ஓய்வு எடுத்துக் கொள்ளுங்களேன்" என்ற கருணா, அவர்களின் பதிலுக்காக, காத்திராமல் அங்கிருந்து சென்றான்.

"இன்று இவனுக்கு என்னவானது சுவாமி?"

"ஒன்றும் ஆகவில்லை. அவன் உண்மையிலேயே களைத்து தான் உள்ளான். சற்றே உறங்கினால் விடியலில் சரியாகிவிடும்."

"அதுவும் சரிதான் சுவாமி." தனது அறைக்கு வந்த கருணா கண்ணாடியின் முன் நின்று, 'இன்று நம்மிடம் ஏன் இவ்வாறாக நடந்துகொண்டாள்? கண்டும் காணாதவள் போல.... என்னவாக இருக்கும்? ஒரு வேளை பொது இடம் என்பதால் நம்மை தெரியாதவள் போல் காட்டிக் கொள்கிறாளா என்ன? இன்று இரவு நெடு நேரம் மலர் எம்முடன் உரையாடிக் கொண்டிருந் தாள். இருந்தும், அவள் கூறிய எது ஒன்றும் நனது செவிகளில் விழவே இல்லை. நிருதியின் இன்றைய செயல்களை எண்ணிக் கொண்டிருந்ததனாலா? ஏன் இப்படி? இது போன்ற சஞ்சலங் களை யான் வாழ்நாளில் சந்தித்ததே இல்லை. இளவரசியின் இந்தச் செய்கை எதார்த்தமானதா? சூழ்நிலை கருதியா? அல்லது எம்மைத் தவிர்க்க எண்ணி வேண்டுமென்றே இப்படி நடந்து கொள்கிறாளா? இதனை யான் அறிந்தே ஆக வேண்டும். பரம்பொருளே 'நாளைய விடியல் நன்மை பயக்கட்டும்' என்று எண்ணி உறங்கச் சென்றான்.

நடுநிசியில் திடுக்கிட்டு கண் விழித்தாள் நிருதி. களிங்கு கலைந்த நிலையில் (ஆடை விலகி) அமுதாவும் மலரும் உறங்கிக் கொண்டிருந்தனர். பைய அவர்களைக் கடந்து அந்த அறையின் நிலா முற்றத்திற்குச் சென்றாள். தைத் திங்களின் இறுதி நாட்கள் என்றாலும் குளிர்காற்று மிகுதியாகவே இருந்தது. அவர்கள் இருவரும் உறங்கிக் கொண்டு இருப்பதை இன்னும் ஒரு முறை உறுதிப்படுத்திக் கொண்டு அங்கே திரைச் சீலைக்கு உள்ளிருந்து ஒரு பலகையை எடுக்க அதிலே முழுமை பெறாத சித்திரம். அமர்ந்த நிலையில் ஆடவன் ஒருவன் ஈசனைத் தொழுதபடி, கண், நாசி, வாய் என்று எது ஒன்றும் அதிலே எழுதப்படவில்லை; வெறும் நிழல் என்று எழுதப்பட்டு இருந்தது. இருக்கையில் அமர்ந்து அச்சித்திரத்தைத் தன் மடிமேல் வைத்துக் கொண்டாள் நிருதி. விழிகளைப் பைய மூடினாள்.

அவளுக்குகண்முன்னேகருணாகரன்.ஒருகணம்ஆலயத்திலே அவர் எழிலைப் பற்றி அமுதா கூறியது நினைவுக்கு வந்தது.

'ஆம், உண்மையில் அவர் தோற்றமது எப்படிப்பட்டது? அவர் எப்படி இருக்கின்றார்? என்றும் எண்ணும் போதே குறுநகை அவள் இதழ்களில் தெறித்தது. இப்படி சொல்லலாமா? அடை மழைக்கு முன் அணி வகுக்குமே மேகக் கூட்டம், அந்நிறம் பொருந்துமோ அவருக்கு? இல்லை. கரும் குவளைக்கு இளவல் என்றே வைத்துக் கொள்வோம். பாதத்தில் இருந்தே துவங்கலாமா?' என்று எண்ணிக் கொண்டாள் நிருதி.

எருவைப் பூ நிறம் உட் பாதம், தேகம், ஏகமும் கரி பவளம், மதக்களிறு மறுப்பு, கால்கள் (மதயானை தந்தம்) மத்தளக் குறுக்கு (இடுப்பு), உகண்ட உரம் (அகன்ற மார்பு), சோழனின் ஆயுத உலைக்குத் தப்பிய இரும்பு, அவரின் கரங்கள் ஆனதோ? உள்ளங்கைகள் அதில் உவந்துதிருக்கும். செங்கொடு வேரி (பூ), ஓங்கிய கண்டம், (நீண்ட கழுத்து), வாகைத் தோள்கள், குன்று குடையோன் போல் குளிர்வதனம், ((முருகனைப் போல்), அதரம் மட்டும் செம்பவழம், அதன் மேல் கரி வேரல் காண் முரு (மீசை), வேல் நாசி (மூக்கு), அகண்ட விழிகள்; அது அவ்வப் போது அதிரவைக்கும், அரவணைக்கும், தில்லைப் புருவம், முல்லைப் பற்கள், ரஞ்சிதப் புன்னகை, அரை நிலா நெற்றி, அதில் குடிக்கொள்ளும் நன்னீரும், நயசாந்தும், கருவிளச் செவிகள், உந்தும் சிகை, முடிந்து உயர் கலிங்கு, அதில் நவமணிகள் கோத்து உருமா கட்டி (தலைப்பாகை (அ) கிரீடம்) அகில், களம்ப (சந்தனம்), நறுமணங்கள் அவர்மீது, முணுமுணுக்க, வாள் ஏந்தி, நாடாளப் பிறந்த நர அரிமா, வண்டையர் கோன். அவர் பெயரை உச்சரிப்பதா? வேண்டாமா? என்ன பெயர்? ஐய்யோ மலர்...'

"நிருதி இவ்வேளையிலே இங்கு என்ன செய்து கொண்டிருக்கிறாய்?"

"ஒன்றும் இல்லை மலர். உறக்கம் வரவில்லை, அது தான்."

"அதற்கு. இப்படி வாடையில் வந்து அமர்ந்து கொண்டிருப்பாயா? என்ன? எழுந்து வா, படுக்கைக்கு; தானாக உறக்கம் வரும்."

"இதோ வருகின்றேன் மலர். நீ செல்."

"தலையசைத்த மலர் அங்கிருந்து சென்றாள்.

தனது படுக்கைக்கு வந்த நிருதி, தங்களைப் பற்றி சிந்தித்த மறுகணமே மலர் வந்து விடுகிறாள். தாங்கள் அவளுக்கென பிறந்ததை நினைவூட்ட. அதனை நன்கு அறிந்தும், தங்களைப்

பற்றிய எண்ணங்கள் நன் அகத்தில் இருந்து நழுவ மறுக்கின்றனவே. இது எதனால்? பரம்பொருளே!... நடுநிசியோ நண்பகலோ, தம் அருள் பார்வை படரா இடமேது ஐயா. நல்லதோர் வரம் தர வேணும் தாம் எமக்கு' என்று மனதில் வேண்டினாள்.

அந்த அறையில் நிலவிய நிசப்தம், அவள் மனதையும் ஆட்கொண்டது. அதன் பின், அந்த ஆடவல்லா னிடம் அவள் கேட்ட வரம் இது: 'அவர் மலருக்கே மணாளனாக இருந்துவிட்டுப் போகட்டும். இருப்பினும், ஒருவரும் அறியா வண்ணம் நன் அகத்திலே அவர் எந்நாளும் கொலுவிருக்க அனுமதியுங்கள். அது போதும் எமக்கு' தேவரே. துயில் வந்து அவள் விழியைத் தழுவ தன்னையும் அறியாமல் மெள்ள வாய்திறந்து "கருணாகரா!" என அழைத்து, உறங்கிப் போனாள் நிருதி.

'இந்த நடுநிசியில் யார் எம்மை அழைத்தது? ஒரு வேளை சொப்பனமோ?' என்று படுக்கையில் இருந்து எழுந்தான் கருணாகரன்.

'ஆமாம். இந்த நள்ளிரவிலே யார் அழைப்பார்கள்? என்ன இது? இப்படி நடுநிசி இடையே எழுவதும், நாள் முழுதும் தொடரும் அவளைப் பற்றிய சிந்தனைளும். இது புதிதாக அல்லவா உள்ளது?' என்று எண்ணிக் கொண்டான்.

அவனது அறையின் நிலா முற்றத்திற்கு வர மங்கலான நிலவொளி பனிப்பொழிவை மேலும் மெருகேற்றிக் கொண்டிருந்தது.

நிலவையே உற்று நோக்கிக் கொண்டிருந்த அவன், 'என்னவோ? இப்படித்தான் உன் குளிர் உருவைக் காண இவ்வுலகம் பெரிதும் விரும்புகின்றது. இருந்தும் கூட திங்களில் ஓரு நாள் உன்னைக் காணாமலும் இவ்வுலகம் சுழலத் தான் செய்கிறது.' ஏதோ ஒன்று அவனைத் தடுக்க, பிறகு, மீண்டும் இப்படி உச்சரித்தான். 'ஆனால் வெய்யோன் உதிக்காத நாள் ஒன்றை இவ்வுலகு ஏற்குமா?' என்றவன் நீண்ட நெடிய பெரு மூச்சுடனே, 'இல்லை. செயலிழக்கும் இவ்வுலகது. தற்போது நனது நிலையும் இதனை ஒத்ததே. குளிர் நிலவு போல் மலர் இருக்க' நனது பெரும் பொழுதுகளில் அவளின் நினைவது, எம்மைச் சுட்டெரிக்கிறது. அவளைக் காணா வேளைகளில் நனது இயக்கமே தடைபடுவதாய் உணர்கின்றேன். இறைவா! இது போன்ற தவிப்புக்குப் பொருள் தான் என்ன? எமக்கு

ஒன்றும் விளங்கவில்லையே. இதிலிருந்து தாங்களே எம்மைக் காத்தருள வேண்டும், பரம்பொருளே! என்றான்.

மீண்டும் ஒரு மௌனம் அவனைச் சூழ மெள்ள புன்னகைத்து, 'பட்டர் நன்றாக வைத்தார் பெயர் உனக்கு - வெய்யோனுக்கு' நிகர் என்று. பொருத்தமாகத்தான் உள்ளது; பானு நிருபமை! அவளுக்கு என்ன? யான் இங்கு இவ்வேளையில் உறக்கத்தைத் தொலைத்து எதை எதையோ பிதற்றிக் கொண்டு இருக்கின்றேன். அங்கோ அவள் நிம்மதியாகத் துயில் கொள்வாள். பாவம் அவளும்தான் என்ன செய்வாள்? இது நனது சுயத்தில் உண்டான முரண். இதனை யானே சரிசெய்ய வேண்டும். அவளைக் குறைகூற என்ன உள்ளது? இது போன்ற எண்ணங்கலிருந்து மீள அந்த ஆடவல்லான் வெகு விரைவிலேயே ஒரு உபாயம் அளிப்பார் என்றே நம்புகின்றேன்' என்றவன் படுக்கைக்குத் திரும்பினான். அரசனும், அமைச்சர்களும் கோட்டைவாயிலில் இருக்க, முதலில் மாதவனும், மூர்த்தியும், கருணாவிடமும் மற்றும் அங்கிருந்த ஏனையோர்களிடமும் விடைபெற்றுக் கொண்டு தொண்டை மண்டலம் புறப்பட்டனர். அவர்களைத் தொடர்ந்து, வண்டையர்கோன் அன்னவராயரும் அவர் மனையாள் உத்தம வள்ளியும் புறப்பட்டனர். அவர்கள் விடைபெற்றுச் செல்ல, கோட்டை வாயிலில் இருந்த அனைவரும் அங்கிருந்து கலைந்து சென்றனர். கருணாகரன் மட்டும் அவ்விடத்தே நின்று கொண்டிருந்தான். அவன் கண்களுக்கு அப்பால் அவர்கள் சென்று மறைந்தவுடன், கோட்டைக் கதவுகள் மூடப்பட்டன.

ஏனோ அவனுக்கு தான் தனிமைப்படுத்தப் பட்டதாக உணர்ந்தான். பெற்றோர், நண்பர்களின் பிரிவு சற்றே சங்கடமாகத் தோன்றியது அவனுக்கு.

'என்ன இது? சிறு பிள்ளை போல் ஆகிவிட்டோம். சரி முதலில் அலுவலகம் சென்று நமது பணிகளைத் துவங்கலாம். அதன் பின் எப்படியேனும் இளவரசியைச் சந்தித்து நேற்றைய தினம் எம்மிடம் ஏன் அவ்வாறு நடந்துகொண்டாள் என்பதைக் கேட்டறிய வேண்டும்' என்று எண்ணிக் கொண்டான்.

சோழபுரத்தின் பிரதானச் சாலையான ராஜபாட்டையை அடைந்தது வண்டையர்கோன் தேர். சற்றே தேரை நிறுத்தும் படி, தேரோட்டியிடம் கட்டளையிட்டார் வண்டையர்கோன்.

“என்னவாயிற்று சுவாமி? ஏன் தேரை நிறுத்தக் கூறினீர்கள்?”

“அதோ பார் வள்ளி என்றார்.

ராஜபாட்டை துவங்கும் இடத்தில் பெயர்ப் பதாகைகள் சீரமைக்கும் பணி நடந்து கொண்டிருந்தது. அதன் அருகே இருவரும் சென்றனர்.

அங்கிருந்த தச்சர்கள், “வணங்குகின்றோம் வண்டையர் கோனே,” என வணக்கம் தெரிவிக்க டதாங்கள் தங்கள் பணியைத் தொடருங்கள்ட என்றார்.”

“தேவி அதோ அந்தப் பதாகையைப் பார்த்தாயா?” என்றவர், அங்குள்ள மிகப் பெரிய பதாதைகளில் ஒன்றை சுட்டிக் காட்டினார்.

அதில் சிற்றரசர்கள், உயர்தரத்து அதிகாரிகள், அமைச்சர்கள், மந்திரிகள், சேனாபதிகள், படைத்தலைவர்கள், குடும்பத் தலைவர்கள், வணிகர்கள் போன்ற தலைப்பிலான பதாகைகள் அங்கு நிறுத்தப்பட்டிருந்தன. அதில் சிற்றரசர்கள், பட்டியலில் முதலாவதாகவும், உயர்தரத்து அதிகாரிகளில் பட்டியலில், நாட்டை அளப்போர் ஆன வண்டையர் கோன் சீர் இளங்கோ கருணாகரன் என்று பெயர் எழுதப்பட்டுக் கொண்டிருந்தது. அதைச் சுட்டிக் காட்டிய அன்னவராயர், “தேவி இப்போது நனது உள்ளத்திலே பொங்கி பெருக்கெடுக்கும் மகிழ்ச்சிக்கு அளவே இல்லை. இப்பலகையில் நனது மைந்தன் பெயரை காணுகையில், இதைக் காட்டிலும் பெருமிதம் வேறு என்ன வேண்டும் பிள்ளையை பெற்றவர்களுக்கு? நனது மகன், வண்டையின் வருங்கால அரசனாயினும், இந்தப் பரந்து விரிந்த சோழ தேசத்தின் உயர்தர அதிகாரிகளில் ஒருவன் என்பதிலே தான் பெருமை அதிகம்.”

“தங்களின் வாய்மொழி முற்றிலும் உண்மையே சுவாமி. தங்களை ஒத்ததே நனது நிலைப்பாடும். இன்று தான் நனது அகம் குளிர்ந்து பூரண நிறைவுடன் உள்ளது. இனி அந்த ஆவுடையான் நமது பிள்ளையை வழி நடத்தட்டும்.”

“சரி புறப்படலாமா தேவி? காலம் கடந்து கொண்டிருக்கிறது.”

“ஆகட்டும் சுவாமி” என்று கூற, அங்கிருந்து இருவரும் வண்டை நோக்கிப் புறப்பட்டனர்.

* * *

11

ஆற்றுப்படுகை காளி கோயில்

அலுவல் பணிகள் நிறைவு பெற்ற நிலையில், முதலில் ஆலயத்திலும், பின் நந்தவனத்திலும் சென்று நிருதியைத் தேடலானான் கருணா. ஆயினும் அங்கே அவளைக் காண இயலவில்லை. ஏமாற்றத்துடனே அவனது மாளிகைக்குச் சென்றான்.

இப்படியாக, பத்து தினங்கள் உருண்டோடின. இதில் இடையிடையே மலரையும் சந்திக்கலானான். இருந்தும், அவனால் நிருதியை மட்டும் காண இயலவில்லை.

தோழிகள் மூவரும், சில பணிப்பெண்களைத் தங்களுடன் அழைத்துக் கொண்டு, அவ்வப்போது பொன்னி நதிக்கரைக்குச் சென்று, அங்குள்ள காளி கோயிலில் சற்று நேரம் இருந்து, பின் படகில் பயணிப்பதும் ஆற்று மணலில் விளையாடுவதுமாகப் பொழுதைக் கழித்துக் கோட்டைக்குத் திரும்புவதை வழக்கமாகக் கொண்டிருந்தனர்.

அன்றும் அப்படியே, வழக்கம் போல் காளிகோயில் இறைவியை வணங்கிவிட்டு, ஆலயத்தை வலம் வர, "நிருதி இது மூன்றாவது வலம். இதன் பின்னர் படகிலே பயணிக்கலாமா?" என்றாள் அமுதா.

"இல்லை அமுதா. முதலில் ஆற்றங்கரையில் விளையாடு வோம். அதன் பின் படகிலே பயணிக்கலாம். அதுதான் யான் கூறுவது சரிதானே."

"ஆகட்டும் மலர். அவ்வாறே செய்யலாம்."

ஆலயத்தின் உள்ளே சிறிது இடைவெளியில் ஒருவர் பின் ஒருவராக வலம் வர, இறுதியாக வந்து கொண்டிருந்தாள் நிருதி. அப்பொழுது அவள் எதிர்பாரா விதமாக யாரோ அவளை ஆலயத்தின் பின்புறச் சுவரோ அழுத்துவதற்கு எத்தனிக்க சிறிதும் அஞ்சாமல், தனது இடையில் இருந்த குறுவாளை எடுத்துக் கண்டத்திலே (கழுத்து) வைத்தாள் நிருதி.

"ஐய்யோ! இளவரசியாரே! நனது கழுத்தை அறுத்து விடாதீர்கள். யான்தான் கருணாகரன்" என்றவன், தன் முகத்தை மூடியிருந்த துணியை அகற்றினான்.

"அமைச்சரே! தாங்களா?" என்பதற்குள் அவளின் வாயை மூடினான் கருணாகரன்.

“சற்று அமைதியாக யான் கூறுவதைக் கேளுங்கள்!” என்றான்- அவள் வாயிலிருந்து தனது கரத்தை எடுக்காமலே.

“சற்று முன் தாங்கள் உரையாடிக் கொண்டிருந்ததை யான் கேட்டுக் கொண்டிருந்தேன்.”

அதற்குள்ளாக மலர், “நிருதி நீ எங்கிருக்கிறாய்? என்ன செய்கின்றாய்?” என்றாள். கருணா, “அதோ மலர் தங்களை அழைக்கின்றாள். அவளிடம், தாங்கள் இன்னும் சிறிது நேரம் ஆலயத்தில் இருக்க விரும்புவதாகவும், பின்னர் ஆற்றங்கரைக்கு வருவதாகவும் கூறுங்கள். அதுவும் இயல்பாக இருக்க வேண்டும். புரிந்ததா? இப்போது செல்லுங்கள்.”

மலர் “நிருதி நீ எங்கு தான் இருக்கின்றாய்?”

“இதோ இங்கு தான் இருக்கின்றேன் மலர்” என்று அவள் அருகில் வந்தாள் நிருதி.

“சரி வா போகலாம் ஆற்றங்கரைக்கு” என்றாள் மலர்.

“இல்லை மலர் யான் இன்னும் சிறிது நேரம் இங்கு இருந்து விட்டு வருகின்றேன். நீங்கள் அனைவரும் செல்லுங்கள்.”

“யான் வேண்டுமானால் உனக்குத் துணையாக இருக்கட்டுமா நிருதி.”

“காளிதேவி இருக்கையில் தனியே துணை எதற்கு அமுதா? நீங்கள் அனைவரும் செல்லுங்கள். யான் சற்று நேரத்தில் வந்து விடுகின்றேன்” என்றாள்.

“சரி சீக்கிரமாக வந்து விடு, நிருதி. வாருங்கள் நாம் செல்லலாம். அவள்தான் வந்துவிடுகிறேன் என்கிறாளே பிறகு என்ன?” என்றாள் மலர்.

தோழிமார்கள் அனைவரும் அங்கிருந்து சென்றனர்.

மெள்ள நடந்து ஆலயத்தின் பின்புறம் வந்தவள், ‘வண்டையர் கோன் சென்று இருப்பாரா? அல்லது இவ்விடத்தே தான் இருப்பாரா?’ என்று எண்ண, ஆலயச் சுவரில் சாய்ந்தபடி நின்று இருந்தான் கருணாகரன்.

“வாருங்கள் இளவரசியாரே, அனைவரையும் அனுப்பி விட்டீர்களா?”

“அது இருக்கட்டும். தாங்கள் எதற்காக இங்கு வந்தீர்கள்? தங்களுக்கு என்ன வேண்டும்?”

“எமக்கு தங்களிடம் சில வினாக்களுக்கு விடை தெரிய வேண்டும். ஆனால் அதற்கு முன்னதாக தங்களைப் பாராட்ட வேண்டும்.”

“எதற்கு விடை தெரிய வேணும்? என்ன பாராட்டு?”

“முதலில் பாராட்டுக்குக்கான காரணம், சற்று முன் யான் தங்களிடம் நடந்து கொண்டதை போல், வேறு பெண்டுகளிடம் நடந்து கொண்டிருந்தால், கூச்சலிட்டு இருப்பார்கள். ஆனால் தாங்களோ சிறிதும் அஞ்சாமல் நனது கண்டத்திலே வாளை வைத்துவிட்டீர்கள். யான் ஒரு கணம் அதிர்ந்தே போனேன். இளவரசியாரே, உண்மையில் தங்களுக்குக் காளிதேவியின் துணை கூடத் தேவையில்லை. தாங்களே தங்களைக் காத்துக் கொள்வீர்கள் - துரித நடவடிக்கைத் திறன்களும், துணிவும் தங்களின் குருதியில் கலந்திருப்பதனால்.”

“அதெல்லாம் சரி தான், எதற்கான விடை தங்களுக்கு இப்போது தெரிய வேண்டும்?”

“தங்களை யான் முதன் முதலில் ஆவுடையார் ஆலயத்தில் சந்தித்த போதிலிருந்து, நந்தவனம் வரையிலும், தங்களின் அணுகுமுறை ஒருவாறாகவும், அதன் பின் தற்போது வரையிலும் நன் மீதான நுங்களின் அணுகுமுறை வேறு விதமாக மாறியுள்ளதே, இதற்கான காரணம் என்ன?”

“அப்படியெல்லாம் ஒன்றும் இல்லை அமைச்சரே! யான் இயல்பாகவே உள்ளேன்.”

“இல்லை இல்லை. தாங்கள் பொய் உரைக்கின்றீர். இந்தப் பத்து தினங்களில் ஓரிரு முறைகள் தங்களைக் காண முயன்றேன். அதைத் தாங்களும் நன்கு அறிவீர்கள் என்பதை யான் அறிவேன். இருந்தும், தாங்கள் எம்மை நிராகரித்துச் சென்று விட்டீர்கள். இது எதனால் என்ற காரணத்தைக் கூறி விட்டு தாங்கள் தாராளமாக இங்கிருந்து செல்லலாம்...”

“அது....”

“ஒரு கணம் இளவரசியாரே, ஆலயத்தில் நின்று கொண்டு பொய் உரைக்கலாகாது என்பார்கள். அதை நினைவில் வைத்துக் காரணத்தைக் கூறுங்கள் இளவரசியாரே.”

“அதைத் தங்களிடம் எப்படிக் கூறுவேன் அமைச்சரே.”

“காரணம் எதுவாயினும் சரி. அதில் முறையான பொருள் இருக்குமாயின் அதை அப்படியே யான் ஏற்றுக்கொள்வேன். அதன் பின் தங்களின் பாதையில் யான் குறுக்கிடமாட்டேன். தயக்கம் இன்றி கூறுங்கள்.”

“நனது தோழியின் வாழ்க்கைத் துணையாகப் போகிறவர் தாம். அப்படியிருக்க, தங்களை நான் சந்திப்பதோ, உரையாடுவதோ முறையாகுமா அமைச்சரே? அதனாலேயே யான் தங்களைச் சந்திப்பதையே தவிர்த்து வந்தேன் அமைச்சரே.”

“ஓ... இது தான் காரணமா தாங்கள் எம்மைத் தவிர்த்தற்கு யான் ஏதோ பெரிதாக எண்ணிக் கொண்டேன். தாங்கள் கூறுவதும் சரிதான். மலரே நனது மனைவியாகப் போகிறவள். அது எத்துணை தூரம் மெய்யானதோ அது போன்றே யான் தங்களிடம் தோழமையுடனேயே பழக விரும்புகின்றேன். என்பதும் மெய்யே.”

“தாங்கள் என்ன கூறுகின்றீர்கள், அமைச்சரே? அணங்கும், ஆடவரும் தோழமையுடன் பழகுவதா? அது எப்படி சாத்தியமாகும்? இதனை சமூகமும் தான் எப்படி ஏற்கும்?”

“ஏன் தோழமையுடன் பழகக் கூடாது? எதிர் பால் இனத்தவர் தோழமையுடன் பழகக் கூடாது என்று ஆகமத்தில் எழுதி யுள்ளதா இளவரசியாரே? தாங்கள் அறியாதது ஒன்றும் இல்லை. இதற்கு முன் நமது முன்னோர்கள், ஏனையோர், எதிர் பால் இனத்தவரோடு தோழமையோடு பழகியதை அநேகர் கூறக் கேட்டு இருப்போம். அப்படியிருக்க, நாம் தோழமையுடன் பழகுவதில் என்ன தவறு இருக்கிறது? தவிரவும், தாங்கள் மலரின் தோழி ஆவீர். ஆகையினால் யான் தங்களுடன் உரையாடுவதை மலர் தவறாக எண்ணமாட்டாள். அதோடு எப்படியும் தங்களை ஒரு குறுநில மன்னருக்குத் தான் தங்களின் தந்தை மணம் முடித்துத் தருவார் எனக் கேள்வி. அப்படியாயின் அச்சிற்றரசன் நனது நண்பர்களில் ஒருவராக இருக்கக் கூடும். எனில் தாம் எம்முடன் உரையாடுவதை அவரும் தவறாக எண்ணமாட்டார். மேலும் எந்தத் தவறான நோக்கத்துடனும் தங்களை ஒரு போதும் அணுக மாட்டேன் என்று யான் தங்களுக்கு வாக்களிக்கின்றேன். பிறகு என்ன தடை?”

“இல்லை அமைச்சரே. தாங்கள் என்னதான் தெளிவுபடுத்த முயன்றாலும், அதனை நன் மனம் ஏற்காது. தந்தையாரும், மலரும் தவறாக எண்ணக் கூடும். யதார்த்தத்திற்கும் இது ஒத்து

வரமாட்டாது. இதனை இப்படியே விட்டுவிடுங்கள், அமைச்சரே! அதுவே சிறந்தது."

"சரி விட்டுவிடுகின்றேன். தாங்கள் செல்லலாம்."

"நன்றிகள் அமைச்சரே! " என்றவள் அங்கிருந்து செல்ல.

"இளவரசியாரே ஒரு கணம்" என்று அழைத்தான் கருணாகரன்

"கூறுங்கள் அமைச்சரே."

"யான் தங்களை தற்போதைய சூழலில் இருந்து மட்டுமே விட்டு விடுகின்றேன் என்று கூறினேன்."

"தாங்கள் கூறுவது எமக்கு விளங்கவில்லையே."

"அதனால் ஒன்றும் பாதகம் இல்லை. பார்த்துக் கொள்ளலாம் இளவரசியாரே!"

கருணாகரனின் இந்த எதிர்பாரா வரவு, நிருதிக்கு சற்றே ஆச்சர்யத்தை அளித்தாலும், பெரும் ஆறுதலாக இருந்தது என்பதே உண்மை!

"இந்தப் பத்து தினங்களில் தாங்கள் எம்மைக் காண பிரயத்தனம் கொண்டது போல் யான் தங்களைத் தவிர்க்கப் போராடியதை தங்களிடம் எப்படி உரைப்பேன்?' என்று எண்ணிக் கொண்டே தோழிகள் இருக்குமிடத்துக்குச் சென்றாள். வழக்கம் போல் ஆற்றங்கரையில் விளையாடி, படகிலே பயணித்து கோட்டைக்குத் திரும்பினார்கள்.

* * *

12

ஆலோசனை மண்டபம்

"எனதருமை மக்காள் பயிற்சி வகுப்பு எங்ஙனம் உள்ளது?" என்று அங்கு வந்தார் குலோத்துங்கன்.

"வணங்குகிறோம் தந்தையே." நிருதியும் வீரனும்

"வழக்கம் போல் இன்றும் தமையனார் வாள் பயிற்சியில் எம்மை வீழ்த்தி விட்டார் தந்தையே." என்றாள் நிருதி.

"இருப்பினும், அம்பு எய்வதில் நிருதியிடம் யான் தோற்று விட்டேன்; சமன் ஆகிப் போனது." என்றான் வீரன்

"இதில் யார் யாரைத் தோற்கடிப்பது என்பது ஒரு பொருட்டே அல்ல மகனே. போர்க்கலைகளை முறையே பயின்றீர்களா என்பதே கவனத்தில் கொள்ளப்படும்."

"அது இருக்கட்டும் தந்தையே, இத்துணை அதிகாலையில் புறப்பாடு ஆகின்றீர்களே, சோழீஸ்வரர் ஆலயம் செல்லப் போகிறீர்களா?"

"இல்லை குழந்தாய்; ஆலோசனை மண்டபத்திற்கு."

"இத்துணை சீக்கிரமாகவா? எதைப் பற்றி விவாதம் தந்தையே?" என்றான் வீரன்

"நில அளவையைப் பற்றிய விவாதம் மகனே. அமைச்சர் கருணாகரன் அழைப்பு விடுத்துள்ளார்."

"அதில் நாங்களும் கலந்து கொள்ளலாம் தந்தையே வினவினாள் நிருதி "

"இல்லை மகளே; நீங்கள் இருவரும் அங்கு வருவதற்கு அனுமதி இல்லை. சபை கூடும் மணிமண்டபத்தில் மட்டுமே அனைவரும் கலந்து கொள்ள அனுமதி உண்டு. இது நமது தேசத்தில் நலன் கருதி விவாதித்துக் கொள்ளும் சபை ஆகும். இதில் யானும், உடன் கூட்டத்ததிகாரிகளும் மட்டுமே அனு மதிக்கப்படுவர். இங்கே நனது மனைவி, மக்களுக்கு இடம் இல்லை. நாம் வகுத்த விதிகளை நாமே மீறலாகாது மகளே.

“அங்கு வர எங்களுக்கு அனுமதி இல்லையானால், பின் எவ்வாறு நமது சோழ தேசத்தின் நிலை நாங்கள் அறிய இயலும்?”

“புன்முறுவலுடன் எனதருமை மகளே, விவாத மண்டபத்திற்கு தாம் உங்கள் இருவருக்கும் அனுமதி இல்லை என்றேனே தவிர எதைப்பற்றிய விவாதம் என்பதை நீங்கள் அறியப்படலாகாது என்று யான் கூறவில்லையே. இன்று சபை முடிந்ததும் எதைப் பற்றி விவாதித்தோம் என்பதை யானே உங்கள் இருவருக்கும் கூறுகின்றேன்? சரியா, தற்போது இருவரும் எமக்கு விடையளியுங்கள்.”

“நல்லது தந்தையே, தாங்கள் சென்று வாருங்கள்; பிறகு சந்திப்போம். வணக்கம்.”

குலோத்துங்கன் அங்கிருந்து செல்ல...

“நிருதி அமைச்சர் கருணாகரன் பணியில் அமர்ந்து இரு திங்கள்கள் இருக்கும் இல்லையா?”

“ஆம் அண்ணா; இருக்கும்.”

“இந்த இரு திங்கங்களில் இரண்டொரு முறைகளே அவருடன் யான் உரையாடி உள்ளேன். பார்ப்பதற்கு சற்றே கடினமாகத் தெரிந்தாலும் பழகுவதற்கு இனிமையானவர் போல் தான் இருக்கின்றார். அவர் பணியின் பொருள் உணர்ந்து நடந்து கொள்கிறார் என்று இங்குள்ள அனைத்து அமைச்சர்களுமே கூறிக்கொள்கின்றனர்.”

“நமது தந்தையாரின் தேர்வாயிற்றே. எப்படி சோடை போகும். இப்போது கூட நமது தந்தையாரின் நெடுநாள் கனவான சோழ தேசத்தை அளக்கும் முயற்சியின் விளைவாக தொண்டை மண்டலம் பயணம் மேற்கொள்கின்றார் அமைச்சர் கருணாகரன். அதைப் பற்றி விவாதிக்கவே இந்த சபை கூடுகிறது என்று எண்ணுகின்றேன்.”

“இருக்கலாம் தமையா. எதுவாயினும் இன்று மாலை தந்தையார் நமக்குக் கூறிவிடப் போகிறார் விவாதம் எதைப் பற்றியது என்று.”

“சரி நீ சென்று ஓய்வு எடுத்துக் கொள் நிருதி, பிறகு பார்க்கலாம்.”

“வெகு நாட்களுக்கு முன்பு காளி தேவி ஆலயத்தில் சந்தித்தது. அதன் பின் இன்று வரை அவரை ஒரு முறை கூட சந்திக்கவில்லை. ஒரு வேளை அவரை யான் தவிர்த்ததற்கான காரணத்தில்

அவருக்கும் உடன்பாடு எட்டி இருக்குமோ? அதனால்தான் எனைக் காண அவர் எந்த ஒரு முயற்சியும் செய்யவில்லையா?"

"நிருதி ஏதோ தீவிர யோசனையில் உள்ளாய் போல் தெரிகிறதே." என்று வினவினாள்.

"அப்படி ஒன்றுமில்லை மலர் யான் இயல்பாகவே உள்ளேன்."

"பிறகு ஏன் பயிற்சிக் கூடத்திலேயே அமர்ந்து விட்டாய்? வா அந்தப்புரம் செல்லலாம்."

"ஓ செல்லலாமே மலர் இன்று பிற்பகலில் சோழீஸ்வரர் ஆலயம் சென்று வரலாம். இன்று பிற்பகலிலோ வேண்டுமானால் மாலையோ, அல்லது நாளை காலையோ சென்று வரலாமா நிருதி?"

"ஏன் இன்று பிற்பகலுக்கு என்ன வந்தது?"

"இன்னும் இரண்டொரு தினங்களில் அரசுப் பயணமாக தொண்டை மண்டலம் செல்ல உள்ளார் வண்டையர் கோன். அங்கிருந்து நமது தேசத்திற்கு உட்பட்ட அனைத்து மண்டலங் களையும் மீண்டும் ஒரு முறை அளக்கப் போகிறார்களாம். அப்பணிகள் முழுவதுமாக நிறைவு பெற இன்னும் சில காலம் பிடிக்குமாம். அதனால் இன்று காண விருப்பம் தெரிவித்தார். அதை யானும் ஒப்புக் கொண்டேன் நிருதி. அதனாலேயே இன்று உன்னுடன் ஆலயம் வர இயலாது என்றேன். அப்படி ஆலயத்திற்கு இன்றே அவசியம் செல்ல வேண்டுமாயின் நீயும் அமுதாவும் இன்று மட்டும் சென்று வாருங்கள். பின்னொரு நாளில் நாம் மூவரும் சென்று வரலாம் சரியா நிருதி?"

"அதனால் ஒன்றுமில்லை மலர். நீ அமைச்சர் அவர்களைச் சந்தித்து விட்டு வா. யான் அமுதாவை அழைத்துக் கொண்டு ஆலயம் சென்று வருகின்றேன்.

"சரி பிற்பகலுக்கு இன்னும் அதிக நேரம் உள்ளது அல்லவா? நீ சென்று ஓய்வெடு நிருதி. யான் இப்போது வந்து விடுகின்றேன்."

"சரி மலர்"

'இன்று மட்டும் அல்ல, இதற்கு முன்னும் இரண்டொரு முறைகள் வண்டையர் கோனைச் சந்தித்து வருகின்றேன் என்று கூறி மலர் சென்று இருக்கிறாள். இடையறாத பணிச் சுமையிலும் கூட மலரைச் சந்திக்க அவர் தவறியது இல்லை. இருப்பினும்,

நம்மைப் பற்றிய நினைவே அவருக்கு வரவில்லையா? என்ன இது? ஏன் இவ்வாறு நமக்கு எண்ணம் தோன்றுகிறது? மலருடன் நம்மை ஏன் ஒப்பிட்டுப் பார்க்க வேண்டும். நட்புடன் தானே நம்மை அணுகுவதாகக் கூறினார்? அன்று காளிதேவி ஆலயத்தில் அதன் அடிப்படையில் கூட ஏன் நம்மைக் காண வரவில்லை என்னவாக இருக்கும்?'

"என்ன நிருதி ஆழ்ந்த சிந்தனையில் இருக்கின்றாய் போல் தெரிகிறதே."

"அப்படி ஒன்றுமில்லை அமுதா. யான் இயல்பாகவே உள்ளேன்.

"யான் வந்து வேகு நேரமாக நிற்பது கூட அறியாமல் அப்படி என்ன யோசனை உனக்கு? என்னிடம் கூறக் கூடாதா."

"யான் தான் கூறினேனே ஒன்றுமில்லை என்று? பிறகு என்ன அமுதா?

சரி போகட்டும் சோழீஸ்வரர் ஆலயம் செல்ல வேண்டும் எனக் கூறினாயா மலரிடம்? அவளுக்கு ஏதோ பணிகள் சில உள்ளனவாம் அவள் என்னை அழைத்துப் போகும் படிக் கூறினாள். எப்போது போகலாம் நிருதி?"

"இன்று பிற்பகலில் புறப்படலாம் அமுதா."

"அப்படியே செய்யலாம். ஆமாம், என்ன திடீர் என்று இன்று ஆலயம் செல்ல விருப்பம் தெரிவித்துள்ளாய்? ஏதேனும் சிறப்பு காரணம் உளதா? அதை யானும் தெரிந்து கொள்கிறேனே."

"அப்படி ஏதும் இல்லை. ஏதோ சென்று வரவேண்டும் என தோன்றியது; அவ்வளவு தான். ஏன், உனக்கும் ஏதேனும் பணிகள் உள்ளனவா? இருப்பின், இப்போதே கூறிவிடு. யான் வேண்டு மானால் பணிப் பெண்களை அழைத்துச் செல்கின்றேன் அமுதா."

"நன்றாகக் கேட்டாய் போ. உன்னுடன் இருப்பதை விடவும் எமக்கு வேறு பெரிதான பணி என்று ஒன்று உண்டா என்ன?"

"நாம் இருவருமே சென்று வருவோம் நிருதி."

"அப்படியே ஆகட்டும் அமுதா."

"வா மலர்."

"வணக்கம் அத்தான்! எமக்காக தாங்கள் வெகுநேரம் காத்துக் கொண்டு இருந்தீர்களா என்ன."

"அப்படி ஒன்றும் இல்லை மலர். யானும் சிறிது நேரத்திற்கு முன் தான் இங்கு வந்தோம். அது சரி, என்ன இது, எப்போது பார்த்தாலும் குதிரைக் கொட்டில் யானைக் கூடம், ஆயுத கிடங்கு இது போன்ற இடங்களுக்கே எம்மை வரக் கோருகிறீர்களே ஏன்? இது போன்ற இடங்களுக்கு பணியில்அல்லவா? அதனாலேயே உன்னை இங்கு வரக் கூறினேன். நாம் சந்திப்பதை எவரும் அறியக்கூடாது என்பதற்காக."

"அடுத்தவர் என்ன நினைத்தால் என்ன? தாங்கள் ஏன் தயக்கம் கொள்ளவேண்டும்? நம் இருவருக்கும் கூடிய விரைவிலேயே மணம் ஆக உள்ளது என்பது ஓரளவிற்கு இங்குள்ள அனைவரும் அறிந்ததே. பின் யாரைக் கண்டு நாம் அஞ்ச வேண்டும்?"

"இல்லை, மற்றவர்கள் என்ன நினைப்பார்கள் என்பதற் கில்லை. திருமணத்திற்கு முன் நாம் இவ்வாறு தனிமையில் சந்திப்பது தவறு என்பதை நீ மறுக்க மாட்டாய் தானே. அதனாலேயே இது போன்ற இடங்களில் சந்திப்பதே உசித மென்று எண்ணினேன். மேலும் இனி வருங்காலங்களில் இது போன்று நாம் தனிமையில் சந்திப்பதைத் தவிர்ப்பது நல்லது என்று எமக்குத் தோன்றுகிறது மலர்."

"எதனால் அப்படி அத்தான்"

"இதற்கு முன்பு வரை நம் இருவரும் அம்மான் மக்கள் மட்டுமே. அதனால் இது போன்று தனிமையில் என்பது ஒரு பொருட்டாகத் தெரிந்திராது. ஆனாலும், தற்போதைய நிலை என்பது வேறு. உனது தந்தையாரோ சோழபுரத்தின் திருமந்திர ஓலை நாயகம்; யானோ நாட்டை அளப்போர் பணியில் உள்ளேன். அரசுப் பொறுப்பில் உள்ளவர்களும் அவர்தம் குடும்பத்தாருமே, இது போன்ற செயலில் ஈடுபடுவதன் மூலம் குடிகளுக்கு நாமே தவறான உதாரணம் ஆகிவிடக்கூடாதென் றெண்ணுகின்றேன். மேலும் இன்னும் சிறிது காலமே உள்ளது நமது திருமணத்திற்கு. அப்படி இருக்க, இது போன்ற சந்திப்புகளைத் தவிர்ப்பதென்பது அத்துணை கடினமாக இராது என்றெண்ணுகின்றேன், மலர்."

"தங்களின் சித்தப்படியே ஆகட்டும் வான்டையர் கோனே. இதைக் கூறத்தான் இன்று சந்திக்க வேண்டும் என்றீர்களா?"

“இல்லை மலர்; மற்றொன்றும் உள்ளது. அதனோடு சேர்ந்து இதுவும்.”

“என்ன அது அத்தான்? நாளை அதிகாலை சூரிய உதயத்திற்கு முன் தொண்டை மண்டலம் புறப்பட உள்ளேன் மலர். அதைக் கூறவே உன்னை அழைத்தேன்.”

“என்ன நாளையேவா. இன்னும் இரு தினங்கள் கழித்து செல்வதாக அல்லவா கூறினீர்கள்.”

“ஆமாம். இருப்பினும், புறப்படுவதில் சில மாற்றங்கள் செய்தமையால் நாளையே புறப்படுகின்றேன். பேசுவதற்கு நேரம் இல்லை மலர். எம்மைத் தவறாக எண்ணாதே. புறப்படு வதற்கான ஏற்பாடுகளைச் செய்ய வேண்டும். யான் வரட்டுமா?”

“நல்லது அத்தான்! சென்று வாருங்கள்.”

* * *

13

தொண்டை மண்டலம்

"ஆலயமணி ஒலிக்கிறது. நல்ல சகுனம்."

"நல்லதா?"

"ஆடவல்லானிடம் என்ன வேண்டிக் கொண்டாய் நிருதி."

"வேண்டுதலை வெளியே கூறக் கூடாது என்பார்களே அமுதா."

"அது சரி இன்று வெள்ளி, செவ்வாய் கூட இல்லை. இருப்பினும், ஆவுடையாரை தரிசிக்க காரணம் என்ன?"

"பெரிதான காரணம் ஒன்றும் இல்லை அமுதா. ஏனோ இன்று ஆலயம் வரவேண்டுமென தோன்றியது. அவ்வளவே!"

"ஓ... சரி வா நிருதி இப்படி சிறிது நேரம் படியில் அமர்ந்து விட்டுச் செல்லலாம்.

"அமுதாவிடம் என்னவென்று கூறுவேன் - நனது வேண்டுதலை. இன்னும் இரு தினங்களில் அவர் தொண்டை மண்டலம் புறப்பட உள்ளார். உண்மையில் நாளை மறுநாளிலிருந்தே அவரது பணி துவங்க உள்ளது. அவரின் இந்தப் பயணம் பாதுகாப்புடனும், பணி விசயமாகவும் இருக்கவே இன்றைய இந்த வேண்டுதல். அந்த ஈசனின் அருள் பார்வை என்றும் தங்களின் மீதே இருக்கட்டும்.'

"நிருதி புறப்படலாம். நாம் இங்கு வந்து வெகு நேரம் ஆயிற்றே."

"சரி போகலாம் அமுதா."

அவரவர் சிவிகையில் இருவரும் அமர கோட்டையை நோக்கிச் சென்றன சிவிகைகள்.

'உண்மையில் நமக்கு என்ன தான் ஆனது. அவரின் நிலைபாடு என்ன என்பது புத்திக்குத் தெரிகிறது. ஆயினும், இந்தப் பாழும் மனது அதை ஏற்க மறுக்கிறதே. அவரைப் பற்றிய எண்ண ஓட்டத்தைக் கட்டுப்படுத்த முடியவில்லையே. எதனால் இந்தத் தடுமாற்றம் பரம்பொருளே இன்னிலையிலிருந்து மீள தாமே எமக்கு அருள்புரிய வேண்டும்.'

"தேவி (தியாகவல்லி) பிள்ளைகள் இருவரும் எங்கு சென்றார்கள்? அரண்மனையில் காணவில்லையே."

"வணங்குகின்றேன் அரசே. புறவேலையாக வீரன் சென்றுள்ளான். நிருதி அமுதாவை அழைத்துக் கொண்டு

சோழி ஈஸ்வரர் ஆலயம் சென்றுள்ளாள். என்னவாயிற்று அரசே? ஏதேனும் காரணம் உண்டோ - அவர்கள் இருவரையும் தேட?"

"பெரிதாக ஒன்றுமில்லை அரசியாரே! இன்று காலை பயிற்சிக் கூடத்தில் இருவரையும் சந்தித்தேன். இன்று காலை முதலே சற்று வேலைப்பளு அதிகமானதால் பிள்ளைகள் இருவரையும் பிறகு சந்திக்கிறேன் என்று கூறியிருந்தேன். ஒருவாறாக தற்போது தான் பணிகள் நிறைவுற்றன. அதனால்தான் அவர்களை அழைத்துவரும்படி பணிப்பெண்களிடம் பணித் தேன். அவர்கள் அரண்மனையில் இல்லை என்று கூறியதால் அவர்கள் எங்கு போனார்கள் என்பது உனக்குத் தெரிந்திருக்குமே என்று இங்கு வந்தோம்."

"அதனால் என்ன அரசே? இன்னும் சிறிது நேரத்தில் இருவருமே இங்கு வந்து விடுவார்கள். வந்தவுடனேயே தங்களின் அறைக்கு வரச்சொல்கின்றேன். சரிதானே!"

"நல்லது வல்லி. நீ சென்று உனது பணிகளை கவனி. பிறகு சந்திப்போம்

"வணக்கம் அரசே."

"நிருதி, சற்று ஓய்வெடுத்துக் கொள். பின்னர் இரவு உணவு அருந்த செல்லலாம். போசன அறைக்கு வருகின்றாயா? அல்லது இங்கு எடுத்து வர பணிக்கட்டுமா?"

"தேவையில்லை அமுதா; போசன அறைக்கே செல்லலாம். ஒரு நாளில் ஏதேனும் ஒரு வேளை அனைவரும் ஒன்றாக உணவருந்த வேண்டும் என்பது தந்தையாரின் விருப்பம் என்பதை நீ அறிவாய் தானே. இன்று காலை சந்தித்தது தந்தை யாரையும், தமையனையும். தந்தையார் ஆலோசனை மண்டபம் செல்வதாகக் கூறினார். இந்த தமையன் எங்கு சென்றார் -எம்மிடம் எதுவும் கூறாமல்?"

"இதோ வந்து விட்டேன் நிருதி - நனது அன்புத் தங்கையைக் காண"

"வணங்குகின்றேன் அண்ணா. தாங்கள் எங்கு சென்றீர்கள்?"

"கோடை அறுவடை நடந்து கொண்டுள்ளது அல்லவா? அதன் பொருட்டு கோட்டையினுள் இருந்த களிறுகளை

அனுப்பியிருந்தோம் இல்லையா. அவற்றை தஞ்சைக்கு அனுப்ப வேண்டி இருந்தது. அவற்றின் சில நூறு களிறுகளை மட்டும் கோட்டைக்குத் திரும்பச் செய்தாகி விட்டது. மற்றவை தஞ்சை சென்றடையும் நாளை மாலை."

"ஏன் தமையா, தஞ்சையில் இருக்கும் களிறுகள் எங்கே போயின. அவற்றைக் கொண்டு அறுவடையை ஏன் மேற்கொள்ளக் கூடாது? ஏன் இங்கு இருந்து அனுப்பி வைக்கப்படுகின்றது?"

"அது போகட்டும், நீ ஏன் தனியே ஆலயம் சென்று வந்தாய்?"

"தனியாகவா? அமுதாவையும் அழைத்துக் கொண்டு தானே சென்றேன், அண்ணா"

"அதை யான் அறிவேன் அம்மா. இருப்பினும், இனி நீ எங்கு சென்றாலும் யானும் உடன் வருவேன் - உனது கணவரின் இல்லத்தைத் தவிர. உனது பாதுகாப்பானது எமக்கு மிகவும் முக்கியமான ஒன்றாகும். யான் எங்கு எப்பணியில் இருப்பினும் உனது நலனின் பொருட்டே எம் சிந்தை சிந்திக்கும். ஆகையினால் எம் அனுமதி இன்றி நீ என்றும் தனியே செல்லக்கூடாது. புரிந்ததா - எனதருமை தங்காய்"

"உத்தரவு தமையா; அவ்வாறே! தங்களின் கட்டளை எமது பாக்கியம்."

பிடியத னுருவுமை கொளமிக கரியது
வடிகொடு தனதடிவழிபடு மவரிடர்
கடிகண பதிவர அருளினன் மிகுகொடை
வடிவினர் பயில்வலி வலிமுறை யிறையே
- திருஞானசம்பந்தர்

வல்லபி தாயார் இசைக்கத் துவங்கி விட்டார். "வா நிருதி தாயாரின் அறைக்குச் செல்லலாம்."

"இதோ வந்து விட்டேன் அண்ணா."

ஏழிசை வல்லபியின் அறை. மிகப் பெரிதாக அதனுள்ளே அகண்டு விரிந்த கட்டில். ஏகமும் இருக்கைகள். நயமிக்க பொருட்கள் ஆங்காங்கே. அந்தப் பெரிய அறையின் ஒரு புறத்தே பலதரப்பட்ட இசைக் கருவிகள், ஓலைச்சுவடிகள், ஐங்கரனின், ஈசனின் திரு உருவங்கள் என எழிலுடன் காட்சி அளித்தது அந்த அறை.

"வணங்குகின்றோம் அன்னையே!"

"வாருங்கள் எனதருமை மக்காள்."

"வழக்கம் போல் இன்றும் தங்களின் காந்தக் குரல் எங்களை ஈர்த்து விட்டது. சம்பந்தர் பெருமான் இன்று இருந்திருந்தாரே யானால் தங்களின் இந்த இசையைக் கேட்டு தங்களின் பெயரிலும் பாடல்கள் புனைந்திருப்பார் தாயே."

"மிக்க மகிழ்ச்சி மகனே."

"இன்னும் ஏதேனும் பாடல்கள் இசையுங்கள் தாயே."

"அதை தங்கள் மடியில் தலைவைத்து யான் கேட்க விருப்பம் கொள்கின்றேன்."

"நிருதி, யானும் உன்னுடன் இணைந்துகொள்கின்றேன்."

"அதற்கென்ன எனதருமை பிள்ளைகளே, இருவருமே நனது மடியில் தலைவைத்துக் கொள்ளுங்கள். யார் இயற்றிய பாடலைப் பாடுவது? அதையும் நீங்களே கூறுங்கள்."

"நிருதி உனது விருப்பமே நனது விருப்பம். நீயே கூறு - தாயாரிடம் யார் இயற்றியதைப் பாடுவதென்றும்"

"மாணிக்கவாசகர் அருளியதைப் பாடுங்கள் தாயே."

"நல்லது மகளே."

நமச்சிவாய வாழ்க நாதன் தாள் வாழ்க
இமைப்பொழுதும் என் நெஞ்சில் நீங்காதான் தாள்வாழ்க
கோகழி ஆண்ட குருமணிதன் தாள்வாழ்க
ஆகமம் ஆகிநின்ற அண்ணிப்பான் தாள்வாழ்க
ஏகன் அநேகன் இறைவன் அடிவாழ்க.

2, 3, 4, 6, 7, 8, 9... மாற்றம் மனம் கழிய நின்ற மறையோனே.

"அற்புதம், மிக அற்புதம், ஆழமான வரிகள், அற்புதமான பாடல்! உனது குரலின் இனிமை எம்மைக் கொள்ளை கொண்டது வல்லபி. என்ன யான் கூறுவது சரிதானே மதுரா?"

"இதில் சந்தேகமென்ன அரசே? வல்லபியின் மதுரகுரல் நாம் அனைவரும் அறிந்த ஒன்று தானே."

"வணங்குகின்றேன் அரசே! வாருங்கள் அக்கை அவர்களே"

"இதோ யானும் வந்து விட்டேன் தங்களின் உரையாடலின் பங்கு பெற."

"வா வள்ளி, வாருங்கள் அக்கை அவர்களே."

"ம்... நெடு நாட்களுக்குப் பிறகு இன்று தான் எமது மூன்று மனைவி யருடனும் நனது பிள்ளைகளுடனும் ஒன்றாய் இருக்கும் சந்தர்ப்பம் கிட்டியது."

"அதற்கு வல்லபிக்குத் தான் நன்றி கூற வேண்டும் அரசே"

"சரியாகச் சொன்னாய் வள்ளி."

"தங்களின் உரையாடல் சற்றே பைய இருக்கட்டும் தந்தையே."

"ஏன்? எதனால் வீரா?"

"சிற்றன்னையின் இசையில் நிருதி உறங்கிப்போனாள். தங்களின் இந்த உரையாடலினால் அவள் விழித்துவிடக் கூடும். அதனாலேயே பைய உரையாடுங்கள் என உரைத்தேன்."

"ஒரு விதத்தில் அவள் உறங்கிப் போனதும் நன்மையே. யான் இன்று உங்கள் மூவருடனும் சற்றே உரையாடவேண்டும். வீரா, நீயும் எங்களது இந்த உரையாடலில் கலந்து கொள்வாயாக"

"உத்தரவு தந்தையே. நனதருமை மகள் உறங்கட்டும். வாருங்கள், அடுத்த அறைக்குச் செல்லலாம்."

சக்கரவர்த்திகளின் அறைக்கு அனைவரும் சென்றனர். இன்று காலை விவாத மண்டபத்தில் எதைப் பற்றிய விவாதம் அரங்கேறியது என்பதை நீங்கள் அனைவரும் அறிந்திருக்கக் கூடும். நமது சோழதேசத்தின் நில அளவையின் பொருட்டே இந்தக் கூட்டம் கூட்டப்பட்டது - அமைச்சர் கருணாகரன் வேண்டுகோளுக்கிணங்க.

இதன் விளைவாக, நாளை அதிகாலை அமைச்சர் அவர்கள் தொண்டை மண்டலம் புறப்பட உள்ளார். ஆகையினால் யானும் நீயும் நாளைக் காலை கோட்டை வாயிலுக்குச் செல்ல வேண்டும் வீரா."

"உத்தரவு தந்தையே. அரசு சார்ந்த விசயங்களில் எங்களின் தலையீடுகள் இருக்கக்கூடாது என்பீர்களே சுவாமி... அப்படி இருக்க, இன்று மட்டும் இந்தத் தகவலை எங்களிடம் கூற காரணம் என்ன உள்ளது?"

"தீனா (மதுராந்தகி) இரண்டு திங்கள்களுக்கு முன் இத்தனை பெரிய பதவியை இத்துணை சிறிய வயதுடைய ஒருவருக்குக் கொடுத்ததன் பொருட்டு இங்குள்ள அமைச்சர்களுக்கும்

குறுநில மன்னர்களுக்கும் என்மீதான நம்பகத்தன்மை சற்றே குறைந்திருந்தது. இருந்தும், யான் அதைப் பொருட்படுத்த வில்லை. காரணம், கருணாகரனையும் சேர்த்து அவரை விடவும் வயதில் மூத்தவர்கள், அனுபவசாலிகள் என இன்னும் மூவரைப் பரிந்துரை செய்தனர் உடன் கூட்டத்ததிகாரிகள். ஆயினும், யானோ கருணாகரனுக்கே இந்தப் பதவியைத் தருவிப்பதில் உறுதியாய் இருந்தோம். அதில் சிலருக்கு அதிருப்தியே"

"அப்படியானால், இன்றளவும் கருணாகரன் இந்தப் பதவி வகிப்பது ஏனையோருக்குப் பிடிக்வில்லையா சுவாமி."

"அது தான் இல்லை வல்லபி இன்று நடந்த சம்பவமே வேறு"

"என்ன நடந்தது தந்தையே?"

"இன்றைய கூட்டத்தில் நில அளவையின் வேறு ஒரு பரிணாமத்தை விளக்கினார் அமைச்சர் கருணாகரன்."

"என்ன அது தந்தையே?"

"பொதுவாக நில அளவையை காததூரத்தின் அடிப்படையிலேயே இதுகாறும் கணக்கிட்டு வரப்பட்டது. அதில் சிற்சில குறைகள் இருக்கவே செய்யும். அதில் அத்துணை துல்லியம் இராது. இது நாம் அனைவரும் அறிந்ததே."

"சரி, இதற்கும் அமைச்சர்கள் கருணாகரன் மீது இன்று கொண்ட அனுமானத்திற்கும் என்ன சம்பந்தம் சுவாமி இருக்கிறது?"

"வள்ளி. இனிமேல் நிலஅளவைக்கு காததூரத்தைக் கணக்கிட வேண்டியது இல்லை. நம் ஆலயத் திருப்பணிகளுக்குப் பயன் படுத்தும் அளவுகோலையே நில அளவைக்கும் பயன்படுத்த லாம் என்று கூறினார் அமைச்சர் கருணாகரன். இதன் மூலம் நமது சாம்ராஜ்ஜியத்தின் எல்லைக்குட்பட்ட நிலப்பரப்பை மிகத் துல்லியமாக அளக்க இயலும் என்றும், இதன் காரணமாக நமது தேசத்திற்குப் பல வகைகளிலும் நன்மைகள் உண்டாகும் என்றும், இதற்கான காரணிகளை நிலஅளவை பணிநிறைவுறும் நாளில் விளக்குவதாகவும் கூறினார் அமைச்சர். இதை சபையினர் கேட்டதும், அமைச்சர் கருணாகரனுக்கு வாழ்த்துக்க ளையும், தங்களது பாராட்டுகளையும் தெரிவித்தனர். மேலும்

நில அளவைப் பணிக்காக தன்னோடு சேர்ந்து இருநூற்றுப் பத்தென்பது பேர்கள் இச்சிறப்பு வாய்ந்த பணியில் ஈடுபட உள்ளனராம். அவர்கள் அனைவருமே நாளைக் காலை கங்கை கொண்ட பெருஆவுடையார் ஆலயத்திலிருந்து புறப்பட உள்ளனர். இதில் நாற்பது பேர்கள் கருணாகரனுடனும் ஏனையோர் சோழ தேசமெங்கும் அளக்கும் பணியில் ஈடுபட உள்ளனர். இதன் மூலம் எம் நெடுநாள் கனவான சோழதேசத்தின் மொத்த நிலபரப்பைத் தெரிந்து கொள்ளும் அவா பூர்த்தி ஆகப்போகின்றது என்கையில் எம் மகிழ்ச்சிக்கு இன்று அளவே இல்லை. இத்துணை சிறிய வயதில் விவேகத்துடன் கூடிய தெளிந்த அறிவை உடையவர் எவரையும் கண்டதில்லை. இனி வருங்காலங்களில் சோழ தேசத்தின் பெருந்தரத்து அதிகாரிகளில் கருணாகரன் தனித்தும் முதன்மைப்படுத்தப்படுவர்."

"இத்துணை சிறப்பாகக் கூறும் தாங்கள் அமைச்சருக்குப் பரிசேதும் அளிக்கவில்லையா பிரபு?"

"நிச்சயம் பரிசளிப்பேன் வல்லபி. இன்றைய கூட்டத்தில் யாரும் எதிர்பாராவிதமாக, தனது தனிச்சிறப்பை நிரூபித்துள்ளார் கருணாகரன். அது போலவே யானும், இப்பணி சிறப்புற முற்றுப் பெறும் வேளையில் அவர் எதிர்பாராத சிறந்த ஒரு பரிசை அவருக்கு அளிக்க உள்ளேன்."

"அப்படியானால், அவருக்கான பரிசு என்ன என்பதை முன்னமே தீர்மானித்து விட்டீர்களா அரசே?"

"இல்லை தீனா, கருணாகரன் மேற்கொண்டிருக்கும் பணி முழுமை பெறும்போது அவருக்கு ஆகச் சிறந்த பரிசு ஒன்றை அளிக்க வேண்டும் என்று எண்ணி இருந்தோம். ஆனால் என்ன பரிசு அளிப்பதென்பதில் சற்றே குழப்பம் இருந்து வந்தது - சற்று முன்புவரை. ஆயினும், தற்சமயம் அதிலிருந்து தெளிவு பிறந்தது. அந்தப் பரம்பொருளே அதற்கான உபாயத்தை வல்லபியின் வாயிலாக எமக்கு உணர்த்திவிட்டார்."

“என்ன பரம்பொருள் உணர்த்தினாரா? அப்படியானால், கருணாகரனுக்குத் தாங்கள் அளிக்கப் போகும் பரிசானது எது தந்தை அவர்களே?”

“அதற்கான சமயம் இது வல்ல வீரா” காலம் வரும் அப்போது அனைவருமே அறிந்து கொள்வீர்கள். அதுவரை அனைவரும் காத்திருக்கத் தான் வேண்டும். சரி நெடு நேரம் ஆயிற்று. நீங்கள் அனைவரும் போசன அறைக்குச் சொல்லுங்கள். யான் இதோ வந்து விடுகின்றேன்.”

“உத்தரவு அரசே!” என்று குலோத்துங்கனின் பட்டத்தரசி களும் வீரசோழனும் அங்கிருந்து சென்றனர்.

சிறிது நேரத்தில் ஏழிசை வல்லபியின் அறைக்குச் சென்றான் குலோத்துங்கன். அங்கே கட்டிலில் ஆழ்ந்து உறங்கிக் கொண்டிருந்த தனது மகளைக் கண்டான். அவளின் ஆடைகளை சரி செய்து அவள் கழுத்தின் வரையிலும் பைய போர்வை யினைப் போர்த்தி விட்டு அவள் அருகே மெள்ள அமர்ந்தான்.

“எனதருமே மகளே” இன்று யான் எடுத்திருக்கும் முடிவு சரியா, தவறா என்பதை யான் அறியேன். அவன் இன்றி அணுவும் அசையாது என்பார்கள் பெரியோர்கள். அதன் அடிப்படையில் அந்தப் பரம்பொருளின் சித்தம்தானோ என்னவோ எனது எண்ணமாய் வெளிப்பட்டுள்ளது என்றெண்ணுகின்றேன். இதற்குக் காலமே பதில் அளிக்க வேண்டும்.”

அங்கிருந்து வெளியேறிய குலோத்துங்கன் “யார் அங்கே?” எனக் குரல் கொடுக்க, பணிப்பெண் ஒருத்தி, “உத்தரவு அரசே!” என்று வர, “வல்லபி அரசியார் இங்கு வரும் வரையில் அவர் அறைக்கு வேறு எவரும் வர தடை விதியுங்கள். மேலும் இன்று இரவு இந்த அறையில் தாம் இளவரசியார் இருப்பார் என்று அவரின் தோழிமார்களுக்குத் தெரியப்படுத்துங்கள்; புரிந்ததா?”

“அப்படியே ஆகட்டும் பிரபு.”

இரவு உணவிற்குப் பின் அனைவரும் அவரவர் அறைக்குத் திரும்பினர். தனது அறைக்குப் பொன்னால் ஆன கின்னத்தில் பால் அன்னம் எடுத்துவந்தாள் குலோத்துங்கனின் மூன்றாம் மனைவியான பட்டத்தரசி ஏழிசை வல்லபி. கட்டிலின் அருகே சென்றவள் “நிருதி எழுந்திரி மகளே! இரவில் உணவருந்தாமல்

உறங்கலாகாது மகளே. சிறிதேனும் உணவை உட்கொள்ள வேண்டும்."

"வேண்டாம், தாயே."

"நீ எழவேண்டாம்; அப்படியே படுத்துக் கொள். யானே உனக்கு ஊட்டி விடுகின்றேன், அம்மா."

"இங்கே என்ன நடக்கின்றது?"

"வணங்குகின்றேன் அரசே! இவ்வேளையில் தாங்கள் இங்கே எப்படி? தங்களின் அறைக்கு செல்லவில்லையா உறங்கு வதற்கு?"

"இல்லை வல்லபி. இன்று யானும் உனதறையில் இருக்க விரும்புகின்றேன்."

"அதற்கென்ன, அது எம் பாக்கியம் அரசே! அகத்தே வாருங்கள்!"

"என்ன இது வல்லபி."

"பால் அன்னம் அரசே நிருதிக்கு? தர எடுத்துவந்தேன்.

"அதை இப்படி கொடு அம்மா. இன்று யானே எம் மகளுக்கு உணவளிக்கின்றேன்"

"நிருதி எழுந்திரு அம்மா! உனது தந்தையார் வந்துள்ளார்."

பைய கண்திறந்தவள் திடுக்கிட்டு எழுந்து அமர்ந்து கொண்டாள்.

"வணங்குகின்றேன் தந்தையே! தாங்கள் இங்கே எப்படி? எப்போது வந்தீர்கள்?"

"அவற்றை எல்லாம் நாளை காலை பேசிக் கொள்ளலாம் மகளே; தற்போது உணவருந்தி விட்டு உறங்கு மகளே" என்ற குலோத்துங்கன் உண்டபின் தானும் அவள் அருகே படுத்துக் கொண்டான்."

"இப்போது தானே தெரிகின்றது. தங்களின் இந்த எதிர்பாரா வருகைக்கான காரணம் என்ன வென்று அரசே."

"உன்னுடைய கணிப்பு சரிதான் வல்லபி. பருவம் வந்த பெண் பிள்ளைகளின் அறைக்கு இரவு வேளைகளில் அவளது தந்தையே ஆனாலும் செல்லக்கூடாது என்பது நமது மரபு. அதுவே தனது மனையாளுடன் மகளும் இருப்பாளேயானால், ஆயினும் அப்போது அவளின் தந்தைக்கு எந்தத் தடையும் இராது. இன்று நிருதி உனது அறையில் இருப்பதனால் இன்று இவ்விடத்தே வந்தோம் வல்லபி. மேலும் இது போன்ற பொன்போன்ற

தருணங்கள் இன்னும் சிலகாலமே அமையும். இது போன்ற தருணங்களை யான் இழக்க விரும்பவில்லை."

"தங்களின் எண்ணம் என்னவென்று எமக்கு நன்றாகவே புரிகிறது அரசே. தாங்கள் தங்களின் மகளுடன் இங்கு இருக்க எந்தத் தடையும் இல்லை. நன்றாக ஓய்வு எடுத்துக் கொள்ளுங்கள். அதிகாலை கோட்டை வாயிலுக்குச் செல்ல வேண்டும் என்றீர்களே."

"ஆம் தேவி, நீயும் சென்று ஓய்வெடுத்துக் கொள்."

துயில் கொண்டிருக்கும் தன் மகளையே பார்த்த வண்ணம் இருந்தான் குலோத்துங்கன்.

அதிகாலை கோட்டை வாயில் மிகுந்த பரபரப்புடன் காணப்பட்டது. முரசு ஒலிக்கப்பட்டது. மங்கள வாத்தியங்கள் முழங்கின. அரிசிமா கோலமிட்டு கோட்டை வாயில் அழகு காட்சி யளித்தது. களிறுகள், பரிகள், வெண்குடைகள் ஏந்திய வீரர்கள், புலிக்கொடி ஏந்திய வீரர்கள் என்றும், குடிமக்கள், அமைச்சர்கள் எனப் பலதர்தரத்தாரும் அங்கே குழுமி இருந்தனர். வண்டையர் கோனின் முதல் அரசு முறை பயணம் என்பதனால் அங்கே பரபரப்பிற்குப் பஞ்சமில்லாமல் இருந்தது. குலோத்துங்கனும், வீரசோழனும் அங்குவர அங்கே சற்று அமைதி நிலவியது. பின் சோழனை வாழ்த்தி கோசங்கள் எழுந்தன. தனது சமிக்கை மூலம் நிறுத்தும்படி கோரினான் குலோத்துங்கன்.

"எனதருமை மக்காள், இன்று தான் அனைவருக்கும் ஒரு மகத்தான நாள். ஒரு மகத்தான காரியத்திற்காக அமைச்சர் வண்டையர் கோன் கருணாகரன் அவர்கள் இன்று பயணத்தைத் துவங்க உள்ளார்கள். அவரை அனைவரும் வாழ்த்தும்படி கேட்டுக்கொள்கின்றோம்."

அடுத்தவினாடிகுடிகளின்வாழ்த்தொலியும்,வானவேடிக்கையும் விண்ணைப் பிளக்க சக்கரவர்த்திகள் உள்பட அனைவரிடமும் விடைபெற்று பரி ஏறினான். கருணாகரன் தனது முதல் பயணத்தைத் துவங்க குடைகளையும், கொடிகளையும் ஏந்திய வீரர்கள் முன்னே செல்ல பரி வீரர்களும், களிறுகளும் ஒருவர் பின் ஒருவராகச் சென்றனர் - கங்கை கொண்ட பெருஆவுடையார் ஆலயம் நோக்கி. சிறப்பு வழிபாடுகளுக்கு ஏற்பாடு செய்யப்பட்டு

இருந்தது - ஆலயத்தில். பின்னர் கருணாகரனின் ஆணைப்படி இருநூற்றுப் பத்தொன்பது வீரர்களும் எண் திசைக்கும் பிரிந்து செல்லத் தயாராக இருந்தனர்.

ஆலயத்தின் முன்பு அங்கு வந்த கருணாகரன் நாம் மேற்கொள்ளப் போகும் இப்பணியானது சிறப்பான முறையில் அமைய அந்த ஆடவல்லானைத் தொழுவோம்.

தென்னாட்டுடையான் திருப்பாதம் போற்றி போற்றி ஹரஹர மகாதேவா" என்றான்.

அனைவரும் அங்கிருந்து கலைந்து செல்ல கருணாகரனும் தன் குழுவினருடன் தொண்டை மண்டலம் நோக்கி பயணித்தான்.

"தமையா, தாங்கள் ஏன் இன்று பயிற்சிக் கூடத்திற்கு வரவில்லை? தங்களுக்காக யான் வெகு நேரம் காத்திருந்தேன். எங்கே போனீர்கள்?"

"உனக்கு தெரியாது இல்லையா நிருதி? இன்று அதிகாலை வண்டையர் கோன் அவர்கள் தொண்டை மண்டலம் புறப்பட்டுச் சென்று விட்டார். அவரை வழி அனுப்புவதற்காக யானும் தந்தையாரும் கோட்டை வாயிலுக்குச் சென்றிருந்தோம். அதனால் ஆன தாமதமே இன்று யான் வகுப்பிற்கு வரவில்லை."

"என்ன! அதற்குள்ளாகப் புறப்பட்டு விட்டாரா? நாளை மறுநாள் தானே புறப்படுவதாகக் கூறினீர்கள் அண்ணா? இன்று எப்படி இது...."

"நேற்றைய ஆலோசனைக் கூட்டத்தில் எடுத்த முடிவு அம்மா. அதைத் தெரிவிக்க தான் நேற்றைய இரவு நம் தந்தையார் வல்லபி தாயாரின் அறைக்கு வந்தார். நீ அதற்குள் உறங்கி விட்டாய்."

"ஓ... அப்படியா? தற்போது அமைச்சர் அவர்கள் கோட்டை வாயிலின் தான் இருக்கின்றாரா, அண்ணா?"

நகைத்தபடியே, "என்ன இது நிருதி சிறுபிள்ளை போல இயம்புகின்றாய்? வண்டையர் கோன் அவர்கள் இந்நேரம் சோழீஸ்வரர் ஆலயத்திலிருந்தே புறப்பட்டு இருப்பார். இங்கு இருந்து அவர் புறப்பட்டு வெகுநேரம் ஆகின்றது, அம்மா."

"சரி அண்ணா. யான் நனது அறைக்குச் செல்கின்றேன்."

"ஏன் நிருதி? வா பயிற்சியைத் துவங்கலாம். அதற்கு தான் யான் இங்கு வந்தோம்."

“இல்லை அண்ணா, இன்று வேண்டாம். சற்றே சோர்வாக உணர்கின்றேன். எம்மை மன்னியுங்கள். நாளை பயிற்சியைத் துவங்கலாம்.”

“ஆகட்டும் அம்மா. நீ சென்று ஓய்வெடுத்துக் கொள்; பிறகு பார்க்கலாம். சரியா?”

“ஆகட்டும் அண்ணா, வணக்கம்.”

நிருதி தனது அறைக்கு வந்து தாழிட்டுக் கொண்டா கண்களில் இருந்து கண்ணீர் பெருக்கெடுத்தது.

“என்ன இது? அவர் ஏன் இவ்வாறு செய்தார்? அவரின் இந்தப் பயணத்தைப் பற்றி ஒருவார்த்தை தெரிவிக்காமல் சென்று விட்டாரே... எதனால் இப்படி செய்தார்? நாமும் இந்தக் கோட்டையுனுள் இருப்பதை மறந்து போனாரா? அல்லது எம்மையே மறந்து போனாரா? அன்று காளிதேவி ஆலயத்தில் எம்மிடம் நட்போடு பழக விரும்புவதாகக் கூறினாரே? அப்படியானால், அவை அனைத்தும் பொய்யா? ஆலயத்தில் நின்று கொண்டு பொய் உரைக்கக் கூடாது என்று அன்று அவர் தானே கூறினார். அப்படி இருக்க, எப்படி காளியின் ஆலயம்.... எதையோ சிந்தித்தவளாக, அன்னம், அன்னம் என்றழைத்தாள்.

கண்களைத் துடைத்தபடி பணிப்பெண் ஒருத்தி, “கூறுங்கள் இளவரசியாரே.”

“எனது பரியை அழைத்துக் கொண்டு புறவாசலுக்குப் போ. யான் இப்போது வந்து விடுகின்றேன்.”

“உத்தரவு இளவரசி.”

வேறு ஒரு ஆடையை உடுத்திக் கொண்ட நிருதி, ஒரு துணியால் தனது முகத்தையும் மூடிக் கொண்டாள்.

“யான் இப்போது வந்து விடுகின்றேன். அது வரையில் யான் அரண்மனையில் இல்லாதது எவருக்கும் தெரியக்கூடாது; புரிந்ததா?”

யாருடனும் இல்லாமல் தானாகச் செல்லும் நிருதியின் இந்தப் புதுவித பழக்கம் அப்பெண்ணுக்குச் சற்றே ஆச்சர்யம் அளித்தது. இருப்பினும், அதை வெளிக்காட்டிக் கொள்ளாது, “ஆகட்டும் இளவரசியாரே!” என்றாள்.

கோட்டையின் நான்காம் வாயிலின் வழியே சென்று பொன்னி நதியோரம் இருக்கும் காளிதேவியின் ஆலயத்தை அடைந்தாள். பரியை விரைவில் செலுத்தியதனால் அவள் உடல் எங்கும் வியர்வைத் துளிகள் வழிந்தோடின. ஆலயத்தினுள் செல்ல, அங்கு எவருமே இல்லை. ஏமாற்றம், களைப்பு இவை இரண்டும் அவளை ஆட்கொண்டன. அப்படியே அங்கிருக்கும் படிகளில் அமர்ந்தாள்.

"நமது யூகம் தவறாகிப் போனது. எதன் அடிப்படையில் அவர் இங்கு வந்திருப்பார் என நம்பினேன்? இனியும் இங்கிருப்பது வீண் வேலை; அரண்மனைக்கே திரும்ப சென்று விடலாம் என்று எண்ணி ஆலயத்தின் அகவாசல் அருகே வந்தவள் எதையோ எண்ணிக் கொண்டாள் 'அன்று தாம் வண்டையர் கோனை ஆலயத்தின் புறத்தே தானே சந்தித்தோம். ஒரு வேளை பின்புறம் இருப்பாரா?' என்று எண்ணியவள் ஆலயத்தின் புறத்தே வந்தாள்.' அங்கும் யாரும் இல்லையே' என்று எண்ணிய மறுகணமே அவளின் வாயை ஒரு கரம் மூடி மறுகரத்தால் அவளின் இடக்கரத்தை இறுக்கிப் பிடிக்க, இம்முறை அவளிடம் எந்த சலசலப்பும் இல்லை. காரணம், அவன் கருணாகரன் என்பதனால்.

அந்த ஒரு கணம் அவளின் உள்ளத்தில் ஏற்பட்ட சிலிர்ப்புக்கு அளவே இல்லை எனலாம். அப்படியே அதே நிலையில் சில கணங்கள் கழிந்திருக்கும். பைய அவளை விடுவித்து அவள் முன் தோன்றினான் கருணாகரன்.

"வாருங்கள் இளவரசியாரே! தங்களின் வரவு நல்வர வாகட்டும்."

"அமைச்சரே, தாங்கள் இங்கே எப்படி? தாங்கள்தான் தொண்டை மண்டலம் புறப்பட்டதாகத் தமையனார் கூறினார்களே."

"யான் காளிதேவியின் ஆசிபெற வந்தோம். அது இருக்கட்டும். தாங்கள் எம்மைக் காணத்தானே இங்கு வந்தீர்கள்?"

"இல்லை இல்லை. யானும் காளிதேவியை வணங்கி விட்டுப் போகவே இங்கு வந்தோம் அமைச்சரே."

"ஆலயத்தில் நின்றுகொண்டு பொய் உரைக்கக் கூடாது என்பார்கள் இளவரசியாரே" என்றவன் அவள் கண்களையே உற்று நோக்கினான்.

அதற்கு மேலும் மறுக்க முடியாதவளாக மெள்ள சிரித்தாள். அவனும் நகைக்க, ஒருவாறாக சிரிப்பதை நிறுத்தி, "தங்களைக்

காண யான் இங்கு வருவேன் என்று எப்படி அறிந்தீர்கள் அமைச்சரே?"

"அன்றொரு நாள் இதே ஆலயத்தில் தங்களிடம் யான் கூறியது என்ன? தங்களைப் பின்தெடர்வதை விட்டு விடுகின்றேன் என்று அதுவே தாங்கள் எம்மைச் சந்திக்க விரும்பினால் யான் அதை ஒரு போதும் மறுக்க மாட்டேன் என்றும் சொன்னேன், அல்லவா? அதனாலேயே இந்த இரு மாதங்களில் தங்களைச் சந்திப்பதற்கான எந்த முயற்சியும் யான் எடுக்கவில்லை; மாறாக, தாங்கள் எம்மைச் சந்திக்க வருவீர்கள் என்று எண்ணினேன். அதையும் தாங்கள் செய்யவில்லை. இப்போது கூட யான் தொண்டை மண்டலம் புறப்பட உள்ளதைத் தங்களிடம் தெரிவிக்க எண்ணியிருந்தேன். எப்படியும் தங்களின் தந்தையார் வாயிலாகத் தெரிந்து கொள்வீர்கள். ஆதலால் இன்று காலை எப்படியும் கோட்டை வாயிலுக்குத் தாங்கள் வருவீர்கள். என்றிருந்தேன். அதிலும் எமக்கு ஏமாற்றமே. பின்னர் தான் ஒன்றை யூகித்தோம். ஒரு வேளை தங்களுக்குத் தகவல் கிடைப்பதில் தாமதம் ஏற்பட்டிருந்தால், அல்லது இன்று காலை கோட்டை வாயிலுக்கு வருவதில் ஏதேனும் தடைகள் ஏற்பட்டு இருந்தால் அப்போது தங்களின் அடுத்த கட்ட நடவடிக்கை என்னவாக இருக்கும் என்று ஒரு சிறு மதிப்பீடு. அதன் விளைவாகவே இங்கு வந்து தங்களுக்காக நான் காத்திருப்பது."

"யான் இங்கு வருவேன் என்று எப்படி உறுதியாக நம்பினீர்கள் அமைச்சரே?"

"தங்களின் செயல்பாடுகளின் மேல் கொண்ட அனுமானத்தில், மேலும் இந்த சோழ தேசத்தில் அனைவருக்கும் தங்களைப் பிடிப்பதற்கான காரணிகளாக இரண்டைக் கூறுகின்றனர். ஒன்று தங்களின் எழில்; மற்றும் ஒன்று தங்களின் குணம். ஆயினும், தங்களிடம் எம்மை ஈர்த்த இரண்டு: தங்களின் மதி நுட்பம்; மற்றும் ஒன்று தங்களின் நாமா காரணம் இவையே எம்மைப் பெரிதும் கவர்ந்தன."

"மதிநுட்பம்... ம்ம்ம்... இது எப்படி தெரியுமா இருக்கின்றது? சிவன் கரத்திலிருந்து ஈசன் பட்டம் வாங்குவது போல. தங்களின் மதிநுட்பத்தை வியந்து பேசிக் கொண்டிருக்கின்றனர். சோழபுரத்து

மக்கள் அமைச்சரே. அப்படி இருக்க - தாமோ நனது மதி குறித்துப் புகழ்வது வேடிக்கையாக உள்ளது."

"எது எப்படியோ, தங்களின் இந்த உவமை அருமை. நமது சந்திப்பானது இரண்டு மூன்று முறைகளே ஆனாலும், இந்தக் குறுகிய காலத்தில் எதனையும் சுருங்கச் சொல்லும் தங்களின் தெளிந்த அறிவே எம்மை மிகவும் கவர்ந்தது. அதுவே தங்களை மீண்டும் மீண்டும் சந்திக்கத் தூண்டும் ஆவலை என்னுள் ஏற்படுத்துகின்றது. அது ஒருபுறம் இருக்கட்டும்; இனி எம்முடன் நட்பு பாராட்டுவதில் தங்களுக்கு ஒன்றும் தயக்கம் இல்லையே இளவரசியாரே?"

"இல்லை அமைச்சரே. இருப்பினும், தந்தையாருக்குத் தெரிய வந்தால்? மலரிடம் என்ன கூறுவது? மேலும் ஒவ்வொரு முறையும் இது போன்று இங்கு எம்மால் வர இயலாது."

"தாங்கள் கூறுவதும் உண்மைதான். அதற்கான உபாயத்தை விரைவிலேயே கண்டறிய வேண்டும். ஆயினும், இப்படி தனியே வருவது என்பது இதுவே முதல் முறை போலும் தங்களுக்கு."

"அதைத் தாங்கள் எவ்வாறு அறிந்தீர்கள் அமைச்சரே?"

"இந்த ஆற்றுப்படுகைக் குளிர்ச்சியிலும் கூட அச்சமும், பதற்றமும் ஒன்று கலந்து வியர்வைத் துளிகளாக வெளிவருகின்றனவே, தங்களின் தேகத்தில். துடைத்துக் கொள்ளுங்கள், இளவரசியாரே."

பைய சிரித்துக் கொண்டாள். "அது சரி, அமைச்சர் அவர்களே - தாங்கள் இங்கு வந்து வெகு நேரம் ஆகிற்றே. தாங்கள் புறப்படவில்லையா?"

"அதைப்பற்றிய கவலை தங்களுக்குத் தேவையில்லை இளவரசியாரே. இன்று நண்பகலுக்குள் எமது அணியினருடன் இணைந்து விடுவேன். தங்களுக்கு தான் நேரம் கடந்து கொண்டிருக்கிறது. தாங்கள் பத்திரமாகக் கோட்டைக்குத் திரும்பிச் செல்லுங்கள், இளவரசியாரே."

"ஆகட்டும் அமைச்சரே. மற்றும் ஒன்று..."

"என்ன அது? தாங்கள் எம்முடன் நட்பு பாராட்டுவதாகக் கூறினீர்கள். அப்படி இருந்தும், ஏன் நனது பெயரைக் கூறி அழைக்காமல் அடிக்கொருமுறை இளவரசியாரே என்கிறீர்கள்?"

“உண்மையில், தங்களின் பெயரைக் கூறி அழைக்கவே யான் பெரிதும் விரும்புகின்றேன். இருப்பினும், தாங்கள் தவறாக எண்ணிவிட்டால் என்ன செய்வதென்றே ‘இளவரசி’ என்றழைக்கின்றேன்.”

“இதில் தயக்கம் கொள்ளத் தேவையில்லை, அமைச்சரே! தாங்கள் தாராளமாக எனது பெயரைக் கூறி அழைக்கலாம்.”

“அப்படியானால் சரி, தாங்களும் கூட எம்மைப் பெயர் சொல்லி அழைக்கலாம்.”

“ஐய்யோ! தங்களுக்கு ஏன் இந்த விபரீத எண்ணம்?” எம்மை பெயரைக் கூறி அழைப்பது என்பது ஒரு குற்றமே அல்ல. ஆனால் தங்களை யான் பெயரைச் சொல்லி அழைப்பது மாபெரும் குற்றமாகும். ஏனெனில், தாங்கள் சோழதேசத்தின் அமைச்சர் மட்டுமல்ல; ஒரு நகரத்தின் அரசரும் ஆவீர். அப்படி இருக்க, யான் தங்களின் பெயரை உச்சரிப்பதா? அதற்கு சாத்தியம் இல்லை அமைச்சரே.”

“அப்படி பார்த்தாலும், தாங்களோ இந்த சோழப் பேரரசைக் காக்கும் சக்கரவர்த்திகளின் மகள் ஆவீர்கள். அப்படி இருக்க தங்களை யான் எப்படி பெயரைச் சொல்லி அழைப்பது?”

“அது மற்றவர்களுக்கு; தங்களைப் பொருத்தவரை யான் தங்களின் தோழி மட்டுமே. அதனால் இதை ஒரு பொருட்டாக எண்ணத்தேவையில்லை. சரி அது இருக்கட்டும், தங்களின் இந்த பணி நிறைவு பெற எத்துணை நாட்கள் ஆகும் அமைச்சரே.?”

நாட்களா?எத்தனைதிங்கள்பிடிக்கும்என்றுகேளுங்கள்.அதுவே சரியானதாக இருக்கும். ஏறக்கூறைய நான்கு திங்கள்களாவது ஆகும் என்பது எனது அனுமானம். இளவரசியாரே, சரி தாங்கள் முதலில் இங்கிருந்து புறப்படுங்கள். அரண்மனையில் எவரேனும் தங்களைத் தேடக் கூடும். நனது பணி முடிந்ததும் சோழபுரத்திற்கு வந்து விடுவேன்; பிறகு பேசிக்கொள்ளலாம். அதுவரையில் தங்களின் உடல் நலனின் அக்கறை கொள்ளுங்கள்.

“ஆகட்டும், நன்றி அமைச்சரே தங்களின் அறிவுரைக்கு. தாங்களும் தங்களின் உடல் ஆரோக்கியத்தில் அக்கறை கொள்ளுங்கள் - சுற்றுப் பயணத்தின் போது. மேலும் தாங்கள் மேற்கொண்டிருக்கும் பணி சிறப்புடன் நிறைவடைய

எமது வாழ்த்துகள். வணக்கம் யான் சென்று வருகின்றேன் அமைச்சரே."

"ம்ம்... நல்லது. சென்று வாருங்கள்" வணக்கம். என்றவன் அவள் ஆலயத்தின் முகப்பு மண்டபம் செல்லும் வரையில் அமைதியாய் இருந்து விட்டு "நிருதி!" என்றழைத்தான்.

இதைச் சற்றும் எதிர்பாராதவளாய் இருந்தும், "கூறுங்கள் அரசே!" என்றாள்.

"ஒன்றுமில்லை, நனது பயணம் முடிவுற்ற பின்னர் தங்களைச் சந்திக்கும்பொழுது தங்களின் பெயரைக் கூறி அழைக்கலாம் என்றிருந்தேன். ஏனோ அது வரையிலும் எம் மனம் பொறுமை காக்கத் தவறிவிட்டது, நிருதி.

"அதனால் ஒன்றும் இல்லை. யான் சென்று வருகிறேன். சற்று பொறுங்கள். சிறிது நேரத்திற்கு முன் தாங்கள் எம்மை என்ன வென்றழைத்தீர்கள் நிருதி?"

"என்னவென்று? அமைச்சரே என்று தான் அழைத்திருப்பேன்."

"அப்படியா? சரி புறப்படுங்கள். பிறகு சந்திப்போம்."

ஆலயத்தின் புறத்தே நின்ற குதிரையின் மேலேறி அங்கிருந்த நிருதி செல்ல, அவளது உள்ளமானது ஆலயத்தின் அகத்தே அவன் அருகாமையில் நின்றபடி இந்த இன்ப நேரமானது இன்னும் நீளாத என்ற தவித்தது.

பரியின் காலடிக் குளம்பின் ஓசை நிற்கும் வரையிலும் ஆலயத்திலே நின்றிருந்த கருணாகரன் பின் அவள் நெடுந்தூரம் சென்றதை உணர்ந்து காளிதேவியை வணங்கி விட்டு தானும் அங்கிருந்து சென்று அன்று நண்பகலுக்கு முன்னதாகவே அவனது குழுவினர்களுடன் ஒன்று கலந்தான்.

கோட்டையில் இருப்போர் எவரேனும் காண்பதற்குள் அறைக்குச் சென்றுவிட வேண்டும் என்று எண்ணியவாறே சென்ற வழியே மீண்டும் கோட்டைக்குள் நுழைந்தாள் நிருதி கோட்டையின் மேல் தளத்து சாளரத்தின் வழியே நிருதி வருவது எதேச்சையாக குலோத்துங்கன் கண்களில் பட...

யார் இது கோட்டையினுள் இத்துணை வேகமாக பரியை செலுத்துவது? முகத்தை வேறு மூடிக் கொண்டு... யாராக இருக்கும்? ஜாதி புரவி வேறு. பார்ப்பதற்குப் பெண்ணைப் போல்

அல்லவா தெரிகிறது. யார் அது? தெரிந்து கொள்ள வேண்டுமே. மேல் தளத்திலிருந்து விரைந்து வந்தான். சோழ குடும்பத்தினர் பயன்படுத்தும் புரவிகளைக் கட்டிவைக்கும் பிரத்தியேகக் குதிரைக் கொட்டிலில் தனது குதிரையைக் கட்டிவைத்து விட்டு அங்கிருந்து சென்றாள்.

'என்ன இது நமது கொட்டிலில் குதிரையை கட்டிவைப்பது. அப்படியானால்?'

* * *

14

கருவூலம்

Deiva

நனது குடும்பத்தினரில் ஒருவரா? குதிரைக் கொட்டிலின் அருகே சென்ற போது மேலும் அதிர்ச்சி குலோத்துங்கனுக்கு. 'அது நிருதியின் பரி ஆயிற்றே. அப்போது அது நிருதியா என்ன? புரவியின் அருகே சென்று அதன் கால்களையும் வாலையும் கண்டான். ஒரே மணலாக இருக்க, அப்படி என்றால் ஆற்றுப்படுகைக்குச் சென்றிருக்கின்றாள். அதுவும் தனியே. இல்லை இல்லை அப்படி இருக்காது. ஆதாரமில்லாமல் எவரையும் சந்தேகிப்பது தர்மம் ஆகாது. மேலும் அவள் சிறுபிள்ளை; அத்துணை துணிவு அவளுக்கு இராது. இது வேறு யாராகவாகத்தான் இருத்தல் வேண்டும். இருப்பினும், நிருதியைத் தவிர வேறு எவரும் இதில் பயணிக்க இயலாதே. ஏ. பரியே தற்போது மட்டும் பேசும் திறனை அந்த ஈசன் உனக்குத் தருவாரேயானால் உன்னிடம் கேட்டறிந்திருப்பேன் - எங்கே எவருடன் சென்றாய் என்று; இப்படி குழப்பத்திற்கு ஆளாகி இருக்க மாட்டேன். என்ன செய்வது யாராக இருக்கும்? எதற்கும் நிருதியைக் காணலாம் எங்கிருக்கிறாள் என்று. முதலில் அவள் அறைக்குச் செல்வோம்.'

தனது அறையில் வெகு இயல்பாக கட்டிலில் அமர்ந்து தான் எழுதிய ஓவியம் ஒன்றை மடியிலே வைத்துப் பார்த்த வண்ணமிருந்தாள். அதைக் கண்ட குலோத்துங்கன் நீண்ட நெடும் மூச்சை விட்டு தனது சுவாசம் இயல்பு நிலைக்கு வந்ததை உணர்ந்தவனாக, "குழந்தாய் நிருதி!" என்றழைக்க,

இதைச் சற்றும் எதிர்பாராதவளாக, 'இவ்வேளையில் இங்கே எப்படி தந்தையார் அவர்கள் வரக்கூடும்?' என்று எண்ணிய வாறே?' தனது மடியில் வைத்திருந்த ஓவியத்தைத் தலையணைக் கடியில் ஒளித்து வைத்தவாறு, "வணக்கம் தந்தையே வாருங்கள்." என்றாள்.

'என்ன இது நம்மைக் கண்டதும் யான் எதைக் காணக் கூடாது என்று ஒளித்து வைக்கிறாள்' என்று எண்ணியவாறே, "என்ன இது... இன்று எம் அன்பு மகளின் அறையில் எவரும் இல்லை. எங்கே அம்மா உன் தோழிமார்கள்? நீ மட்டும் இருக்கின்றாயே."

"அவரவருக்கான பணிகாரணமாக அனைவரும் சென்றுள்ள -னர் தந்தையே. ஆமாம், தாங்கள் இவ்வேளையில் இங்கே எப்படி

தந்தையே! தங்களின் அன்றாடப் பணிகள் பிற்பகல் வரையிலும் நீடிக்குமே. அப்படி இருக்க, இங்கே எப்படி?”

“இல்லை அம்மா இன்று எனதருமை மகளுடன் இருப்பதே இன்றைய முதன்மையான பணி.”

“உண்மையாகவா? அப்படியானால், இன்று முழுவதும் தாங்கள் எம்முடனே இருக்க போகின்றீர்களா தந்தையே?”

“ஆம் மகளே! இன்று உன்னுடன் சிலவற்றைப் பகிர்ந்து கொள்ள விரும்புகின்றேன் அம்மா. இதில் உனக்கேதும் ஆட்சேபம் இல்லையே.”

“ஆட்சேபமா எமக்கு? தாங்கள் எம்மிடம் பகிர்ந்து கொள்ளும் சேதி எதுவாயினும் அதை யான் மிக்க ஆர்வத் துடனேயே கேட்டுக் கொள்வேன் என்பது தங்களுக்குத் தெரியாதா தந்தையே? எதுவாயினும் கூறுங்கள் தந்தையே.”

“குழந்தாய், வா! இன்று உன்னை ஓர் இடத்திற்கு அழைத்துச் செல்லப் போகின்றேன். மிகுந்த ஆர்வத்துடன் கேட்டாள்: “அப்படியா? எங்கே தந்தையே செல்லப் போகின்றோம்? கோட்டையுனுள்ளேவா அல்லது புறத்திலா?”

சிறுபுன்னகையைத் தவழவிட்ட குலோத்துங்கன், “சற்றுப் பொறு மகளே! இன்னும் சிறிது நேரத்தில் நீயே அறிந்து கொள்ளப் போகின்றாய்.”

அந்தப்புரத்திலிருந்து தந்தையும் மகளும் உரையாடிக் கொண்டே நெடுந்தூரம் நடந்து சென்றனர்.

வழியே பணிப்பெண்களும், காவலில் ஈடுபட்டிருக்கும் வீரர்களும் தங்களின் வணக்கத்தைத் தெரிவித்தனர். அவர்கள் செல்லும் வழியில் பாதுகாப்பு பலப்படுத்தப் பட்டிருந்ததை ஆங்காங்கே அனேக வீரர்கள் இருந்ததைக் கொண்டு உணர முடிந்தது.

“தந்தையே, இது கருவூலத்திற்குச் செல்லும் வழி ஆயிற்றே...”

“ஆம் மகளே, நாம் இப்போது கருவூலத்திற்குத் தான் சென்று கொண்டிருக்கின்றோம்.”

இதைக் கேட்டதும் நிருதி அங்கேயே நின்று விட்டாள்.

“சற்று பொறுங்கள் தந்தையே, கருவூலத்திகுள் யானும் எப்படி வரவியலும்? தாங்களும் இன்னும் ஒரு சில முக்கிய மந்திரிகளும்

மட்டும் தானே கருவூலத்திற்குச் செல்ல இயலும். நனது அன்னைமார்களுக்கும், நன் உடன்பிறத்தார்க்கும் கூட அதற்குள் செல்ல அனுமதி இல்லையே... அப்படி இருக்க, யான் எப்படி அதற்குள் வர இயலும், தந்தையே?"

"நீ சோழனின் வாரிசு என்பதனால் மகளே. தவிரவும், இதற்கு முன் ஒரு முறை உனது மூத்த தமையனான விக்கிரமன் இங்கே வந்துள்ளான். பட்டத்திற்கு உரியோர் அன்றி மற்றவர் இங்கு வர அனுமதி இல்லை என்றாலும், நமது தேசம் பல இடர்ப்பாடான தருணங்களைச் சந்தித்துள்ளது. அது போன்ற வேளைகளில் நமது குடும்பத்தாருள் ஒருவர் மேற்பார்வையில் கருவூலம் காக்கப்பட்டும் உள்ளது மகளே. அன்னோர் தலைமையில் அதிகாரிகளைக் கொண்டு கண்காணிக்கப்படும்."

"அதெல்லாம் சரிதான் தந்தையே, இங்கு வர அரச மகளிருக்கு அனுமதி இல்லையே, அப்படி இருக்க, அதை யான் மீறலாகுமா?"

"கோட்டையின் அகத்தேயும், புறத்தேயும் அரச குடும்பத் தாருக்கும், அரசு அதிகாரிகளுக்கும் ஒரு சில இடங்களுக்குச் செல்ல தடை விதிக்கப்பட்டு இருப்பது என்பது உண்மைதான். ஆயினும், பரந்து விரிந்த இந்தச் சோழ தேசத்தில் எப்போதும் எங்கேயும் செல்லும் அதிகாரம் அடியேனுக்கு உண்டு. அது போல நனதருமை மகளுக்கும் இங்கு எங்கு வேண்டுமானாலும் செல்லும் அதிகாரத்தை யான் தருகின்றேன் அம்மா."

ஒன்றும் கூறாமல் மௌனமானாள்.

இருவரும் கருவூலத்தின் அருகே செல்ல, "யார் அங்கே? கருவூலத்தின் கதவுகள் திறக்கப்படட்டும்" என்று கட்டளை இட்டான்.

பலத்தப் பாதுகாப்புடன் ஒன்பது அறைகளை அடுக்காகக் கொண்ட கருவூலம். இரும்பினாலான கதவுகள் அனைத்து அறைகளுக்கும் திறவுகோலை மிக்க பலம் கொண்டு திறக்க வேண்டி இருந்தது - அந்த அறையின் கதவுகளை

முதன் முறையாக கருவூலத்தின் உள்ளே சென்ற நிருதிக்குப் பெரும் மலைப்பாகவே இருந்தது - மிகுந்த போராட்டத்தின் பேரில் வீரர்கள் கதவுகளைத் திறந்தமையால்.

முதல் அறையில் பொன்னாலும், செம்பாலும் செய்யப் பெற்ற காசுகள் மலை மலையாய் குவிந்து கிடந்தன.

இரண்டாவது அறையில் எண்ணில் அடங்கா வாரணத்தின் தந்தங்கள், புலியின் பல தரப்பட்ட பரிமாணம் கொண்ட படிமங்கள், பற்கள், புலியின் தோல், அரிமா, கலைமான், காட்டு கேழல் பன்றி ஆளி, கனக மாமேழி (தங்கத்தாலான கலப்பை), உவணம் (கருடன்) அடுகளிறு (ஆண் யானை), பிடி (பெண் யானை) போன்ற விலங்குகளின் படிமங்களும், பொன்னாலான வேளாண் கருவிகளும் அந்த அறை முழுவதும் நிரம்பி இருந்தன. நவரத்தினங்களால் ஆன ஆபரணங்கள், பொன்னால் ஆன ஆபரணங்கள், இவை தவிர நவமணிகள் முறையே பெரும் பெட்டகங்களில் தனித்தனியே குவித்து வைக்கப்பட்டிருந்தன. அடுத்தடுத்த ஐந்து அறைகளில். இது வரையிலும் சோழ தேசத்தை ஆட்சி செய்து வந்த சோழர்களின் பழம்பெரும் வாள்களும், முடிகளும், அவர்களின் மிக முக்கிய சாசனங்களும் எட்டாவது அறையில் பாதுகாக்கப்பட்டு வந்தது.

எஞ்சியிருக்கும் ஒன்பதாவது கதவின் திறவுகோலை ஐந்து வீரர்கள் ஒன்று சேர்ந்து எடுத்து திறக்க முயன்று கொண்டு இருந்தனர். இங்கிருக்கும் ஏனைய அனைத்து அறைகளில் இருக்கும் பொருட்கள் அனைத்தையும் விடவும் தலையா யவையும் தலைசிறந்தவையுமாகத் தான் இருத்தல் வேண்டும் - இந்த ஒன்பதாவது அறையில் இருப்பவை.

நமது மூதாதையரின் முடியும், வாளை விடவும் பாதுகாக்கப் படவேண்டிய பொக்கிசம் ஒன்று உண்டோ இவ்வுலகில்? அப்படியானால் அது என்னவாக இருக்கும் என்ற ஆர்வம் நிருதியை ஆட்கொண்டது. கதவுகளைத் திறந்த வீரர்கள் குலோத்துங்கனை வணங்கிவிட்டு உடனடியாக அங்கிருந்து சென்றனர். ஒன்பதாவது அறையில் இருந்தவற்றைக் கண்ட நிருதி ஒரு கணம் இமைக்க மறந்து நின்று போனாள்.

“மகளே என்னவாயிற்று அம்மா? ஏன் அவ்வாறு பார்க்கின்றாய்?”

“யான் இங்கே காண்பது நிஜம் தானா தந்தையே?”

புன்னகைத்த வாறே, “நீ காண்பது முற்றிலும் உண்மையே அம்மா.” என்றான் குலோத்துங்கன்.

அப்படி என்ன தான் இருந்தன கருவூலத்தின் ஒன்பதாம் அறையில் பதப்படுத்தப்பட்ட நவதானியங்களின் வித்துக்களும், ஓலைச் சுவடிகளும்.

“தந்தையே, இவ்வுலகில் உள்ள மாந்தர் அனைவரும். தன்னகத்தே பாதுகாப்பாகவும், பத்திரமாகவும் வைத்துக் கொள்ள எண்ணும் அனைத்துப் பொருட்களுமே மற்ற அறைகளில் தானப்படியாக இருக்க, ஓலைச்சுவடிகளும், இந்த வித்துக்களுக்கும் இத்துணை பாதுகாப்புடன் இருத்தலைக் காணும் போது வியப்பாகவும், வேடிக்கையாகவும் உள்ளது. இதற்கேதும் காரணம் உளதா தந்தையே?”

“நிச்சயம் மகளே, மற்ற அறைகளில் உள்ள அனைத்துமின்றி ஒரு மானுடன் தன் வாழ்நாளைக் கழிக்க இயலும். ஆயினும், இவை இரண்டும் அன்றி வாழ்வதென்பது இயலாத காரியம். இன்னும் சற்றே உனக்கு விளங்கும் படியாகக் கூறுகின்றேன்; கேள்! உண்மையில் கருவூலத்தில் முதன்மையானதாக தானிய வித்துக்களைப் பாதுகாக்க வேண்டும் என்ற நிலைப்பாட்டைக் கொணர்ந்தவர்கள் பாண்டியர்களே. அவர்களைப் போன்றே தான் நாமும் சேரப் பேரரசும் இதனைக் கடைபிடித்து வருகின்றோம்.

“எதனால் தந்தையே, இதுபோன்ற நிலைப்பாடு? எமக்கு ஒன்றும் விளங்க வில்லையே.”

“நீ அறிந்திருக்கக் கூடும் மகளே. தென்திசையில் கடலுக்கு அப்பால் குமரி என்றொரு பரந்து விரிந்த தேசம் இருந்துள்ளது. அதனைப் பல்லாயிரம் ஆண்டுகளாக ஆட்சிபுரிந்து வந்தவர்கள் பாண்டியர்களே. அங்கும் இங்கிருப்பது போலவே கூடல் (மதுரை) நகரமே தலைநகராக இருந்துள்ளது. அன்னாளில் அனேக முறைகள் ஆழிப்பேரலைகள் வந்து அந்த தேசத்தையே அழித்து விட்டன. அதன் எச்சமே இன்று உள்ள ஈழம் என்பது. இது போன்ற பேரிடர்காலத்தில் தப்பிப் பிழைத்தவர்கள் பலர் பசிக் கொடுமையினால் மாண்டுபோயினர். எஞ்சிய சிலர் உயிர்பிழைத்தனர். காரணம், அவர்கள் தப்பிப் பிழைக்கையில் தானியங்களையும் தம்மோடு வைத்திருந்ததால். இவர்களுள் பாண்டிய வம்சத்தினரும் அடக்கம். அன்னாளில் வாழ்ந்த பெரியோர்கள் இப்படி ஒர் இடர்பாடு வரப்போகின்றது என்பதை

முன்னமே பாண்டியர்களுக்கு அறிவுறுத்தி உள்ளனர். அதை ஏற்ற பாண்டியன் பெரிய அளவிலான மரக்கலத்தை அன்னாளிலே செய்தான் என்றும், அது பல அடுக்குகளாக இருந்தது என்றும் கூறப்படுகின்றது. அவற்றில் விலங்குகளும், வேளாண் கருவிகளும், தானிய வித்துக்களும், அடைக்கப்பட்டு இருந்தனவாம். இது போன்று அடைக்கப்பட்ட எண்ணற்ற மரக்களங்கள் (கப்பல்) உருவாக்கப்பட்டு அவற்றில் மானுடர்களும் தஞ்சம் புகுந்தனர். பேரிடரின் போதும் திசைக் கொன்றாக மரக்கலங்கள் பிரித்து சென்று விட்டவைதாம். அக்கலங்களில் ஒன்று தற்போது உள்ள தென் மதுரையில் தரை தட்டியதாகவும் அதில் இருந்த பாண்டியனே சுமார் ஆயிரம் ஆண்டுகளுக்கு முன் தனது சாம்ராஜியத்தை நிறுவினான் என்றும் கூறுவர். கூடல் நகரை தலைநகரமாகக் கொண்டு மரக்கலத்திலே பாண்டியன் பாதுகாத்த பொருட்களை பின்னாளில் அவனது மரபினர் கருவூலத்தில் பாதுகாக்கத் தொடங்கினர். அதே போன்றதொரு பேரிடரை நமது தேசமும் கண்டுள்ளது இல்லையா மகளே - நமது மூதாதையர் காவிரி பூம்பட்டினத்தைத் தலைநகராகக் கொண்டு ஆட்சி செய்த போது. அதனாலேயே நாமும் தானியங்களைக் கருவூலத்தில் பாதுகாக்கின்றோம். விலங்குகளை இங்கே அடைக்க முடியாது என்பதனால் அதன் படிமங்களை வைத்துள்ளோம். இனி வருங்காலங்களில் இப்படி ஓர் இடர்ப்பாடு வருமேனால் மாண்டவர் போக எஞ்சியவர்கள் உயிர் பிழைக்கவும் மற்றவர்களுக்கு உணவளிக்கவும் இத்தானியங்கள் உதவும் என்பதனால் தான், கருவூலத்திலும், ஆலயக்கலசத்திலும் பாதுகாத்து வருகின்றோம் காலம் காலமாக."

"தாங்கள் கூறுவது எமக்கு நன்றாகப் புரிகின்றது தந்தையே. ஆம், தந்தையே தென்மதுரையில் தனதரசை நிறுவிய பாண்டியனின் பெயர் என்ன தெரியுமா தங்களுக்கு?"

"ம்... அறிவேன் மகளே. பாண்டியன் வெண்டேர் செழியன் முடத்திருமாறன் என்பான்."

அவன் இத்தோடு நிறுத்தவில்லை. மானுட வாழ்வியலை வகுத்தும் வரையறுத்தும் ஒழுங்கு படுத்திக் கொள்ள உதவும் தலைசிறந்த இலக்கண, இலக்கிய, காப்பிய நூல்களை

தன்னுடனே எடுத்துக் அவைகளை சங்கம் அமைத்து கண்ணென காத்து வந்தான். தனது மூதாதையர் போல ஆலயம் வளர்த்த பெருமை நமதாயினும், நம் தாய்மொழி வளர்த்த பெருமை பாண்டியனுக்கே. இதனை எவரும் மறுப்பதற்கில்லை.

“அவர் அப்படி என்னென்ன நூல்களை எடுத்து வந்தார், தந்தையே? அதனைத் தாங்கள் அறிவீரா?”

“ஓர் அளவிற்கு அறிவேன் அம்மா. அவை எந்தெந்த நூல்கள் என்றால் அகத்தியம், பரிபாடல், மூதுரை, முருகு, குருகு, களரியாவிரை, தொல்காப்பியம், இறையனார் களவியல் உரை என்பவை. இருப்பினும், இவற்றில் ஒரு சில நூல்கள் அழிந்து போயின என்றொரு கருத்தும் உண்டு.”

“அப்படியா? தொல்காப்பியத்தை பட்டர் அவர்கள் எமக்கு ஓர் அளவிற்குக் கற்பித்துள்ளார். உண்மையில் தொல்காப்பியம் வியக்கத்தக்க காப்பியம் இல்லையா, தந்தையே.”

“ஆம் மகளே. இத்துணை பெருஞ்சிறப்புக்குரிய நூல்களை நமது கருவூலத்திலும் பாதுகாத்து வருகின்றோம்.”

“நமது கருவூலத்தில் பாதுகாக்கப்படும் நூல்களைப் பற்றிய விளக்கமளியுங்கள் தந்தையே.”

“நமது கருவூலத்தில் வள்ளுவமே முதன்மையானதாகப் பாதுகாக்கப்படுகிறது அம்மா. அதனோடு ஐம்பெரும் காப்பியங்கள், பக்தி இலக்கியங்கள், சிற்றிலக்கியங்கள், சைவ, வைணவப் பெரியோர்களின் படைப்புகள், போகர் பெரு மகனாரின் நூல் தொள்ளாயிரம் போன்றவை அடக்கம்.”

“எம் வாழ்நாளில் மிக சிறந்த தருணம் இதுதான் தந்தையே.”

“எதனால் நிருதி உனக்கு அவ்வாறு தோன்றுகிறது?”

“ஆமாம் தந்தையே, இவ்வுலகில் பொன்பொருளைக் காட்டிலும் மகத்தானவை, மதிப்பு மிக்கவை அனேகம் இருக்கத் தானே செய்கின்றன. அதனை இன்று தங்கள் வாயிலாக அறிந்து கொண்டேன். தங்களுக்கு நனது நன்றிகள் தந்தையே. இத்துணை நாட்கள் திரு. நாராயண பட்டர் அவர்கள் கற்பித்ததை இன்று தாங்கள் ரத்தின சுருக்கமாக எமக்குக் கற்பித்துள்ளீர்கள் - மானுட வாழ்விற்கு அத்தியாவசியம் எது என்பதை. இப்படி ஒரு தருணத்தை அருளிய பரம்பொருளுக்கு நனது நன்றிகள்!”

“ஆம் குழந்தாய்! அவன் அருள் இன்றி எதுவும் அசையாது அல்லவா?”

இருவரும் உரையாடிக் கொண்டிருக்க அந்த அறையில் மெள்ள இருள் படர்ந்தது.

“நிருதி, வா மகளே! இங்கிருந்து செல்லலாம். நாம் இங்கு வந்து நெடுநேரம் ஆயிற்று. கதிரவன் மேற்கே மறையத் துவங்கி விட்டான்.”

“ஆம் தந்தையே, இங்கே பொழுது கழிந்தது தெரியவே இல்லை.”

“சரி, இங்கிருந்து புறப்படலாமா?” என்றவன் காவலர்களை அழைத்து அனைத்து அறைகளின் கதவுகளையும் அடைத்துத் தாளிடும்படி கட்டளையிட்டான்.

‘இனி ஒரு முறை கருவூலத்தைக் காணும் சந்தர்ப்பம் அமையுமோ இல்லையோ? என்று எண்ணியவாறு காவலர்கள் தாளிடுவதைக் கண்ணிமைக்காமல் பார்த்த வண்ணம் இருந்தாள் நிருதி.

“ஆஆஆ ஒரு நிமிடம் நிருதி! இங்கே இருக்கும் ஆபரணங்களில் உனக்குத் தேவையானவற்றை எடுத்துச் செல் மகளே. வேண்டுமானால் யானே உனக்கு சிறந்த ஆபரணங் களைத் தேர்வு செய்து தரட்டுமா அம்மா?”

“வேண்டாம் தந்தையே. நன்றி. தேவைக்கு அதிகமான ஆபரணங்கள் ஏற்கனவே எம்மிடம் உள்ளன தந்தையே. இப்பினும், தங்களிடம் ஒரு வேண்டுகோள்.”

“வேண்டுகோளா? ஆணையிடு மகளே! இக்கருவூலத்தைக் காட்டிலும் யான் கண்ணெனக் காப்பது நனது மக்கள் என்னோர் தாம். அப்படியிருக்க, நன் கடை மகள் கேட்டு அதை யான் மறுப்பதா? எதுவாயினும் கூறு மகளே.”

“பின்னாளில் என்றேனும் ஒரு நாள் மீண்டும் இங்கு வந்து அந்த ஓலைச்சுவடிகளில் எழுதியிருக்கும் நூல்கள் யாதென காணலாமா தந்தையே?”

“இதைக் கேட்டதும் அங்கே இருக்கும் அறைகள் அதிர சிரித்தான் குலோத்துங்கன்.”

“என்னவாயிற்று தந்தையே? ஏன் இவ்வாறு நகைக் கின்றீர்கள்? யான் கேட்டதில் ஏதேனும் தவறுண்டோ?”

“இல்லை இல்லையம்மா நனதருமை மகளின் எண்ணம் எதுவென்று யான் நன்கறிவேன். நீ இதைத்தான் கேட்பாய் என்பது எமக்கு முன்னமே தெரியும். உனது எண்ணப்படியே எமக்கு வேலைப்பளு அதிகம் இல்லாத ஒரு நாளில் நாம் இருவருமே இங்கு வந்து இந்தச் சுவடிகளில் இருப்பதனை அறிந்து கொள்ளலாம். மகிழ்ச்சிதானே?”

“மிக்க மகிழ்ச்சி தந்தையே.”

“சரி அம்மா வா போகலாம்.”

இருவரும் அங்கிருந்து வந்து ஆலயத்தைக் கடந்தனர்.

“நிருதி.”

“கூறுங்கள் தந்தையே”

“சற்று நேரம் ஆலயத்திலே அமர்ந்துவிட்டு செல்லலாமா மகளே?”

“அதற்கென்ன? தாராளமாக, தந்தையே.”

* * *

15

சோழ வம்சம் (குலம்)

இருவரும் ஈசனை வணங்கி விட்டு ஆலயத்தின் முகப்பில் அமர்ந்தனர்.

"ஆம் மகளே, எதற்காக ஓலைச் சுவடிகளில் இருப்பவற்றைத் தெரிந்து கொள்ள எண்ணுகின்றாய்?"

"காரணம் உள்ளது தந்தையே. உணவுப் பொருட்களை உற்பத்தி செய்ய வித்துக்கள் துணை செய்வது போல வாழ்வியலின் பொருளை அறிந்து கொள்ள இது போன்ற நூல்கள் தானே பெரிதும் உதவும்."

"மிகவும் சரியாகச் சொன்னாய் மகளே. அப்படியானால் இனி யான் கூறுவதை நீ சரியாகக் கிரகித்துக் கொள்வாய்."

"என்ன அது தந்தையே?"

"அது இருக்கட்டும் நூல்களில் இருப்பவற்றைத் தெரிந்து கொள்வது ஒருபுறம் இருக்கட்டும்; நமது குடும்பத்தின் பாரம்பரியத்தைப் பற்றியும் நமது குலத்தோன்றல்களைப் பற்றியும் இதுவரையில் நீ என்ன அறிந்து வைத்துள்ளாய் மகளே?" என்கையில், வணங்குகின்றேன் சக்கரவர்த்திகளே; "வணங்குகின்றேன் இளவரசியே" என்றார் திரு. நாராயண பட்டர்.

"வணங்குகின்றோம் பட்டரே. நீ கூறு மகளே!"

"ஒரு அளவிற்கு அறிவேன், தந்தையே. குறையேதும் இருந்தால் பிழை பொருத்து அருளுங்கள்."

"யான் இதுநாள் வரையிலும் தங்களுக்குக் கற்பித்ததற்கான கேள்வி நாள் இது தான் போலும். அதுவும் அரசரே தங்களைப் பரிட்சிக்கிறார்! வாழ்த்துக்கள் ஆரம்பியுங்கள் இளவரசியாரே." என்றாள் நிருதி.

"ஆகட்டும் பட்டரே!" தனது கரத்தைக் கூப்பியவாறு, கூறத் தொடங்கினாள்:

பெற்றோர் வண்ண பொற்பாதம் போற்றி
குரு பாதம் போற்றி!
விநாயகனே விண்ணிற்கும் மண்ணிற்கும் நானதனுமாம்
கற்றவர்கள் உண்ணும் கனியே போற்றி
கழல் அடைந்தார் செல்லும் கதியே போற்றி

திருமாலின் உந்தியினின்று தோன்றியது செந்தாமரை மலர். அதிலிருந்து நான்முகன் தோன்றினான். அவனிடமிருந்து

பெருமைக்குரிய மரீசி தோன்றினான். அவர் காசிபனை மகனாகப் பெற்றார். அவர் ஒளிக்கதிர்களையுடைய சூரியனை மகனாகப் பெற்றார். மனு என்பவன் சூரியனுக்கு மகனாகப் பிறந்து உலகினைக் காப்பாற்றினான். அவன் தன்னுடைய சிறந்த மகனை ஒரு பசுவின் கன்றுக்குச் சமம் என்று கருதினான். எல்லோரும் வியக்கும்படி அவனைத் தேர்க்காலில் இட்டுக் கொன்று பசுவிற்கு நீதி வழங்கினான். இத்தகைய மனுவே நமது சோழ குடியின் முதல் அரசன் ஆவான். மனுநீதிச் சோழனுக்கு மகனாக இக்குவாகு என்பவன் பிறந்தான். அவரது மகனாக விருட்சி. இவனது மகன் ககுந்தன். இவன் ஆயிரம் கண்களையுடைய யானையை வாகனமாகக் கொண்டான் என்று வரலாறு கூறுகிறது. இல்லையா பட்டரே.”

“ஆம் மகளே.

“மேலும் தொடர்ந்தாள் நிருதி.”

“இயல்பிலேயே கோபத்தைக் கொண்டது புலி. சாதுவான தன்மையுடையது மான். புலிக்கு விருப்பமான உணவு மானிறைச்சி. அவ்வாறு இருந்தும் அவ்விரண்டும் ஒரே துறையில் ஒன்றாக இருந்து நீர் பருகும் படி பசி, பகை முதலியவற்றைப் போக்கி உலகத்துள் உள்ள உயிர் களிடத்தில் செலுத்திய அருளின் தன்மையால் ஆட்சி புரிந்தவன் ககுந்தன் மகனாகிய மாந்தாதா என்னும் சோழன் இவன். மகன் அந்த பரம்பொருளின் பரிபூரண அருளைப் பெற்ற முசுகுந்தன். இவன் மகன் பிருதுலாக்டசன். இவன் கொடி வழியே வந்த சோழர்கள் முறையே சுராதி ராசன்; இவனின் தவப்புதல்வர்கள் இருவர் அவர்கள் ராஜகேசரி, பரகேசரி. இவர்கள் ஏழு வகைத் தீவுகளையுடைய உலகினை புலிக் கொடியின் கீழ் ஆட்சி புரிந்தனர் என்றறியப்படுகிறது. இவர்களின் பின் வந்தோர் கிள்ளிவளவன், கவேரன், மிருத்யுசித் சித்திரன் எனும் யாத்திர கேது சமுத்திரசித், பஞ்சபன், வாதராசனை பணிகொண்டவன் தூங்கையில் எரிந்து சோழன், உபரிசரண், கிள்ளிவளவன், சோழன் செங்கணான் பெருநற் கிள்ளிவளவன், இளஞ்சேட் சென்னி, திருமாவளவன் (கரிகாற்சோழன்), காந்தாள், தூங்கெயில் எரிந்த கொடிதோட் செம்பியன், உருவப்பஃறேர் இளஞ்சேட் சென்னி, குலமுற்றத்துத் துஞ்சிய கிள்ளிவளவன்,

நலங்கிள்ளி, மாவழத்தான், போரவை கோப்பெரும் நற்கிள்ளி, வேற்பஃறடக்கை பேரு விற்றகிள்ளி, நெடுங்கிள்ளி, ராஜசுயம், வேட்டப் பெருநற்கிள்ளி, செங்கண்ணனான், நல்லடி, விசயாலயன், ஆதித்த சோழன், பராந்தகன், கண்டராதித்தன், அரிஞ்சயன், இரண்டாம் பராந்தகனாகிய சுந்தரசோழன், உத்தம சோழன், இராசஇராச அருள்மொழிசோழன், இராஜேந்திர சோழன், இராசாதி ராசன் இராசேந்திரன், வீர இராசேந்திரன், அதி இராசேந்திரன் இவர்கள் நால்வரும் தங்களின் அம்மான்கள் இல்லையா தந்தையே? தற்போது ஸ்ரீ ராசகேசரி வர்மனான திரிபுவனச் சக்கரவர்த்திகள், இராசேந்திரன் என்கிற குலோத்துங்க சோழன் நனது தந்தை. சரி தானே தந்தையே!"

"சரியாகக் கூறினாய் மகளே, இன்று நனது மகிழ்ச்சிக்கு அளவே இல்லை. அம்மா உனது இந்த நினைவாற்றலை யான் பெரிதும் மெச்சுகின்றேன்."

"சோழனின் சந்ததி ஆயிற்றே. மெச்சும்படியாகத்தான் இருக்கும் அரசே."

"தாங்கள் கூறுவதும் ஒருவிதத்தில் சரிதான் பட்டரே. நனது பிள்ளைப் பருவத்தில் பாட்டியார் அவர்கள் தான் மூதாதையரின் வரலாறுகளையும் அவர் தம் பெயர்களையும் கூறினார்கள். இருப்பினும், அவர்கள் அத்துணை பெயர்களையும் எம்மால் நினைவில் கொள்ள இயலவில்லை. இன்று நனதருமை மகளின் வாயிலாக நினைவு கூர்ந்ததில் மட்டற்ற மகிழ்ச்சி பட்டரே. குழந்தாய் மேலும், உன்னிடம் இருந்து மற்றும் ஒரு தகவலை அறிய விரும்புகின்றேன்."

"கூறுங்கள் தந்தையே! எம்மால் இயன்றவரை பதிலளிக் கின்றேன்."

"சோழ குலத்தில் பிறந்த பெண் பிள்ளைகளின் பெயர் களையும் சோழனை மணந்த பெண்களின் பெயர்களையும் கூறு மகளே."

சற்றே சிந்திக்கலானாள் நிருதி.

"ஏன் என்னவானது, மகளே?" ஏன் இந்தத் தாமதம் - சோழக் குலப் பெண்களின் பெயர்களைக் கூறுவதில்?"

“மன்னியுங்கள் தந்தையே. நம் குலப்பெண்டிரின் மிகச் சிலரையே யான் அறிவேன்.”

“அதனால் ஒன்றும் பாதகம் இல்லை அம்மா; அறிந்த வரையிலும் கூறு.”

“ஆகட்டும் தந்தையே. பாண்டியன், நின்ற சீர் நெடுமாறனின் துணையாள், மங்கையர்க்கரசி இவ்விருவரும் சைவக் குரவர்களுள் ஒருவர், இவ்வரசி நம் குலத்தில் பிறந்தவராக அறியப்படுகின்றார். இவரின் பெயரில் அனேகர் செய்யுள்கள் இயற்றியுள்ளனர். மற்றொருவர், சேர மன்னர்களுள் ஒரு கிளையினரான மழவர் பெருங்குடியில் பிறந்தவர். முதற் கண்டராதித்த சோழனின் பட்டத்தரசியான செம்பியன் மாதேவியார் அவர்கள், உத்தம சோழரை ஈன்ற தாயுமாவார். பிறகு ராசராச அருள்மொழித் தேவரின் தமக்கையும் வல்லவராயன் வந்தியத்தேவனின் மனைவியுமாகிய முதலாம் குந்தவை நாச்சியார் அவர்கள். பின்னொருவர் ராசராச சோழனின் மனைவி வானவன் மாதேவியார். முதல் ராசேந்திர சோழனை ஈன்ற பொழுதே மாண்டாலும் மங்காப் புகழ் பெற்றவர். இன்னுமொரு இராசராச நரேந்திரனின் மனைவியும், நனது தந்தையின் தாயுமாகிய அம்மங்கை தேவியர்” என்றவாறே புன்னகைத்துக் கொண்டாள் நிருதி.

“எத்தனையோ சோழ குலப் பெண்கள் வாழ்ந்து மாண்டு போனாலும் இவர்களை மட்டும் நீ அறிந்திருக்கக் காரணம் யாது மகளே?”

“காரணம் யாதெனில் இதுகாறும் யாரும் செயற்கரிய காரியங்களை செய்தமைனாலும் அல்லது செயற்கரிய செயல்களை செய்யும் பிள்ளைகளை ஈன்றதாலும் இவர்கள் காலம் கடந்தும் நினைவில் கொள்ளப்படுகிறார்கள், தந்தையே.”

“அற்புதம், அருமை! உனது இந்த விளக்கம் உண்மையில் எம்மை மனம் மகிழச் செய்தது. நனது மகளின் ஆற்றலை இன்றே யான் கண்கூடாகக் கண்டேன். அவளின் இந்த தெளிந்த அறிவிற்கு தங்களின் பயிற்சியும், தாங்கள் போதித்த முறையுமே காரணம். தங்களுக்கு எம் மனமார்ந்த நன்றிகள் பட்டரே!”

“இதில் எமக்கு நன்றிகூற ஒன்றுமில்லை பிரபு. கற்பிப்பது நன் கடமை. அதனை முழுவதுமாகப் பயன்படுத்திக்கொள்வது அவரவர் திறமை. அதனை தான் செய்கிறார் நம் இளவரசியார்.”

“தாங்கள் கூறுவது முற்றிலும் உண்மைதான் பட்டரே. பிறகு நிருதி இன்னும் ஒன்று மீதம் உள்ளது நீ தெளிவுபடுத்த வேண்டியது.”

“கூறுங்கள் தந்தையே - எதைப் பற்றியது என்று”

“உனது தாய், தந்தையைப் பற்றியும் உனது பிறப்பைப் பற்றியும்?”

இதைக் கேட்டவுடனேயே பட்டரும் நிருதியும் நகைத்து விட்டனர்.

“தந்தையே, இன்று தங்களுக்கு என்ன தான் ஆனது? ஏன் இவ்வாறான கேள்விகளை தாங்கள் என்னிடம் கேட்கிறீர்கள்? எமக்கு ஒன்றுமே விளங்கவில்லையே.”

“எல்லாம் காரணமாகத் தான் மகளே, கூறு.”

“சரி, ஆகட்டும் தந்தையே. சாளுக்கியத்தின் அரசரான ராசராச நரேந்திரனுக்கும், கங்கைகொண்ட சோழனான இராஜேந்திரனின் மகள் அம்மங்கை தேவியாருக்கும் மகனாகப் பிறந்தவர் இராசேந்திரன் என்கிற குலோத்துங்கன் தங்களுக்கும் பழுவேட்டையரையருக்கும் பொன்னி தேவி என்பாரின் மகளாகிய தியாக வல்லிக்கும் இரண்டாம் மகளாகிய யான் பானு நிருபமை. போதுமா தந்தையே விளக்கம்.”

“போதும் மகளே. இனி சில விசயங்களை உன்னுடன் தனிமையில் உரையாட விழைகின்றேன்.”

“எமக்கு விடையளியுங்கள் பேருமா. சென்று வருகிறேன்.”

“நல்லது பட்டரே! பிறகு சந்திக்கலாம், வணக்கம்.”

திரு. நாராயண பட்டர் அங்கிருந்து செல்ல, சற்றே அமைதியானான் குலோத்துங்கன். நிருதியே தொடங்கினாள் “ஏதோ எம்மிடம் கூறவேண்டும் என்றீர்களே தந்தையே, என்ன அது?”

“ஆம் மகளே! தன் கடமைகள் எதுஎதுவென்று இன்று நீ அறிந்து கொள்வாயாக”

“கூறுங்கள் தந்தையே.”

"ஒரு அரசனின் கீர்த்தி அவனது மரணத்திற்குப் பின்னும் மக்களால் பேசப்பட வேண்டுமானால், அதற்கு அவன் செய்ய வேண்டியவை: ஒன்று, தனது தேசத்தில் பாதுகாப்பை உறுதிசெய்வது,இன்னொன்று,அறநெறியையும்,நீதிநெறியையும் அடிபிறழாமல் காப்பது.

வறட்சியோ, பேரிடரோ, பஞ்சமோ, பசியோ குடிகளைப் பாதிக்குமாயின் அந்நாளில் அவர்களுக்கு உதவிட கருவூலக் கையிருப்புகளை அதிகப்படுத்திக் கொண்டே இருப்பது. பலதரப்பட்ட குறுநிலமன்னர்களையும், குடிமக்களையும் அனுசரித்தும், அரவணைத்தும் செல்வது. இவைபோன்ற காரியங்களே கீர்த்தி நிலை பெற உதவும். ஒரு தேசத்தின் அரசன் என்கிற வகையில் ஒருவாறாக இவற்றை யான் கடைபிடிக்கவே செய்கின்றேன். இது அரச நியதியும் கூட. இருப்பினும், தனிமனித வாழ்வியல் என்பது வேறு. ஒரு குடும்பத்திற்குத் தலைவன்; அவன் பிள்ளைகளுக்குத் தகப்பன் என்கையில் சுற்றத்தார் மத்தியில் அவன் சுயமரியாதையும் கௌரவமும் காக்கப்பட வேண்டுமானால், அது அவன் இல்லாள் மற்றும் அவன் ஈன்ற பிள்ளைகைளால் மட்டுமே சாத்தியம். இதற்கு யானும் கூட விதிவிலக்கு அல்ல மகளே."

"ஆம் தந்தையே, தாங்கள் கூறுவது முற்றிலும் உண்மையே. ஒருவனின் கொடி தழைக்க வேண்டுமாயின் அது அவன் ஈன்ற ஆண்பிள்ளைகளாலும்- அதுவே அவன் குலம் தழைக்க வேண்டுமாயின் அது அவனின் பெண்பிள்ளைகளினாலும் தான் சாத்தியம்."

"அந்த வகையில் இதுகாறும் உனது மூத்த சகோதர, சகோதரிகளினால் யான் அது அமையப்பெற்றேன். இனி உனது, உன் சகோதரன் வீரசோழனின் திருமணத்திற்குப் பின்பே அது முழுமைபெறும். இது தனிமனிதனாக எமக்கு மகிழ்ச்சியே. இருப்பினும், இந்நாட்டில் சக்கரவர்த்தியாக எண்ணும் பொழுது நன்மக்கள் சோழதேசத்து இளவரசிகள் ஆனாலும், மற்றொரு நாட்டு அரசனின் மனைவி என்பதை மறுப்பதற்கில்லை. நன் அன்பு மகள் இதுவரையில் வாழ்ந்து மாண்ட சோழ குலப் பெண்களுள் ஒருத்தியாய் இருப்பதில் எமக்கு உடன்பாடு இல்லை

அம்மா. சற்றுமுன் நீ கூறினாயே இதுகாறும் யாரும் செயற்கரிய காரியங்களை செய்ததமையாலும் அல்லது செயற்கரிய செயல்களைச் செய்யும் பிள்ளைகளை ஈன்றதனாலும் இவர்கள் காலம் கடந்தும் நினைவில் கொள்ளப்படுகிறார்கள் என்று. அவர்கள் வரிசையில் நீ இருக்கவே யான் விரும்பு கின்றேன் மகளே. நீ அதை செய்வாயா?"

இப்படி குலோத்துங்கன் கூறியதும், நிருதி சற்றும் தாமதிக்காமல், "நிச்சயம் தந்தையே, தங்களின் எண்ணத்தை நிறைவேற்றுவேன். இதில் தங்களுக்கு எள்ளளவும் சந்தேகம் வேண்டாம்."

"நல்லது மகளே, எனக்கும் அதில் பரிபூரண நம்பிக்கை உண்டு அம்மா. சரி மகளே. இன்று சிறிதும் ஓய்வின்றி இன்று காலை முதலே எம்மோடு இருந்து விட்டாய். மதிய உணவு கூட தவறிவிட்டது. நீ சென்று உணவு அருந்தி பின் ஓய்வெடு நிருதி. நாளை காணலாம்; செல் அம்மா."

"ஆகட்டும் தந்தையே, தாங்களும் சென்று ஓய்வு எடுத்துக் கொள்ளுங்கள்."

* * *

16

சயங்கொண்டார் குடில்

Deiva

"வருகின்றேன்; வணக்கம் தந்தையே."

"சற்று இரு அம்மா. அந்தப்புரம் வரை தனியாகவா செல்லப் போகின்றாய்? யானும் உடன் வருகின்றேன்."

"இல்லை தந்தையே; அதோ அமுதாவும், மலரும் எம்மைத் தேடி வந்து விட்டனர். யான் அவர்களுடன் செல்கின்றேன்; தாங்கள் இருங்கள்."

"ஆகட்டும் அம்மா! " என்றவன் அவள் ஆலயத்தில் இருந்து செல்வதையே பார்த்த வண்ணம் இருந்தான்.

"என்ன இது தங்களின் எண்ணத்தை நிறைவேற்றுவேன் என்கிறாளே.அப்படியானால்,நமது இந்த சந்தேகம் தேவையற்றதா? இருப்பினும், இன்று காலை நாம் கண்டதும் உண்மை தானே. பரம்பொருளே, இந்தப் பெருங்குழப்பத்தில் இருந்து தாங்களே எம்மைக் காத்தருள வேண்டும்" என்று எண்ணிக் கொண்டே குலோத்துங்கன் ஆலயத்திலிருந்து வெளியே வந்தான்.

"யார் அங்கே? அரசியார் புவனி முழுதுடையாள் (தியாக வல்லி) அவர்களின் அறைக்கு யான் அழைத்ததாகக் கூறி அரசியார் உலகுடையாளை வரச்சொல்" என்றான்.

"உத்தரவு அரசே!" என்ற காவலாளி அங்கிருந்து சென்றான்.

தியாகவல்லியின் அறைக்குச் சென்ற குலோத்துங்கனைக் கண்டதும் அவனின் இரண்டாம் பட்டத்து அரசி தியாக வல்லி, "வணங்குகின்றேன்! வாருங்கள்! அரசே தாங்கள் இவ்வேளையில் இங்கா? ஏதேனும் காரணம் உண்டோ? அப்படி ஆயின், அழைத்திருந்தால், யானே வந்திருப்பேனே சுவாமி."

"அதனால் ஒன்று மில்லை வல்லி. நிருதியின் திருமணத்தைப் பற்றி..."

"நிருதியின் திருமணமா? அதற்கு இப்போது என்ன வந்தது அரசே? அதுவும் தீனா அக்கையார் கோட்டையில் இல்லாத இன்னேரத்தில். இன்னும் இரு தினங்களில் தில்லை அம்பலத்தில் இருந்து வந்ததும் பேசிக் கொள்ளலாமே. தவிரவும், ஈன்றது யானாயினும், அவளைப் பேணி வளர்த்தது வானதிராயரும், அக்கையாரும், வல்லபி தங்கையும் தானே! அப்படி இருக்க, திருமணப் பேச்சுக்களை அவர்களிடம் கலந்து கொள்வதே சரி என்று யான் கருதுகின்றேன் அரசே."

“ஆம் வல்லி. அதனாலேயே வல்லபியை இங்கு வரும்படி அழைத்துள்ளேன்.”

“அதற்கு அவசியம் இல்லை பிரபு! பெரியோர்கள் தாங்கள் எடுக்கும் முடிவுகளுக்கு இங்கே யார் தடைபோடுவது?”

“வா வல்லபி!”

“வணங்குகின்றேன். தேவரே! அக்கையாரே!”

“இல்லை இல்லை, உங்கள் மூவருடனும் கலந்தாலோசித்தே முடிவுகள் எடுக்கப்படும். மணமகனை யானே தேர்வு செய்யப் போகின்றேன். திருமணத்திற்கான மற்றவை அனைத்தும் தங்களின் மூவரின் கருத்துகளைக் கேட்டே நிறைவேற்றப்படும். புரிகின்றதா?”

“அப்படியானால், தாங்கள் மாப்பிள்ளை யார் எனத் தீர்மானித்து வீட்டீர்களா, பிரபு?”

“ஒருவாறாக ஒருவரைத் தேர்ந்தெடுத்துள்ளேன்; ஆயினும் இன்னும் உறுதிப்படுத்தவில்லை.”

“அதற்கு என்ன காரணம் அரசே?

“சற்றே அதற்குக் காத்திருப்பு அவசியம் ஆகின்றது வல்லபி. எதுவாயினும்,கூடிய விரைவில் நிருதியின் திருமணம் நடத்தப்படும். அதற்கு உங்கள் மூவரின் ஒத்துழைப்பு எமக்கு அவசியமாகின்றது. இது பற்றி தீனாவுடனும் யான் கலந்து கொள்வேன் - அவள் தில்லையில் இருந்து வந்த பின்.”

“ஆகட்டும் அரசே, தங்களின் பிள்ளைகள் நல்வாழ்விற்கு எது சரி என்று தங்களுக்குப் படுகின்றதோ, அதனைத் தாங்கள் தாராளமாக செய்யலாம். அதற்கு நாங்கள் மூவரும் துணை நிற்போம்.”

“மிக்க மகிழ்ச்சி வல்லி” என்றான் குலோத்துங்கன்.

இன்னும் பலதரப்பட்ட உரையாடல்கள் அங்கே நடந்து கொண்டிருந்தன.

“சரி வல்லபி இரவு நெடு நேரம் ஆயிற்று. நீ உறங்கச் செல்.”

“ஆகட்டும் அரசே! தாங்களும் ஓய்வெடுத்துக் கொள்ளுங்கள். வணங்குகின்றேன், தேவரே! வருகின்றேன் அக்கா!”

“நல்லது வல்லபி.”

அங்கிருந்து அரசனின் மூன்றாம் மனைவி செல்ல "தாங்களும் தங்களின் அறைக்குச் சென்று ஓய்வெடுத்துக் கொள்ளுங்கள் அரசே."

"இல்லை வல்லி, யான் இன்று உனது அறையிலே இருக்கப் போகின்றேன்."

"தங்களின் சித்தம் பிரபு."

ஏதோ ஒரு சிந்தனையில் மூழ்கி இருந்தவன், "வல்லி, எங்கே செல்கின்றாய்?"

"அறைக்கதவுகளைத் தாழிடலாம் என்று அரசே!"

"வேண்டாம். வேண்டாம். அறைக்கதவுகள் சிறிது நேரம் திறந்தே இருக்கட்டும். மூடாதே" என்றான்.

'இன்று அரசருக்கு என்னவானது? இன்னும் யாரின் வருகையை எதிர்பார்க்கின்றார்?' என்று எண்ணியவாறு அவன் அருகே சென்றமர்ந்தாள்.

"பரவாயில்லை வல்லி. நீ சென்று உறங்கு. பின்னர் யானே அறையின் கதவுகளைத் தாழிட்டுக் கொள்கின்றேன்."

"சரி" என்றவாறே அந்த நீண்டு அகண்ட கட்டிலில் படுத்துக் கொண்டாள் தியாக வல்லி. சிறிது நேரத்திற்கெல்லாம் கண் அயர்ந்தாள். இருப்பினும் உறக்கம் என்பது துளியும் வரவில்லை. குலோத்துங்கன் இன்று நிகழ்ந்தவை அனைத்தையும் நன் மகள் நினைவு கூர்வாளேயானால் இன்றே இப்போதே எமைக் காண ஓடி வருவாள். அப்படி இன்று நடந்த சம்பவங்கள் எதுவும் அவளைப் பாதிக்கவில்லையானால் அவள் எம்மைத் தேடி வரப்போவது இல்லை' என்று எண்ணியவாறு அமர்ந்திருந்தான்.

நெடுநேரம் ஆனது. குலோத்துங்கனுக்கு ஏமாற்றமே. 'இனியும் காத்திருப்பது என்பது பயனற்றது' என்று எண்ணியவன் அறைக் கதவுகளைத் தாழிட்டு தன் படுக்கையில் வந்து படுத்து ஒரு சில நாழிகைகள் கடந்திருக்கும். யாரோ அறையின் கதவுகளைத் தட்ட, திடுக்கிட்டு இருவரும் எழுந்தனர்.

குலோத்துங்கன் எத்தனிக்க "தாங்கள் இருங்கள் தேவரே, யாரென்று யான் சென்று கண்டு வருகின்றேன்" என்று அறைக் கதவுகளைத் திறந்தாள் தியாகவல்லி.

“நிருதி? நீயா?” என்பதற்குள் மெத்தையில் அமர்ந்திருந்த குலோத்துங்கனைக் கண்டதும் “தந்தையே!” என்று ஓடி வந்து அணைத்துக் கொண்டாள் நிருதி.

“நனதருமை மகளே” என்றவாறு, நிருதியின் தலையை வருடிக் கொடுத்தான் குலோத்துங்கன். அங்கே சற்று நேரம் அமைதி நிலவியது. தந்தை, மகள் இருவரின் கண்களில் இருந்தும் கண்ணீர் பெருக்கெடுத்து.

“இங்கே என்ன நடக்கிறது என்று ஒன்றும் புரியாதவளாக தியாகவல்லபி இருக்க, பின் அவளே பேசலானாள். என்ன வாயிற்று மகளே? ஏதேனும் கெட்ட கனவு கண்டாயா? இவ்வேளையில் இங்கே வந்துள்ளாய்.”

“ஆம் தாயே, அதனால் இன்றைய இரவு இங்கேயே உங்களுடன் இருக்கலாம் என்று வந்தேன். தங்களுக்கு ஒன்றும் ஊறு இல்லையே, தந்தையே.”

“இல்லை மகளே, நீ எங்களுடன் இருப்பது எமக்கு மகிழ்ச்சியே. இது எப்படி ஊறு ஆகும். படுத்துக்கொள் மகளே” என்றவன் அவள் தலையைக் கோதிவிட்டான்.

சற்றே கலக்கத்துடன் இருந்த தன் மகளைக் கண்ட குலோத்துங்கன் அவனே பேசலானான்.

“நிருதி, நீ ஒன்றை அறிவாயா? நீ சிறுபிள்ளையாய் இருந்த பொழுது உனது முகமும் உனது செயலும் குந்தவையைப் போலவே உள்ளன என்பார் உனது பாட்டியார்.”

சற்றே ஆர்வம் கொண்டவளாக” இதில் அதிசயிக்க என்ன உள்ளது தந்தையே? குந்தவையார் நனது அக்கையார் ஆவார். அப்படி இருக்க, அவரின் தங்கை அவரைப் போல் இருப்பதில் என்ன பிரமாதம் இருக்கப் போகின்றது?”

“அவர், உனது தமக்கையைக் கூறவில்லை மகளே.”

“பின், தங்களின் தமக்கை குந்தவையாரா பிரபு?”

“இல்லை வல்லி. அவரும் இல்லை.”

“அவர்களும் இல்லையானால் அம்மங்கா பாட்டியாரின் அத்தை இரண்டாம் குந்தவையா தந்தையே?”

“இல்லை அம்மா - காலம் சென்ற கங்கை கொண்ட சோழனான ராசேந்திர தேவரின் அத்தையான முதலாம் குந்தவை.”

"அவரா? அவரைப் பற்றி எப்படி அம்மங்கா பாட்டியாருக்குத் தெரியும்."

"தெரியும் மகளே, அவரது இளமைக் காலத்தில் தனது இளவலான ராசராச சோழனையும் பின்னாளில் நனது பாட்டனான கங்கை கொண்ட ராசேந்திர சோழனையும் அவரின் வயது முதிர்ந்த நாளில் சில காலம் எமது தாயையும் பிள்ளைப் பருவத்தே வளர்த்துள்ளார்கள். அதனால் நனது தாயார் முதலாம் குந்தவையை அறிவர்."

"அப்படியானால், அவர் பெயரைத் தானே எமக்கு வைத்திருக்க வேண்டும்? ஏன் தந்தையே இப்படி ஒரு பெயரை எமக்கு சூட்டினீர்கள்?"

"என்ன செய்வது மகளே? உனக்கு முன்னமே உனது மூத்தாள் பிறந்து விட்டாளே. தவிரவும், உனது பெயரிலே சோழ குலப் பெண் ஒருவர் இருந்துள்ளார் மகளே. அவரின் நினைவாகவே, இந்த நாமத்தை சயங்கொண்டார் பரிந்துரைக்க திரு நாராயண பட்டர் அதை உனக்குச் சூட்டினார் அம்மா."

"அப்படியா தந்தையே? அவர்கள் நமது குடியில் பிறந்தவர்களா? பின்னாளில் அவர்கள் எங்கிருந்தார்கள்? என்ன வானார்கள்? அதன் விவரம் என்னவென்று தங்களுக்குத் தெரியுமா தந்தையே?"

"அதை யான் அறியேன் மகளே. இருப்பினும் நமது மூதாதையர்களைப் பற்றிய விவரம் அனைத்தையும் சுபம் கொண்டார் நன்கறிவார். அவரிடம் கேட்டறியலாம். சரிதானா?"

"தந்தையே, அப்போது எம்மையும் அழைத்து, செல்லுங்கள்."

"நிச்சயம் மகளே! நாளை காலையே சயங்கொண்டார் குடிலுக்குச் சென்று அந்தச் சோழ குலப் பெண்ணின் விவரம் அறிந்து வருவோம். மகிழ்ச்சி தானேய இப்போது நீ உறங்கு மகளே."

"மிக்க மகிழ்ச்சி தந்தையே."

சிறிது நேரத்திற்கெல்லாம் தாயும், மகளும் உறங்கிப் போக நீண்ட நெடுமூச்சு விடலானான் குலோத்துங்கன்.

பரம்பொருளே தங்களின் கருணைக்கு எம் நன்றிகள். நன் மகள் இன்னமும் நனது மகளாகவே உள்ளாள். நாளை பொழுது விடிந்ததும் முதல் வேலையாக நனது அன்பு மகள் வேண்டு கோளுக்கு இணங்க சயங்கொண்டார் குடிலுக்குச் சென்று வரவேண்டும்."

நள்ளிரவு கடந்திருக்கும். மெள்ள கண்ணயர்ந்தான் குலோத்துங்கன்.

பொழுது மெல்ல புலர்ந்தது. பச்சிகள் இரைதேடி வானத்தில் பறந்தன. வழக்கமான பணிகளைத் துவங்கினர் கோட்டையுள் இருந்த மக்கள்.

அன்று அதிகாலையே விரைவாக எழுந்து நீராடி விட்டு தனது தந்தையின் அறைக்கு ஓடோடி வந்தாள் நிருதி.

“தந்தையே, தாங்கள் புறப்படவில்லையா?”

“எங்கே அம்மா? அதுவும் இத்துணை காலையில்....”

“அதுதான் நேற்றைய தினம் கூறினீர்களே - சயங்கொண்டார் குடிலுக்குச் செல்லலாம் என்று, மறந்து போனீர்களா தந்தையே.”

“இல்லை தாயே, நன்றாக நினைவில் உள்ளது மறப்பேனா என்ன? சற்றுப் பெறு மகளே. இதோ வந்துவிடுகின்றேன்.”

“இருவருமாக ஆலயம் சென்று ஆடவல்லானை வணங்கி விட்டு, பின்னர் புலவரின் குடிலுக்குச் செல்லலாம்; சரி தானே?”

“ஆகட்டும் தந்தையே, பார்த்தீர்களா... புலவரைச் சந்திக்க போகும் ஆர்வத்தில் தங்களுக்கு வணக்கம் கூற மறந்து போனேன். மன்னியுங்கள் தந்தையே. ”

“அதனால் ஒன்றுமில்லை அம்மா வா. செல்லலாம்.”

இருவருமாக ஆலயம் சென்று பின் புலவரின் குடிலுக்குச் சென்றனர். அரசரின் இந்த எதிர்பாரா வருகையைக் கண்ட குடிமக்கள் தெருக்களின் இருபுறமும் சூழ்ந்தனர். அவர்கள் தங்களின் அரசனுக்கு வணக்கங்களையும் வாழ்த்துக்களையும் தெரிவித்து கோசங்களை எழுப்பினர்.

மக்களின் இந்தக் கூச்சலைக் கேட்டு சயங்கொண்டார் வெளியே வர, குலோத்துங்கனும் அவனது மகளும் அவர் எதிரே சென்றனர்.

“வணங்குகிறேன் பெருமா! வாருங்கள்! வணக்கம் இளவரசியாரே! வணங்குகிறேன் புலவரே! என்ன இது, இத்தனை காலையிலே இந்த எளியோனின் குடிலுக்குத் தாங்கள் வருகை புரிந்தது... அழைத்திருந்தால் அடியேனே வந்திருப்பேனே தேவரே”

“அதனால் ஒன்றும் பாதகம் இல்லை புலவரே. தங்களிடம் ஒரு சிறு உபகாரம் வேண்டி உள்ளது. அதனாலேயே யானும் நனது

மகளும் தங்களைக் காண இங்கு வந்தோம். சற்று அகத்தே சென்று பேசலாமா புலவரே?"

"அடியேனை மன்னியுங்கள் பிரபு. ஏதோ தங்களின் இந்த எதிர்பாரா வருகையினால் சற்றே பதற்றம் கொண்டதால் தங்களை அகத்தே அழைக்க மறந்து போனேன். வாருங்கள் அரசே! வரவேண்டும் அம்மா!"

சயங்கொண்டாரின் குடில் பின்னாளில் தரணி போற்றும் கலிங்கத்துப் பரணி பாடிய கவி அரசனின் குடில் - மிக எளிமையும் புலவர்களுக்கே உண்டான வறுமையும் அக்குடிலில் பிரதிபலித்தன. தாழ்வான கூரையுனுள் சென்றால் அங்கே 'மங்கலம்!' என்றழைத்தார் புலவர் தனது மனைவியை. உள்ளே இருந்து வந்த மங்களம் அம்மாள் அரசனையும் அவனது மகளையும் வணங்கி விட்டு, இரு மனைபலகைகளைக்கொண்டுவந்து வைத்து அதன்மீது எப்போதோ பத்திரப்படுத்தி வைத்த பட்டுத்துணியை விரித்து அதிலே அமரும்படி வேண்டினாள் மங்களம். அருந்துவதற்கு முதலில் நீரைக் கொண்டு வந்து தந்தாள் செம்பினால் ஆன குவளையில்.

நீரைப் பருகியவாறே அக்குடிலை சுற்றும் முற்றும் பார்த்தாள் நிருதி. அங்கே ஓர் ஓரத்தில் உரலும் உலக்கையும் இருந்தன. அங்கிருந்து ஓர் அறையில் ஓலைச் சுவடிகள் அதிக அளவில் அடுக்கி வைக்கப்பட்டு இருந்தன. பெரும்பாலும் அங்கே மண்பாண்டங்களே புழக்கத்தில் இருந்தன. மிகவும் சொற்பமான அணிகளே அணிந்திருந்தாள் புலவரின் மனைவி மங்களம். நிருதியின் பிள்ளைப் பருவம் முதலே அவளை அறிந்தவர் தாம் மங்களம்.

"நிருதி, குடிலைப் பார்வையிட வேண்டுமா? வா மகளே யான் அழைத்துச் செல்கின்றேன்."

"புறத்தே திண்ணையும், அகத்தே முற்றமும் அமைந்த அழகான குடில் சயங்கொண்டாருடையது. சாணமிட்டு மெழுகிய தரையும், அதிலே ஆங்காங்கே மாக்கோலமிட்டு சுவர்களிலே காவி வர்ணம் தீட்டி அழகுறவே இருந்தது அச்சிறு குடில். அதிலே, சமையல் கூடம், தானியங்களைச் சேமித்து வைக்கும் தாழிகள் அடுக்கி வைக்கப்பட்ட ஓர் அறை. அலமாரிகளும் பெட்டகமும் இருக்கும் மற்றும் ஓர் அறை. சாமி அறை ஒன்றும், முன்னே கண்ட ஓலைச்

சுவடிகள் அடுக்கி வைத்துள்ள அறை ஒன்றும் இருந்தன. பின்னே பழக்கடைக்குச் சென்றாள். ஒரு புறம் தென்னை, முருங்கை, மா, வாழை, அவரைப் பந்தல், முல்லை, செண்பகம் உள்ளிட்ட பூச்செடி களையும் பயிரிட்டு இருந்தார் மங்களம்; மறுபுறம், பசுவும் கன்றுமாக மாட்டுத்தொழுவத்தில் கட்டி வைக்கப்பட்டு இருந்தது. அதனுடன் ஒரு புள்ளிமானும் இருந்தது. அதன் இரண்டு கன்றுகள் அங்கும் இங்குமாக ஓடிக்கொண்டிருந்தன. அவற்றைப் பிடிக்க எத்தனித்தாள் நிருதி. அவை அவள் கரங்களில் சிக்காமல் ஓடிக்கொண்டே இருந்தன.

“என்ன குழந்தாய், அவை உனக்கு வேண்டுமா என்ன?”

“இல்லை தாயே! நந்தவனத்திலும் அந்தப்புரத்திலும்தான் அனேக மான்கள் உள்ளனவே. இவை சிறுகன்றுகள் என்பதனால் அவற்றைப் பிடிக்கும் ஆர்வம் வந்துவிட்டது அவ்வளவே.”

“நிருதி மகளே.”

“இதோ வந்துவிட்டேன் தந்தையே” என்றவாறு குடிலின் முற்றத்திற்குச் சென்றாள். அவளைப் பின்தொடர்ந்து மங்களம் சமையல் கூடத்திற்குச் சென்றாள்.

“வா அம்மா, நீயே புலவரிடம் நேரடியாக உனது ஐயப்பாட்டைத் தீர்த்துக் கொள்வாயாக”

“என்ன அது அரசே? எதன் பெயரில் இளவரசியாருக்கு ஐயப்பாடு எழுந்துள்ளது.

அவள் பெயரிலே தான் ஐயம் எழுந்துள்ளது புலவரே. எதன் காரணமாக அவர்களுக்கு தாங்கள் இப்பெயரை எதன் பொருட்டு பரிந்துரைத்தீர்கள் என்பதை நன் மகளுக்குத் தெரியுங்கள்.”

“இது தங்களுக்கே தெரிந்திருக்குமே பிரபு.”

“இல்லை புலவரே, அத்தனை துல்லியமாக எமக்கு நினைவில்லை. அதனாலேயே தங்களிடம் அழைத்து வந்தேன்.”

“ஆகட்டும் பிரபு. பொதுவாக சோழகுலத்தில் பிறந்த ஆண் பிள்ளைகளோ, அல்லது பெண் பிள்ளைகளோ அவர்களுக்கு தங்களின் மூதாதையரின் பெயர்களையே மீண்டும் மீண்டும் வைக்கப்படும். இது அரச மரபின் இயல்பான ஒன்றே மகளே. அது போலவே தான் தங்களுக்கும் வைக்கப்பட்டுள்ள இப்பெயர் காலஞ் சென்ற முதலாம் பராந்தகத் தேவரின் இளைய மகளுடையது. இவர்களை பராந்தகனின் படைத்தலைவருள் ஒருவரான

பூதிவிக்கிரம கேசரி என்பாருக்கு மணஞ்செய்து கொடுத்தார் சோழர். தனது அன்பு மனைவியின் சிவ பக்தியினையும் அவர்கள் அளித்துள்ள கொடைகளையும் மெச்சும் படியாக அவரின் மனைவியின் மரணத்திற்குப் பின் அவர் தம் நினைவாக ஒரு சிறிய அளவில் கற்றளியை எழுப்பி அதனுள் இருந்த ஈசனுக்கு நிருதீஸ்வரர் என்ற பெயரையும் வைத்து நாள் வழிபாட்டிற்கு ஏற்பாடுகள் செய்திருந்தார் பூதிவிக்கிரம கேசரி. இவர் திருநறையூரை ஆண்ட குறுநில மன்னராவார். இவர்தம் வழித்தோன்றலே தற்போது நாட்டையளப்போர் பதவி வகிக்கும் வண்டையர் கோன் கருணாகரன் ஆவர்.

புலவர் கூறக்கேட்டதும் ஆச்சர்யம் கலந்த அதிர்ச்சி மகள், தந்தை கண்களிலே பிரதிபலித்தது.

“திருநறையூர் மன்னர்களின் வாரிசு எப்படி வண்டையில் இருக்க இயலும் புலவரே?

நகைத்தபடியே, “இதில் நீ சந்தேகிக்க ஒன்றும் இல்லை அம்மா. காவிரிப்பூம்பட்டினத்தைத் தலைநகராகக் கொண்டு செயல்பட்ட சோழப்பேரரசு இன்று சோழபுரத்தில் இயங்க வில்லையா? அது போலத் தான், இதுவும். இருப்பினும், இன்றும் வண்டையர்களின் ஆளுமையிலே திருநறையூரும் உள்ளது என்பதை சக்கவர்த்திகளும் மறுக்கமாட்டார்.”

“இதில் மறுக்க என்ன இருக்கின்றது? அதுதானே உண்மை புலவரே. தாங்கள் இன்று எமக்கு மிகவும் மகிழ்ச்சியான தகவல் அளித்துள்ளீர்கள். அதற்கு மிக்க நன்றி புலவரே.”

“இதில் நன்றிக்கு என்ன வேலை? இது எதார்த்தம்தானே.”

தங்களுக்கோ இது எதார்த்தம். ஆனால் எமக்கோ... அப்படியானால் யான் நினைத்தது எமது எண்ணம் ஈடேறப் போகின்றதோ அல்லது இது அந்தப் பரம்பொருளின் சித்தமா? எமைக் கருவியாக்கி செயல்கள் புரிகிறாரா? அப்படி நடக்குமாயின், எமை விடவும் தற்போது மகிழ்ச்சியானவர் இவ்வுலகில் எவரும் இலர்.” என்று தனது சிந்தையுள்ளே எண்ணிக்கொண்டான் குலோத்துங்கன்.

என்ன இது நேற்றைய தினம் தந்தையாருடன் கூடிய உரையாடலுக்குப் பின் இனி வண்டையர் கோனைப் பற்றிய சிந்தனைகளை எம் அகத்திலிருந்து தவிர்த்து விட நினைத்தால்,

இன்றோ அவரைப்பற்றிய எண்ணங்கள் தீவிரம் அடையும் படியாக அல்லவா உள்ளது புலவரின் பேச்சு. பரம்பொருளே, இதிலிருந்து தாங்களே எம்மைக் காத்தருள வேண்டும்.

"மகளே! என்ன அம்மா! ஏதோ சிந்தனையில், ஆழ்ந்துவிட்டாய் போல் தெரிகிறதே."

"அப்படி ஒன்றுமில்லை புலவரே."

"உணவு தயாராகி விட்டது, வாருங்கள் அரசே, உணவருந்தலாம்."

"ஆம் பெருமா இன்று அடியேனின் குடிலில் உணவருந்துமாறு வேண்டுகின்றேன்."

"அதற்கென்ன புலவரே, தாராளமாக வாருங்கள்."

வாழை இலைபோட்டு கம்பு அடையும்,அவரையும் முருங்கையும் சேர்த்து செய்த அவியலும் அடைக்குப் பதார்த்தமாக. கேழ்வரகுக் களியில் பனைவெல்லம் பசு நெய்யும் கலந்து கொடுத்தாள் புலவரின் மனைவி மங்களம். எளிய உணவுகள் தாம் என்றாலும் மிக்க சுவையுடன் சமைத்திருந்தாள் மங்களம்.

"சக்கரவர்த்திகள் இன்று நனது மனையில் உணவு அருந்தியதில் எமக்குப் பெரும் மகிழ்ச்சி அரசே."

"கவிச்சக்கரவர்த்தியின் இல்லத்தில் உணவருந்தியிருப்பதை யானும் பெருமையாகக் கருதுகின்றேன் புலவரே" என்ற குலோத்துங்கன் தன்னிடம் இருந்த நவமணி மாலையை அவிழ்த்து புலவருக்குக் கொடுத்தான்.

"என்ன இது அரசே? இன்று யான் கவியெதுவும் பாட வில்லையே. பின் எதற்கு இந்தப் பரிசு?"

"இன்று தாங்கள் எமக்களித்த தகவலும் கூட மதிப்பு வாய்ந்தது தான். அதனாலேயே தருவித்தேன். மறுக்காமல் பெற்றுக் கொள்ளுங்கள் புலவரே."

"ஆகட்டும். நன்றிகள் அரசே."

ஒருவாறாக, புலவரிடமும் அவர்தம் மனைவியிடமும் விடைபெற்றுக் கொண்டு அரசனும் நிருதியும் அங்கிருந்து சென்றனர்.

* * *

17

காஞ்சி சித்திர மண்டபம்

வீரநாராயணர் ஏரியைக் கடந்து காஞ்சி மாநகரின் ராஜ பாட்டையை அடைந்தன கருணானின் படைகள்.

அந்நகரின் தலைவாயிலில் அவனை எதிர்கொண்டு அழைக்க காத்திருந்தனர்- கஞ்சாறன் பஞ்சநிதி முடிகொண்டானான வத்தராயன், வேளான் மாதவனாகிய இராசவல்லபப் பல்லவரையன், சேனாதிபதி ஞானமூர்த்திப் பண்டிதன் ஆகிய மதுராந்தக பிரமாதி ராஜன் முதலானோர். அவர்களுடன் காஞ்சி நகர் மக்களுடன் கலந்து இருந்தனர்.

கருணாகரன் அருகே வந்ததும் அனைவரும் தங்களது வரவேற்பையும் வாழ்த்துக்களையும் தெரிவித்துக் கொண்டனர்.

இது சற்றே புது அனுபவமாக தான் இருந்தது கருணாகரனுக்கு ஒரு நகரத்தின் அரசனாய் இருப்பதற்கும் ஒரு தேசத்தின் அமைச்சர் என்பதற்குமான வேறுபாட்டினை உணரமுடிந்தது.

வழக்கமான உற்சாகத்துடனே வரவேற்றனர் நண்பர்கள் மாதவனும், மூர்த்தியும். "வாருங்கள் வண்டையர் கோனே! தங்கள் வரவு நல்வரவாகட்டும்" என்றார் வத்தராயன்.

"நன்றி அமைச்சரே, வணங்குகிறேன்."

"வாருங்கள்கருணாகரா,முதலில்ஏகாம்பரநாதர்ஆலயத்திற்குச் சென்று பின்னர் அரச மாளிகைக்குச் செல்லலாம்."

"அப்படியே அமைச்சரே, புறப்படலாம் மாதவா"

"அப்படியே"

கருணா சிறுபிள்ளையாக இருந்தபொழுது ஓரிரு முறைகள் காஞ்சி ஏகாம்பரநாதனை தரிசித்து உள்ளான். முதன் முதலில் பார்த்த போதே அவன் நெஞ்சில் குடியிருந்தார் ஏகாம்பரநாதர். தஞ்சை பெருஆவுடையாரை தொழுததைக் காட்டிலும் காஞ்சி ஏகாம்பரநாதரை எண்ணித் தொழுததே அதிகம் எனலாம்.

கருணாகரனின் ஆலய தரிசனத்தை முடித்துக் கொண்டு காஞ்சி நகரின் பிரதான சாலையின் வழியே மாளிகைக்குச் சென்று கொண்டிருந்தனர்.

காஞ்சியின் எழில் அவன் கண்களைப் பெரிதும் கவர்ந்தது. 'முன்னொரு சமயம் சோழன் கிள்ளிவளவனுக்கும் நாக கன்னிகை பீலிவலைக்கும் மகனாகப் பிறந்த தொண்டை மானே பல்லவ குடியின் முதல் மன்னன் ஆனான். அவனைப் பின் தொடர்ந்து

ஏறக்குறைய எண்ணூறு ஆண்டுகள் காஞ்சியை தலைநகராகக் கொண்டுஆட்சிபுரிந்துவந்தனர்.இதனுள்ளும்மூவேந்தர்களையும் தனது ஆளுமைக்கடங்கிய சிற்றரசர் களாகவும் பணித்து வந்தனர். சில நூற்றாண்டுகள் இப்படி ஆளுமையிலும், கல்வியும், கலைகளிலும்மங்காபுகழ்பெற்றபல்லவப்பேரரசும்கூடகாலத்தின் கட்டாயத்தால் இன்று சோழர்களுக்கடங்கிய சிற்றரசாய்ப் போனது. இருப்பினும், குடைவரை கோயில்கள் உள்ள மட்டும் காலம் கடந்து பல்லவர்களின் புகழ் தாங்கி நிற்கும் என்பதில் ஐயமில்லை' என்று எண்ணிக் கொண்டான் கருணாகரன்.

அரச மாளிகையை அடைந்தான் கருணாகரன். பூரண அரசு மரியாதை அளிக்கப்பட்டது அவனுக்கு.

முதலில் விருந்தோம்பல், பின் ஓய்வு, அதன் பிறகு மாலை சித்திர மண்டபத்தில் ஆலோசனைக் கூட்டம் என்று அறிவிக்கப் பட்டு இருந்தது.

சயங்கொண்ட சோழ மண்டலத்து (தொண்டை மண்டலம்) அதிகாரிகள், அமைச்சர்கள், சேனாபதி மற்றும் குடிகள் என சித்திர மண்டபம் நிறைந்திருந்தது. அதில் வண்டையர்கோன் கருணாகரனும் அடக்கம்.

அங்கே வாயில் காவலனால் ஓர் அறிவிப்பு வெளியிடப் பட்டது. "சபையோரின் கவனத்திற்கு, தொண்டை மண்டத்தி லுள்ள இருபத்து நான்கு கோட்டங்களுள் ஒன்றாகிய மணவிற் கோட்டத்து மணலில் ஊரார்... அருளகாரன், அருப்பாக்கிழான், பொன்னம்பலக் கூத்தன், நரலோக வீரன், அரும்பாக் கீழான், மணவிற் கூத்தனான காலிங்கராயன் சித்திர மண்டலத்திற்கு வருகை தர உள்ளார்" என்று கூறி முடித்தான்.

பின்னாளில் இவர் மேல் ஒட்டக்கூத்தரால் பாடப்பெற்ற நூலே அரும்பைத் தொள்ளாயிரம் என்னும் நூல் ஆகும்.

காலிங்கராயன் சித்திர மண்டபத்திற்குள் பிரவேசித்ததும் அனைத்து அமைச்சர்களும் எழுந்து நின்று தங்களின் வணக்கத்தையும் மரியாதையையும் தெரிவித்தனர்.

வணங்கி விட்டு அனைவரையும் அமரும்படிக் கூறினார்.

"சபையோர் அனைவருக்கும் நன் வணக்கங்கள். இன்று ஒரு சிறப்பான நாள் நம் அனைவருக்கும். காரணம் யாதெனில்,

நம் சோழ தேசத்துப் புதிய அமைச்சரான வண்டையர்கோன் கருணாகரன் அவர்கள் இக்காஞ்சியில் இருந்தே தனது பணியைத் துவங்க உள்ளார். அன்னாருக்கு நம் வாழ்த்துக்களையும் வணக்கங்களையும் உரைப்போமாக. அவ்வண்ணமே ஸ்வஸ்தி ஸ்ரீ கோ இராச கேசரி வர்மரான திரிபுரன சக்கரவர்த்திகள் ஸ்ரீ குலோத்துங்க சோழ தேவரின் ஆணைப்படி கடந்த 22 ஆண்டுகளுக்கு முன் சோழ தேசம் முழுதும் அளக்கப்பட்டது இங்கிருக்கும் சபையோர் அனைவரும் அறிந்ததே. அந்நாளில் சக்கரவர்த்திகளின் கட்டளையின் பேரில் இப்பணியைத் திறம்பட செய்த பெருமக்கள் திரும்ப கம்பமுடையானான உலகளந்த சோழப் பல்லவரையன், குளத்தூருடையான் உலகளந்தானான திருவரங்க தேவன் என்போர். இவர்கள் சோழ மண்டலத்தி லுள்ள விளைநிலங்கள் முழுமையும் அளந்தார்கள். இதனாலேயே நம் சக்கரவர்த்திகள் அன்னோருக்கு உலகளந்த சோழன் என்னும் பட்டமளித்தார்கள். இதன் பொருட்டு சோழ தேசத்தையும், கங்கை கொண்ட சோழ மண்டலத்து விளை நிலங்கள் முழுமையும் அளந்துள்ளார்கள். அன்னோர்க்குப் பின் சேதிராயர் சில காலம் இப்பதவிவகித்தார் என்பது தாம் அறிந்த ஒன்றே. அவருக்குப்பின் தற்போது அப்பதவி வகிக்கும் நம் அமைச்சர் கருணாகரன் அவர்கள் தொண்டை மண்டல விளை நிலங்களை அளக்க உள்ளார் என்பதை இங்கே பதிவு செய்ய விழைகின்றேன்."

காலிங்கராயன் அவ்வாறு கூறியதும் அமைச்சர்களும் குடிகளும் கருணாகரனுக்குத் தங்களது வாழ்த்துக்களைத் தெரிவித்தனர்.

கருணாகரன் எழுந்து வணங்கியபடியே, "அடியேனுக்கிட்ட பணியை சிறப்புடனே செய்து முடிப்போம் என்று உறுதி அளிக்கின்றேன்" என்று கூறி அமர சபையில் பலதரப்பட்ட விவாதங்கள் பேசி முடிவு பெற்றது.

இரவு விருந்தோம்பல் சிறப்புடனே முடிந்தது.

அமைச்சர் பெருமக்கள் அனைவரும் அவரவர் மாளிகை களுக்குச் சென்றனர். வண்டையர் மாளிகையில் விருந்தாளிகள் அறையில் மாதவனும், ஞான மூர்த்தியும் கருணாகரனுடன்

உரையாடிக் கொண்டிருந்தனர். அரசுப் பணி, கேளிக்கைப் பேச்சுக்கள் எனக் கலந்திருந்தது நண்பர்களின் உரையாடலில்.

"சரி மாதவா, வா நாம் புறப்படலாம். வெகு நேரமாக உரையாடிக் கொண்டிருக்கின்றோம். உள்ளபடியே பிரயாணக் களைப்பில் இருப்பான் கருணா. மேலும் இன்றைய அவை நடவடிக்கைகள், விருந்தோம்பல் என களைத்திருப்பான் அவன் சற்று ஓய்வு எடுத்துக் கொள்ளட்டும்; நாம் புறப்படலாம்."

"ஆகட்டும் மூர்த்தி. நீ கூறுவதும் சரிதான். நாம் செல்லலாம். நீ ஓய்வெடுத்துக்கொள், கருணா. நாளை காலை சந்திக்கலாம். சரியா?"

"ஆகட்டும் மாதவா, நீங்கள் இருவருமே களைத்துப் போயிருப்பீர்கள்; நீங்களும் சென்று ஓய்வெடுத்துக் கொள்ளுங்கள். நாளை சந்திப்போம். வணக்கம்."

இருவரும் அங்கிருந்து செல்ல தனது சயன அறைக்குச் சென்றான் கருணாகரன். உண்மையிலேயே களைப்பு மிகுதியாக தான் இருந்தது அவனுக்கு. அந்தப் பெரிய மாளிகையில் பணியாட்கள், காவலாளிகள் இருந்தும் கூட ஏனோ தான் தனித்திருப்பது போல் உனர்ந்தான் கருணாகரன்.

இவ்வேளையில் தாயார் அவர்கள் இருந்தால் நன்றாக இருந்திருக்கும். அவர்கள் மடியில் சிறிது நேரம் தலைவைத்துப் படுத்திருந்திருக்கலாம். சோர்வாகத்தான் உள்ளது. இருப்பினும் உறக்கம் வரவில்லையே என்ன செய்வது? இந்த மலர்... அவள் இருந்திருந்தால் கூட ஏதோ ஒன்றைப் பற்றிப் பேசிக்கொண்டிருப் பாள். அதைக் கேட்ட படியே உறங்கி இருக்கலாம். அவளும் இல்லையே இப்போது என்ன செய்வது?" என்று படுக்கையிலேயே புரண்டு கொண்டு இருந்தவன் அந்த அறையின் நிலா முற்றத்திற்கு வந்தான் அங்கே செருவிளை, கருவிளம் அழகாய்ப் பூத்திருந்தது. இதமான காற்று மெள்ள அவனை வருடியது. மங்கலான நிலா வெளிச்சம். அதில் எங்கோ உள்ள ஆலயத்தில் கோபுரம் தெரிந்தது.' சிறிய அளவிலான ஆலயம் போலும். கோபுரத்தைக் காணும் போதே உணர முடிகிறது, இது பொன்னி நதிக்கரையில் உள்ள காளி தேவியின் ஆலயக் கோபுரம் போல் அல்லவா உள்ளது? ஆற்றங்கரை ஓரத்தில் எழிலான அக்கோயில் எம்மை மிகவும்

கவர்ந்தது. அத்தோடு அவள்... அப்பெண் சக்கரவர்த்திகளின் மகள் நிருதி இன்னேரம் என்ன செய்து கொண்டிருப்பாள்? என்ன செய்வாள்? உறங்கிக் கொண்டிருப்பாள்' என்று எண்ணியவன் மீண்டும் தனது படுக்கைக்கு வந்தான். இவ்வேளையில் யான் அவளை நினைத்துக் கொண்டிருப்பேன் என்பது கூட அவளுக்குத் தெரியாது. உண்மையில், முதன் முதலில் கங்கை கொண்ட சோழிசரின் ஆலயத்தில் என்று யான் கண்டேனோ அன்றிலிருந்து இன்று வரை அவளை நினைக்காத நாள் இல்லை எனலாம். ஏதோ ஒரு காரணத்தைக் கொண்டு அவளின் நினைவு வந்து விடுகின்றது. இது எதனால் என்று தான் விளங்கவில்லை. அவளிடம் தோழமையுடனேயே பழக விழைந்தாலும் அப்பெண் கூறியதைப் போல இது சக்கரவர்த்திகளுக்குத் தெரியவந்தால், அல்லது நம் குடும்பத்தாருகுத் தெரியவந்தால்...? இல்லை மலர் தான் என்ன நினைப்பாள்? இதை எப்படி ஏற்றுக் கொள்வார்கள்? என்ன கூறி இதை ஏற்க வைப்பது? இருப்பினும், எக்காரணம் கொண்டும் அவளின் நட்பை யான் இழக்க விரும்பவில்லை. நட்பைத் தக்க வைப்பதற்கான உபாயத்தை விரைவிலேயே கண்டறிய வேண்டும்' என்று எண்ணியவன் மெள்ளக் கண்ணயர்ந்தான்.

மறுநாள் காலை ஏகாம்பர நாதரை தரிசித்து தனது பணியைத் துவங்கினான் கருணாகரன்.

* * *

18

மதுராந்தகி தீன சிந்தாமணி

அதிகாலையில் ஒற்றன் ஒருவன் அரசரைச் சந்திக்கக் காத்துக் கொண்டு இருந்தான்- ஒரு முக்கிய செய்தியுடன். அரசனின் மெய்க்காப்பாளன்: "சக்கரவர்த்திகளுக்கு வணக்கம், தங்களைக் காண வேங்கியில் இருந்து ஒற்றன் வந்துள்ளான் அரசே. அவனை உள்ளே வர அனுமதிக்கலாமா?"

"வேங்கியில் இருந்து ஒற்றனா? உடனே அகத்தே வரச்சொல்"

"தங்களை உள்ளே வர கூறினார் அரசர். தாங்கள் போகலாம்."

"நன்றி ஐயா" என்றவன்,

"சக்கரவர்த்திகளுக்கு வெற்றி உண்டாகட்டும். வேங்கி நாட்டு அரசர் விக்கிரம சோழ தேவர் அவர்கள் தங்களிடம் இந்த ஓலையைத் தரும்படி கட்டளை, சக்கரவர்த்திகளே."

"அதை இப்படிக் கொடு. நீ சென்று ஓய்வெடுத்துக் கொள். யான் உன்னைப் பின்னர் அழைக்கின்றேன்."

"வணங்குகிறேன் பெருமா!" என்ற ஒற்றன் அங்கிருந்து சென்றான்.

விக்கிரமன் என்ன செய்தி அனுப்பி உள்ளான் என்று எண்ணியவாறே அவ்வோலையைப் பிரித்துப் படித்தான்.

அன்பிற்கும் வணக்கத்திற்கும் உரிய ஸ்வஸ்வதி ஸ்ரீ கோ இராசகேசரி வர்மரான திரிபுவன சக்கரவர்த்திகள் ஸ்ரீ குலோத்துங்க சோழ தேவராகிய நனது தந்தையாருக்கு, தங்களின் அன்புத் தனயன் தங்களிடம் தெரிவித்துக் கொள்வது யாதெனில், சில முக்கிய காரணங்களுக்காக தங்களை நேரில் சந்திக்க விழைகின்றோம். அருள் கூர்ந்து இந்த ஓலை தங்களுக்குக் கிட்டியதும் உடனடியாக நனது இளவல்மார்கள் எவரையேனும் இங்கே அனுப்பிட வேண்டுகின்றேன். பின்னர் யான் சோழபுரம் வருவல் அடியேனின் விண்ணப்பத்தை ஏற்குமாறு கேட்டுக்கொள்கின்றோம். அவ்வண்ணமே கோரும் தங்களின் தனயன் விக்கிரமன்."

'இந்த ஓலைக்கு அர்த்தம் என்னவாக இருக்கும்?' என்று எண்ணியவன், "யார் அங்கே? உடனடியாக திருமந்திர ஓலை நாயகத்தை வரும்படி கூறுங்கள்."

"உத்தரவு அரசே."

விரைந்து அழைத்து வரப்பட்டார் திருமந்திர ஓலை நாயகம். "சக்கரவர்த்திகளுக்கு வெற்றி உண்டாகட்டும். வணங்குகின்றேன், பிரபு"

"வாருங்கள்"

"வாணர் அரசே! வணக்கம்! இத்துணை காலையிலே அடியேனைக் காண விழைந்தன் நோக்கம் என்னவோ பிரபு?"

விக்கிரமன்அனுப்பியஓலையைக்கொடுத்தார்.அதைபெற்றுக் கொண்ட வானவராயன் அதைப் பார்த்த வண்ணம், "என்ன இது அரசே இளவரசர் இங்கே வரவிருப்பம் தெரிவித்துள்ளாரா? எதனால்? ஓராண்டிற்கு முன்புதானே தங்களின் சிறிய தந்தையாகிய ஏழாம் விசயாதித்தன் மறைவிற்குப் பின் அங்கே ஆட்சி கட்டிலில் ஏறும் உரிமை உள்ள தாங்கள் தங்களின் பிரதிநிதியாக இளவரசர் விக்கிரம தேவரை அங்கே ஆட்சிப் பெருப்பில் அமர்த்தினீர்கள். பின் எதனால்? இளவரசர் இங்கு வர விருப்பம் தெரிவித்துள்ளார்?"

அதுதான் எமக்கு விளங்கவில்லை அமைச்சரே. அரசு சார்ந்ததோ, அல்லது எமது இல்லற விஷயங்களோ எதுவாக இருந்தாலும் தங்களிடம் ஆலோசித்தே முடிவுகள் எட்டப்படும். ஏனெனில் தாங்கள் இந்நாட்டு உயர்தர அதிகாரி மட்டுமல்லவே, நனது நண்பரும் கூட. அதனாலேயே இதனை மேற்கொண்டு என்ன செய்யலாம் என்றெண்ணத்தில் தான் தங்களை அழைத்தேன்."

"இதில் வருந்தும்படி ஒன்றும் இராது என்பதே நனது எண்ணம். மேலும் இளவரசரின் இந்தக் கோரிக்கையை நாம் ஏற்கத்தான் வேண்டும். தவிரவும், வேங்கியில் இளவரசர் விக்கிரமன் பிரதிநிதியாக இங்குள்ள அவரின் இளவல்களில் யாரை அனுப்புவது? அதைத் தாங்களே தேர்வு செய்யுங்கள் பிரபு. இவர்களில் எவரையேனும் வேங்கிக்கு அனுப்பினால் தானே இளவரசர் இங்கே வர இயலும்.

"இதில் தேர்விற்கு என்ன இருக்கிறது அமைச்சரே?"

"இராசராசன் தென்மதுரையில் உள்ளான். இராசராச சோழகங்கனோ கன்னோசி நாட்டிற்குச் சென்றுள்ளான்.

இங்கிருப்பது வீர சோழன் மட்டுமே. அவனையே அனுப்ப வேண்டும். வேறு உபாயம் தற்போது இல்லை."

ஒரு நீண்ட பெருமூச்சு விட்ட குலோத்துங்கன், "சரி உடனடியாக வீரசோழன் வேங்கி செல்வதற்கான ஏற்பாடுகளை செய்யுங்கள்." யான் இது பற்றி வீரசோழனின் தெரிவித்து விடுகின்றேன் என்றான்.

"ஆகட்டும் அரசே! யாம் பயணத்திற்கான பணிகளை இப்போதே துவங்குகின்றோம். தாங்கள் இது பற்றி இளவரசரிடம் கலந்து கொள்ளுங்கள். யான் விடைபெற்றுக் கொள்கின்றேன், வணக்கம்."

"நல்லது அமைச்சரே! பிறகு சந்திப்போம்" என்ற குலோத்துங்கன் வீரசோழனின் அறைக்குச் சென்றான்.

"மகனே!"

"வாருங்கள், தந்தையே! வணங்குகின்றேன்."

"தாங்கள் நனது அறைக்கு வருவதா? கட்டளை இட்டிருந்தால் யானே தங்களைக் காணவந்திருப்பேனே தந்தையே."

"அதனால் ஒன்றுமில்லை மகனே! ஒரு முக்கிய காரணத்துக்காக, நீ உடனடியாக வேங்கி புறப்பட வேண்டும். இதைக் கூறவே யாம் இங்கு வந்தோம்."

"வேங்கிக்குச் செல்ல வேண்டுமா? ஏன்? எதனால் என்று யான் அறியலாமா தந்தையே?"

"முன் நடந்தவற்றை தன் மகனிடம் கூறினான் குலோத்துங்கன்."

"அப்படியானால், தமையன் இங்கு வரும் பொருட்டு யான் வேங்கி செல்ல வேண்டும். அப்படி தானே தந்தையே?"

"ஆம் மகனே! உனது தந்தையின் வேண்டுகோளை ஏற்பாயாக!"

"இதைத் தங்களின் கட்டளை என்றே ஏற்போம் தந்தையே. உடனடியாக வேங்கி புறப்படுகின்றேன். தங்களுக்கு மகிழ்ச்சி தானே?"

"நல்லது மகனே! மிக்க மகிழ்ச்சி!"

வீர சோழன் வேங்கி செல்வதையும் விக்கிரம சோழன் சோநாடு வந்ததையும் அறிந்த குடிகள் வீரசோழன் வேங்கி செல்வதில் சற்றே வருத்தம் அடைந்தாலும் குலோத்துங்கனின் தலைமகன் சோழபுரம் வருவதில் மகிழ்ச்சி அடைந்தனர். ஏறக்குறைய ஓர்

ஆண்டிற்குப் பின் இங்கு வர உள்ளான் இளவரசன் என்பதால் மக்களின் மகிழ்ச்சிக்கு அளவில்லாமல் இருந்தது ஒருபுறம்; மறுபுறம், வீர சோழனை வேங்கிக்கு வழி அனுப்புவதற்காக கோட்டை வாயிலில் அனைவரும் முகங்களில் வருத்தம் இழையோடக் காத்திருந்தனர்.

தனது அன்னைமார்கள் மற்றும் அரண்மனையில் உள்ள அனைவரிடமும் விடைபெற்றுக் கொண்ட வீரசோழன் தனது தங்கையின் அறைக்கு விஜயம் செய்தான்.

“நிருதி, நனது அன்புத் தங்காய்!” என்றதும் ஓடி வந்து தனது தமையனை அணைத்துக் கொண்டாள் நிருதி.”

“தங்காய்! என்ன இது? ஏன் உன் விழிகள் இப்படி சிவந்துள்ளன? சோழ குலப் பெண்கள் கண்கலங்குவது அழகல்லவே நிருதி?”

“அதை யான் அறிவேன், அண்ணா. நமக்கு மட்டும் ஏன் இவ்வாறு நிகழ்கின்றது?”

“இப்போது என்ன நிகழ்ந்து விட்டது நிருதி, நீ வருந்தும் படியாக?”

“நம் உடன் பிறந்தாரோடு ஒருபொழுதேனும் ஒன்றாய் இருக்க மாட்டோமா அண்ணா? எமது நினைவு தெரிந்த நாள் முதலாய் நனது தமையன்மார்களையும் சகோதரிகளையும் நான் ஒரு சேரக்கண்டதே இல்லை; இனியும் காண்பேனா என்ற நம்பிக்கையும் இல்லை. எதனால் இந்த அவலம் நமக்கு அண்ணா?”

“அவலம் இல்லை நிருதி. இது அவலம் இல்லை.”

“மூத்த தமையனார் இங்கு வரவேண்டுமானால், தாங்கள் இங்கிருந்து வேங்கி செல்ல வேண்டும். இதற்குப் பெயர் அவலம் இல்லாமல் பின் என்னவென்று கூறுவது, அண்ணா?”

“நன் அன்புத் தங்காய், சற்று இப்படி வந்து அமரு. இன்று ஒரு சில செயல்களுக்கு உனக்கு விளக்கம் அளிக்க விரும்பு கிறேன். பொதுவாக, அரசகுலத்தில் பிறக்க வேண்டுமாயின், கொடுப்பினை இருக்கவேண்டும் என்பது சாமானியர்களின் எண்ணம். காரணம், நாம் அனுபவிக்கும் இந்த சுகபோக வாழ்க்கை முறையைக் காண்பதனால். இருப்பினும், மெய் அதுவல்ல நிருதி. குண நலன்களிலும் பண்பு நலன்களிலும் தனித்துவமானவர்களையும் இதுபோன்ற அரசகுடியில் பிறக்கச்செய்கிறார் அந்த ஆடவல்லான்.

இதில் நியதிக்கு மாறான சம்பவங்களும் அரசகுடிகளில் நிகழவே செய்கின்றன. அதன் பொருட்டு நாம் கலங்கத் தேவையில்லை. நம் பிறப்பின் பொருள் உணர்ந்து செயல்பட வேண்டும். இங்கே நம் சுய விருப்பங்களுக்கும், வெறுப்புகளுக்கும் இடம் கொடுக்கலாகாது நிருதி. மேலும் இதுபோன்ற பிரிவு என்பது இனி அவ்வப்போது நிகழவே செய்யும். ஆயினும், இது நிரந்தரம் அல்ல, தங்காய். உனது இந்தக் கலக்கம் தேவையற்றது. யான் மிக விரைவிலேயே சோழபுரம் வருவேன் சரியா? அதுவரையில், நன் அன்பு தங்கையை நான் எண்ணாத நாளே இராது. அது போலவே நீயும் என்பதை யான் அறிவேன். சரி, கண்களைத் துடைத்துக் கொள். யான் வரட்டுமா?"

"சற்றுப் பொறுங்கள் அண்ணா. இதோ யானும் வருகின்றேன்" என்றாள்.

ஒரு நினைவுப் பரிசை வீரசோழனுக்கு வழங்கினாள். தானும் அவனுடன் கோட்டை வாயிலுக்குப் புறப்பட்டுச் சென்றாள். அங்கு அனைவரும் காத்திருந்தனர் - வீரசோழனை வழியனுப்ப. தனது தந்தை, தாயார்களிடம் விடைபெற்றுக் கொண்டு புறப்பட்டான் வீரசோழன் வேங்கியை நோக்கி. குடைகளையும், புலிக்கொடியையும் தாங்கி வீரர்கள் முரசொலித்த படியே முன்னேறிச் செல்ல களிரும் தேரில் சென்றான் வீர சோழன். அவன் பின்னே நூற்றுக்கணக்கில் பரிபடைவீரர்கள் சென்றனர். சோழபுரத்தின் ராஜபாட்டை பரிகள், வீரர்களின் காலடி பட்டு புழுதிக் காடாய் மாறியது.

அனைவரும் அங்கிருந்து கலைந்து சென்றனர்.

"சுவாமி, யான் சிறிது நேரம் ஆலயத்தில் இருந்து விட்டு வரட்டுமா?" என்று குலோத்துங்கனின் முதலாம் பட்டத்தரசி கூற"

"அதற்கென்ன மதுரா(ந்தகி), யானும் உன்னுடன் ஆலயம் வருகின்றோம். வா போகலாம்" என்றான் குலோத்துங்கன்.

மற்ற அரசிகள் இருவரையும் விட்டு அங்கிருந்து செல்ல, அரசனும், அரசியாரும் ஆலயத்தின் முகப்பு மண்டபத்திற்குச் சென்று அமர்ந்தனர்.

"என்னவாயிற்று தீனா? ஏன் உன் முகத்தில் வருத்தம் இழையோடுகின்றது?"

"ஒன்றுமில்லை அரசே! வீரனின் இப்பிரிவு சற்றே வருத்தம் கொள்ள செய்தது, அவ்வளவே!"

"உனது இந்தத் துயரை எம்மால் நன்கு உணரமுடிகின்றது. காரணம், நனது மனநிலையும் தற்போது உன்னைப் போலவே தான் தேவி!"

"ஆண் மக்கள் எழுவரைப் பெற்றும் என்ன பயன்? மூவரை அந்த ஈசனே கொடுத்தும் பறித்தும் கொண்டார். எஞ்சிய நால்வரோ திசைக்கொருவராகப் பிரிந்து இருக்கின்றனர். நன் தலைமகன் வருவதை எண்ணி மகிழ்வதா, அல்லது நன் செல்ல மகன் எம்மை விட்டுப் பிரிந்து செல்வதை எண்ணி வருந்துவதா? எமக்கு ஒன்றுமே விளங்கவில்லை சாமி."

"தேவி உனது இந்தக் கலக்கம் தேவையற்றது. இந்நாட்டின் பட்டத்து அரசி இவ்வாறு கலங்குவது முறையாகுமா? வீரத்தையும் விவேகத்தையும் கொண்ட மக்களைப் பெற்ற தாய் இவ்வாறு புலம்புவது சரியா தேவி!"

"இந்நாட்டின் அரசி என்கிற வகையில் எமது இந்தக் கலக்கம் தேவையற்றதுதான் பிரபு. இது போன்று தூர தேசப் பயணம் செல்வது என்பது அரசிளம் குமாரர்களுக்கு இயல்பான ஒன்று என்பதை யான் நன்கு அறிவேன் பிரபு. இருப்பினும், யானும் ஒரு பெண் தானே? பிள்ளைகளின் இந்தப் பிரிவு எம்மை வருந்தத் தான் செய்கின்றது அரசே."

"ஆகட்டும் தேவி. இது போன்ற தருணங்களை எதிர்கொள்ளும் மனோதைரியத்தை நீ வளர்த்துக் கொள் தேவி. ஏனெனில் இனி வருங்காலங்களில் அமையவிருக்கும் சூழல்கள் நமக்கு சாதகமாக இருக்கப் போவது இல்லை. இனி நம் பிள்ளைகளுடனான இந்தப் பிரிவு என்பது அவ்வப்போதோ அல்லது நிரந்தரமாகவோ இருக்கலாம். அதை அப்படியே ஏற்றுக்கொள்ளும் பக்குவத்தை நீ அடையவேண்டும். இது எமது தாழ்மையான வேண்டுகோள் தீனா. உனது இந்தத் தேவையற்ற எண்ணங்களைக் கலைந்து விடு தேவி. உனது இந்த எண்ணங்கள் தீவிரமடையுமேயானால் உன் உடல் நலனும் மனநலனுமே பாதிக்கும் என்பதை நினைவில் கொள் தேவி. ஏனெனில், சமீபகாலமாக உனது உடல் நலம் பாதிக்கப்படுவதை யான் நன்கு அறிவேன். அதன் பொருட்டே

எமது இந்த அறிவுரை தேவி. நாட்டு மக்களின் பாதுகாப்பு நன் பொறுப்பு ஆயின், நன் மக்கள் பராமரிப்பு உனது பொறுப்பாகும். பொறுப்புணர்ந்து நடந்து கொள்வாயாக தேவி."

"தங்களின் கட்டளைப்படியே பிரபு."

"நல்லது வா மதுரா உனது அறைக்குச் செல்லலாம்."

"ஆகட்டும் அரசே."

ஆலயத்தில் இருந்து இருவருமாக மதுராந்தகியின் அறைக்குச் சென்றனர்.

"நீ ஓய்வு எடுத்துக்கொள் தேவி. யான் உன்னை பிறகு வந்து சந்திப்போம்."

"அப்படியே தேவரே! வணக்கம்."

அங்கிருந்து சென்றான் குலோத்துங்கன்.

பணிப்பெண்ணை அழைத்தாள் அருள்மொழி (எழிலிசை வல்லபி)

"உத்தரவு அரசியாரே."

"மூத்த அரசியாரை உணவருந்த அழைத்து வரக் கூறினேனே."

"அவர்களுக்கு தற்போது எதுவும் வேண்டாம் என்று கூறினார்கள் தாயே."

"சரி நீ செல்."

"உணவருந்தாமல் என்ன சிந்தனையில் உள்ளாய் நங்கை (வல்லபி)?

"வணங்குகின்றேன் அக்கை அவர்களே, அக்கையார் அவர்கள் உணவருந்த வரவில்லை என்றார்களாம். அதுதான் எதனால் என்று யோசித்துக் கொண்டுள்ளேன்."

"நம் மகன் இன்று வேங்கி சென்றதை எண்ணி துயர் கொண்டிருப்பார். வா வல்லபி உணவை எடுத்துக் கொண்டு அக்கையாரைச் சந்தித்து வரலாம்.

அதுவும் நல்ல யோசனை தான்; வாருங்கள் அக்கா போகலாம்.

மதுராந்தகியின் அறைக்கு வெளியே நின்ற அரசனின் மனைவியர் தாங்கள் வந்திருப்பதை அரசனின் முதல் மனைவியிடம் கூறும்படி பணிப்பெண்ணிடம் ஏவினர்.

அவ்வண்ணமே அப்பணிப்பெண் உள்ளே சென்று, "அரசியாருக்கு நனது வணக்கங்கள். தங்களைக் காண இளைய அரசியார் இருவரும் வந்துள்ளனர் என்றாள்."

“அவர்களை உள்ளே வரச்சொல்.”

“உத்தரவு!”

“தங்களை அகத்தே அழைத்தார் அரசியார்.”

“நல்லது, நீ போகலாம்.”

“வணங்குகின்றோம் அக்கை அவர்களே!”

“வாருங்கள் வல்லி, நங்கை! எம்மைக் காண எதற்காக அனுமதி? உள்ளே வரலாமே.”

“நடைமுறையை நாங்களே மீறுவதா?”

படுக்கையில் இருந்து எழ முயன்ற தீனா துவண்டு விழுந்தாள்.

“அக்கை தங்களுக்கு என்னவானது?” என்று இருவரும் பதறியவாறு அவள் அருகே சென்றனர்.

“இன்று காலை கூட நன்றாகத்தானே இருந்தீர்கள். அதற்குள் என்னவானது? மிகவும் வாட்டமாக உள்ளீர்களே. ஏன் இப்படி தங்களது அங்கமானது வியர்க்கிறது?”

“ஒன்றும் இல்லை வல்லி இன்று காலை முதலே மார்பகத்தில் சற்று வலியை உணர்ந்தேன். அது தற்போது அதிகமானது போல் உள்ளது.

“தாங்கள் என்ன கூறுகிறீர்கள் அக்கா? எங்களுக்கு அச்சமாக அல்லவா உள்ளது.

“இதில் பயம் கொள்ளத் தேவையில்லை நங்கை. தானே சரியாகிவிடும்.”

“இல்லை இல்லை. வல்லபி நீ உடனே சென்று அரச வைத்தியருக்கும் நம் சக்கரவர்த்திகளுக்கும் தகவல் தெரிவிக்கச் சொல்”

அப்படியே. அக்கா, இதோ வந்துவிடுகின்றேன்.”

“அதெல்லாம் ஒன்றும் வேண்டாம் வல்லி.”

“தாங்கள் சற்று அமைதியாக இருங்கள், அக்கா.”

“பணிப்பெண் ஒருத்தியை அழைத்து வல்லபி மேற்கண்ட விவரங்களைக் கூறினாள். அதைக் கேட்ட அப்பெண் மற்றும் ஒரு பணிப்பெண்ணை அழைத்துக்கொண்டு வைத்தியரையும், அரசனையும் அழைத்து வரச் சென்றாள். அதற்குள் அந்தப்புரம் எங்கும் இச்செய்தி மளமளவெனப் பரவியது.

“மலர், பெரிய அன்னைக்கு உடல் நலம் பாதித்துள்ளதாம். வா சென்று காணலாம்.”

“ஆகட்டும் நிருதி! இந்த அமுதா எங்கே போனாள்?”

“அவளுக்குத் தகவல் தெரிந்ததும் அன்னையின் அறைக்கு வந்துவிடுவாள். வா இப்போது நாம் செல்லலாம்.”

மதுராந்தகியின் அறையில் ஏழெட்டு பணிப்பெண்களும் அவளின் தலை அருகே தியாகவள்ளியும், காலருகே ஏழிசை வல்லபியும் அமர்ந்து இருந்தனர்.

அங்கே வந்த நிருதி, “தாயே தங்களுக்கு என்னவானது? ஏன் இவ்வாறுள்ளீர்கள்?” என்று அக்கறையுடன், கேட்டாள் தன் முகத்தில் தோன்றிய பதற்றத்தை மறைத்து.

“வா மகளே! எமக்கு ஒன்று இல்லை அம்மா. நீ வீணாக பயம் கொள்ள தேவையில்லை.”

“இல்லை அன்னையே! இதற்கு முன்னும் தங்களுக்கு உடல் நலக்குறைபாடு வந்துள்ளது என்றாலும் அப்போது கூட தாங்கள் இத்துணை சோர்வாக இருந்து யான் கண்டது இல்லை” என்றவளுக்குக் கண்ணீர் கரைபுரண்டோடியது - அவளின் கண்களில் இருந்து. இதைக் கண்ட வல்லியும், நங்கையும் கூட அழத்தொடங்கினர்.

“சக்கரவர்த்திகள் பட்டத்தரசியின் அறைக்கு வந்து கொண்டிருக்கிறார் என்ற சேவகனின் அறிவிப்பைக் கேட்டு அந்த அறையில் இருந்த அனைவரும் எழுந்து நின்றனர்.

குலோத்துங்கன் அந்த அறைக்கு வந்து தனது மனைவியைக் கண்டதும், முதல் முறையாக அச்சமும் பதற்றமும் கலந்த ஏதோ ஓர் உணர்வு அவனைப் பற்றிக் கொண்டது. காரணம், இதுநாள் வரையிலும் எத்தனையோ முறைகள் மதுராந்தகியின் உடலம் நலம் பாதிக்கப்பட்டுள்ளது. இருப்பினும், அப்பொழுது எல்லாம் தனது அன்புக் கணவனைக் கண்டதும் எழுந்து நின்று தனது அன்பு கலந்த வணக்கத்தைத் தெரிவிப்பாள். ஆனால் இன்று சற்று நேரம் முன்புவரை தன்னோடு வெகு இயல்பாக உரையாடிக் கொண்டிருந்தவள் தற்போது செயல்பட முடியாத நிலையைக் கண்டு ஒரு கணம் உறைந்தே போனான் குலோத்துங்கன்.

அரசனின் வருகையைக் கண்ட அங்கிருந்த பெண்டிர் அனைவரும் வெளியே சென்றனர்.

அவர்கள் சென்றதும் தனது மனைவியின் அருகே சென்று அமர்ந்தான் குலோத்துங்கன். அவளின் கரங்களைப் பற்றிய வாறே, “தேவி, என்னவானது உனக்கு? சற்று முன்பு வரை நலமாகத்தானே இருந்தாய்? அதற்குள் என்னவானது?” என்றவன் தன்னுடைய மேல் கலிங்கு (துணி) கொண்டு அவளின் முகத்தைத் துடைத்து விட்டான்.

“எமக்கு ஒன்றுமில்லை சுவாமி! தாங்கள் கலக்கம் கொள்ளத் தேவையில்லை.”

“எப்படி தேவி கலக்கம் கொள்ளாமல் இருக்க முடியும் - நன் அன்பு மனையாளின் இந்தக் கோலத்தைக் கண்ட பின்னும்?”

“இவ்வாறு பிணக்கம் கொள்வது சோழ சக்கரவர்த்திகளுக்கு அழகல்லவே பிரபு.”

“கட்டிலில் துவண்டு கிடப்பது சோழர்களின் குலக்கொடி என்பதனால்தான் இந்தப் பிணக்கமே தேவி.” என்றவன் கண்களில் நீர்த்துளிகள்.

இதைக் கண்ட குலோத்துங்கனின் பட்டத்தரசி பதறியவாறே படுக்கையில் இருந்து எழ எத்தனித்தாள். இருந்தும் முடியாமல் பின் சரிந்தாள்.

“மன்னித்துவிடு தேவி. யான் கலங்கவில்லை. எப்பொழுதும் உனக்குத் துணைவன் யான் இருக்கின்றேன். இதோ வைத்தியர் வந்துவிடுவார். உனக்கு ஒன்றும் நேராது அம்மா” என்றவன் அவளை வாரி அணைத்துக் கொண்டான்.

பணிப்பெண் ஒருத்தி அறைக் கதவுகளுக்கு வெளியே நின்றபடியே, “இடையூறுக்கு மன்னிக்கவும் அரசே. அரசியாரைக் காண வைத்தியர் வந்துள்ளார்.”

“அவரை உடனடியாக உள்ளே வரச்சொல்.”

“உத்தரவு!

“வைத்தியரோடு தியாகவல்லி, ஏழிசை வல்லபி, நிருதி மூவரும் உடன் வந்தனர்.”

அரசியாரின் நாடியைப் பார்த்து வைத்தியர் சற்று நேரம் அமைதியானார். அந்த அமைதி அந்த அறை முழுவதும் பிரதிபலித்தது.

பின் அரசனே மௌனம் களைந்தான்.

"அரசியாருக்கு எப்படி உள்ளது வைத்தியரே?"

"அச்சம் கொள்ளத் தேவையில்லை என்றாலும் சில பொடிகள் தந்து விட்டுச் செல்கின்றேன். அதைத் தேனில் குழைத்து கொடுப்பது உத்தமம். மேலும் அரசியாருக்கு பூரண ஓய்வு தற்போது தேவை. அவர்கள் நன்கு ஓய்வு எடுக்கட்டும். யான் பிறகு வந்து காண்கின்றேன் அரசே."

"நல்லது வைத்தியரே."

"அரசே, ஓரிரு வார்த்தைகள் தங்களுடன் தனிமையில் பேச வேண்டும்."

"அதற்கென்ன வைத்தியரே, வாருங்கள். புறத்தே செல்லலாம்."

இருவரும் அந்த அறையை விட்டு வெளியே வந்தனர்.

"ஏதோ தனித்து பேசவேண்டும் என்று கூறினீர்கள்; என்ன அது வைத்தியரே.

"பிரபு, முதலில் தாங்கள் எம்மை மன்னியுங்கள். தற்போது நிலைமை தங்களுக்கு சாதகமாக இல்லை."

"என்ன, தாங்கள் என்ன கூறுகிறீர்கள், வைத்தியரே? சற்று முன்தானே அச்சம் கொள்ளத் தேவையில்லை என்றீர்கள். பிறகு இவ்வாறாக்க கூறுகிறீர்களே."

"ஆம் பிரபு; அங்கிருப்போரைக் குழப்பமடையச் செய்ய வேண்டாம் என்றே அவ்வாறு கூறினேன்."

"தற்போது தாங்கள் என்ன தான் கூற வருகிறீர்கள்?"

"நம் அரசியாருக்கு சுவாசிப்பதில் சிரமம் ஏற்பட்டுள்ளது அரசே. அதன் காரணமாகவே அவர்களுக்கு இந்த அளவற்ற வியர்வை வெளியேறுகிறது. தவிரவும், அவர்களின் உயிர் நாடி ஆனது மெள்ள மெள்ள குறைந்து கொண்டு வருகிறது."

"இதன் பொருள் வைத்தியரே...."

"எம்மால் இயன்ற வரை ஆதூரம் அளித்து அரசியாரை இதில் இருந்து மீட்டெடுக்க முயற்சி செய்வோம் அரசே. அதன் பின் அந்த ஈசன் விட்ட வழி. இருப்பினும், எமது தனித்த கருத்து....."

எதுவாயினும் கூறுங்கள், வைத்தியரே.

"அரசியார் வேண்டுவதை தங்கள் செய்வது நலம் பயக்கலாம் பெருமா! யான் வருகிறேன்."

"வணக்கம். நல்லது வைத்தியரே. யாரங்கே?"

"ஆணை பிரபு!"

"உடனடியாக கோட்டையினுள் உள்ள அனைத்து அமைச்சர்களையும் ஆலோசனை மண்டபத்திற்கு வரச்சொல். இது எமது உத்தரவு."

"அப்படியே அரசே."

"அப்படியே வானதிராயர் பங்கேற்பு அவசியம் என்று கூறு"

"கட்டளைப்படியே பிரபு."

மீண்டும் அறைக்குள் பிரவேசித்த குலோத்துங்கன் அரசியின் அருகே சென்றான்.

"தீனா உனக்கு ஒன்றும் நேராது. உன்னுடன் நாங்கள் அனைவரும் இருக்கின்றோம். வைத்தியர் அளித்த ஆதூரங்களை நீ உட்கொள்ளும் பட்சத்தில் மிக விரைவிலேயே நீ இயல்பு நிலைக்குத் திரும்பிவிடுவாய். புரிந்ததா, மதுரா?"

பதிலேதும் கூறாத குலோத்துங்கனின் பட்டத்து அரசி சிறு புன்னகை பூத்தாள் - கண்களில் நீர் பெருக.

ஏனோ அதற்கு மேல் அவளை எதிர்கொண்டு காண இயலாமல், "சரி நீ ஓய்வெடு! யான் இதோ வந்து விடுகின்றேன். வள்ளி, வல்லபி இருவரும் தீனாவுடனேயே இருங்கள். இதோ வந்து விடுகின்றேன்."

"ஆகட்டும் அரசே! அக்கைக்கு குணமடையும் வரையில் நாங்கள் இருவரும் இந்த அறையை விட்டு எங்கும் செல்லப்போவது இல்லை."

"நல்லது! பிறகு... நிருதி, இங்கே வா அம்மா" என்றவன் அறைக்கு வெளியே நிருதியை அழைத்துச் சென்றான்.

"கூறுங்கள் தந்தையே."

"தாயாரின் உடல் நலனில் ஏதேனும் பின்னடைவு இருக்குமாயின், உடனடியாக அதை வைத்தியருக்குத் தெரிவித்து விடு மகளே! அத்துடன் யான் ஆலோசனை மண்டபத்தில் உள்ளோம். நீ தகவல் தெரிவிக்க ஏதுவாக இருக்கும் என்று இவற்றைக் கூறினேன் அம்மா."

"ஆகட்டும் தந்தையே! அவ்வாறே."

"நல்லது மகளே. யான் சென்று வருகின்றேன்" நீ சென்று உனது அன்னையின் அருகேயே இரு அம்மா."

“நிச்சயமாக தந்தையே!”

அங்கிருந்து அறைக்குத் திரும்பினாள் நிருதி. ஆலோசனை மண்டபத்திற்குச் சென்றான் குலோத்துங்கன்.

‘முன் அறிவிப்பு இன்றி இந்தத் திடீர்ச் சந்திப்பை அரசர் அரங்கேற்ற காரணம் என்ன? இன்று காலை தானே இளவரசர் வேங்கி புறப்பட்டார்? அதற்குள்ளாக ஆலோசனைக் கூட்டம் அறிவித்ததன் நோக்கம் என்ன? ஒரு வேலை வேங்கியில் இருந்து வரும் இளவரசர் விக்கிர சோழன் பொருட்டு நடைபெறும் கூட்டமாக இது இருக்குமோ?’ இப்படியாக ஆலோசனை மண்டபத்தில் இருந்த அமைச்சர்கள் உரையாடிக்கொண்டு இருந்தனர்.

திருமந்திர ஓலை நாயகம் வாணர் குல அரசர், வானதி ராயர் சபைக்கு வந்து கொண்டிருக்கிறார் என்ற சேவகனின் அறிவிப்பைத் தொடர்ந்து அங்கு அமைதி நிலவியது.

மண்டபத்தில் இருந்த அனைவரும் எழுந்து நிற்க, “சபையோர் அனைவருக்கும் எமது பணிவான வணக்கங்கள்” என்றார் வானதிராயர்.

அனைவரும் அவரை வணங்கி அமர்ந்தனர்.

சிறிது நேரத்திற்கெல்லாம் அங்கு வந்தான் குலோத்துங்கன்.

அங்கு இருந்த அனைவரும் தன் அரசனை வணங்கி நின்றனர்.

“நனது அழைப்பை ஏற்று இங்கு வந்த அனைத்து அமைச்சர் பெருமக்களுக்கும் நனது நன்றிகள்!” என்று கூறி அமர்ந்தான், குலோத்துங்கன்.

அவன் பின் அனைவரும் அமர்ந்தனர். அமைதியானது ஆலோசனை மண்டபம்.

திருமந்திர ஓலை நாயகம் பேசலானார்: “இடையூறுக்கு மன்னிக்கவும். பெருமா முன் அறிவிப்பின்றி இச்சபை கூட காரணம் யாதென்று அடியேன் தெரிந்து கொள்ளலாமா?”

“காரணம் உள்ளது, நாயகம் அவர்களே நனது பட்டத்து அரசியார் அவனி முழுதுயாள் மதுராந்தகி தீனசிந்தாமணி அவர்களுக்கு உடல் நலம் பாதிக்கப்பட்டுள்ளது.”

“என்ன? தாங்கள் என்ன கூறுகிறீர்கள் அரசே? இன்று அதிகாலை தானே இளவரசரை வழி அனுப்ப கோயில் வாயிலுக்கு அரசியர் வந்தார்கள்? அதற்குள்ளாக என்ன வாயிற்று அரசே.”

"அதுதான் எமக்கும் ஒன்றும் விளங்கவில்லை நாயகரே."

"சரி, வைத்தியர் இப்போது என்னதான் கூறுகிறார்? அரசியாரின் நிலை யாது?"

"அரசியாரின் உடல் நலனில் பின்னடைவே ஒழிய முன்னேற்றம் இல்லை என்பது வைத்தியரின் கருத்து."

"ஐய்யோ! இப்போது என்ன செய்வது அரசே?"

"அதைப் பற்றி ஆலோசிக்கவே இச்சபையைக் கூட்டினேன். முதலில் நனது கருத்தைக் கூறிவிடுகிறேன். பின்னர், சபையோரின் கருத்துக்களுக்கு செவி மடுக்கப்படும். அரசியார் இயல்பு நிலைக்குத் திரும்பும் வரையிலும் யான் அவருடனேயே இருக்க விரும்புகின்றேன் அது வரையிலும் எம்மால் அரசு நடவடிக்கையில் ஈடுபட இயலாது. ஆகையினால், சோழ தேசத்தின் அனைத்து மண்டலங்களின் அரச நடவடிக்கைகளை நிறுத்தி வைக்கலாம் என்ற உத்தேசம் என்னுடையது; இனி சபையோரின் கருத்துக்களைத் தெரிவிக்கலாம்."

இதைக்கேட்ட அவையில் உள்ள அனைவரும் அமைதியாயினர்.

குலோத்துங்கன் அதிகாரிகளுள் ஒருவரான வீரசிகாமணி மூவேந்த வேளான். எழுந்து நின்று வணங்கியவாறே, "அரசே, தங்களின் சித்தமே எங்களின் செயல் ஆகும். இருப்பினும், தங்களின் இந்த முடிவைச் சற்றுப் பரிசீலிக்கலாமே பிரபு.

"தாங்கள் கூறுவது எமக்கு விளங்கவில்லை அமைச்சரே."

"உண்மையில் அரசியாரின் இந்நிலையைக் கண்டு இங்குள்ள அனைவரும் மிகவும் வருந்துகின்றோம். மேலும் இந்நிலையில் இருந்து அரசியார் மீள அந்த ஆடவல்லானை அனைவரும் மனமார வேண்டுகின்றோம். இது போன்ற சூழலில் தாங்கள் அரசியாருடன் இருப்பதே உத்தமம். எனினும், அரசு நடவடிக்கைகளை நிறுத்தி வைப்பது என்பது அவ்வளவு நல்லதாகப் படவில்லை, பிரபு."

"இதன் பொருட்டு தாங்கள் கூறுவரும் காரணிகள் யாது அமைச்சரே"

"உள்ளது, அரசே. மொத்த சோழதேசத்திற்கான அரசு செயல்பாடுகளையும் நிறுத்துவதன் மூலம் நம் தேசத்தின் பாதுகாப்பு என்பது கேள்விக்குறியாகிவிடும். நமது செயல் பாடுகள் என்பது ஒன்றோடு ஒன்று தொடர்புடையவையே எனவே, தங்களின் இந்த முடிவைச் சற்றுப் பரிசீலிக்கலாம் அரசே."

“உண்மைதான் அமைச்சரே; தங்களின் இக்கருத்தை யான் பரிபூரணமாக ஏற்கிறேன். எனினும் ஒரு தீர்க்கமான, தெளிந்த முடிவை எடுக்கும் மனநிலையில் தற்போது யான் இல்லை. இதன் பொருட்டே இச்சபை கூட்டப்பட்டு உள்ளது. எனவே தங்கள் அனைவரின் ஒருமித்த கருத்து எதுவாயினும், அதை யான் மனமுவந்து ஏற்கிறேன்.ஏனெனில் இச்சோழதேசத்தின் நலனுக்காக எம்மை விடவும் எம் பொருட்டு அயராது பாடுபடுபவர்கள் இங்குள்ள அமைச்சர் பெருமக்கள் என்பதை இங்கே யான் அழுத்தமாகக் கூறவிழைகிறேன்.”

“தங்களின் நம்பகத்தன்மையை ஒருபோதும் குலைக்க மாட்டோம் பெருமா.”

“நன்றிகள் நாயகரே!”

“தேவரே ஒரு சிறு விண்ணப்பம்.”

“கூறுங்கள் அமைச்சரே. மேற்படி நடவடிகைகள் எவ்வாறு இருப்பின், அது சோணாட்டிற்கு நலம் பயக்கும் என்று எங்களுக்குள் கலந்தாலோசித்து பின் தங்களிடம் கருத்துக்களைத் தெரிவிக்கின்றோம்.”

“நல்லது அமைச்சரே! அவ்வாறே ஆகட்டும்.”

அமைச்சர்கள் அனைவரும் ஆங்காங்கே பிரிந்து சென்று ஒருவருக்கொருவர் கருத்துக்களைப் பரிமாறிக்கொண்டனர் இப்படி சில நாழிகைகள் கழிந்தன. பின்னர் அனைவரும் தங்களின் ஒருமித்த கருத்தை திருமந்திர ஓலை நாயகத்திடம் தெரிவித்தனர். பின் அவரவர் இருக்கையில் அமர்ந்தனர்.

சபை அமைதியானதை அடுத்து திருமந்திர ஓலை நாயகம் சக்கரவர்த்திகளை வணங்கிப் பேசலானார்: “முதலில் நமது அரசியாரின் உடல் நிலையைக் கருத்தில் கொண்டு அவர் பூரண குணம் ஆகும் வரையில் ஆலயங்கள் அனைத்திலும் விசேட பூசைக்கு ஏற்பாடுகள் செய்வது. அதுவும் இன்று மாலை நேர பூசையிலிருந்து ஆரம்பம் ஆகும். நம் சோணாட்டு மண்டலங்களில், நம் சோழமண்டலம் தவிர, ஏனைய மண்டலங்களான சயங்கொண்ட சோழ மண்டலம், இராசராசப் பாண்டிய மண்டலம், மும்முடி சோழ மண்டலம், வேங்கை மண்டலம், மலை மண்டலம், அதிராசராச மண்டலம், போன்றவற்றின் அரசுப் பணிகள்

தடையின்றி நடைபெறும். மேலும் அரசு செயல்பாடுகள் நிறுத்தப்பட்ட சோழ மண்டலத்தின் பாதுகாப்பை இரண்டு மடங்காக பலப் படுத்துவது. இதனை உறுதி செய்யும் பொருட்டு நாடு காவல் அதிகாரிகள் தினமும் இதனை மேற்பார்வை இடுவது. மேலும் அன்னியர் எவரும் சோழ மண்டலத்தின் உள்ளே வர தடை விதிப்பது. இங்குள்ளோர் வெளியே செல்ல முறையான ஆவணத்தை அரசிடம் தெரிவிக்க வேண்டுவது. இதனோடு இளவரசர் வீரசோழரை கோட்டைக்குத் திரும்பச் சொல்வது மற்றும் நமது மூத்த இளவரசரான விக்கிரம சோழரை உடனடியாக இங்கு வரவழைப்பது. மேலும் சோழ வாரிசுகள் அனைவருக்கும் ஒற்றர்கள் மூலம் மிக இரகசியமாக அரசியாரின் உடல் நிலையைத் தெரிவிப்பது போன்றவையேயாம்" எனக் கூறினார் திருமந்திர ஓலை நாயகமான வாணர்குல அரசர் வானதிராயர்.

இருக்கையை விட்டு எழுந்து நின்றான் குலோத்துங்கன். இதை அடுத்து அமைச்சர்கள் அனைவரும் எழுந்து நிற்க, குலோத்துங்கன் பேசலானான்: "தாங்கள் என்ன கூறுகிறீர்கள் அமைச்சரே? அரசு அலுவல்கள் கூட ஒரு வாறாக ஏற்றுக் கொள்ளலாம். இருப்பினும், பிள்ளைகளை வரவழைப்பது என்பது அத்துணை உசிதமானதாக எமக்குப் படவில்லை."

"அப்படி இல்லை தேவரே. என்னதான் இறைவழிபாடுகள், வைத்தியம் என்று இருந்தாலும், தான் பெற்ற பிள்ளைகளைக் காண்பதனால் தனி பலம் வந்து விடும் அரசியாருக்கு. அதுவும் ஒரே இடத்தில். ஆகையினால் தான் தங்களின் பிள்ளைகள் தங்களின் தமக்கை போன்றோரை வரவழைப்பது என்று முடிவு செய்யப்பட்டுள்ளது. மேலும் சிலர் இங்கு வருவது இரகசியமாகத் தான் இருக்கப் போகிறது. அரசியார் இயல்பு நிலைக்குத் திரும்பியதும், அவரவர் இருப்பிடங்களுக்குச் சென்று விடப் போகிறார்கள். தற்போது நாம் செய்ய வேண்டியது காலத்தை வீணடிக்காமல் சற்று முன் விவாதித்தவற்றை நடைமுறைப்படுத்துவது. இனி தங்களின் உத்தரவு மட்டுமே மீதம் உள்ளது பெருமா."

எதையோ யோசித்தவனாக, "சரி, சபையோரின் பரிந்துரை களையே யான் ஏற்கின்றேன். தற்போது தேசத்தின் நலன்

பொருட்டு தங்களின் கருத்துக்களை ஆமோதிக்கின்றேன். இப்போதிலிருந்தே அரசு அதிகாரிகளின் செயல்பாடுகள் அமலுக்கு வரட்டும்" என்றான் குலோத்துங்கன்.

"மிக்க மகிழ்ச்சி தேவரே! இனி தங்கள் அரசியாரிடம் சென்று அவருக்கு உறுதுணையாக இருங்கள். ஏனையவற்றை நாங்கள் அனைவரும் பார்த்துக் கொள்வோம்" என்றார் வானதிராயர்.

"நல்லது, நன்றி."

குலோத்துங்கன் அங்கிருந்து விடைபெற்றுச் செல்ல, மற்ற அமைச்சர்கள் அனைவரும் துரித முறையில் அவரவர் பணிகளை மேற்கொண்டனர்.

அவர்களுள் ஒருவர் "வானர் குல அரசே" என்று அழைத்தார்.

"கூறுங்கள் அமைச்சரே."

இரண்டாம் தரத்து ஒற்றர்களை வழிநடத்துபவர் காலிங்கராயர் ஆயிற்றே. அவரோ தற்போது காஞ்சியில் அல்லவா இருக்கின்றார் - அமைச்சர் கருணாகரனை அறிமுகம் செய்யும் பொருட்டு. நாளை அந்திப் பொழுதைக் கடந்து விடும் - அவர்கள் இங்கே வருவதற்கு. அதற்குள் தாமதம் ஆகிவிடுமே - ஒற்றர்கள் மூலம் ஓலை அனுப்பும் பணியானது."

"அதனால் ஒன்றும் பாதகம் இல்லை அமைச்சரே! அவர் வரும் வரையில் இப்பணியையும் கூடுதலாக யானே கவனித்துக் கொள்கின்றேன். தாங்கள் சென்று மற்ற பணிகள் தேக்கம் அடையாமல் பார்த்துக் கொள்ளுங்கள்."

"அப்படியே ஆகட்டும். யான் சென்று வருகின்றேன்" என்று அவ்விடத்தே இருந்து புறப்பட்டார் மற்றும் ஓர் உயர்தரத்து அதிகாரியான வீரசிகாமணி மூவேந்த வேளான்.

முதல் தரத்து ஒற்றன் எனப்படுபவன் அரசர்க்கு மட்டுமே அறியப்படுபவன்; இரண்டாம் தரத்து ஒற்றன் உயர் அதிகாரியர்க்கு அறியப்படுபவன்; மூன்றாம் தரத்து ஒற்றன் இவர்களுக்குக் கீழ் உள்ள அமைச்சர்களால் அறியப்படுபவன்.

அந்தப்புர வளாகத்திற்குள் பிரவேசித்தான் குலோத்துங்கன். சம்பந்தர் அருளிய மறையை தனது இனிய குரலில் பாடிக் கொண்டிருந்தாள் ஏழிசை வல்லபி யான அருள்மொழி நங்கை.

முத்தி தருவது நீறு; முனிவர் அணிவது நீறு
சத்தியம் ஆவது நீறு; தந்தோர் புகழ்வது நீறு;

பக்தி தருவது நீறு; பரவ இனியது நீறு;

சித்தி தருவது நீறு; திரு ஆலவாயான் திருநீறே.

என்று சோமசுந்தரரை வணங்கி சம்பந்தர் எழுதிய மூன்றாம் வெண்பாவை அவள் பாடி முடிக்க அங்கே வந்தான் குலோத்துங்கன்.

அவனைக் கண்ட பெண்டீர்கள் எழுந்து நின்று தங்களது வணக்கத்தைத் தெரிவித்தனர். அவனோ தனது முதல் பட்டத்து அரசியின் அருகே சென்றமர்ந்தான்.

“தேவி ஆகாரம் ஏதும் உட்கொண்டாயா? ஔடதம் உனக்குக் கொடுத்தாகி விட்டதா?”

இன்று காலையிலாவது ஓரிரு வார்த்தைகள் பேசியவள் தற்போது சைகையினால் உணவு அருந்தியதையும், மருந்து உட்கொண்டதையும் விவரித்த போது, மேலும் குலோத்துங் கனைக் கலக்கமுற செய்தது. இருப்பினும், அதை வெளிக்காட்டிக் கொள்ளாமல், “தேவி, நீ ஒன்றும் கலங்காதே விரைவிலேயே பூரண குணம் அடைந்து விடுவாய்” என்றதும் உயிரோட்டம் இல்லா ஒரு புன்னகையை அவளின் அதரத்தில் தவழவிட்டாள். மேலும் அவளிடம் என்ன கூறுவது என்று தவித்த குலோத்துங்கன் சற்றே நிதானித்தவனாக, “ஆமாம் வல்லபி யான் இங்கு வருகையில் பாடல் இசைத்துக் கொண்டு இருந்தாயே, ஏன் தேவி நிறுத்தி விட்டாய்? தொடர்ந்து பாடம்மா. தற்போது இருக்கும் சூழலில் நம் அனைவருக்கும் அதுவே மாமருந்து” என்றான் குலோத்துங்கன்.

“உத்தரவு தேவரே இதோ!” என்றவள் மீண்டும் பாடத் தொடங்கினாள்.

உண்மையிலேயே வல்லபியின் காந்தக் குரலில் அப்பாடல்களைக் கேட்க இனிமையாக இருந்த போதும் அங்கே அப்போது இருந்த சூழ்நிலையில் அதைக் கேட்டுக் கொண்டிருந்த அனைவரிடத்தேயும் உள்ளத்தில் கலக்கமும் முகத்திலே இறுக்கமும் இருந்ததைத் தவிர்க்க முடியவில்லை.

சம்பந்த பெருமான் சோமசுந்தரர் பொருட்டு இயற்றிய பாக்கள் துவங்கி திருப்பிரமபுரம் பிரமபுரீஸ்வரரின் பெயரில் இயற்றிய முதல் திருமுறையுடன் முடித்தாள் வல்லபி.

அருமை! அந்த ஆடவல்லானைக் கண் முன்னே தரிசிப்பது போல் இருந்தது - உனது தேனினும் இனிய குரலால் பாடக் கேட்ட

போது. ஆமாம் தானே தேவி?' என்றான் குலோத்துங்கன். அதை ஆமோதிக்கும் விதமாகக் கைகளைக் கூப்பி தலை அசைத்தாள் - மதுராந்தகி கண்களில் நீர் பெருக.

அந்தி சாய்ந்ததை யொட்டி அரண்மனை எங்கும் விளக்குகள் ஏற்றப்பட்டன.தீப ஒளியில் மதுராந்தகியின் அறையும் பிரகாசம் ஆனது. ஏனோ சோழர்களின் குலவிளக்கு மெல்ல மங்கத் தொடங்கியது.

காவலாளி ஒருவன் அரசியாரின் அறைக்கு வெளியில் நின்றவாறே "சக்கரவர்த்திகளுக்கு வெற்றி உண்டாகட்டும்" என்றான்.

அறையின் புறத்தே வந்த குலோத்துங்கன், "என்ன செய்தி கொண்டு வந்தாய்?" எனக் கேட்க "பெருமா, இளவரசர் வீர சோழருக்கு நாம் அனுப்பிய செய்தி கிட்டியது. அவர் தற்போது நம் கோட்டைக்கு சில காத தூரத்தில் வந்து கொண்டு இருக்கின்றார் என்பதை அமைச்சர் வானதிராயர் தங்களுக்குத் தெரிவிக்கும்படி கூறினார்." என்று கூறினான் காவலன்.

"அப்படியா? மிக்க மகிழ்ச்சி! நீ செல்லலாம்.

"உத்தரவு அரசே!" என்றவன் அங்கிருந்து சென்றான்.

சற்றே மன ஆறுதலுடன் அறைக்குள் பிரவேசித்தான் குலோத்துங்கன். அதற்குள்ளாக அரசிக்கு ஆகாரமும் ஔடதமும் கொடுக்கப்பட்டன.

"எமக்கு ஒன்றும் இல்லை; தாங்கள் அனைவரும் சென்று உணவு அருந்துங்கள்" என்றாள் பட்டத்து அரசி மதுராந்தகி.

அவரின் உடல் இயங்க மறுப்பது அவளின் குரலின் வாயிலாக நன்கு புலப்பட்டது.

"இல்லை தாயே! நாங்கள் எங்கும் செல்வதாக இல்லை. அனைவருமே தங்களுடன் தான் இருப்போம்" என்றாள் நிருதி.

தனது கணவனுடன் தனித்து இருக்க விரும்பிய மதுராந்தகியின் பார்வையின் பொருள் உணர்ந்தவனாக, "நிருதி எமக்கு ஒரு உபகாரம் செய்வாயா மகளே?" என்றான் குலோத்துங்கன்.

"ஆணையிடுங்கள், தந்தையே. இன்று நனது அரண்மனை ஆலயத்தில் உனது தாயாரின் நலனிற்காக விசேட பூசை செய்ய பணித்து இருந்தேன் அம்மா. இந்நேரம் பூசைகளை பட்டர் அவர்கள் நிறைவு செய்திருப்பார். நீ உனது மற்ற தாயார்களை அழைத்துக் கொண்டு போய் பட்டர் தரும் திருநீறு பிரசாதத்தை வாங்கி வருகின்றாயா?" என்றான்.

"இதோ உடனடியாக அங்கே சென்று வருகின்றோம் தந்தையே! அதுவரையிலும் தீனா தாயாரைக் கவனமாகப் பார்த்துக் கொள்ளுங்கள்."

"அப்படியே மகளே! நீ வரும் வரையிலும் உன் தாயைப் பத்திரமாகப் பார்த்துக் கொள்கிறேன். சரியா அம்மா?"

"ம்ம்ம் சரி."

"அக்கா நாங்களும் நிருதியுடன் சென்று வருகின்றோம். அதுவரையில் சக்கரவர்த்திகள் தங்களுக்கு துணையாக இருப்பார்கள்."

'ஆகட்டும்' என்று தலையசைத்தாள் அரசி.

அவர்களின் பின்னேயே பணிப்பெண்களையும் அறையில் இருந்து வெளியேறும்படி உத்தரவிட்டான் குலோத்துங்கன்.

அப்பெரிய அறையில் புவனி முழுதுடையாளும், திரிபுவன சக்கரவர்த்தியும்.

"மதுரா, தற்போது கூறு உனக்கு எம்மிடம் இருந்து எதைத் தெரிந்து கொள்ளவேண்டும் என்று."

பைய பேசலானாள் தீனசிந்தாமணி: "பிரபு இச்சூழலில் இருந்து மீள்வேன் என்ற நம்பிக்கை எனக்குத் துளியும் இல்லை."

"அவ்வாறாகக் கூறாதே தேவி. உனது இந்த வார்த்தைகள் மேலும் எம்மைக் கலக்கம் கொள்ளச் செய்கின்றன அம்மா."

"தயவு கூர்ந்து யான் கூறுவதைக் கேளுங்கள் சுவாமி."

"சரி கூறு."

"நனது இந்நிலையை எண்ணி தாங்களோ அல்லது இங்கிருக்கும் ஏனையோரோ வருந்தத் தேவையில்லை பிரபு. ஏனெனில், பிற பெண்டிர் வரமெனக் கேட்டும் கிடைக்காத பெருவாழ்வு என்பதே எமக்கு வாய்ந்த இவ்வாழ்க்கை என்பது மங்கா புகழ் எய்த சோழர் குடியில் மகளாகப் பிறந்து அக்குலக் கொடி வழியே தோன்றியவரை எம் மணாளனாகக் கிடைக்கப் பெற்றேன்".

சற்றே அமைதியானாள்.

"என்னவாயிற்று தேவி? நீர் அருந்துகிறாயா? சற்று நேரம் அமைதியாக இரு அம்மா." என்ற குலோத்துங்கன் அவள் தலையைத் தூக்கி நீர் கொடுத்தான்.

"இல்லை சுவாமி. இதன் பின் தாங்கள் கோரினாலும் எம்மால் பேச இயலுமோ என்னவோ?"

இதைக் கேட்ட அந்தக் கனமே குலோத்துங்கனின் கண்ணீரானது அவளின் நெற்றியை நனைத்தது கூறு" என்றான்.

"இனி சோழர் குலம் அறுந்தது என்று கூறியோர் வாயடைக்கும் விதமாக, குலம் தழைக்க ஆண்மக்கள் எழுவரையும் கொடி தழைக்க பெண்கள் இருவரையும் நவ மணிகளாக ஈன்றேன். ஏனோ அவர்களில் மூவரை அந்த ஆடவல்லானே எடுத்துக் கொண்டான். அந்நாளில் யான் மாய்ந்திருக்க வேண்டும் தேவரே. எக்காரணம் கொண்டு தற்போது வரை என்னை அந்த ஆடவல்லான் விட்டு வைத்திருந்தார் என்று தெரியவில்லை. மற்றபடி இக்கோட்டை யினுள் எமக்கு ஏது குறை சுவாமி? அந்த ஈசனைப் போல் எம்மைக் காத்து நிற்கும் தாங்கள், உடன் பிறந்தாளாக எமை எண்ணி ஒட்டி உறவாடும் தங்கைமார் அறுவர், பெற்ற தாய் இருக்க எம்மையே உற்ற தாயாக என்னும் நன் பெண் பிள்ளைகள் மற்றும் இருவர் இதைவிட ஒரு பெண்ணிற்கு வேறு என்ன கொடுப்பினை வேண்டும் பிரபு?"

"நீ கூறுவதும் ஒரு விதத்தில் உண்மை தான் தேவி" என்றவன் அவள் கூந்தலை மெள்ள வருடிக் கொடுத்தான்.

"இருப்பினும்? "என்ன தேவி? என்ன வென்று ஆணையிடு! அதை உடனடியாக நான் செய்து முடிக்கின்றேன்."

"இல்லை சுவாமி அது உடனடியாகத் தீர்க்க முடியாத காரியம்"

"என்ன அது தேவி?"

"நம் பிள்ளைகளின் திருமணம். சோழகங்கன் வீரனின் திருமணத்திற்கு இன்னும் காலம் இருக்கிறது. எனினும், நிருதியின் திருமணத்தைக் காண இயலாமல் போவதை எண்ணும் பொழுது வருத்தமாக உள்ளது. அன்று ஒரு நாள் அவளின் கண்ணாலப் பேச்சு வார்த்தைகள் குறித்து ஆலோசிக்க வேண்டும் என்று கூறினீர்களே... அப்படியானால், மாப்பிள்ளையைத் தேர்வு செய்து விட்டீர்களா, பிரபு? அவர் யார் என்றாவது கூறுங்களேன். சற்றே எம் மனம் மகிழ்ச்சியுறும்."

"இல்லை தேவி, தற்போதைய மனநிலையில் இக்காரியத்தைப் பற்றி விவாதிக்க எமக்கு விருப்பம் இல்லை அம்மா."

"சரி போகட்டும், அவளின் திருமணத்தைப் பற்றித் தங்களின் உத்தேசத்தையாவது கூறுங்கள், பிரபு."

Deiva

“சரி. அயலாருக்கோ அல்லது சேர, பாண்டிய மரபினருக்கோ நிருதியைக் கொடுக்கும் உத்தேசம் இல்லை. சோணாட்டு சிற்றரசர்களில் எவரேனும் ஒருவருக்கு மணமுடிக்கலாம் என்று எண்ணி உள்ளேன் தேவி.”

“அப்படியா? மிக்க மகிழ்ச்சி அரசே. தங்களின் செயல்பாடுகளின் பின்னணியில் ஏதேனும் ஒரு பலத்த காரணம் புதைந்திருக்கும் என்பதை யான் நன்கறிவேன். தங்களின் சித்தப்படியே நடக்கட்டும் பிரபு” என்றவள் அமைதியானாள்.

“நனது சிந்தனைகள், செயல்பாடுகள், நன் அங்க அசைவுகளுக்குக் கூட ஒருவர் பொருள் அறிந்தால், அது நீ மட்டுமே தேவி” என்றான் குலோத்துங்கன்.

“இருப்பினும் கூட, தங்களுடன் இன்னும் சிறிது காலம் சேர்ந்து வாழும் பாக்கியம் இல்லாமல் போனதே சுவாமி.”

பதிலேதும் கூறாத குலோத்துங்கன், ‘இதை யான் அல்லவா கூற வேண்டும்’ என்றெண்ணினான்.

உடலின் பிணி மேலும் ஆட்கொண்டது மதுராந்தகியை.

“சுவாமி, நம் பிள்ளைகளைக் காண வேண்டும் போல் உள்ளதே.”

“சற்றே பொறு மதுரா! வீரனுக்கு ஓலை அனுப்பி உள்ளேன். இந்நேரம் கோட்டை அண்டை வந்திருப்பான். இன்னும் ஒரு சில நாழிகையில் இவ்விடம் வந்துவிடுவான் தேவி.”

“சுவாமி, இடைமறித்துப் பேசுவதற்கு மன்னியுங்கள். யான் நம் பிள்ளைகளைக் காணவேண்டும் என்று கூறினேனே தவிர, யான் எந்தப் பிள்ளைகளைக் காண வேண்டும் என்று கூறவில்லை. வீரன் வரும்பொழுது வரட்டும். ஆலயத்திற்குச் சென்றுள்ள நிருதியை அழைத்து வரும்படி உத்தரவிடுங்கள் அரசே”

“இந்நாட்டின் அரசனாயினும், எம் உள்ளத்திலும் கூட அறியாமை ஏதேனும் இருள் இருக்கத் தான் செய்கிறது தேவி. எம்மை மன்னித்து விடு. இதோ யாரங்கே? ஆலயம் சென்றிருக்கும் இளவரசியையும் அரசியரையும் உடனடியாக அழைத்து வாருங்கள்” என்றான் குலோத்துங்கன்.

“சுவாமி, ஒரு விண்ணப்பம்.”

“ஆணையிடு தேவி.”

“மாணிக்கவாசகர் அருளிய மறையை தங்கள் திருவாய் மலர்ந்து பாடுகின்றீர்களா பிரபு?”

"இதோ என்ற குலோத்துங்கன் தனது வெங்கலக் குரலினால் பாடத் துவங்கினான்" - திருவாசகத்தை:

புல்லாகிப் பூடாய்ப் புழுவாய் மரமாகிப்
பல் விருகமாகிப் பறவையாய்ப் பாம்பாகிக்
கல்லாய் மனிதராய்ப் பேயாய்க் கணங்களாய்
வல் அசுரர் ஆகி முனிவராய்த் தேவராய்ச்
செல்லாஅ நின்ற இத் தாவர சங்கமத்துள்.
எல்லாப் பிறப்பும் பிறந்து இளைத்தேன், எம்பெருமான்
மெய்யே உன் பொன் அடிகள் கண்டு இன்று வீடு உற்றேன்.
உய்ய என் உள்ளத்துள் ஓங்காரமாய் நின்ற
மெய்யா விமலா விடைப்பாகா வேதங்கள்
ஐயா எனவோங்கி ஆழ்ந்து அகன்ற நுண்ணியனே.
திருச்சிற்றம்பலம், தென்னாடுடையான் திருப்பாதம்

என்றாள்.

மதுராந்தகியான தீனசிந்தாமணி போற்றி போற்றி என்ன வாயிற்று தேவி? இன்னும் வெண்பாக்கள்? உள்ளனவே அதற்குள் எதற்காக திருச்சிற்றம்பலம் கூறினாய்?

"போதும் அரசே! அதோ, நனது தமையனும் நம் பிள்ளைகளும் வந்து விட்டனர்."

"என்ன தமையனும் பிள்ளைகளுமா? அப்படி யாரும் இங்கு வரவில்லையே தேவி. நாம் இருவர் மட்டுமே இங்குள்ளோம்."

"தவிரவும், உனது தமையனா? யாரைக் கூறுகின்றாய் தேவி?

"அதிராசேந்திரனை சுவாமி அதோ, தங்களுக்கு அவன் நிற்பது தெரியவில்லையா?"

"என்ன தேவி கூறுகின்றாய்? அதிராசேந்திரன் இங்கேயோ? அவர் மாண்டுதான் பல ஆண்டுகள் ஆயிற்றே. அவர் எப்படி இவ்விடத்தில்? அப்படி ஆயின் நம் பிள்ளைகள் என்று நீ சுட்டிக்காட்டுவது உயிரிழந்த நம் பிள்ளைகளைச் சொல்கின்றாயா."

"ஆம் பிரபு! நன் அன்பு மக்காள், தங்களின் தாய், அருகே வாருங்கள்" என்று தன் கரங்களை நீட்டினாள் மதுராந்தகி.

செய்வதறியாது திகைத்த குலோத்துங்கன், "தேவி இவ்வாறாக நீ செய்யலாகாது அம்மா" என்று தனது அரசியை வாரி அணைத்துக் கொண்டான்.

அதற்குள் அங்கு வந்தனர் - ஆலயத்திற்குச் சென்றிருந்த அரச மகளிர்.

"தந்தையே, தாயாருக்கு என்னவானது? ஏன் எங்களை அழைத்து வரும்படி கூறினீர்கள்?" என்றாள் நிருதி.

கண்களை மூடி இருந்த மதுராந்தகி களைப்பின் மிகுதியினால் கண்ணயர்தாள் போலும் என்று எண்ணிய குலோத்துங்கன் அவளை பைய தலையணையில் சாய்த்த வாறே, "சற்று நேரத்திற்கு முன் உன்னைக் காணவேண்டுமென்றாள் உன் தாய். அதனாலேயே அழைத்து வரச் சொன்னேன் மகளே. மேலும் இறைவனடி சேர்ந்த உனது அம்மான் அதிராசேந்திரனும் மற்றும் உன் தமையன்மார்கள் மூவரும் கூட இங்கிருப்பதாகக் கூறினாள்."

"என்ன, தாங்கள் என்ன கூறுகிறீர்கள் அரசே?"

"ஆம் வள்ளி, அப்படி தான் எம்மிடம் கூறினாள்.

தீனா சிந்தாமணியின் அருகே சென்றாள் நிருதி.

"தாயே தாங்கள் எம்மைக் காண விரும்பியதாக தந்தையார் கூறினார்கள். இதோ வந்து விட்டேன் கண்களைத் திறவுங்கள்" என்று அவள் கரங்களைப் பற்றினாள் நிருதி.

எவ்வித அசைவும் இல்லை - குலோத்துங்கனின் பட்டத்து அரசியிடம்.

"தந்தையே, தாயார் ஏன் பதிலேதும் கூறவில்லை" என்றதுமே பதறிப்போய் அவளருகே சென்ற குலோத்துங்கன்" தேவி மதுரா என்றழைத்தான்.

அவனுடைய இனியாளிடமிருந்து வாய்மொழியோசைகையோ வராததைக் கண்ட குலோத்துங்கன் வைத்தியரை வரவழைத்தான்.

மதுராந்தகி மரணித்ததை உறுதி செய்தார் மருத்துவர்.

இதைச் சற்றும் எதிர்பார அரசே மகளிர் தாய் என்றும் தமக்கை என்றும் கதறி அழத் தொடங்கினர். இதில் மகளுக்கு ஆறுதல் கூறுவதா அல்லது மற்ற மனைவியருக்கு ஆறுதல் கூறுவதா? அல்லது தான் தான் இத்துயரத்தில் இருந்து எப்படி மீள்வது என்று செய்வதறியாது திகைத்தான் குலோத்துங்கன்.

அந்தப்புரத்திற்குள் பிரவேசித்த வீரசோழன் தன் தாயின் அறைக்குச் சென்றான். அங்கே உயிரற்ற நிலையில் உடலாக இருந்த தன் தாயைக் கண்டான். ஆயினும், அவன் கலங்க வில்லை. இது அரச மரபினருக்கான நியதி; இல்லை, ஆண் மக்களுக்கான

நியதி போலும்! காலம் காலமாக எதன் பொருட்டும் கலங்காமல் இருப்பது.

பைய தன் தாய் அருகே வந்தான் வீரன். அவளுடைய பாதங்களைப் பற்றினான்.

"தாயே தங்களிடம் விடைபெற்று தானே இன்று அதிகாலை நனது பயணத்தைத் துவங்கினேன் - வேங்கி நோக்கி. அப்படி இருக்க, எவரிடமும் கூறாமல் தாங்கள் ஏன் இப்பயணத்தினை மேற்கொண்டீர்கள்? அப்படி என்ன அவசரம் அந்த ஆட வல்லானின் அடி சேர்வதற்கு?" என்றான்.

இதை அங்கிருந்தோர் கேட்க மீண்டும் பெரும் கூச்சலிட்டு அழத்துவங்கினர்.

சற்று நேரத்திற்கெல்லாம் உயர் தரத்ததிகாரிகள், அமைச்சர்கள் மற்றும் அக்கோட்டையுனுள் வசித்த குடிகள் தங்களது குடும்பத்தினருடன் அங்கு வந்தமையால் அந்தப்புர வளாகமே நிரம்பி வழிந்தது.

நடுநிசியைக் கடந்திருக்கும். ஒருவாறாக அங்கிருந்த மக்கள் கூட்டம் கலைந்து சென்றது. முக்கியஸ்தர்களும் அரச குடும்பத்தினரும் மட்டும் அங்கிருந்தனர்.

அமைச்சர் ஒருவர் வானதிராயரை வணங்கி, "வானவர் அரசே, மேற்கொண்டு என்ன செய்வது? இதுபற்றி அரசரை அணுகலாமாய என்றார்.

"வேண்டாம் அமைச்சரே! தற்போது உள்ள சூழலில் அரசரைத் தொந்தரவு செய்யலாகாது."

"அப்படியாயின், அடுத்த கட்ட நடவடிக்கைகளை எவ்வாறு மேற்கொள்வது?"

"சற்று பொறுங்கள் அமைச்சரே! இது பற்றி யோசிக்கத் தான் வேண்டும்" என்ற வானதிராயர் அந்தப்புர வளாகத்தின் ஒரு தூண் அருகே போடப்பட்டு இருந்த இருக்கையில் சென்று அமர்ந்தார்.

அப்படியே சில நாழிகைகள் கழிந்திருக்கும். பின் "அமைச்சரே!" என்றழைத்தார் வானதிராயர்.

"கூறுங்கள், நாயகம் அவர்களே."

"தாங்கள் உடனடியாக ஆலோசனை மண்டபத்திற்கு அனைத்து அதிகாரிகளையும்அழைத்துச்செல்லுங்கள்;கூடவேவைத்தியரையும் அழைத்துச் செல்லுங்கள். யான் சென்று இளவரசரை அழைத்துக்

கொண்டு வருகின்றேன். அவருடன் கலந்தாலோசித்து அடுத்த கட்ட பணிகளைத் துவங்குவோம். சரி தானே?"

"அப்படியே நாயகரே தற்போதே அனைவரையும் அழைத்துக் கொண்டு ஆலோசனை மண்டபத்திற்குச் செல்கின்றேன். தாங்கள் அங்கே வந்து விடுங்கள்" என்றவர் அங்கிருந்து சென்றார்.

அரசியின் அறைக்குச் சென்ற திருமந்திர ஓலை நாயகமான வானதிராயர் குலோத்துங்கன் அருகே சென்றார்.

"அரசே, சில காரியங்களை மேற்கொள்ள எம்முடன் இளவரசர்கள் அவர்களை அழைத்துச் செல்ல எமக்கு அனுமதி அளிக்க வேண்டுகின்றேன்" என்று வணங்கி நின்றார் ராயர்.

மறுப்பேதும் கூறாமல், "அழைத்துச் செல்லுங்கள்" என்றான் குலோத்துங்கன்.

"வணங்குகின்றேன் இளவரசே! தற்போதைய சூழலின் முக்கியத்துவம் பொருட்டு, நாளைய செயல்பாடுகளுக்கான ஆலோசனைக் கூட்டம் கூட்டப்பட்டு உள்ளது. அதில் தாங்களும் பங்கேற்குமாறு கேட்டுக் கொள்கின்றேன்."

"வணங்குகின்றேன் நாயகரே! தந்தையார் இருக்க யான் எப்படி ஆலோசனைக் கூட்டத்தில் பங்கு பெறுவது?"

"இது போன்ற இடர்பாடான தருணங்களில் தந்தை இருக்க, தனயன் பொறுப்புணர்ந்து செயல்படுவது என்பது இயல்பே இளவரசே. தாங்கள் உடனே எம்முடன் வாருங்கள்" என்றவர். வீரசோழனை அங்கிருந்து அழைத்து சென்றார்.

அனைத்து அமைச்சர்களும் ஆலோசனைக் கூடத்தில் காத்திருந்தார்கள் - இளவரசர், வானதிராயர் பொருட்டு. அவர்கள் இருவரும் அங்கு வர, அனைவரும் எழுந்து தங்களின் வணக்கத்தைத் தெரிவித்தனர்.

"வணக்கம்" என்ற ஓலை நாயகம் "தாங்கள் சென்று தங்களின் இருக்கையில் அமருங்கள் இளவரசே, அனைவரும் அமருங்கள்" என்றார்.

அரசனின் இருக்கையின் அருகே உள்ளே தனது இருக்கையில் அமர்ந்தான் இளவரசனான வீரசோழன்.

மேலும் பேசலானார் நாயகமான வானதிராயர்.

* * *

19

ஈமை

இன்று காலை முதலே அடுத்தடுத்து அரங்கேறிய சம்பவங்கள் இங்கு இருக்கும் அனைவரையும் அதிர்ச்சிக்கு உள்ளாக்கி இருப்பது உண்மையே. இதில் இருந்து மீள்வதும் சற்றுக் கடினமே. இருப்பினும் நடந்த சம்பவங்களை எண்ணி காலத்தை வீண் அடிக்காமல் அடுத்து நடக்கப் போவதைக் கலந்தாலோசிக்கவே தற்போதைய இந்தக் கூட்டம். தற்போது நம் அனைவருக்கும் குறைந்த கால அவகாசமே உள்ளது. ஏற்கெனவே இரவு நடு நிசியைக் கடந்து கொண்டுள்ளது. நாளை நடக்கபோகும் நிகழ்வுகளால் யாதொருவருக்கும் பாதகம் விளையாமல், தங்கள் அனைவரின் கருத்துக்களையும் இங்கே கூறும்படி கேட்டுக் கொள்கிறேன். ஏனெனில் இதனால் ஏற்பட போகும் விளைவுகள் இங்கு இருக்கும் அனைவரையும் சாரும். ஆகையினால் சோணாட்டுக் குடிகளுக்கும் சோழர் குடும்பத்திற்கும் சாதகமான நல்ல கருத்துக்களைக் கூறுமாறு கேட்டுக் கொள்கிறேன். மேற்படி இருதி முடிவை சக்கரவர்த்திகளின் பிரதிநிதியாக இளவரசர் வீரசோழர் அவர்கள் எடுப்பார்கள் என்று கூறிஅமர்ந்தார் வானதி ராயர்.

அமைச்சர்களுள் ஒருவர் எழுந்து நின்று, “இடைமறித்துப் பேசுவதற்கு மன்னியுங்கள் நாயகரே சக்கரவர்த்திகள் கோட்டையுனுள்ளே இருக்க இதுபோன்ற முடிவுகளை இறுதி செய்ய இளவரசரைப் பிரதிநிதியாகக் கொண்டு செயலாற்றுவது முறை ஆகுமா?”

ஓலை நாயகம், “இது போன்ற சூழ்நிலைகள் சோணாட்டிற்க்கு ஒன்றும் புதிது இல்லை அமைச்சர் அவர்களே. முன்பு ஒரு சமயம் ஈசனடி சேர்ந்த வீரராசேந்திர சோழத் தேவர் அவர்கள் தனது பிரதிநிதியாக நம் சக்கரவர்த்திகளை போர் செயலுக்கு கீழைச்சாளுக்கியத்திற்கு அரசராகவும் சில காலம் அறிவித்து இருந்தார். இது போன்றே தாம் நம் சக்கரவர்த்திகளும் தனது நான்கு புதல்வர்களையும் வேங்கி நாட்டிற்கும், கூடல்(மதுரை) நகருக்கும் தனது பிரதிநிதியாக மாறிமாறி அரசுகட்டிலில் அமர்ந்து ஆட்சிபுரியச் செய்தார். அந்த வகையில் முறையே ஒன்பது ஆண்டுகள் வேங்கியிலும், ஓர் ஆண்டு கூடல் நகரிலும் ஆட்சிப்

பொறுப்பில் இருந்துள்ளார் நம் இளவரசர் என்பதை யான் இங்கு நினைவுகூறக் கடமைப்பட்டு இருக்கின்றேன். இன்று இளவரசர் எடுக்கும் முடிவுகளை சக்கரவர்த்திகள் ஏற்பார் என்று யான் நம்புகிறேன். இதில் எவருக்கேனும் ஆட்சேபம் உளதோ?

அங்குள்ளோர்கள் இடையே அமைதி நிலவ, "நல்லது அனைவரும் தங்களின் கருத்துப் பரிமாற்றங்களைத் துவங்கலாம் என்றார் திருமந்திர ஓலை நாயகமான வானதி ராயர்.

சற்று நேரத்திற்கெல்லாம் அமைச்சர்கள் அனைவரும் தங்களின் கருத்துக்களைக் கூற திருமந்திர ஓலைநாயகமும், விடையிலதிகாரியும் சற்று நேரம் தங்களுக்குள்ளாக உரையாடிக் கொண்டனர்.

சபையினர் அனைவரையும் மீண்டும் ஒரு முறை வணங்கிய திருமந்திர ஓலை நாயகம், "அமைச்சர் பெருமக்கள் தெரிவித்த கருத்துக்களைப் பரிசீலித்து பட்டியலிட்டிருக்கின்றோம். அதை தற்போது பட்டோலைப் பெருமான் வாசிக்கத் துவங்குவார். இதன் பொருட்டு எடுக்கப்படும் இறுதி முடிவானது நம் இளவரசரால் எடுக்கப்படும்" என்றார்.

"நாயகரே"

"கூறுங்கள் இளவரசே!"

"தற்போது விவாதிப்பது சோணாட்டுச் குடிகள் சார்ந்தது அல்ல; நன் குடும்பம் சார்ந்தது. தாங்களும் நன் குடும்பத்தில் ஒருவர் என்று தந்தையார் அவ்வப்போது கூறி இருக்கின்றார். தங்களைப் போலவே இங்கு இருப்போரும் நம் குடும்பத்தின் உறுப்பினர்களே. ஆகையினால் தற்போது தங்களால் எடுக்கப்படும் முடிவே இறுதியாகவும் உறுதியாகவும் இருக்கட்டும். இதனை தந்தையார் அவர்களும் ஏற்பார்" என்று கூறி அமர்ந்தான் இளவரசன் வீரசோழன்.

"அப்படியே ஆகட்டும்! என்றார் ஓலை நாயகமான வானதி ராயர். மேலும் தொடர்ந்தார்; "முதலாவதாக கோ இராசகேசரி வன்மரான திரிபுவன சக்கர வர்த்திகள் ஸ்ரீ குலோத்துங்க சோழதேவர் அவர்களின் பட்டத்து அரசி அவனி முழுதுடையாள் ஆன மதுராந்தகி எனும் தீனசிந்தாமணி அவர்களின் மறைவிற்கு இச்சபையோர்களால் இரங்கல் தெரிவித்துக் கொள்ளப்படுகின்றது.

நாளை அதிகாலை தண்டகன் மூலம் பறைகொட்டி நாட்டு மக்களுக்கு அரசியாரின் இரங்கல் செய்தியை அறிவிப்பது. இன்று காலை அரசியாரின் உடல் நிலைகுன்றியதன் காரணமாக சக்கரவர்த்திகளின் உடன்பிறந்தாருக்கும், அவர் தம் பிள்ளை களுக்கும் ஒற்றர்கள் மூலம் ஓலை அனுப்பப்பட்டு உள்ளது. மீண்டும் ஒரு முறை அரசியாரின் மரணச் செய்தியை அனுப்புவது அவ்வளவு உசிதமாகப் படவில்லை. மேலும் இது காலம் விரயம் என்றே கூற வேண்டும்.

இன்று அனுப்பிய ஓலையை ஒரு பொருட்டாக எண்ணி, வருபவர்கள் வரட்டும், அல்லது அவர்கள் வர இயலாததற்கான பதில் ஓலை, அனுப்புவதைக் கொண்டு, மேற்கொண்டு அவர்களுக்குத் தகவல்களைத் தெரிவிக்கலாம்.

பெண்கள் மாண்டு போனால் அவர்களின் ஈமைச்சடங்கிற்கு முக்கியமானவர்கள் நால்வரே; அன்னோர் அப்பெண்ணின் பிறந்தவீட்டார், அவளின் கணவன், மற்றும் அவள் பெற்ற பிள்ளைகள் ஆணும், பெண்ணும். இதுவாயின் சக்கரவர்த்தி களும், இளவரசர், மற்றும் இளவரசியார் கோட்டையினுள்ளே இருப்பதால் ஈமை சடங்கிற்குத் தடை இராது என்றே எண்ணுகின்றோம்.

நாளை குடிகளும் குறுநில மன்னர்களும், அமைச்சர்கள், முக்கியஸ்தர்கள் என அனைவரும் அரசியாரின் இறுதிச் சடங்கில் கலந்து கொள்ள வருவதன் பொருட்டு, நாளை கோட்டைக்கு வெளியே உள்ள இரங்கல் மண்டபத்தில் அரசியாரின் உடல் வைக்கப்படும். நாளை மறுநாள் நண்பகலுக்கு முன்னதாகவே அரசியாருக்கு ஈமைச்சடங்குகள் அனைத்தும் முடித்துக் கொள்ளப்படும். அதன் மேற்பாடு நடக்கும் செயல் பாடுகளை சக்கரவர்த்திகளுடன் ஆலோசித்துக் கொள்ளலாம். இன்று காலை அறிவித்த சோழ மண்டலத்தின் இரண்டடுக்கு பாதுகாப்பு என்பது மூன்றடுக்காக உயர்த்தப்படும். இது அரசியாரின் காரியம் வரையிலும் நீட்டிக்கப்படும். இந்தப் பதினாறு நாட்களில் அவரவருக்கு ஒதுக்கப்படும் பணிகளை மட்டும் பாராது மற்ற பணிகளையும் பகிர்ந்து கொண்டு சக்கரவர்த்திகள் இந்தத் துயரில் இருந்து மீள தோள் கொடுக்கு மாறு இச்சபையோரைத் தாழ்மையுடன் வேண்டிக் கேட்டுக் கொள்கின்றேன். தற்போது

இங்கு தெரிவித்த கருத்துக்களில் யாருக்கேனும் ஆட்சேபம் உண்டா?" என்றார் வானதிராயர்.

ஆட்சேபம் ஏதும் இல்லை என்பது போல் அங்கு அமைதி நிலவியது.

"பணிகள் மிகுதியாகவும் காலம் குறைவாகவும் இருப்பதனால் தற்போது இந்தச் சபை கலைகிறது. அனைவரும் அடுத்த கட்ட நடவடிக்கைகளைத் துவங்குங்கள்" என்றார் வானதிராயர்.

அதிகாரிகள் அனைவரும் கலைந்து செல்ல வானதி ராயரும், இளவரசர் மற்றும் வைத்தியருடன் இருந்தார்.

"அமைச்சர் அவர்களே, எனக்கான பணி என்னவென்று தாங்கள் இன்னமும் கூறவில்லை" என்றார் வைத்தியர்.

"வைத்தியரே, தங்களுக்கான பணி யாதென இந்நேரம் தாங்களே அறிந்து கொண்டிருப்பீர்கள் என்று எண்ணினேன். இருப்பினும், அதன் பொருட்டு ஒன்றும் இல்லை. யாமே கூறிவிடுகின்றோம். இன்று காலை வரையிலும் நலமுடன் இருந்த அரசியார் அவர்கள் படிப்படியாக அவரது உடல் செயல்பாடுகளை இழந்து அந்தி சாய்வதற்குள் மரணித்தார் என்பது இன்னமுமே இங்கிருக்கும் அனைவருக்கும் வியப்பாகவும் வேதனையாகவும் உள்ளது. இப்படி உடனடியாக உடலை செயல் இழக்கச் செய்து உயிரையும் பறிக்கும் நோயும் இவ்வுலகில் உண்டா என்ன, வைத்தியரே."

"ஆம் நாயகரே, இது தங்களுக்குத் தான் புதிது. ஆதூரத்தைப் (மருத்துவம்) பொருத்த வரையிலும் இது போன்று அனேகம் பேர்களுக்கு நிகழ்ந்துள்ளதாக ஆதூர நூலில் குறிப்புகள் உள்ளன. அதிலேயே இந்நோய் கான ஔசதங்களும் பரிந்துரைக்கப் படுகிறது."

"என்ன? இந்நோய்க்கான ஔசதங்கள் உள்ளனவா? இருந்தும் தாங்கள் ஏன் தாயாருக்கு அதைத் தரவில்லை வைத்தியரே?" என்றான் இளவரசன் வீரசோழன் - கோபக் கனல் கண்களில் தெறிக்க.

உடல் நடுங்க, "மன்னியுங்கள் இளவரசே! யான் கூறுவதை சற்று முழுவதுமாகக் கேளுங்கள். இந்நோயின் அடிப்படைக் காரணம் குருதியோட்டத்தில் கோளாறுகள் ஏற்படுமாயின், அது

முதலில் இருதயத்தையும் பின்பு சுவாசத்தையும் பாதிக்கும். நாம் தரும் ஔசதங்கள் அவர்களின் உடல் கூறுகள் ஏற்கும் பட்சத்தில் இந்நோயிலிருந்து மீள வாய்ப்புண்டு. அதுவும் குறைந்த அளவே. மேலும் இந்நோய் தாக்கத்தால் உயிரிழப்பு அதிகம். உயிர் பிழைத்தோர் என்று நனது அனுபவத்தில் எவரும் இலர், இளவரசே."

"சரி, நடந்தது பற்றி விவாதித்து ஒரு பயனும் இல. இனி நடக்கப் போவதைப் பற்றியே இங்கு நாம் யோசிக்க வேண்டும்" என்றார் வானதி ராயர்.

"என்ன செய்வதென்று தாங்களே கூறுங்கள் நாயகரே!" என்றான் இளவரசன்.

"அரசியாருக்கு நாளை மறுதினம் ஈனமச்சடங்கு என்பதனால் அவர்களின் உடலைப் பதப்படுத்துதல் என்பது அவசியமான ஒன்றாகிறது. ஏனெனில் அரசியாரின் உடலில் ஏற்படும் சிறுமாற்றம் கூட தேவையற்ற சச்சரவுகளை மக்களிடையே உண்டு பண்ணக் கூடும். அதைத் தவிர்ப்பதன் பொருட்டே இக்காரியம் அவசியம் ஆகிறது. புரிந்ததா வைத்தியரே?"

"நன்றாகப் புரிகின்றது நாயகரே. அரசியாரின் உடலில் ஒரு சிறு நிறமாற்றமும் ஏற்படா வண்ணம் அவர்களின் உடலைப் பதப்படுத்தி விடுகின்றேன். அதற்கான மூலிகைகளையும் தைலங்களையும் இப்போதே சென்று எடுத்து வருகின்றேன்."

"சரி, ஆகட்டும். முதலில் சென்று அதை எடுத்து வாருங்கள். இன்று பொழுது புலர்வதற்குள் இப்பணியைத் தாங்கள் முடித்தாக வேண்டும். புரிகிறதா?" என்றார் வானதிராயர்.

வைத்தியர் அங்கிருந்து விடை பெற்றுச் செல்ல, இளவரசரும் வானதிராயரும் அரசியின் அறைக்குச் சென்றனர். நடுநிசியைக் கடந்து இருந்தாலும், பொழுது புலர இன்னும் காலம் இருப்பதால் கோட்டை இருள் சூழ்ந்தே இருந்தது. கோட்டையுனுள் ஆங்காங்கே தீவட்டிகள் வைக்கப்பட்டு இருந்தன. அவ்வேளையிலும் கூட காவலர்களுடன் ஆங்காங்கே மக்களும் காணப்பட்டனர். அனைவர் முகங்களிலும் சோகம் குடிகொண்டிருந்தது.

அறைக்குத் திரும்பிய வானதிராயரும் இளவரசரும் சபை நடவடிக்கைகளை சக்கரவர்த்திகளிடம் எடுத்துரைத்தனர்.

அதைக் கேட்ட சக்கரவர்த்திகள், "வானர் கோனே தற்போது யான் இருக்கின்ற நிலையில் எதைப்பற்றியும் விவாதிக்க விருப்பம் இல்லை. சோணாட்டுக் குடிகளுக்கோ, அல்லது சோழ குலத்தினருக்கோ நன்மை பயக்கும் பொருட்டு தாங்கள் எடுக்கும் எந்த ஒரு முயற்சிக்கும் யான் தடை கூறப் போவதில்லை. தாங்கள் மேற்கொள்ளும் பணிகளுக்கு வீரசோழன் பக்கபலமாக இருப்பான். தற்சமயம் சற்று எம்மைத் தனிமையில் இருக்க விடுங்கள்" என்றான்.

"சரி ஆகட்டும் சக்கரவர்த்திகள்! சற்றே தனிமையில் இருக்கட்டும். யான் சென்று மற்ற காரியங்களைக் கவனிக்கிறேன், இளவரசே!"

"சற்று இருங்கள் ராயரே! யானும் தங்களுடன் வந்து விடுகின்றேன்" என்றவன் தன் தாய் மாண்டு கிடக்கும் கட்டிலின் அருகே சென்றான்.

அங்கே மற்ற அன்னையரான தியாக வல்லி, ஏழிசை வல்லபி (அருள் மொழி நங்கை) மற்றும் அவன் தங்கை நிருதி, மலர், அமுதா, மலரின் அன்னையும் வானதி ராயரின் மனைவியுமான வடிவுடையாள் ஆகியோர் கண்ணீருடன் அமர்ந்திருந்தனர்.

தனது தங்கையின் தோள்களைப் பற்றியவாறு தனது மற்ற அன்னைகளிடம், "சற்றே அழுவதை நிறுத்துங்கள். தங்களை ஆசுவாசப்படுத்திக் கொள்ளுங்கள்" என்றவன் ஒரு பணிப் பெண்ணை அழைத்து, அனைவருக்கும் சுக்கு நீர் எடுத்து வரும்படி ஆணையிட்டான்.

"எதுவும் வேண்டாம் மகனே! அக்கையாரை இதுபோன்ற நிலையில் காணும் பொழுது தொண்டையில் நீர் கூட இறங்க மறுக்கும் மகனே! நனது தாய் மாண்ட போது கூட யான் இத்துணை துயரோ கலக்கமோ கொள்ளவில்லை. ஆயினும், அக்கையாரின் இந்த எதிர்பாரா மரணம்... இதை யான் என்ன வென்று கூறுவேன். அக்கையாரின் அரவணைப்பில் தாய் அன்பும் தோற்றுப் போகுமே. ஈன்றது யான் ஆயினும் உன் தங்கைமார்களைப் பேணி வளர்த்தவர் நனது அக்கையார்," என்றாள் கண்கள் கலங்க தியாகவல்லி. அங்கே உரையாடல் களைக் கேட்டவண்ணம் இருந்தான் குலோத்துங்கன்.

காவலாளி ஒருவன் அறையின் அருகே வந்து, "ராசவைத்தியர் வந்துள்ளார்; அரசே உள்ளே வருவதற்கு தங்களின் அனுமதி கோரி உள்ளார்.

"அவரை உள்ளே வரச்சொல்!" என்றான் அரசன்.

அறையின் உள்ளே வந்த வைத்தியர் குலோத்துங்கனை வணங்கி, "அரசே, அரசியாருக்கு சில மூலிகைத் தைலங்கள் பூச வேண்டும். அதனோடு இன்ன பிற செயல்பாடுகளும் உள்ளன. அறையினில் இருக்கும் அனைவரும் சற்றே வெளியேறினால் பணிப்பெண்கள் உதவியுடன் யான் நனது பணிகளை துவங்குவேன்" என்றார்.

"ஆகட்டும் வைத்தியரே! தங்களின் பணிகளைக் துவங்குங்கள்" என்றான் குலோத்துங்கன்.

இளவரசன் வீர சோழன் "இப்பணி முடியும் வரையில் தந்தையே, நிருதி மற்றும் இங்கிருக்கும் அனைவரும் வல்லபி தாயாரின் அறையில் சென்று அமருங்கள்" என்றான். அப்படியே "மலர், அமுதா" என்றழைத்தான்.

இதை அந்த அறையில் இருந்த அனைவரும் நோக்க, "கூறுங்கள் இளவரசே!" என்றனர் அமுதாவும், மலரும்!

"தாங்கள் இருவரும் எம்முடன் வாருங்கள்" என்றான் அறையின் வெளியே சென்றதும், இன்னும் சற்று நேரத்தில் பணிப்பெண் அருந்துவதற்கு சுக்கு நீர் எடுத்து வருவாள்" அதை இங்கு இருக்கும் அனைவரும் அருந்தச் செய்வது உங்களின் பொறுப்பு. புரிந்ததா? இப்படி ஒன்றும் அருந்தாமல் அழுது கொண்டிருந்தால், களைப்பு தான் மிகுதியாகும். அதனாலேயே எடுத்துவர பணித்தேன். அப்புறம் நீங்கள் இருவரும் கூட அருந்த மறக்காதீர்கள்" புரிந்ததா?

"ஆகட்டும் இளவரசே! அவ்வாறே செய்கின்றோம்."

"சரி நல்லது யான் நாயகருடன் சென்று வருகின்றேன். அதுவரையிலும் இங்கிருப்போரைக்" கவனித்துக் கொள்ளுங்கள் என்றவன். அங்கிருந்து சென்றான்.

இளவரசன் கூறியபடி சற்று நேரத்திற்கெல்லாம் அவர்கள் இருந்த அறைக்கு சுக்கு நீர் வந்தது. இருந்தும், அங்கிருந்த ஒருவரும் அருந்துவதாக இல்லை. "தேவி, தாங்கள் இருவருமே

இப்படி உடைந்து போனால் பின் யார்தான் பிள்ளைகளையும், சக்கரவர்த்திகளையும் தேற்றுவது!" என்றாள் வானதி ராயரின் மனைவி வடிவுடையாள்.

"தாங்களும் இக்குடும்பத்தின் ஓர் அங்கத்தினரே. தாங்கள் அறியாதது ஒன்றுமில்லை தேவி. நாங்கள் இருவரும் அவர்களின் சக்களத்தியாக்கள் எனும் உணர்வே ஒரு நாளும் உணரா வண்ணம் எங்களை அனுசரித்தும் அரவணைத்தும் வந்தார்கள் என்பதைத் தாங்களே நன்கு அறிவீர்கள்" என்றாள் தியாக வல்லி.

"ஆமாம் அக்கையார் கூறுவதும் உண்மை தான்! எந்தப் பாகுபாடும் இன்றி உடன் பிறந்தாற் போல பாசம் வளர்த்தார்கள் மதுரா அக்கை" என்றாள் ஏழிசை வல்லபி.

சற்று நேரம் அங்கே அமைதி நிலவியது.

"பிறகு மகளே நிருதி" என்றழைத்தாள் வடிவுடையாள்.

"கூறுங்கள் தாயே" என்றாள் அவள் அருகே வந்து.

"இந்தா அம்மா, இந்தக் குவளையைப் பிடி. இதை சக்கரவர்த்திகளிடம் கொடுத்து அருந்தச் செய். நாம் பெண்டுகள் உள்ளிருக்கும் துயரத்தை எளிதில் வெளிக் காட்டிக் கொள்வோம். ஆனால் ஆண்மக்கள் அப்படி அல்ல. தங்களுக்குள்ளாகவே துயரங்களைப் புதைத்து வைப்பார்கள். அந்நிலையில் இருந்து நாமே அவர்களை வெளிக் கொண்டு வரவேண்டும். செல் மகளே இதை உனது தந்தையிடம் அருந்தக்கொடு."

"ஆகட்டும் தாயே!" என்றாள் அதை வாங்கிக் கொண்டு.

"தந்தையே கொஞ்சம் சுக்கு நீர் பருகுங்கள்."

"இல்லை மகளே, தற்போது எமக்கு எதுவும் வேண்டாம் எம்மை சற்று தனிமையில் இருக்க விடு மகளே."

"சரி, தங்களின் இந்தத் தனிமை நிலையை யான் கெடுக்கவில்லை. எம் பொருட்டேனும் சிறிது எடுத்துக் கொள்ளக்கூடாதா, தந்தையே."

"ஏதேதோ எண்ணங்கள் எம்மை ஆட்கொண்டிருக்க, எது ஒன்றையும் தற்போது என் உடல் ஏற்காது."

"தங்களிடம் இது போன்று உயிரற்ற வார்த்தைகளை இதுவரையிலும் கேட்டதே இல்லையே."

“நம் உயிரோடு கலந்துவிட்டவர்கள் உயிர் இழக்கும் பட்சத்தில் உயிரற்ற வார்த்தைகள் வருவது இயல்புதான் மகளே!” என்றான் குலோத்துங்கன்.

அதை ஆமோதிக்கும் விதமாகத் தலை அசைத்தவள் அங்கிருந்து சென்றாள்.

“நிருதி!”

“கூறுங்கள் தந்தையே!”

“ஏனம்மா சென்று விட்டாய்?”

“ஒன்றுமில்லை தந்தையே! தாங்கள் தானே கூறினீர்கள் தனிமையை விரும்புவதாக. அதன் பொருட்டே செல்ல முயன்றேன்.”

“நிருதி, எமக்கொரு உதவி செய்கின்றாயா மகளே?”

“கட்டளை இடுங்கள் தந்தையே”

“இப்படி அறையிலேயே அமர்ந்து இருப்பது ஒருவித இறுக்க உணர்வைத் தருகின்றது. சிறிது நேரம் அந்தப்புர வளாகத்தில் நடந்து விட்டு வரலாமா? எம்முடன் வருகின்றாயா?” என்றதும், அவள் திரும்பி தனது அன்னையர்களைக் காண, “அதுதான் தந்தை அழைக்கின்றார்கள் அல்லவா? உடன் சென்றுவா!” என்றாள் ஏழிசை வல்லபி.

“சரி, தங்களுடன் வருகின்றேன் தந்தையே. ஆனால் அதற்கு முன்பாக இதை தாங்கள் சிறிதாவது அருந்தவேண்டும்” என்று தனது கரத்தில் வைத்திருந்த குவளையை நீட்டினாள். ஒப்பனைக்காக அதை மறுக்காமல் வாங்கி அருந்திய குலோத்துங்கன், “சரி மகளே, உனது விருப்பப்படி அருந்தி விட்டேன். இப்போது செல்லலாமா.”

“ஆகட்டும் தந்தையே!” என்றாள் அவள். தந்தையுடன் அந்தப்புரத்து வளாகத்திற்கு வந்தனர். அந்தப்புரத்தை மையப் படுத்தி நான்கு திசைகளிலும் வளாகங்கள் அமைக்கப்பட்டு இருக்கும். அவற்றில் ஒரு சில வளாகங்களின் வழியே எவரும் செல்ல தடைவிதிக்கப்பட்டு இருக்கும். அவற்றுள் ஒன்று அரசுமகளிர் நீராட செல்லும் வழி, துய்மை மாளிகை செல்லும் வழி போன்றவை. இதில் நீராட செல்லும் வளாகத்தின் வழியே

மெள்ள நடந்தனர் குலோத்துங்கனும் நிருதியும். அந்த நள்ளிரவு வேளையில் குளிர்ந்த காற்று எங்கும் பரவி இருந்தது.

இருவருமாக சென்று கொண்டு இருக்கையிலேயே நின்று விட்டாள் நிருதி.

"ஏனம்மா நின்றுவிட்டாய்?" என்றான் குலோத்துங்கன்.

"தந்தையே, இன்னும் ஒரு பகல், ஓர் இரவு மட்டுமே மதுராந்தகி தாயாரை நம்மால் காண இயலும், ஆதலின் அவர்களிடத்தே போய் இருந்தால் என்ன."

"நீ கூறுவதும் உண்மை தான் மகளே! இருப்பினும், என்ன செய்ய? வைத்தியர் தன் பணியை முடிக்கும் வரை நாம் காத்திருக்க தான் வேண்டும். அப்பணி முடிந்ததும் பின் ஒரு கணம் கூட தாமதிக்க வேண்டாம். உனது தாயாருடனே இருக்கலாம். சரியா? அதுவரையில் இதோ இங்கிருக்கும் திடலில் சற்று நேரம் அமர்ந்திருக்கலாம், மகளே" என்றான் குலோத்துங்கன்.

வட்டிகள் வெளிச்சத்தில் தெரிந்த திடலில் இருவரும் அமர்ந்தனர். சிறிது நேரம் அங்கே அமைதி நிலவியது.

"தந்தையே ஏன் மௌனமாகி விட்டீர்கள்?"

"ஒன்றுமில்லை மகளே! உனது தாயாருடன் இருந்த பொழுதுகள் நினைவிற்கு வந்து போயின."

"என்ன அது தந்தையே? என்னிடம் கூறுங்களேன்."

"யானும் மதுராவும் அவ்வப்போது எங்களின் பிள்ளைப்பிராயத்தைப் பற்றிப் பேசி மகிழ்வோம்."

"என்ன அது?"

"யாம் பிறந்த சில ஆண்டுகள் பின்னே தாம் எமது இரண்டாவது அம்மான் ஆகிய இரண்டாம் ராசேந்திர சோழனுக்கு மதுராந்தகியும், எமது நான்காம் அம்மானாகிய வீரசோழுலுக்கு அதிராசேந்திரனும் பிறந்தனர். மதுராந்தகி பிறந்தது முதலேயே அவளை எமக்கு மணமுடித்துத் தரும்படி நன் தாய் அவர்களின் தமையனிடம் கேட்க, நனது அம்மான் மறுப்பேதும் கூறாமல் ஒப்புக் கொண்டாராம். எம் பிள்ளைப் பிராயத்தின் வெகுகாலம் எமக்கு சோனாட்டிலே கழிந்தது. பின்னர் எமது தந்தையின் மரணத்திற்குப்பின் வேங்கியில் எமக்கு முடிசூட்டப்பட்டது."

“ஆம் தந்தையே! இவற்றை யான் நன்கு அறிவேன். வேங்கியில் தங்களின் அபிடேக பெயர் சப்தம விஷ்னுவரதனன் தானே?”

“ஆம் மகளே, மேலைசாளுக்கியத்தின் குந்தள தேசத்தின் மீது அவ்வப்போது படைஎடுத்துச் சென்று போர்புரிவர் நனது நான்காம் அம்மானாகிய வீரராசேந்திர சோழன். அவருடன் யானும் அனேகப் போர்களில் கலந்து கொண்டுள்ளேன். அதில் பெரிதாக ஒரு பலனும் இல்லை. அதன் விளைவு என்பது உயிர்ப்பலி, பொருள் சேதம் மட்டுமே. இதில் எண்ணிலடங்கா சோழவீரர்கள் பலியாயினர். இதில் நனது அம்மானுக்கும் புண்காயங்கள் ஏற்பட்டன. எனவே அவரை சோணாட்டிற்கு அனுப்பிவிட்டு சோழ தேசத்தின் எல்லையை விரிவுபடுத்தும் பொருட்டும் நட்பு நாடுகளை வரையறுக்கும் பொருட்டும் வடதேசங்களை நோக்கி முன்னேறினோம். அதற்குள்ளாக வேங்கியை எமது சிற்றப்பன் ஆட்சி செய்யத் துவங்கினார். சோணாட்டிலே காயத்தின் தீவிரத்தால் நனது அம்மான் மாண்டு போனார். அதன் பின் நனது மைத்துனனும், வீரராசேந்திரன் மகனுமான அதிராசேந்திரன் அரசுகட்டிலேறி ஆட்சி செய்தான். இருந்தும், சில திங்களிலேயே அவன் கடுமையான நோயினால் தாக்கப்பட்டான். அந்நோயின் வீரியம் காரணமாக சிலகாலம் பெரும் அவஸ்தைக்கு உள்ளானான்.”

“அதையும் யான் அறிவேன் தந்தையே! இதன் பொருள் பொரித்தே அதிராசேந்திர அம்மான் அவர்களுக்கு கிருமி கண்ட சோழன் பெயர் ஆயிற்று இல்லையா?”

“ஆம் மகளே. தீனா பிறந்தது முதலே அவளை எமக்கு மணம் முடிப்பது என முடிவு செய்யப்பட்டு இருந்தது. அதிரா சேந்திரனின் மரணத்திற்குப் பிறகு சில திங்கள்களில் எமக்கு சோணாட்டின் சக்கரவர்த்தியாக முடிசூடப்பட்டது. அன்றைய இரவே எங்கள் இருவருக்கும் கண்ணால ஏற்பாடுகள் செய்யப் பட்டன. உண்மையில் பரந்து விரிந்த இந்த சோழ சாம்ராஜ் யத்திற்கு இறுதியான வாரிசுகள் மதுராந்தகியும் அதிராசேந் திரனுமே. தனது இளவலின் மரணத்திற்குப் பின் இச்சோழ மண்டலத்தின் பெயருக்கும், புகழுக்கும், பொருளுக்கும்

முழு உரிமை பூண்டவள் மதுராந்தகி மட்டுமே. இருந்தும், ஒரு நாளும் அதை வெளிக்காட்டிக் கொள்ளமாட்டான். அவளின் இந்தப் பெரும் போக்கான எண்ணமே நன் அம்மான் வீட்டு சீதனம் எனலாம்," என்ற குலோத்துங்கன் மெள்ள நகைத்துக் கொண்டான்.

"சிந்தாமணி தாயாரின் இப்பெருங்குணம் சோணாடு அறிந்தது தானே தந்தையே."

"ஆம் மகளே! எனினும் இவற்றின் மூலம் கிடைக்கும் புகழைக் காட்டிலும் நன்மக்களைப் பெற்றவள் என்ற புகழை அடையவே அவள் பெரிதும் விரும்பினாள். அதற்குக் காரணமும் இருந்தது. அதிராசேந்திரன் மாண்ட பொழுது வாரிசு இன்மையால் இச்சோணாடு பட்ட இன்னல்களைக் கண்கூடாக கண்டதனாலோ என்னவோ, எத்துணை செல்வங்கள் இருப்பினும், அதை ஆள பிள்ளைச் செல்வம் இல்லையானால் அவை அத்துணையும் இருந்தும் பயனற்றவை என்று கூறுவாள். மேலும் பிள்ளைச் செல்வம் என்பதே ஒரு பெண்ணிற்குப் பெருமைதேடித்தரும் என்பது அவளின் திண்ணமான எண்ணம். இதுவே உண்மையும் கூட." என்றான் குலோத்துங்கன்.

"எண்ணம் போல் வாழ்க்கை என்பார்கள் பெரியார்கள். அதை மெய்ப்பிக்கும் விதமாகவே தான் அந்த ஆடவல்லான் ஒன்பது பிள்ளைகளைக் கொடுத்துள்ளார் தாயாருக்கு இல்லையா? தந்தையே?" என்றாள் நிருதி.

"இல்லை மகளே"

" ஓ.. நன் தமையன் மார்கள் மூவர் மாண்டது குறித்து இல்லை என்கிறீர்களா?"

"அப்படி அல்ல மகளே! மாண்டுபோனாலும் பிறந்ததென்பது உண்மை தானே, இருந்தும் மதுராந்தகிக்கு பிள்ளைகள் பதினொருவர் அம்மா. குந்தவையையும், உன்னையும் சேர்த்து இதை யான் கூறவில்லை. இறக்கும் தருவாயிலும் தீனா இதையே தான் கூறினாள். நம் பிள்ளைகளைக் காணவேண்டும் என்று தான் கூறினேனே தவிர, 'யான் ஈன்ற பிள்ளைகள்' என்று கூறவில்லை. அவர்கள் வரும்பொழுது வரட்டும் அவள் நிருதியை அழைத்து வரும்படி உத்தரவிடுங்கள் என்றாள்."

"தந்தையே தாயார் அவ்வாறா கூறினார்கள்?"

"ஆம் மகளே!" என்று குலோத்துங்கன் கூறிமுடிப்பதற்குள் அங்கிருந்து ஓடினாள் நிருதி.

"நிருதி, மகளே! எங்கே அம்மா செல்கின்றாய்? நில் மகளே!"

குலோத்துங்கனின் வார்த்தைகளைப் பொருட்படுத்தாமல் நிருதி ஓட, அவளைப் பின்தொடர்ந்தான் குலோத்துங்கன். மதுராந்தகி யின் அறையில் மூலிகைத் தைலங்கள் தேய்க்கப்பட்டு, ஆடை ஆபரணங்கள் பூட்டப்பட்டு. ஆழ்ந்து உறங்குவது போல் இருந்தது மதுராந்தகியின் உடல்.

அங்கே வந்த நிருதி அவள் உடல் அருகே, "தாயே!" என்று செல்ல, வைத்தியர், "இடைமறிப்பதற்கு மன்னியுங்கள் இளவரசியாரே! பூச்சுக்கள் ஊர ஒரு சில நாழிகைகள் காத்திருக்க வேண்டும். அதுவரையிலும் அரசியாரைத் தொடக்கூடாது அம்மா" என்றார்.

அவள் அருகே சென்று அமர்ந்த நிருதி, "தாயே நிழலின் அருமையை வெயிலின் தாக்கத்தில்தான் உணரமுடியும்" என்பார்கள். அதைப் போல தங்களின் நிழலில் வளர்ந்த அருமையை தாங்கள் இல்லாத போதே உணரமுடிகிறது.

அங்கிருந்த பணிப்பெண்களும் வைத்தியரும் வெளியேறினர்.

"இத்துணை நேரம் உறங்கிக் கொண்டு தான் இருந்தேன். உனக்கு என்ன வேண்டும், மகளே? என கேட்கமாட்டீர்களா தாயே!"

அங்கே வந்தான் வீரசோழன்

"நிருதி, என்ன செய்து கொண்டிருக்கின்றாய்? மற்றவர்கள் எல்லாம் எங்கே? உன்னை இங்கே தனியே விட்டு அனைவரும் எங்கு சென்றார்கள்?" என்றவன் அவளருகே சென்று அவளின் கண்களை அவனது கலிங்கு(மேலாடை) கொண்டு துடைத்தான்.

"எம்முடன் தான் இருந்தாள் மகனே. இருவருமாகத் தான் அந்தப்புர வளாகத்தில் உனது தாயாரைப் பற்றி உரையாடிக் கொண்டிருந்தோம் என்ன நினைத்தாளோ என்னவோ? திடீர்

என்று இங்கே ஓடிவந்து விட்டாள்” என்றான் அங்கு வந்த குலோத்துங்கன்.

“நேற்றிலிருந்து அழுது கொண்டிருக்கின்றாய். இப்படி இருந்தால் அது உடல்நலனுக்கு நல்லது இல்லை தங்காய்! முதலில் நீ என்னுடன் வா.”

“இல்லை தமையா யான் தாயாருடனேயே இருக்கின்றேன். எங்கும் வருவதாக இல்லை.”

“சற்று யான் கூறுவதைக் கேள், நிருதி! இதோ இன்னும் சில நாழிகைகளே உள்ளன. பொழுது புலர்வதற்கு. கோட்டைக்கு வெளியே உள்ள இரங்கல் மண்டபத்தில் தாயாரின் உடலை வைக்க வேண்டும், அம்மா. அதற்குள்ளாக உனது காலைக் கடமைகளை முடித்துக் கொண்டு சற்றே ஆசுவாசப்படுத்திக் கொள். பின் யானே வந்து உன்னைத் தாயாரிடம் அழைத்துச் செல்கின்றேன். புரிந்ததா?” என்றான் வீரசோழன்.

பதிலேதும் கூறாமல் அமைதியானாள் நிருதி.

“சரி வா, யானே உனது அறையில் கொண்டு விடுகின்றேன்”

“தந்தையே, அதுவரையிலும் தாயாருடன் இங்கேயே இருங்கள்” என்றான் வீரசோழன்.

தலையசைத்தான் குலோத்துங்கன். நிருதியின் கரங்களைப் பற்றி அழைத்துச் சென்றான் வீரசோழன்.

“எங்கே உனது தோழிமார்கள்?”

அவர்கள் வல்லபி தாயாரின் அறையில் உள்ளனர். “சரி” என்றவன் வல்லபியின் அறைக்குச் சென்று நிருதியிடம் கூறியதையே அவர்களிடமும் கூறினான்.

“ஆகட்டும்” என்று அங்கிருந்தவர்கள் தலையசைக்க, “அமுதா, மலர் நீங்கள் நிருதியுடன் அறைக்குச் செல்லுங்கள். யான் பிறகு வந்து உங்களை அழைத்துச் செல்கிறேன்” என்றவன் அங்கிருந்து சென்றான்.

Deiva

ஏனோ அன்று விடிவதற்கு தான் தாமதம் ஆனதுபோல் இருந்தது. இரவோடு இரவாக இரங்கல் மண்டபத்தைச் சுற்றிலும் மாபெரும் பந்தல் போடபட்டு இருந்தது. மண்டபத்தின் நடுவே அனைவரின் பார்வையிடும் படி இருந்தது - குலோத்துங்கனின் பட்டத்து அரசியான அவனி முழுதுடையான் மதுராந்தகி ஆகிய தீன சிந்தாமணியின் உடல் அம்மண்டபத்திலேயே அரசமகளிர், குறுநில மன்னர்கள், அமைச்சர் பெருமக்கள் அவர்தம் குடும்பத்தார் என சோழ தேசத்து முக்கியஸ்தர்கள் அமர இருக்கைகள் போடப்பட்டு இருந்தன. மதுராந்தகியின் உடல் வைக்கப்பட்ட சில கணங்களிலே அங்கு வந்தான் குலோத்துங்கன் - அவன் தன் மற்ற இரு மனைவியரையும் அழைத்துக் கொண்டு. அதன் பின்னாலே, வீரசோழன் தனது தங்கையையும் அவன் தோழிகளையும் அழைத்து வந்தான். அதன் பின்னே வானதிராயர் தனது மனைவியுடன் அங்கு வந்தார். அடுத்தடுத்து மன்னர்களும் மக்களும் வர, ஆள் அரவமற்று இருக்கும் அந்த இடத்தில் மக்கள் வெள்ளம் சூழ்ந்தது. எங்கெங்கு காணினும் அதிர்ச்சி, ஓலம், இறைச்சல், புழுதி படலம் என்று கலந்திருந்தது. ஒருவர் மரணத்திலேயே அவர் வாழ்நாளின் நிறை, குறை குற்றங்கள் அங்கு வரும் மக்களால் விவரிக்கப்படும் என்பார்கள்.

அது எக்காலத்திற்கும் பொருந்தும் என்பது உண்மையே. அன்றும் அப்படியே நடந்தது. அங்கு வந்த மக்கள் திரளில் சோழர்களின் முன்னோர் பற்றியும். சோழ மரபின் கடைசி வாரிசு மதுராந்தகி என்பது பற்றியும், என்ன தான் இருந்தாலும் அதிராசேந்திரன் மரணித்து இருக்கக் கூடாது என்றும், அப்படியே இறந்திருந்தாலும் அவன் வயிற்றுப் பிள்ளை என்று ஒருவரேனும் இருந்திருக்கலாம் என்று ஒருசாரரும், மதுராந்தகி அவருக்குப் பின்னர் மற்ற பெண்களை அரசர் மணக்க அனுமதித்திருக்கக் கூடாது என்றும், அப்படியே அரசர் மணந்தாலும் அருள்மொழி நங்கையான (ஏழிசைவல்ல) யுடனாவது நிறுத்தும் படி அரசரை வற்புத்தி இருக்க வேண்டும் என்றும் ஒரு சிலர், இளவரசர்கள் மும்முடிச் சோழகங்கன், வீரசோழன் இளவரசி பானு நிருபமையின் கல்யாணத்திற்குப் பிறகாவது மரணித்து இருக்கலாம் என்று மற்றும் சிலர், அவ்விடத்தில் அரசபிரதிநிதிகள் செயல்பாடுகளை

நோக்கும் கால் அவர்களைப் பற்றிய விவாதங்களும் குடிகளிடையே பரவி இருந்தன.

சோணாட்டில் சக்கரவர்த்திகளுக்கு அடுத்தபடியாக குடிகளிடையே மதிப்பும் மரியாதையும் மிக்கவர் திருமந்திர ஓலை நாயகமான "வானர்" கோன் வானதி ராயர் குறுநில மன்னர்களுள் முடிவேந்தர்களுக்கு உரிய "கோன்" எனும் பட்டம் பெற்ற குறுநில மன்னர்கள் இருவரே, ஒருவர் வானர், மற்றொருவர் வண்டையார் ஆவர். இப்பட்டத்தை குலோத்துங்கனே வழங்கினான்.

ராயரின் தலையீடு இல்லாமல். யாதொரு காரியத்தையும் செயல்படுத்த மாட்டார் அரசர் என்பது சோணாட்டுக் குடிகள் அறிந்த ஒன்றே. அரசியல் அமைப்பு களையும் தாண்டி அவர்கள் இருவருக்கும் இடையே உள்ள நட்பு அனைவருக்கும் தெரிந்ததே. இத்துணை தூரம் நட்போடு பழகுபவர்கள் ஏன் திருமணப் பிணைப்புகளில் ஈடுபடவில்லை என்றும் ஒருசிலர் கூறினர்.

சோழர்கள் தம் நாட்டு குறுநில மன்னர்களிடம் பெண் எடுத்தும், கொடுத்தும் உள்ளார்களே அப்படி இருக்க, ஏன் ராயரின் மகனுக்கு அவரது மைத்துனரின் மகளை மணமுடித்தார்? இளவரசியாரைக் கேட்டிருக்கலாமே; தவிரவும், இருமகன்களை வைத்திருக்கும் நம் சக்கரவர்த்திகள் ஏன் ராயரின் மகளைப் பெண் கேட்காமல் இருக்கின்றார்? இதன் பொருள் என்ன? நட்பிற்கு மட்டும் குறுநில மன்னர்கள்; திருமண உறவிற்கு சேர, பாண்டிய, வேங்கி நாட்டு வேந்தர்கள் மட்டுமே என்பதா?

இதைக் கேட்ட அங்கிருந்தோரில் ஒரு சிலர் உண்மை எதுவென்று அறியாமல் இவ்வாறாகப் பேசலாகாது என்றனர்.

சக்கரவர்த்திகளின் பிள்ளைகளும், ராயரின் பிள்ளைகளும், சிறுவயது முதலே ஒன்றாக இருந்தமையால் தமையன், தங்கை என்ற உறவு முறைகள் கூறியே அழைத்துக் கொண்டிருக் கின்றனர். இதனாலேயே அரசர் இவர்களின் திருமணம் குறித்து ராயரிடம் ஏதும் பேச வில்லையாம். வெகு காலத்திற்கு முன்பே தன் மகன்களை அழைத்து திருமணம் பேச்சு எடுத்துள்ளார் இளவரசர். விக்கிரமனுக்கும், மும்முடிசோழனுக்கும் மண முடித்த நிலையில் அதற்கு, தற்போதைக்குத் தனக்குத் திருமணம் என்பது வேண்டாம் என்று இளவரசர் சோழகங்கன் மறுத்துள்ளார். வீரசோழனை

அழைத்து சேதி நாட்டு இளவரசி அமுதாவையேனும், வாணர் குலஇளவரசி மலர்விழியை யேனும் மணந்து கொள்ளும்படி பரிந்துரைத்துள்ளார் சக்கரவர்த்திகள். அதற்கு இளவரசர் என்னதான் கூறினார்” என்றார் அங்கிருந்தவர்களில் ஒருவர்.

“தனது தங்கையுடனேயே இப்பெண்கள் இருவரும் வளர்ந்ததால் அவர்களையும் தனது தங்கையைப் போல் கருதுவதாகவும் அவர்கள் இருவரையும் மணக்க இயலாது என்று மறுத்து விட்டாராம் இளவரசர் வீரசோழன்.

“ம்ம்ம்... இதில் யாருக்கும் கொடுப்பினை இல்லை என்பது புரிகிறது. இது போன்றதொரு அழகிய பெண்ணைத் தேடிச் சென்றாலும் கிடைக்காது. இவர்களை நிராகரித்ததன் பொருட்டு நம் இளவரசருக்குக் கொடுப்பினை இல்லை என்பதா அல்லது. இப்பெரும் சோழசாம்ராஜ்யத்தின் இளவரசனை மணக்கும் தகுதி இருந்தும் இப்பெண்கள் நிராகரிக்கப் பட்டது இவ்விரு வருக்கும் கொடுப்பினை இல்லை. என்பதா என்றும் உரையாடிக் கொண்டு இருந்தனர். மேலும் அரசனின் மற்ற மனைவிகள் பற்றியும், அவர்தம் பிள்ளைகள் பற்றியும், சோணாட்டின் தற்போதைய சூழல்குறித்தும் பரவலாக மக்களால் பேசப்பட்டு இருந்தது.

தியாகவள்ளி, ஏழிசை வல்லபி அருகே வந்து அமர்ந்த வாணர்களின் அரசி வடிவுடையாள் “அரசியாரின் மரணம் குறித்து அனைவருக்கும் தகவல் தெரிவித்தாகி விட்டதா?” என்றாள்.

அங்கு அனைவருக்கும் ஒரு எண்ணம் தோன்றும் திருமந்திர ஓலை நாயகத்தின் மனைவிதானே வடிவுடையாள். அப்படி இருக்க, ஓலை நாயகம் இது குறித்த விபரங்களை தனது மனைவியிடம் தெரிவித்து இருக்க மாட்டாரா என்று. இல்லை அவர் தெரிவித்திருக்க மாட்டார். காரணம் சித்திர மண்டபத்தில் நடக்கும் அரசியல் செயல்பாடுகள் மட்டுமே அனைவராலும் அறியப்படும் - குடிகள், அதிகாரிகள் என்ற பாகுபாடு இன்றி. விவாத மண்டபத்தில் நடக்கும் செயல்பாடுகள் என்பது அங்கிருப்போரை அன்றி வெளியே யாரும் அறியப்பட மாட்டாது. இது அமைச்சர்களுக்கு மட்டும் அல்ல; அரசனின் குடும்பத்தாருக்குமே பொருந்தும். ஒரு சில நிபந்தனைகளின் பேரில் இது சோணாட்டு விதிமுறைகளுள் ஒன்று.

“அது குறித்த விவரங்கள் ஒன்றும் சரிவர தெரியவில்லை தேவி. இருப்பினும், யாருடைய வருகைக்காகவும் காத்திருக்கப் போவது இல்லையாம். நாளை நண்பகலுக்குள் ஈமைச்சடங்கு களை முடிப்பதென்று முடிவெடுத்துள்ளார்கள் எனத் தெரிகிறது” என்றாள் தியாக வல்லி.

“அதுவும் சரிதான். இருப்பினும் ஈமைச்சடங்குகளுக்கான முறைகளை செய்வதற்கு அரசியாரின் பெற்ற பிள்ளைகள் இருக்க வேண்டும் என்பது தானே வழக்கம். அப்படியானால் பெண் மக்களில் சுத்தமல்லியாழ்வார், அல்லது அம்மங்கையாழ்வார் இவர்களில் ஒருவரேனும் இருந்தால் தானே இச்சடங்குகளை மேற்கொள்ள முடியும்.”

“அப்படி இல்லை தேவி. வேங்கியில் இருந்தும், ஈழத்தில் இருந்தும் அவ்வளவு சீக்கிரம் இங்கு வர இயலாது அல்லவா, அதனால் அவர்களின் பொருட்டு இச்சடங்குகளை நிருதி செய்து கொள்வாள் என்று சக்கரவர்த்திகள் கூறியுள்ளார்” என்றாள் ஏழிசை வல்லபி.

“அதுவும் அப்படியா?” என்று அமைதியானாள் வடிவுடையாள்.

பலதரப்பட்ட மனிதர்கள் பலதரப்பட்ட கலந்துரையாடல்கள். என்று அன்றைய நாளும் உருண்டோடியது. மறுநாள் காலை குலோத்துங்கனின் மற்ற நான்கு மனைவியர் ஆன கம்பமாதேவி, காடவன்தேவி, சோழகுலவல்லி, திரைலோக்கிய மாதேவி ஆகியோர் அங்கு வந்தனர். அவர்கள் வள்ளியுடனும், வல்லபியுடனும் தங்களின் வருத்தத்தைப் பகிர்ந்துகொண்டனர். வீரசோழனும் நிருதியும் அவர்களை வணங்கி தங்களின் வருத்தத்தையும் பகிர்ந்து கொண்டனர்.

ஏழிசை வல்லபியைப் போலவே இவர்கள் நால்வருக்கும் பிள்ளைப் பேறு இல்லை என்பதனால் வீரனிடமும், நிருதியினிடமும் அளப்பரிய அன்பு காட்டினார். சற்று நேரத்திற்கெல்லாம் வண்டையில் இருந்து வண்டையர் கோன் திருவரங்க அன்னவராயன் குடும்பத்தாரும் அங்கு வந்தனர். மற்றும் அமுதாவின் குடும்பத்தார் ஆன சேதி நாட்டு கிளியூர் மலையமான் சேதிராயர் வந்திருந்தார். இன்னும் ஏனைய சிற்றரசர்கள், முக்கியஸ்தர்கள் என நேற்றைய தினத்தை விடவும் இன்றைய

தினம் மக்கள் அதிக அளவில் கலந்து கொண்டனர். காலம் கடந்து கொண்டு இருப்பதனால் சடங்குகளை ஆரம்பிக்கலாம் என சக்கரவர்த்திகளுக்குப் பரிந்துரைத்தார் வானதிராயர்.

"ஆகட்டும்" என்று தலை அசைத்தார் சக்கரவர்த்திகள். ஒற்றைச் சங்கொலி எழுப்பப்பட்டது. அங்கிருந்தோர் அனைவரும் சடங்குகள் தொடங்கப் பட்டதை எண்ணி அமைதி ஆயினர். பொதுவாக ஒரு பெண்மரணம் அடைந்தால், அவளின் தாய்வீட்டில் இருந்து ஈமைப் பொருட்கள் ஆன அவளுக்கும் அவள் ஈன்ற ஆன்பிள்ளைகளுக்கும் கோடி களிங்கு(ஆடை) அதனோடு மலர்மாலை, இளநீர், மஞ்சள், திருநீறு, குங்குமம், விதை நெல், பச்சை அரிசி போன்றவை எடுத்துவரப்படும் பொன்னால் வேயப்பட்ட கூடைகளிலும், பொன்னால் ஆன தட்டுகளிலும் அவற்றைப் பரப்பி எடுத்து வரப்பட்டன.

தற்போது மதுராந்தகி பிறந்தகமான சோழர் குடியில் ஒருவரும் இல்லாமையால், அவர்கள் பொருட்டு இம்முறைகளை வீரசோழனே எடுத்து வந்தான். அவனுடன் அவன் தங்கை சுற்றத்தார், நண்பர்கள் என வந்தவர்கள் அவர்கள் எடுத்துவந்த ஈமைமுறைகளை மதுராந்தகியின் அருகே வைத்துச் சென்றனர். ஈமைமண்டபத்தின் அருகே இருந்த குளத்திற்குச் சென்று நீராடி பொற்குடங்களில் நீர்நிரப்பி அதைத் தலையில் சுமந்து பெண்டுகள் வர அவர்களை நடு நிறுத்தி முன்னும் பின்னுமாக வண்ணான் இருவர் மாற்று(ஆடை) பிடித்துவர அண்ணீர் கொண்டு மதுராந்தகியை நீராட்டி பன்னீர் தெளித்து தன்தாய் மாற்றும் ஒரு கலிங்கு விரித்து(தனி) அதில் வீரசோழன் கொண்டுவந்த விதைநெல்லை உதிர்த்தவாறே மதுராந்தகி குலத்தாரின் ஆதி எடுத்துரைத்தான் சுடுகாட்டு வெள்ளான்.

பொன்சட்டியில் பச்சை அரிசியும் கோடிக்கலிங்கும் அதன் உள்வைத்து அதைத் தன்தோள்களிலே வைத்து வீரசோழன் தன் தாயைச் சுற்றிவர அவன்பின்னே குலோத்துங்கனும் அவன் தன் குடும்பத்தார் உற்றார் உறவினர் என அனைவரும் மதுராந்தகியை வலம் வந்தனர். இன்னும் ஒன்று இரண்டு ஈமைச்சடங்குகள் தன் மகனாலும், மகளாலும் முடித்துக் கொண்டு மதுராந்தகியின் இறுதிப் பயணம் துவங்கியது சுடுகாட்டை நோக்கி. கோட்டைக்கும்,

சுடுகாட்டிற்கும் இடைவிடாமல் இருந்தது மக்கள் கூட்டம். சோழகுடும்பத்தாருக் கென்று பிரத்தியேகமாக இருந்த சுடுகாட்டில் மதுராந்தகியின் உடல் நல்லடக்கம் செய்யபட்டது.

ஓலம், சோகம் ஆகியன மக்கள் மனதில் இருந்தும் குலோத்துங்கன் குடும்பத்தார் இடமிருந்தும் மெள்ள மெள்ள குறைந்தன. இப்படியாக, பதினாறு தினங்களைக் கடந்து, மதுராந்தகியின் காரியத்தில் அவள் முதல் மகளான சுத்தமல்லி யாழ்வாரைத் தவிர ஏனைய அனைத்துப் பிள்ளைகளும் சக்கரவர்த்திகளின் தங்கையும் கலந்து கொண்டனர். ஒருவாறாக மதுராந்தகியின் காரியம் அனைவருக்கும் அமைதியை கொடுத்தது. மேலும் அவளின் அகவையை நினைவு கூரும் விதமாக அச்சுடுகாட்டில் ஆத்தி மரங்கள் நடப்பட்டன.

* * *

20
விக்கிரமனின் வருத்தம்

இரங்கலுக்கு வந்திருந்த அனைவருமே அவரவர் இருப்பிடங்களுக்குச் செல்ல, விக்கிரமனும் வேங்கிக்குப் புறப்படுவதாகத் தெரிவித்தான் குலோத்துங்கனிடம்.

“மகனே ஓரிரு நாட்கள் தங்கிச் செல்லலாமே....” என்றான்.

“இல்லை, யான் உடனே புறப்படுவதற்கும் காரணம் உள்ளது தந்தையே. அதைப் பற்றி சற்று விரிவாக தனிமையில் பேச வேண்டும் தந்தையே”

“அதற்கென்ன? நனது அறைக்குச் செல்லலாம்” என்றான் குலோத்துங்கன். இருவருமாக குலோத்துங்கன் அறைக்குச் சென்றனர்.

“கூறு மகனே! எதைப் பற்றி விவாதிக்க வேண்டும்?”

“ஒரு முக்கிய காரணமாகத் தான் தங்களைச் சந்திக்க வேண்டி ஓலை அனுப்பி இருந்தேன். இதையும் சிலமுறைகள் யோசித்தே. இருப்பினும், யான் சற்று முன்னரே வந்திருந்தேனேயானால் தாயாரைக் கண்டிருக்கலாம். அதற்குக் கொடுப்பினை இல்லாமல் போனது. அதைப் பற்றி விவாதிப்பது தற்போது வீண் என்பதை யான் நன்கு அறிவேன். யான் கூறவந்ததைச் சுருங்க சொல்லி விடுகின்றேன் தந்தையே. தற்போது சாளுக்கியத்தில் நடப்பவை நமக்கு சாதகமாக இல்லை. இப்போது கூட வெலநாண்டுத் தலைவனை நன் பிரதிநிதியாக வேங்கியில் அமரவைத்துள்ளேன். முதலாங் கொங்கனை.

மேலும் சாளுக்கிய விக்கிரமாதித்தன் எப்போது வேண்டு மானாலும் வேங்கியின் மீது போர் தொடுக்கக் கூடும். நம் சோழ தேசத்தின் வடவெல்லையைப் பாதுகாக்கவும் சாளுக்கிய விக்கிரமனின் சூழ்ச்சியை முறியடிக்கவும். நமக்கு ஓர் உபாயமே உள்ளது தந்தையே. “என்ன உபாயம் மகனே அது.”

திருமண உறவின் மூலம் பகையைப் போக்கி கொள்வது.

நீ என்ன கூறுகின்றாய் மகனே? எமக்கு ஒன்றும் விளங்கவில்லையே. அதுவும் மேலை சாளுக்கியருடனா.

“ஆம் தந்தையே மேலை சாளுக்கியன் விக்கிரமாதித்தனுக்கு நமது நிருதியை மணமுடித்துக் கொடுத்தால், இந்த நீண்ட நாள் பகையும் முற்று பெறும். நம்தேசத்து வடவெல்லையும் பாதுகாப்புடன் இருக்கும். இதற்குத் தாங்கள் ஒப்புக் கொண்டால்,

யான் வேங்கி சென்ற உடனேயே இதுபற்றிய தகவலை விக்கிரமாதித்தனுக்குத் தெரிவித்து விடுவேன். இதைப் பற்றிய தங்களின் கருத்து என்ன?

“இல்லை மகனே, இனி ஒருமுறை சாளுக்கியத்தில் பெண் எடுக்கவோ, கொடுக்கவோ யான் விரும்ப வில்லை.”

“என்ன தாங்கள் என்ன கூறுகின்றீர்கள், தந்தையே? இதன் காரணம் என்ன?”

“முதலில் யான் கூறுவதைச் சற்றுப் பொறுமையாகக் கேள் மகனே.சோணாட்டின்வட எல்லைப் பாதுகாப்பை முன்னிருத்தியே, மறைந்த இராசராச சோழதேவர் தனது மகளை முதல் முறையாக கீழை சாளுக்கிய மன்னனுக்கு மணமுடித்துக் கொடுத்தார். அதைத் தொடர்ந்து நனது தாயார், நன் தங்கைகள், நன் மகள் என தொடர்ந்து கொண்டு தான் இருக்கின்றது. இருந்தும், என்ன பயன்? இன்று மேலை சாளுக்கியரை எதிர்க்க நீயும் யானுமே முன்னிற்க வேண்டி உள்ளது. நனது தங்கையின் கணவனோ அல்லது உனது தங்கையின் கணவனோ முன்வர வில்லை.

இதன் பொருள் பகை என்பது சோழனுக்கும், மேலை சாளுக்கியனுக்கும் நமக்கல்ல என்று எண்ணி விட்டனர். சரி இவர்கள் தான் இப்படி என்றால் சோணாட்டின் தென் எல்லை ஆன ஈழத்தை சிங்களருடன் போர் புரிந்து அதில் வீரபாகுத் தேவனை அரசுகட்டில் ஏறச்செய்து அவருக்கு உனது தங்கையையும் மணம் முடித்து வைத்தேன். விளைவு, பெற்ற தாயின் ஈமைச்சடங்கிற்குக் கூட வரவில்லை உன் உடன் பிறந்தாள்” என்ற குலோத்துங்கனின் கண்கள் மெள்ள கலங்கின. சற்றே குரலில் நடுக்கமும். இதை எதிர்பாரா விக்கிரம சோழன் “தந்தையே” என்றான்.

“ஒன்றுமில்லை மகனே!” என்று தன்னை நிதானித்துக் கொண்டவனாக மேலும் தொடர்ந்தான் குலோத்துங்கன்.

“போதும் மகனே இனி நம் சோணாட்டிற்கு வடவெல்லை வேங்கி மட்டுமே, சாளுக்கியம் அல்ல; அதுபோல் தென் எல்லை குமரி முனை மட்டுமே, ஈழம் அல்ல. இதுவும் கூடிய விரைவில் நடக்கத்தான் போகின்றது.”

“இருப்பின்,இது குறித்து தங்களின் நிலைப்பாடு யாது தந்தையே.”

“ஆதிகாலம் தொட்டே இச்சோணாட்டின் பாதுகாப்பினை உறுதி செய்ததும் நம் சோழ குலத்திற்கு உறுதுணையாக இருந்ததும் இன்னாட்டுச் சிற்றரசர்களே. ஆகையினால் இனி நாம் இவர்களுடனே திருமண உறவு முறைகளை மேற் கொள்ள வேண்டும்.

“அப்படியானால் இதன் பொருள் என்ன தந்தையே.

சோணாட்டு சிற்றரசர் ஒருவருக்கு உனது தங்கையைக் கொடுக்கப் போகின்றேன். அது போலவே உனது இளவல்கள் இருவருக்கும் இங்குள்ள சிற்றரசர் மகள்களை மணமுடிக்க உள்ளேன். யான் நன்கு யோசித்தே இம்முடிவை எடுத்துள்ளேன். இது எமது உருதியான மற்றும் இறுதியான முடிவு மகனே”

“சரி ஆகட்டும் தந்தையே! தங்களின் இம்முடிவை யான் வரவேற்கின்றேன். இனி வேங்கியின் பாதுகாப்பு என்பது நன் பொறுப்பு!”

“மிக்க மகிழ்ச்சி மகனே?”

“ஆமாம் தந்தையே, நிருதியை எந்தச் சிற்றரசருக்கு மணமுடிக்கலாம் என்றுள்ளீர்கள்?”

“அது குறித்து வாணதி ராயருடன் சிறிது ஆலோசிக்க வேண்டும் மகனே. அதன் பின்னரே இறுதி முடிவு எட்டப் படும்.”

“ஆகட்டும் தந்தையே, முடிவு எட்டப்பட்டவுடன் எமக்குத் தகவல் தெரிவியுங்கள். அப்பொழுதே யான் திருமணத்தில் கலந்து கொள்ள ஏதுவாக இருக்கும்.”

“நிச்சயமாக! முதலில் உனக்குத் தான் தகவல் தெரிவிக்கப்படும்.”

“நல்லது தந்தையே!”

“ஆமாம்! விக்கிரமா, நீ எப்போது மகனே வேங்கி புறப்படுவதாகக் கூறினாய்?”

“நாளை காலை தந்தையே.”

“ஏனப்பா, இன்னும் இரண்டொரு நாட்கள் உன் உடன் பிறந்தவர்களுடன் இருந்து விட்டுச் செல்லக் கூடாதா? உன் தமையன் மும்முடிசோழன் கூட நாளை மறுநாள் பாண்டி மண்டலம் புறப்படுவதாக கூறிக் கொண்டு இருந்தான்.”

“என்ன செய்வது தந்தையே? எமக்கும் இங்கேயே இருந்து விடவேண்டும் என்று வெகு ஆசையாகத் தான் உள்ளது.

சாளுக்கியத்தின் நிலைகுறித்து சற்று முன்தான் தங்களிடம் விளக்கம் அளித்தேனே. இதன் பொருட்டே யான் உடனடியாகச் செல்ல வேண்டி உள்ளது. தவிரவும், யான் இங்கு வந்தும் இருபத்தைந்து நாட்களுக்கு மேல் ஆகிவிட்டனவே. அதனாலே தான் புறப்பட வேண்டும் என்கின்றேன்."

"அப்படியானால், சரி மகனே, நீ நாளையே புறப்படும்."

"ஆகட்டும் தந்தையே! யான் சற்று நேரம் நனது இளவல் களுடன் உரையாடி விட்டு வருகின்றேன்."

"நல்லது; மகனே சென்றுவா" என்றான் குலோத்துங்கன்.

தனது தந்தையை வணங்கி அங்கிருந்து சென்றான் விக்கிரம சோழன்.

சோழர்களின் அரண்மனையில் நடுநாயகமான மத்தியில் எண்ணிலடங்கா கலைப்பொருட்கள், ஓவியங்கள், இருக்கைகள் வைக்கப்பட்டிருந்தன. அங்கே குலோத்துங்கனின் வாரிசுகளான இராசராச சோழகங்கன், இராசராச மும்முடிச் சோழன், வீரசோழன், பானு நிருபமை, மனைவி மங்கையர்க்கரசி என்று அனைவரும் உரையாடிக் கொண்டு இருந்தனர்.

"தங்களின் உரையாடல்களில் யானும் பங்கு பெறலாமா?" என்றான் அங்கு வந்த விக்கிரம சோழன்.

அவனைக் கண்டதும் அனைவரும் எழுந்து நின்று "வணங்குகின்றோம் தமையா" என்றனர்.

"வணக்கம் அனைவரும் அமருங்கள்" என்ற விக்கிரமன் தானும் சென்று அங்கு அமர்ந்து கொண்டான்.

பல ஆண்டுகளுக்குப் பின் அனைவரும் ஒன்றாகச் சந்தித்ததால், உரையாடலில் நேரம் போவது தெரியாமலே பேசிக் கொண்டு இருந்தனர்.

"ஆம் நிருதி..."

"கூறுங்கள் தமையா"

"உனது அண்ணியார் தியாக பதாகை உன்னை அழைத்து வரும்படி கூறினாள் - வேங்கிக்கு. உன்னைக் கண்டு வெகு நாள்கள் ஆனதால் யானும் அந்த எண்ணத்துடனேயே இங்கு வந்தேன். இருப்பினும், தற்போதைய சூழலில் நீ தாய் தந்தையுடன் இருப்பதே சிறந்தது. சில திங்கள்கள் போகட்டும்

வீரசோழனை அழைத்து வரும்படி தந்தையிடம் கூறிவிட்டு சொல்கின்றேன்."

"ஆகட்டும் அண்ணா! தங்கள் விருப்பப்படியே. தமையா, எமக்கு ஒரு சந்தேகம்"

"கூறு வீரா என்ன அது? பதாகை அண்ணியார் மட்டும் தான் கேட்டார்களா? எங்களின் புதிய அண்ணியாரான நேரியன் மாதேவி கேட்கவில்லையா?" என்ன, என்று கூறி சிரித்தான் வீரசோழன்."

"அவளுக்கு தான் நிருதியைத் தெரியாதே"

"இருந்தும், நிருதியின் பெயர், குணம் சிறப்புக்களை யான் அவளிடம் எடுத்துரைத்துள்ளேன் தமையா ஒரு சிறு விண்ணப்பம்

"கூறுங்கள்"

"எங்களைப் பற்றியும் புது அண்ணி யாரிடம் எடுத்துக் கூறுங்கள் ஏன் எனில் யானும் கூட இன்னும் அவர்களைப் பார்த்தது இல்லை. எப்படி பார்த்திருக்க முடியும் நம் முன்பு சில ஆண்டுகள் தென்கலிங்கத்தின் மீது போர் தொடுத்தார். அதில் அவர் வெற்றியும் பெற்றார். அது இந்த சோணாடே அறிந்தது. அதற்கு நம் தமையனுக்குப் பக்க பலமாக நின்றது பாண்டியன் சடையவர்மன் பராந்தகன். நமது தமையனின் அப்போதைய வெற்றிக்கு இப்போது கொடுத்த பாண்டியனின் பரிசே நமது புதிய அண்ணியார்" என்றான் இராசராச மும்முடி சோழன்.

"அங்கிருந்தவர்கள் அனைவரும் நகைக்க, எமக்கு ஒரு சந்தேகம் என்றாள் நிருதி.

"கூறம்மா என்றாள் மும்முடிசோழன் மனைவியான மங்கையர்க்கரசி பதாகை அண்ணியாரும், நேரியன் அண்ணியாரும் பாண்டியர்கள் குலம் என்றால் அப்போது நீங்களும் பாண்டியர் குடியில் பிறந்தவர்கள் தானே, அப்படியானால் அவர்கள் இருவரும் சிற்றப்பன், பெரியப்பன் பிள்ளைகள் ஆகுமா?"

"உங்களுக்கு இல்லை நிருதி? பாண்டி மண்டலத்தில் பாண்டியர்கள் ஐவர் உள்ளனர். அவர்களில் மூவரின் பெண்களே நாங்கள் மூவரும். இருப்பினும், இவர்கள் ஐவரும் தனித்தனி கொடிவழி பிறந்தவர்களே. குலத்தால் மட்டுமே நாங்கள் மூவரும் ஒன்று பட்டவர்கள்."

“ஓ அப்படியா?” இப்படியாக ஏதேதோ விவாதித்துக் கொண்டு இருந்தனர் குலோத்துங்கனின் பிள்ளைகள். அதை சற்றே தொலைவில் இருந்து பார்த்த வண்ணம் இருந்தனர் குலோத்துங்கனும், தியாக வல்லியும்.

“பிள்ளைகள் இது போன்று பேசி சிரித்து மகிழ்ந்து கொண்டிருப்பதைக் காண எவ்வளவு மனநிறைவாக உள்ளது தெரியுமா தேவி.”

“ஆம் தேவரே!”

“இதைக்காணவேதீனாபெரிதும்விரும்புவாள்.ஆனால்அவளோ தற்போது நம்மிடையே இல்லை” என்றவன் அமைதியானான்.

“நமக்குதான் கொடுப்பினை இல்லாமல் போனது அரசே - அக்கையார் நம்முடன் இருக்க.”

“ஆம் தேவி இவர்களுடனேயே சுத்தமல்லியும், அம்மங்கையும் இப்போது இருந்திருந்தால்” இன்னும் நன்றாக இருந்திருக்கும்.

“அம்மங்கைஅக்கையாருக்குகாரியம்முடிந்ததுமேசாளுக்கியம் புறப்பட்டு விட்டாள், சுத்தமல்லி. பெற்ற தாயின் ஈமைச்சடங்கிற்குக் கூட வரவில்லை. இந்த மாப்பிள்ளைக்கு அப்படி என்ன தான் நம்மீது கோபமாம்? சிங்களர்களிடம் இருந்து நாட்டையும் மீட்டுக் கொடுத்து நம்பிள்ளையும் கொடுத்தால். அதற்கு இப்படியா நன்றிக் கடனைத் திரும்பச் செலுத்துவார், பிரபு? நன் மகளின் மனது என்ன பாடு பட்டிருக்குமோ - பெற்ற தாயை கடைசியாகப் பார்க்க முடியவில்லை என்று? இருப்பினும், அரசே நமக்கு மட்டும் ஏன் இது போன்று நடக்கின்றது? இது போன்ற தருணங்களில் கூட நமது பெண் பிள்ளைகளை அனுப்ப மறுக்கும் மாப்பிள்ளைகள்.

நமது இல்லத்தில் மூத்த மருமகள் விக்கிரமனின் மனைவி முக்கோகிழனாடி திடீரென நோய்வாய் பட்டு கடந்த ஆண்டு மரணம் அடைந்தாள். தற்போதோ அக்கையாரின் எதிர்பாரா இந்த மரணம். நம் குடும்பத்திற்கு மட்டும் ஏன் இந்த அவலமும், துர் மரணமும் என்று விளங்க வில்லை சுவாமி.”

“அதையே தான் யானும் எண்ணிக் கொண்டிருக்கின்றேன் தேவி.”

ஆலயம் நிறுவி அறச்செயல்கள் பலபுரிந்தும் கூட நமக்கு ஏன் இவ்வாறாக நடக்கின்றது என்று புரியவில்லை. இருப்பினும், இது

போன்றதொரு துன்பம் இனி நம் வாழ்நாளில் வரவே கூடாது பிரபு.”

“அதற்கு அந்த ஆவுடையார்தான் வழி செய்ய வேண்டும்” என்றான் குலோத்துங்கன்.

“சரி பிள்ளைகள் உரையாடிக் கொண்டு இருக்கட்டும். அங்கு சென்று அவர்களை யாரும் தொந்தரவு செய்ய வேண்டாம்” என்ற குலோத்துங்கன் அங்கிருந்து சென்றான்.

அவனைப் பின் தொடர்ந்தாள் தியாகி வல்லி “ஆகட்டும்” என்று.

“இடைமறித்ததற்க்கு மன்னியுங்கள் மைத்துனரே!. என்றால் மங்கையர்க்கரசி.

“ஏன்? என்னவானது அண்ணியாரே”

“சற்றே பையப் பேசுங்கள் நிருதி உறங்கிப் போனாள்.

அப்போது தான் அவர்கள் நால்வரும் கவனித்தனர் - தனது தங்கை உறங்கிப் போனதை.

“ஐய்யோ எப்போது உறங்கினாள்?” என்றான் சோழகங்கன்.

“நிருதியை எழுப்பி அவளது அறைக்குச் சென்று உறங்கும் படி கூறலாமா? யானே அவளுடன் சென்று விட்டுவிட்டு வருகின்றேன்” என்றான் மும்முடிச்சோழன்.

“இல்லை தம்பி, வேண்டாம். நன்கு ஆழ்ந்து உறங்கிக் கொண்டு இருக்கின்றாள். இப்போது துயில்கலைத்து அவளின் அறைக்கு அழைத்துச் சென்றால், இத்துணை தூரத்தில் இருக்கும் அவளுக்கு அறைக்கு செல்வதற்குள், அவளின் உறக்கம் முழுவதுமாகக் கலைந்து விடும். பின் எங்கிருந்து அவளுக்கு மீண்டும் உறக்கம் வரும் என்றான் விக்கிரமன்?

“தாங்கள் கூறுவதும் சரிதான். இப்போது என்ன செய்யலாம்.” என்றான் வீரசோழன்.

“சற்று அமைதியாய் இருங்கள்” என்ற விக்கிரமன் பிறந்து சில மாதங்களே ஆன பச்சிளங் குழந்தையை அதன் தாய் எப்படி பூப்போல ஏந்துவாளோ அதைப் போலவே தன் கைகளில் ஏந்தினான் - தனது தங்கையை.

“அண்ணா, தாங்கள் என்ன செய்கின்றீர்கள்? இங்கிருந்து நிருதியின் அறை சற்றே தொலைவில் அல்லவா உள்ளது?” என்றான் வீரன்.

அதைப் பொருட்படுத்தாத விக்கிரமன் அதிர்வின்றி நடக்கத் துவங்கினான். அந்தப்புரம் நோக்கி. அவனைப் பின் தொடர்ந்தனர் அவனது தம்பிகள் மூவரும்.

மங்கையர்க்கரசி அவளின் அறைக்குச் சென்றாள். விக்கிரமன் செல்கின்ற வழியில் காவலாளிகள், பணிப்பெண்கள் இன்னும் சிலரின் நடமாட்டங்களும் இருக்கவே செய்தது. இதைக் கண்டவர்களிடம் ஆச்சர்யமும், ஏதோ ஒரு இனம் புரியா உள்ள களிப்பும் காணப்பட்டன.

ஒருவழியாக நிருதியின் அறையை அடைந்த விக்கிரமன் அவள் படுக்கையில் அவளை மெள்ள வைத்து, போர்வை கொண்டு மூடினான். இதைக் கண்கொட்டாமல் பார்த்த வண்ணம் இருந்தனர் - அந்த அறையில் இருந்த மலரும், அமுதாவும். “நீங்களும் உறங்குங்கள்” என்று செய்கையில் உணர்த்தி விட்டு அங்கிருந்து சென்றனர் - நிருதியின் தமையன்கள் நால்வரும். வெளியே வந்த விக்கிரமனைப் பார்த்து, “தமையா, தாங்கள் ஏன் இன்று இவ்வாறாக நடந்து கொண்டீர்கள்?” என்றான் சோழகங்கன்.

“நீ என்ன கூறவருகின்றாய் தம்பி? எனக்கு விளங்க வில்லையே...” என்றான் விக்கிரமன்.

“பொதுவாக, தாங்கள் எங்கள் அத்தனை பேருக்கும் மூத்தவர் என்ற முறையில் எங்களிடம் அன்பு செய்வதில் ஒரு கண்டிப் பிருக்கும். ஆனால் இன்றோ ஒரு கனிவு தென்படுகின்றதே இதற்கு விசேட காரணம் ஏதும் உண்டா தமையா?”

உரையாடிக் கொண்டே மெள்ள நடக்கத் துவங்கினர் - அந்த வளாகத்தில்.

“பதினாறு அகவை துவங்கி இன்று வரை ஏறக்குறைய இருபத்து இரண்டு ஆண்டுகளுக்கு மேலாக வேங்கி, பாண்டி, மண்டலம், வடபுலத்தின் மீது போர் தொடுத்துச் செல்வதென்று இருந்து விட்டதால், நன் அருமை உடன் பிறப்புகளுடன் எம்மால் இருக்க இயலவில்லை என்ற வருத்தம் எம் மனதில் எந்நாளும் உண்டு. இருப்பினும், நாம் நால்வரும் ஆண்மக்கள். நாம் ஒருவரை ஒருவர் சந்திக்க விரும்பினால் அதில் பெரிதாகத் தடை ஏதும் இராது.

ஆனால், பெண் பிள்ளைகள் நிலை அப்படி அல்ல. அவர்களின் பிறந்தகத்திற்கு வருவதே கடினமான ஒன்றாகிப்

போய்விடுகின்றது. நம் உடன்பிறந்தவர்களையே எடுத்துக் கொள்ளுங்கள். சுத்தமல்லி வரவே இல்லை, அம்மங்கை வந்த உடனே சென்று விட்டாள் - சாளுக்கியத்திற்கு. குந்தவை பேறுகாலம் என்பதால் அவளின் கணவர் அனுப்ப மறுத்து விட்டார். நாளை இவர்களின் நிலை தான் நிருதிக்கும்.

ஆகையால் காலம் பொன் போன்றது எனும் பெரியோர் வாக்குக்கு இணங்க இது போன்ற தருணங்களைத் தவறவிட வேண்டாம். வீரா, சோழகங்கா இதை உங்கள் இருவருக்கும் தான் கூறுகின்றேன். ஏனெனில் யானோ, மும்முடி சோழனோ இங்கு இருக்கப் போவதில்லை. உங்கள் இருவருக்கும் கிடைக்கின்ற நேரத்தில் நமது தங்கையுடன் இருக்கப் பாருங்கள். நிருதிக்குக் கண்ணாலம் ஆகும் வரையிலாவது நீ நமது நட்பு நாடுகளுக்குச் சுற்றுப்பயணம் மேற்கொள்வதைத் தவிர்த்தால் நன்றாக இருக்கும் சோழகங்கா யான் கூறுவது உனக்கு விளங்கிற்றா?" என்றான் விக்கிரமன்.

"புரிந்தது அண்ணா. அப்படியானால், தங்கையின் திருமணத்தைக் குறித்து தந்தையார் தங்களிடம் ஏதும் கூறினாரா தமையா?" என்றான் சோழகங்கன்.

"உறுதியான முடிவு எதுவும் இன்னும் எடுக்கவில்லையாம். ஆனால் நிருதியின் திருமணம் கூடிய விரைவில் நடத்தப்படும் என தெரிகின்றது தம்பி. சரி, அனைவரும் அவரவர் அறைகளுக்குச் செல்லுங்கள். யானும் செல்கின்றேன். நாளை அதிகாலையே வேங்கிக்குப் புறப்பட வேண்டும்" என்றான் விக்கிரம சோழன்.

"ஆகட்டும் அண்ணா! தாங்கள் சென்று ஓய்வு எடுத்துக் கொள்ளுங்கள்; நாளை கோட்டை வாயிலில் சந்திக்கலாம்" என்றான் சோழகங்கன்.

அனைவரும் அங்கிருந்து சென்றனர்.

அதிகாலை சுறுசுறுப்புக்குக் கொஞ்சமும் பஞ்சமில்லாமல் சோழர்களின் கோட்டை இயங்கிக் கொண்டு இருந்தது. அந்தப்புரத்தின் தடாகத்தில் நீராடிக் கொண்டிருந்தனர் தோழிகள்.

"நிருதி, 'என்ன மலர் இன்று காலை எழுந்ததும் அறைக்கு எப்படி வந்தேன்?' என்று ஆச்சர்யத்துடன் கேட்பாய் என்று எதிர்பார்த்தால்.

"நீ இத்தனை இயல்பாக உள்ளாயே."

"ஏன் ஆச்சரியப்பட வேண்டும் மலர்?"

"ஏனா? நீ நேற்றைய இரவு உன் தமையன்மார்களோடு அல்லவா உரையாடிக் கொண்டிருந்தாய்? அப்படி இருக்க, இன்று காலை உனது அறையில் இருப்பது எண்ணி இங்கே எப்படி வந்தோம் என ஆச்சர்யப்படுவாய் என்று எதிர்பார்த்தேன்.

"சரி நேற்றைய இரவு அறைக்கு எப்படி வந்தேன்?"

"அப்படி கேள்! உரையாடிக் கொண்டிருக்கையிலே உறங்கிப் போன உன்னை உனது தமையனார் தனது கரங்களிலே ஏந்தி அறையில் படுக்க வைத்து சென்றார்."

"அதை யான் நன்கு அறிவேன் அமுதா" என்ற நிருதி நீருக்குள் நீந்திச் சென்றாள்.

இம்முறை மலருக்கும் அமுதாவிற்கும் ஆச்சரியமாக இருந்தது.

நிருதி கூறுவதைக் கேட்டதும், "என்ன... அறிவாயா? அப்படி யானால், நேற்று நீ உறங்கவில்லையா? இல்லை, இச்செய்தியை எங்களுக்கு முன்னதாக யாரேனும் உன்னிடம் கூறினார்களா?"

"யாரும் எதுவும் கூறவில்லை மலர். உறங்கும் பொழுதும் விழித்து இருக்க வேண்டும் என்பது நமக்குப் போதிக்கப்படு பவற்றுள் ஒன்று. ஆகையினால் தமையனார் எம்மை ஏந்தும் பொழுதே விழித்துக் கொண்டேன். இருந்தும், அதிலே அன்னையாரின் அரவணைப்பை உணர முடிந்தது. ஆகையினால் மீண்டும் உறங்கிப் போனேன். என்ன ஒன்று, 'தாங்கள் என்ன செய்கின்றீர்கள்?' என்ற வீரர் தமையனார் குரல் கேட்டதனால் மற்ற மூவர்களில் யார் எம்மைத் தூக்கி வந்தார்கள் என்று தெரியவில்லை.

இருப்பினும், அனைவரையும் போல கலம்பகம் சவ்வாதைப் பயன்படுத்தினாலும் ஒருவித வாசனை திரவியத்தை விக்கிரமன் தமையனார் அவர்கள் பயன்படுத்து வார்கள். அந்நறுமணத்தை நேற்று எம்மால் நுகர முடிந்தது. அதன் வழியே நனது மூத்த தமையனாரே எம்மைத் தூக்கி வந்திருக்க வேண்டும் என்பது எமது அனுமானம். சரிதானே?"

"அருமை நிருதி! சரியாகச் சொன்னாய்."

"சரி, அதெல்லாம் இருக்கட்டும். தமையனார் வேங்கி புறப்பட உள்ளார். இன்னும் சற்று நேரத்தில் வாருங்கள். விரைவாக கோட்டை வாயிலுக்குச் செல்ல வேண்டும்" என்றாள் நிருதி.

ஒப்பனைகளை முடித்துக் கொண்டு தனது அறையில் இருந்து வெளியே வந்தாள்.

“தமையா, தாங்களா? தாங்கள் எப்படி இங்கே? அழைத்திருந்தால் யானே வந்திருப்பேனே.”

“இல்லை அம்மா, நேற்றைய தினம் பேசிக்கொண்டு இருக்கையிலே நீ உறங்கிப் போனாய். அது தான் தற்போது உன்னிடம் விடைபெற்றுச் செல்லலாம் என்று வந்தேன்” என்றான் விக்கிரமன்.

“யானும் கோட்டை வாயிலுக்குத் தான் புறப்பட்டுக் கொண்டிருந்தேன் - தங்களை வழியனுப்ப.”

“சரி, வா அம்மா, போகலாம்” என்றான் விக்கிரமன்.

* * *

21

சோழர்களின் மெய்கீர்த்தி

Deiva

விக்கிரமனின் குடும்பத்தார் கோட்டையில் வசிப்பவர்கள், குடிகள் என அனைவரும் அங்கே கூடி இருந்தனர். விக்கிரமன் தன் தாயின் இரங்கள் வந்து செல்வதால் ஆரவாரம் இன்றி வெகு அமைதியாக இருந்தது கோட்டை.

கோட்டைவாயிலில் குலோத்துங்கன், “மகனே என்ன இது சொற்பமான வீரர்கள் இருக்கின்றனர் - வேங்கிக்கு புறப்பட?”

“ஆம் தந்தையே, தாயாரின் உடல் நிலை குறித்து ஓலை கிடைத்ததும் இவர்கள் வரையிலும் உடன் அழைத்து வந்தேன். தவிரவும், நன் நாட்டிற்கு யான் வருவதற்கு அத்துணை மெய்க்காப்பாளர்கள் தேவையில்லையே.”

“நீ கூறுவதும் சரிதான் மகனே! இருந்தும், அது வேங்கியில் இருந்து சோணாடு வருவதற்குப் பொருந்தும். இங்கிருந்து செல்லும் பொழுது தொண்டை மண்டலத்திற்கும் வேங்கிக்கும் இடையே அடர்ந்த காடுகளைக் கடக்க வேண்டுமே. ஒருவாறாக நீ அவசர கெதியில் சோணாடு வந்திருந்தால் அங்கிருந்து எப்போது வந்தாய் என்பது யாருக்கும் தெரிந்திட வாய்ப்பில்லாமல் போய் இருக்கலாம். ஆனால் தற்போது நீ வேங்கிக்குப் புறப்படுவது பரவலாக அனைவருக்கும் தெரிந்திருக்க வாய்ப்புண்டு. அது உனது இந்தப் பயணத்திற்கு இடையூறாக இருக்கலாம் மகனே. ஆகையினால் சோழ வீரர்களையும் உன்னுடன் அழைத்துச் செல். நீ வேங்கி சென்றதும் அவர்களைத் திருப்பி அனுப்பு.”

“ஆம் தமையா, தந்தையார் கூறுவதும் சரிதான். தாங்கள் நம் வீரர்களையும் உடன் அழைத்துச் செல்லுங்கள்” என்றான் இராசராச சோழகங்கன்.

“அதெல்லாம் ஒன்றுமில்லை தம்பி. இன்னமும் வேங்கி நம்மிடம் நமது எல்லைக்குள்தான் இருக்கின்றது. அதை ஆட்சி செய்யும் முறையில் கூறுகின்றேன். அதிலே விசமிகள் யாரும் ஊடுருவ இயலாது. யான் வரட்டுமா?” என்று அனைவரிடமும் விடைபெற்றுக் கொண்டு சொற்ப வீரர்களுடன் அங்கிருந்து சென்றான் விக்கிரமன்.

குடிகள் அனைவரும் அங்கிருந்து செல்ல, குடும்பத்தார் மட்டும் அங்கேயே நின்று கொண்டு இருந்தனர் - அவன் சென்று மறையும் வரையில். யாருடனும் ஒட்டியிருப்பதில்லை என்றாலும் அவன் குடும்பத்தாரிடம் அளவுகடந்த பற்றுவைத்தவன் விக்கிரமன் என்பதை யாராலும் மறுக்க இயலாது.

கவலை தோய்ந்த குலோத்துங்கனை ஆதரவாக அழைத்துச் சென்றார் வானதிராயர்.

நிருதியும் அவள் தோழிகளும் அந்தப்புரம் நோக்கி நடக்கத் துவங்கினார்கள்.

"நிருதி, உனது தமையன்மார்கள் நம்மைப் பின்தொடர்வது போல உள்ளது என்றாள் மலர். 'என்ன' "என்று திரும்பிய நிருதி. தமையா தாங்கள் அனைவரும் எம்மை ஏன் பின் தொடர்கிறீர்கள்?" என்று கேட்டாள்.

"இல்லை தங்காய் எங்களின் பணி நேரம் தவிர மற்ற வேளைகளில் உன்னுடனே பொழுதைக் கழிக்க வேண்டும் என்று நமது மூத்த தமையனார் அன்புக்கட்டளை இட்டுள்ளார். அதனாலேயே தற்பொழுது உன்னுடன் தொனக்கி (பேசிக்) கொண்டு இருக்கலாம் என்று எண்ணினோம்.

"அப்படியா! மிக்க மகிழ்ச்சி! அப்படியானால், வாருங்கள் அண்ணா! நனது அறைக்குச் செல்லலாம்."

"உனது அறைக்கா? கோட்டை வாயிலில் இருந்து அந்தப்புரத்தில் இருக்கும் உனது அறைக்குச் செல்வதற்குள் பாதி பொழுது கடந்துவிடும். இதன் இடைப்பட்ட தூரத்தில் எத்தனை பேர் இடை மறித்துப் பேசுவார்களோ?"

"வீரன் கூறுவதும் சரிதான் தங்காய்" என்றான் சோழகங்கன்

"அப்படியானால், சித்திர மண்டபத்திற்குச் செல்லலாம் அங்கு தான் எவரும் வரமாட்டார்கள். நாம் பேசுவதற்கும் எவ்விதத் தடையும் இராது" என்றான் மும்முடிச்சோழன்.

"தமையா, அங்கு எப்படி செல்ல இயலும்? பெருந்தரத்து அதிகாரிகளின் அலுவலகத்தைக் கடந்தல்லவா செல்ல வேண்டும்? நாம் செல்வது அவர்களுக்கு இடையூறாக இராதா?"

"இடையூறா? இது நம் தேசம். நமது கோட்டை. இங்கே, எங்கே எப்போது வேண்டுமானாலும் செல்லும் அதிகாரம் நமக்கு மட்டுமே உண்டு என்பதை நீ அறியவில்லையா, நிருதி?" என்றான் ராசராச சோழகங்கன்.

"தவிரவும், இங்கே தான் முப்பது நாட்களுக்கு அரசு பணிகள் ஒத்தி வைக்கப்பட்டுள்ளனவே ஆகையினால் அங்கு எவரும் இருக்க மாட்டார்கள், நிருதி" என்றான் வீரசோழன்.

"அப்படியென்றால் சரி தமையா; அங்கேயே செல்வோம்."

"நிருதி நீ இளவரசர்களுடன் சென்றுவா நாங்கள் பிறகு சந்திக்கிறோம்" என்றாள் அமுதா.

"நீங்கள் இருவரும் எங்கு செல்கின்றீர்கள்? நீங்களும் எங்களுடனே வாருங்கள்" என்றான் மும்முடிச் சோழன்.

"ஆகட்டும் இளவரசே!" என்றார்கள் இருவரும்.

அனைவரும் சித்திர மண்டபம் நோக்கி நடந்தனர்.

அப்போது அங்கு வந்தாள் இளவரசிகளின் பிரத்தியேகப் பணிப்பெண் அன்னம். "தாங்கள் மூவரையும் எங்கே என்று கண்டு வரச் சொன்னார்கள் அரசியார்."

"அவர்கள் மூவரும் எங்களுடன்தான் இருக்கின்றனர் என்றும், பின்பு யானே தங்கையை அவர்களின் அறையில் கொண்டு வந்து விடுகின்றேன் என்றும் கூறு அன்னம்" என்றான் வீரன்.

"உத்தரவு இளவரசே!" என்றாள் அன்னம்.

அவர்கள் செல்கின்ற வழியில் அனேகம் பேர்கள் இவர்களின் செவிகளில் விழும் படியாகவே சக்கரவர்த்திகள் இளவரசர்கள் இருவருக்கும் சேதி நாட்டு இளவரசியையும், வாணர் குல இளவரசியையும் திருமணம் செய்தால் என்ன என்று உரையாடிக் கொண்டிருந்தனர்.

இது வழக்கமாகக் கேட்டுப் பழகிய ஒன்றுதான் என்பதனால் அதை ஒரு பொருட்டாக எண்ணாமல் கடந்து சென்றனர் இளவரசர்களும் இளவரசிகளும்.

அன்னம் பைய மலரின் செவி அருகே வந்து, "இதனைப் பற்றிய தங்களின் அபிப்பிராயம் என்ன இளவரசியாரே?" என்றாள்.

"இதில் கருத்துக் கூற என்ன இருக்கிறது, அன்னம்? அவர்கள் இருவரும்தான் எங்கள் இருவரையும் உடன்பிறந்தாள் போல் பாவிப்பதாகக் கூறி திருமணத்திற்கு மறுத்து விட்டார்களே. பின் இதில் வருந்துவதற்கோ ஆதங்கப்படுவதற்கோ என்ன உள்ளது? தவிரவும், நன் சிறுவயது முதலே நனது அத்தை மகனார்க்கு எம்மை மணம் முடித்துத் தருவதாக எமது தந்தையார் கூறிவிட்டார். பிறகு என்ன? சோழர்கள் இல்லை என்றால் என்ன?"

"அதுவும் சரிதான் அம்மா. நான் வருகின்றேன். எமக்கு பணிகள் உள்ளன. தாங்கள் சென்று உரையாடிக் கொண்டிருங்கள்" என்று அங்கிருந்து சென்றாள் அன்னம்.

ஒருவழியாகமணிமண்டபவளாகத்தைஅடைந்தனர்.கோட்டை முழுவதுமே ஆங்காங்கே மரங்களுக்குக் கீழ் அமர்வதற்காகவே திடல்கள் அமைக்கப்பட்டிருக்கும். அதுபோலவே மண்டப வளாகத்தினுள்ளும் திடல்கள் அமைக்கப்பட்டு இருந்தன. அதிலே சென்று அமர்ந்தாள் நிருதி.

“தங்காய், ஏனம்மா அமர்ந்துவிட்டாய்?” என்றான் வீரன்.

“சற்றே களைப்பாக உள்ளது அண்ணா. மண்டபக் கதவுகள் திறக்கும் வரை சற்று அமர்ந்திருக்கின்றேனே” என்றாள்.

“சரி” என்று மற்றவர்கள் முன்னேறிச் சென்றனர்.

“களைப்பாக உள்ளதா நிருதி? யான் சென்று நீர் எடுத்து வருகின்றேன்,” எனக் கூறி அங்கிருந்து சென்றாள் அமுதா.

திடல்களைப் போலவே ஆங்காங்கே மண் பானைகளில் நீர் வைக்கப்பட்டிருக்கும். ‘களைப்பாகத்தான் உள்ளது’ என்ற மலரும் மற்றொரு திடலில் சென்று அமர்ந்தாள்.

“உண்மையில் களைப்பென்று ஒன்றுமில்லை - நிருதிக்கு அவள் அமர்ந்திருக்கும் திடலுக்கு நேர் எதிரே சோணாட்டு அரசியல் தலைவர்களின் பெயர்ப் பலகைகள் அங்கே வைக்கப் பட்டிருந்தன. சோணாடு எங்கும் காணப்படுவதைப் போல் மூன்று பிரிவுகளின் அடிப்படையில் உயர்தரத்து அதிகாரிகள், அமைச்சர்கள், சேனாதிபதிகள் என்று அதில் உயர்தரத்ததிகாரிகள் பட்டியலில் மூன்றாவது இடத்தில் அமைச்சர் வண்டையர் கோன், கருணாகரன், நாட்டை அளப்போர் பொறிக்கப்பட்டிருந்தது. அப்பெயரையே பார்த்த வண்ணம் இருந்தாள் நிருதி. ‘நன் உள்ளமானது தாயாரின் மரணத்தைக் கூட ஒருவாறாக ஏற்றுக் கொண்டது. இருந்தும் தங்களின் பிரிவை ஏற்க மறுக்கின்றது.

இன்னும் இரு நாட்களுக்குப் பிறகே தாங்கள் சென்று ஒரு மாதம் ஆகும். இருந்தும் கூட பல ஆண்டுகள் ஆனதுபோல் ஓர் உணர்வு. தாங்கள் தற்போது எங்கே உள்ளீர்கள்? எப்படியிருக் கின்றீர்கள்? நலமுடன் தானே இருக்கின்றீர்கள்? ஏனோ தற்போது எல்லாம் அந்த ஈசனைத் தொழுதாலே தங்களின் நலன் குறித்தே எண்ணத் தோன்றுகிறது.”

“நிருதி அங்கே என்ன பார்த்துக்கொண்டு இருக்கின்றாள்?” என்றாள் மலர். ஒரு கனம் என்ன கூறுவது என்று தெரியாமல் திகைத்தே போனாள் நிருதி.

"ஓ... அந்தப் பலகைகளில் அமர்ந்திருக்கும் மணிப்புறாக் களைக் கண்டாயோ? அழகாகத்தான் இருக்கின்றது, இல்லையா.

நிருதி சற்றே ஆசுவாசப்படுத்திக் கொண்டவளாக, "ஆமாம் மலர்" என்றாள்.

சரி வா, போகலாம். மணிமண்டபத்திற்குள் அதோ கதவுகளைத் திறந்து விட்டார்கள். அதற்குள் முன்னதாக இந்த நீரை அருந்து" என்று அங்கு வந்தாள் அமுதா.

மலரும், நிருதியும் நீரை அருந்தி விட்டு மூவருமாக மணிமண்டபத்திற்குள் சென்றனர். பொதுவாக, அரச குலப் பெண்டீர் சித்திர மண்டபத்தின் மேற்க்கூரையில் அமர்ந்தே சபை நடவடிக்கைகளைக் காண்பது வழக்கம். ஆனால் இன்றோ யாரும் அங்கு இல்லாத காரணத்தால் அப்பெண்கள் மூவரும் நேரடியாக உள்ளே சென்றனர். அங்கு சென்ற அவர்கள் சற்று மலைத்தே போயினர்.

இத்துணை அருகே அங்கிருக்கும் பொருள்களைக் கண்டதால் வந்த மலைப்பு அது. பஞ்சலோகத் தாலான அமைச்சர்களின் இருக்கைகள் அதில் காட்டு அணிலின் மயிர், புறா இறகுகளைப் பொதித்து வைத்த அணைகள். அந்த இருக்கைகளின் மேல் சரவிளக்குகள், பொற்சிலைகள், பூச் சாடிகள், நட்பு தேசங்கள் அளித்த பரிசுப் பொருட்கள், எண்ணிலடங்கா ஓவியங்கள் என சித்திர மண்டபம் என்னும் பெயருக்குத் தகுந்தாற்போல எங்கெங்கு காணினும் கலைநயம் மிளிர்ந்தது. சோழர்களின் பிரம்மாண்டம் அந்த மண்டபத்தில் பிரதிபலித்தது. எதையுமே பெரியதாக அமைப்பது அதிலே இருக்கும் பூரணத்துவம். இது சோழர்களுக்கு உரித்தான கோட்பாடுகளில் ஒன்று.

அங்கிருந்தவற்றை ஓடியோடிச் சென்று ஒவ்வொன்றாய் கண்டுகளித்தனர் அமுதாவும், மலரும். ஆயினும், அனேக முறைகள் தன் தந்தையுடன் தனிமையில் இங்கு வந்து இருந்ததால் நிருதிக்கு அங்கு இருப்பவை பழக்கப்பட்ட ஒன்று. ஆதலால், அங்கிருக்கும் இருக்கையில் சென்று அமர்ந்தாள் நிருதி.

அங்கிருக்கும் பொருட்களின் தகவல்களை எடுத்துரைத்தனர் இளவரசர் மூவரும் - அமுதாவுக்கும் மலருக்கும்.

அவர்களையே பார்த்த வண்ணம் இருந்தாள் நிருதி. இல்லை மலரைப் பார்த்த வண்ணம். மலர் எத்துணை கொடுத்து வைத்தவள்!

அவரை மணக்கப் போகின்றாள். அவருக்கு மனைவியாகப் போகின்றாள். அவரைப் பற்றி நினைக்கவும் பேசவும் முழு உரிமை உடையவள். ஆனால் நனது நிலையோ... அவரைப் பற்றி நினைப்பதுகூட பெரும் குற்றம். மலர் நீயோ என் ஆருயிர்த்தோழி. அவரோ எம்முடன் நட்புடனேயே பழகிவருகின்றார்.

ஆயினும், யான் அவர் மீது கொண்டிருக்கும் இந்த எண்ணமானது... இதை என்ன வென்று சொல்வது? அது உங்கள் இருவருக்கும் தெரியவந்தால் என்ன நடக்கும்? என்ன நடக்கும். அன்று தான் அவர் எம்மைச் சந்திக்கிற கடைசி நாளாக இருக்கும். இந்த உலகிலேயே மலர் வெறுக்கும் முதல் நபராக யான் இருப்பேன். இது போன்ற ஒரு தருணத்தை அந்த ஈசன் என்றுமே அனுமதிக்கக்கூடாது. நனது இந்த எண்ணம் என்பது அவர்கள் இருவருக்கும் என்றுமே தெரியக்கூடாது. இதையே அந்தப் பரம்பொருளிடம் வரமாகக் கேட்கின்றேன்.

நிருதியிடம் ஓடிவந்தாள் மலர்.

“நிருதி இங்கு பார்த்தாயா? எங்கெங்கு காணினும் கலைப் பொருட்கள். அதுவும் இங்கிருக்கும் எதற்குமே விலை நிர்ணயம் செய்ய இயலாது. இந்திர லோகத்தைப் பார்ப்பது போன்று ஓர் உணர்வு.

மெல்லிய புன்முறுவலுடன் பதில் கூறாமல் இருந்தாள் நிருதி.

“தற்சமயம் அந்த இறைவன் என் கண்முன் தோன்றினால், என்ன வரம் கேட்பேன் தெரியுமா நிருதி?”

“என்ன கேட்பாய் மலர்?” என்றாள் நிருதி. சக்கரவர்த்தி களுக்கு மகளாகப் பிறக்க வேண்டும் என்ற வரத்தைக் கேட்பேன்.”

“என்ன!”

“ஆமாம் நிருதி, பல்லாயிரம் ஆண்டு பாரம்பரியம். விண்ணை முட்டும் சோழர்களின் மெய்கீர்த்தி.

“சரியாகச் சொன்னாய் மலர்” என்றான் ராசராசசோழகங்கன்.

தனது தமையனைக் கண்டதும் எழுந்து நின்றாள் நிருதி.

“உட்காரு நிருதி! வாருங்கள் அனைவரும் உட்கார்ந்து பேசலாம்” என்றான் சோழகங்கன்.

“சரி, எமக்கு ஒரு யோசனை தோன்றுகிறது” என்றான் இராசராச மும்முடிச் சோழன்.

“என்ன அண்ணா அது?” என்றான் வீர சோழன்.

“இன்று நம் சோழர் குடியில் பிறந்தவர்களின் மெய்கீர்த்தியை அவரவர் பெயர்களுடன் பட்டியலிட வேண்டும்.

“யார் அதிக எண்ணிக்கையில் பட்டியலில் இருக்கிறாரோ அவரை சோழ சிம்மாசனத்தில் இன்று அமரவைப்பது” என்றான் மும்முடிச்சோழன்.

“என்ன?” என்று அனைவரும் அதிர்ச்சி ஆயினர்.

“தமையா, தாங்கள் என்ன கூறினீர்கள்? தந்தையாரின் அரியாசனத்தில் நாம் அமர்வதா?” என்றாள் நிருதி.

“அது யாருக்காவது தெரிய வந்தால் என்ன ஆவது?” என்றாள் பதற்றத்துடன் நிருதி.

“என்ன ஆகும் நிருதி? இங்கு தான் ஒருவரும் இல்லையே நாம் அறுவர் தானே இருக்கின்றோம். பிறகு என்ன? இங்கு நடந்ததை நாமாகக் கூறினால் தான் உண்டு. அதனால் அச்சம் கொள்ளத் தேவையில்லை.”

“எம்மைத் தவறாக எண்ணாதீர்கள். யான் இந்த விளை யாட்டிற்கு வரவில்லை. அரியாசனத்தில் அமர்வதில் எமக்கு விருப்பமும் இல்லை. வேண்டுமானால் நீங்கள் ஐவரும் கலந்து கொள்ளுங்கள். யான் அதைக் கண்டு கொண்டு இருக்கின்றேன்” என்றாள் நிருதி.

“சரி, அவளை வற்புறுத்தவேண்டாம், தமையா! நாமே விளையாடலாம்” என்றான் வீரச்சோழன்.

“சரி மற்றவர்கள் அனைவரும் கலந்து கொள்கின்றீர்கள் தானே” என்றான் மும்முடிச்சோழன். அனைவரும் ஆர்வத்துடன் தனது கரங்களைத் தூக்கினர். சொல் விளையாட்டு துவங்கியது. அவரவர்களுக்குத் தெரிந்த சோழ அரசர்கள் பெயர்களையும் அவர்தம் கீர்த்திகளையும் பட்டியல் இட்டுக் கொண்டிருந்தனர். கேட்பதற்கு என்னவோ நன்றாகத் தான் இருந்தது. இருப்பினும், ஏனோ நிருதிக்கு அதில் நாட்டம் இல்லை. தன்குலம் குறித்தும், தனது மூதாதையரைக் குறித்தும் பெருத்த மரியாதை என்பது எப்போதுமே உண்டு தான் என்றாலும் இன்று ஏனோ ஒரு பொருட்டாகத் தெரியவில்லை - நிருதிக்கு.

‘மலர் சற்று நேரத்திற்கு முன் என்ன கூறினாள்? சோழகுலத்தில் பிறக்கும் வரம் கேட்கப்போவதாகக் கூறினாளே. எம் இறைவா அப்படி ஒரு வரத்தை அவளுக்குக் கொடுத்து வாணர் குலத்தில்

யான் பிறக்க வழி செய்யக்கூடாதா? மலர் இவ்வுலகில் பெரிதெனக் கருதும் ஒன்றை எம்மிடம் தந்து யான் பெரிதெனக் கருதும் ஒன்றை அவளுக்குத் தர உள்ளீர்களே இறைவா. தங்களின் இத் திருவிளையாடல்களை நிறுத்தக் கூடாதா' என்று எண்ணிக்கொண்டாள் நிருதி.

அங்கே கரவொலி எழுந்தது. அனைவரும் சிரித்து மகிழ்ந்தனர்.

“இங்கே என்ன நடக்கிறது? யார் வெற்றிபெற்றீர்கள்?” என்றாள் நிருதி.

“என்ன! என்ன நடக்கிறதா? தற்சமயம் நீ எந்த லோகத்திற்குச் சென்றுவந்தாய் நிருதி?”

“இங்கே என்ன நடக்கிறது என்று கூடத் தெரியாமல் ஏதோ சிந்தனையில் இருந்துவிட்டேன். இறுதியில் யாருக்கு வெற்றி.”

“நம் இளவரசர் ராசராச சோழகங்கனுக்கு தான். அவர்தான் ஒன்பது சோழ அரசர்களின் மெய்கீர்த்தியை எடுத்துரைத்தார்.”

“அப்படியா?”

“வாழ்த்துக்கள் தமையா.”

“நன்றிகள் நிருதி.”

“சரி, போட்டியின் ஆரம்பத்தில் கூறியபடி தமையனை அரியாசனத்தில் அமர வைக்கலாம்” என்றாள் நிருதி.

“உத்தரவு இளவரசியாரே!” என்றான் வீரசோழன்.

அனைவருமாக சோழகங்கனின் கரத்தைப் பற்றி அரியா சனத்தில் அமர வைத்து தங்களது வாழ்த்துக்களைத் தெரிவித்தனர்.

“சரி, தர்பாரைத் துவங்கலாமா?” என்றான் சோழகங்கன்.

“பார்த்தாயா! அரியணையில் அமர்ந்தவுடன் தர்பார் செய்யத் துவங்கிவிட்டாயா?” என்றான் மும்முடிச்சோழன்.

“விளையாட்டிற்குத்தானே தமையா?”

“சரி, நடத்து, நடத்து என்றான் புன்னகைத்தபடி. முதலில் இந்தப் போட்டியில் கலந்து கொண்ட அனைவருக்கும் பரிசு கொடுப்பது என்று அவன் கை விரல்களில் இருந்த கணையாழி (மோதிரம்) யை அனைவருக்கும் பகிர்ந்து கொடுத்தான்.

தங்களின் நன்றிகளைத் தெரிவித்துக்கொண்டனர் அங்கிருந்த அனைவரும்.

“தற்போது தண்டனைக்கான நேரம்.”

Deiva

“தண்டனையா? யாருக்கு? எதற்கு?” என்று ஒருமித்த குரலில் கேட்டனர் நால்வரும்.

“சக்கரவர்த்திகள் யாருக்குத் தண்டனை வழங்க உள்ளீர்கள் என்று நாங்கள் அறிந்துகொள்ளலாமா?” என்று கேட்டாள் அமுதா.

“வேறு யாருக்கு? நனது அருமைத் தங்கை நிருதிக்குத்தான்!” என்றான் சோழகங்கன்.

நால்வரும் அதிர்ச்சிக்குள்ளாக, நிருதி மட்டும் குறுநகை புரிந்தாள்.

“சக்கரவர்த்திகள் எமக்கு அளிக்கும் தண்டனையை மனமுவந்து ஏற்றுக்கொள்கின்றேன். இருப்பினும், தண்டனைக் கான காரணத்தை மட்டும் கூறும்படி கேட்டுக்கொள்கின்றேன். யான் இழைத்த குற்றம் என்ன?”

“விளையாட்டில் கலந்துகொள்ளாதது முதல் குற்றம். அதன் முடிவுகளை அறிவிக்கும் போது இங்கிருந்து கொண்டு கவனத்தை எங்கோ வைத்திருந்தது இரண்டாவது குற்றம். இதற்கான பரிகாரத்தை நீ செய்தே ஆகவேண்டும்.”

“என்ன பரிகாரம் செய்ய வேண்டும், சக்கரவர்த்திகளே”

“போட்டிக்காக நாங்கள் விவாதித்ததை நீ தற்போது விளக்கமாக எடுத்துரைக்க வேண்டும். சோழர்களின் மெய்கீர்த்தி உனக்குத் தெரிந்தவரையில் கூறினால் போதுமானது.”

நகைத்தபடியே, “இதுவா தண்டனை! இது நன் பாக்கியம், தமையா!” என்றாள் நிருதி.

புன்முறுவலுடனே, “கூறு நிருதி!” என்றான் சோழகங்கன்.

“சோழர்களின் மெய்கீர்த்தி சொல்லில் அடங்காதிருப்பினும் எமக்குத் தெரிந்தவரையில் கூறுகின்றேன். பசுவிற்கு நீதி வழங்கிய மனு, பறவைக்கு சதை தந்த சிபி, முருகக் கடவுளின் திருமணம் கண்ட முசுகுந்தன், அறத்தைப் பேணி ஆட்சி செய்த கிள்ளி வளவன், அறம் தழைக்க ஆலயம் எழுப்பித்த செங்கணான், மும்மலைகளை அழித்த தொடிதோட் செப்பியன், பொன்னிக்குக் கால்வாய் அமைத்த காந்தமன், பொன்னிக்கே அணைகட்டிய கரிகாலன், தஞ்சையை மீட்டெடுத்த விசயாலயன், ஏரி வெட்டுவித்த ஆதித்தன், பொன்வேய்ந்த பரந்தகன், திருமுறை அளித்த கண்டராதித்தன், பாண்டியனைச் சுரம் இறங்கின

இரண்டாம் பராந்தகன், வீரபாண்டியன் தலைகொண்ட ஆதித்த கரிகாலன், பெருவுடையாருக்கு ஆலயம் எடுப்பித்த ராஜராஜ சோழன், கங்காபுரி அமைத்த ராஜேந்திரன், "உலகளந்தான்" "தவிரா சுங்கந்தவிர்த்தோன்" இராசகேசரி ராஜேந்திர குலோத்துங்கன்.

"அருமை! மிக அருமை!" என்று கரவொலி எழுப்பினான் - அங்கு வந்த குலோத்துங்கன். பதறிப்போய் எழுந்து நின்றான் சோழகங்கன்.

"ஏன் அப்பா எழுந்துவிட்டாய்? தற்போது நீ தானே சக்கரவர்த்தி!"

"மன்னித்தருளுங்கள் தந்தையே! நாங்கள் வேடிக்கைக்காக இவ்வாறு நடந்து கொண்டோம்."

"அதனால் ஒன்றும் பாதகம் இல்லை. யான்தான் கூறுகின்றேன் அல்லவா? நீ சற்று நேரம் சக்கரவர்த்தியாகவே இரு. அரியாசனத்திலே அமரு!" என்றான் குலோத்துங்கன்.

தயக்கத்துடனே அமர்ந்தான் சோழகங்கன்.

"சரி, இப்போது ஒரு சக்கரவர்த்தியாக நிருதிக்குத் தர விரும்பும் பரிசு என்ன?"

"எதை வேண்டுமானாலும் தரலாம், தந்தையே - நம் குலப்பெருமையை விவரித்ததற்காக."

"சரி, இந்தப் போட்டியின் ஆரம்பத்தில் கூறியவாறு வெற்றி பெற்றவர்கள் அரியாசனத்தில் அமர்த்தப்படுவர். அப்படியானால் இதன் பொருள்?"

"தாங்கள் முன்னரே வந்து விட்டீர்களா" என்ன என்றான்? வீரன்.

"ஆமாம் இளவரசே, இங்கு வந்து வெகு நேரம் ஆகின்றது" என்றான் வானதிராயர்.

"அப்படியானால் இங்கு நடந்த அனைத்தும் தங்களுக்குத் தெரிந்திருக்கும். ஆகவே இதற்கு நீங்களே தீர்வையும் கூறுங்கள்" என்றான் மும்முடிச்சோழன்.

"அப்படியே மகனே!" என்ற குலோத்துங்கன் வானதி ராயரைப் பார்க்க, அவர் இடையில் இருந்து ஒரு சாவியை வீரச்சோழனிடம் கொடுத்தார்.

"அதை எடுத்து வா மகனே!" என்றான் குலோத்துங்கன்.

புன்முறுவலுடன், "புரிகிறது தந்தையே. இதோ எடுத்து வருகின்றேன்" என்றான் வீரச்சோழன்.

அரியணைக்குப் பின்புறமாக அறைத் தூணில் பூட்டப்பட்ட கண்ணாடிப் பெட்டியில் இருந்தது ஒரு மணி முடி. பஞ்சு கொண்டு இறுகக் கட்டி அதைப் பட்டுத்துணியால் வேய்து அதன் மேல் நவமணிகள் பதித்து நல்முத்துக்கள் கோத்து அதை முன்னகமாய் படர விட்டு அன்னத்தின் வெண்ணிற இறகுகளை அதிலேயே சொரிந்து வைக்கப்பட்டிருந்தது.

அதைக் கொண்டு வந்து குலோத்துங்கனிடம் கொடுத்தான் வீரன்.

“இம்மணிமுடி நீங்கள் அனைவரும் அறிந்ததே. எமது பாட்டனாரான மறைந்த ராஜேந்திர தேவரின் மணிமுடி. மிகவும் உன்னதமான நாட்களிலே தாம் இதை யான் எம் சிரசில் அணிந்து கொள்வேன் - இதன் பழைமையைக் கருத்தில் கொண்டு. நீ எழுந்து கொள் மகனே!” என்றான் குலோத்துங்கன்.

சோழகங்கனும் அங்கிருந்து எழ, “தற்போது பரிசளிப்பு விழா தொடங்கப் போகின்றது - நன் அருமை மகளுக்கு” என்றான் குலோத்துங்கன்.

“தந்தையே, எமக்குப் பரிசு எதுவும் வேண்டாம். தங்களின் பாராட்டே எமக்குக் கிடைத்த ஒப்பற்ற பரிசு.”

“அதெல்லாம் இருக்கட்டும் மகளே” என்ற குலோத்துங்கன் அவளை அரியணையில் அமரச் செய்து அவள் சிரசில் ராஜேந்திரனின் மணிமுடியை வைத்தான்.

“எப்படி இருக்கின்றது - நன்மகளின் இக்கோலமானது எனதருமை மக்காள்?” என்றான் குலோத்துங்கன்.

‘இந்த மணிமுடி நிருதிக்கு நன்றாக இருக்கின்றது. தந்தையே!’ என்று அவர்கள் அனைவரும் தங்களின் மகிழ்ச்சியைத் தெரிவித்துக்கொண்டனர்.

“இன்று மட்டும் நீ கூறியவற்றை நன் பாட்டனார் கேட்டிருந்தாரேயானால் உன்னை அவரின் அத்தையார் என்று மெச்சியிருப்பார் இல்லையா ராயரே?”

“ஆமாம் அரசே! நிச்சயமாக யானுமே வியந்து போனேனே.”

“சரி அப்படியே சற்று நேரம் அரியணையில் அமர்ந்திரு மகளே. சபையின் அடுத்த நடவடிக்கைகளைத் துவங்கு வோமா?”

“அடுத்து என்ன தந்தையே?” என்றான் மும்முடிச்சோழன்.

"சற்று முன் நனது அன்பு மகள் மலர் சோழ குலத்தில் பிறக்கும் வரம் வேண்டப் போவதாகக் கேட்டாள் அல்லவா?" என்று குலோத்துங்கன் கூறியதும் ஒருவரையொருவர் பார்த்துக் கொண்டனர்.

"ஆம் தந்தையே"

"அதற்கு வரம் எதற்கம்மா?"

"நீ வாணர் குடியில் பிறந்தாலும் எப்போதுமே நனது அன்பு மகளே தான்" என்ற குலோத்துங்கன் மலரையும் அரியாசனத்தில் அமர்த்தி, அவன் சிரத்தில் வைத்திருந்த மணிமுடியை மலரின் சிரசில் வைத்து அழகு பார்த்தான்.

"பிரபு, தாங்கள் என்ன செய்கிறீர்கள்?" என்ற வானதி ராயருக்கு ஆனந்தக் கண்ணீரே வந்துவிட்டது. தன் கரம் கூப்பி குலோத்துங்கனை வணங்கினான்.

"இன்னும் ஒன்றே ஒன்று தான் மிச்சம் உள்ளது."

"அது என்ன பிரபு?" என்றார் ராயர்.

"சேதி நாட்டு இளவரவசியை மட்டும் எப்படி அப்படியே விட்டுவிடுவது? அவளும் நன் மகள் அல்லவா?"

"அதற்கு என்ன செய்வது தந்தையே? பாட்டனாரின் மணிமுடி நிருதியின் தலையில், தங்களின் முடி மலர் தலையில் அப்படியானால் அமுதாவிற்கு..." என்று கூறுவதற்குள் மும்முடிச்சோழன் தன் சிரசில் கைவைத்துப் பார்த்தான். அதைக் கண்ட அங்கிருந்த அனைவரும் நகைத்தனர்.

"மகனே, தற்போது பாண்டிய மண்டலத்திற்கு மட்டுமே நீ அரசன். சோணாட்டிற்கே அல்ல. அதனால் உனது முடி உன்னிடம் இருக்கட்டும்" என்ற குலோத்துங்கன், "வீரா அதையும் எடுத்துவா!" என்றார்.

அந்தக் கண்ணாடிப் பெட்டியில் இருந்த இன்னும் ஒரு மணிமுடி புதிது போலவே இருந்தது. அழகிய வேலைப் பாடுகளுடன் கூடிய அதை வாங்கிக் கொண்ட குலோத்துங்கன் "அமுதா, நீயும் வந்து அமரு அம்மா!" என்றான்.

"இது சாளுக்கிய தேசத்தின் மணிமுடி, அங்கு எமக்கு பட்டாபிஷேகம் செய்தது போது வைக்கப்பட்டது" என்று கூறிக்கொண்டே அமுதாவின் தலையில் வைத்தான்.

மூவரும் ஒன்றாக அமர்ந்து இருக்க, அங்கு இருந்த ஐவரும் தங்களின் மகிழ்ச்சியைத் தெரிவித்தனர்.

“என் அன்பு மக்காள், இது போலவே மூவரும் ஒற்றுமையாக இருக்க வேண்டும். இதுவே நீங்கள் எனக்குத் தரும் பரிசு!” என்றான் குலோத்துங்கன்.

“நிச்சயமாக தந்தையே. ஒருவரையொருவர் அனுசரித்து ஒற்றுமையுடனே இருப்போம்” என்றாள் நிருதி.

“நல்லது மகளே, மிக்க மகிழ்ச்சி. உங்களின் இந்த ஒற்றுமை ஓங்கி இருக்கட்டும் என்று யானும் வாழ்த்துகிறேன். ”

“நன்றிகள் தந்தையே.”

“அதெல்லாம் இருக்கட்டும், தெளிந்த அறிவும், ஞானமும் உங்கள் அனைவருக்குமே இருக்கத்தான் செய்கின்றது. இருப்பினும்! நீங்கள் அனைவரும் சிறு பிள்ளைகளாகவே உள்ளீர்கள்.

தாங்கள் என்ன கூறுகிறீர்கள் ராயரே?”

“நாங்களா? இங்கிருக்கும் மற்றவர்களை வேண்டுமானால் கூறுங்கள் சிறுபிள்ளை என்று பொருந்தும். யானோ பாண்டி மண்டலத்து அரசனாவேன். எம்மையும் இதுபோல் கூறலாமா?” நீங்கள் அனைவருமே இன்று அதிகாலை இளவரசர் விக்கிரமனை வழியனுப்ப வந்தீர்கள்.

ஆனால் காலமோ தற்போது மதியத்தைக் கடந்து சென்றுகொண்டிருக்கிறது. தங்களின் அரசியார் தங்களுக்காக இன்னும் உணவருந்தாமல் அங்கே காத்துக் கொண்டிருக்கிறார்கள். தாங்களோ இங்கே இவர்களுடன் வார்த்தை விளையாட்டு விளையாடிக் கொண்டுள்ளீர்கள். தற்போது தாங்களே கூறுங்கள் - தங்களை எந்த பிராயத்தினருடன் சேர்க்கலாம் என்று” என்றார் வானதிராயர்.

அதைக் கேட்ட அனைவரும், “என்ன மதிய வேளை கடந்து விட்டதா?” என்றனர். பெண்கள் மூவரும் தங்களிடம் இருந்த மணிமுடிகளை அரியாசனத்தில் வைத்தனர். “தந்தையே, தங்களை யான் பிறகு சந்திக்கின்றேன். வணங்குகின்றேன், நாயகரே” என்ற நிருதி அவர்களின் பதிலுக்காகக் காத்திராமல் “வருகின்றோம்” என்று கூறிப் புறப்பட்டாள்.

தமையன்மார்களும் "நில் அம்மா, நாங்களும் உன்னுடனே வருகின்றோம்" என்றவர்கள் "வணங்குகின்றோம் தந்தையே, வணங்குகின்றோம் ராயரே" என்று கூறி கலைந்து சென்றனர்.

இதைச் சற்றும் எதிர்பாராத குலோத்துங்கனும், வானதி ராயரும் நகைத்தபடியே மணிமுடி இரண்டையும் இருந்த இடத்திலேயே வைத்துப் பூட்டினர். சித்திர மண்டபத்தையும் அலுவலக வளாகத்தையும் தாழிடும்படி காவலர்களிடம் உத்தரவிட்டு அவர்களும் அங்கிருந்து சென்றனர். அன்று அந்தி சாய்ந்ததை முன்னிட்டு தீ வெட்டிகளும் விளக்குகளும் ஏற்றப்பட்டன.

* * *

22

வந்தியத்தேவனின் குந்தவை

குலோத்துங்கனின் அறையில்.

வானதிராயர், "தேவரே, இன்னும் இரு தினங்களில் அரசியார் மறைந்து ஒரு திங்கள் ஆகப்போகின்றது. அதை அடுத்த நாள் முறைப்படி அரசவைப் பணிகளைத் துவங்கலாம்" என்றாள்.

"நன் நிமித்த நாளாக இல்லை. அதனால் அந்நாளை அடுத்த புதன்கிழமைத் துவங்குவதை உசித்தம் என்று தோன்றுகிறது. தங்களின் கருத்து..."

"இதில் எமது கருத்து என்ன இருக்கிறது ராயரே? தங்களின் எண்ணப்படியே நடக்கட்டும்" என்றான் குலோத்துங்கன்.

"வணங்குகின்றேன் தந்தையே. அகத்தே வரட்டுமா?" என்றாள் நிருதி.

"வா மகளே!" என்றான் குலோத்துங்கன்.

"வணங்குகின்றேன் நாயகரே!"

"வணக்கம் அம்மா"

"ஏதோ முக்கிய ஆலோசனையில் உள்ளீர்கள் போல் தெரிகிறதே. யான் வேண்டுமானால் பிறகு வரட்டுமா தந்தையே?" என்றாள் நிருதி.

"முக்கியம் என்பது அன்புக்கு அப்பாற்பட்டதோ, நன் அன்பு மகளுக்கு அப்பாற்பட்டதே அல்ல. இல்லையா ராயரே?"

"ஆம் பெருமா."

"உனக்கு தற்போது என்ன வேண்டும் கூறு மகளே."

"தந்தையே எமக்கு ஒரு ஐயப்பாடு; அதற்கு தங்களிடம் விளக்கம் வேண்டும்."

"எதைப்பற்றி அம்மா?"

"தந்தையும் மகளும் உரையாடும் போது இடையூறாக யான் எதற்கு? எமக்கு விடையளியுங்கள் பிரபு."

"ஆ ராயரே, அப்படியெல்லாம் தாங்கள் இங்கிருந்து செல்ல இயலாது. தாங்களும் இந்த உரையாடலில் பங்குகொள்ளத்தான் வேண்டும். ஏனெனில் தாங்களும் நன் தந்தையைப் போன்றவர் தாமே."

"அவளின் கேள்விக்கணைக்கு இன்று இருவருமே இலக்கு ஆனோம். தாங்கள் தப்பிச் செல்ல இயலாது" என்றான் குலோத்துங்கன் நகைத்தபடி.

"சரி மகளே, உனக்கு எதைப் பற்றித் தெரியவேண்டும்? முதலில் அதைக் கூறு" என்றான் குலோத்துங்கன்.

"இன்று காலை கூறினீர்களே ராஜேந்திர தேவரின் அத்தை...."

"ஆமாம் முதலாம் குந்தவை நாச்சியார், ராசராச சோழ தேவரின் அக்கை. அவர்களுக்கு என்ன?"

"வந்தியத்தேவரைத் தானே குந்தவை நாச்சியார் மணந்துகொண்டார்கள்?"

"ஆமாம் அம்மா, இதோ இங்கிருக்கும் வானதி ராயரின் பாட்டனாரே வானவராயன், வந்தியத்தேவன், அவர்கள்."

"ஆம், அதைத் தான் கேட்க எண்ணினேன். குந்தவை யாருக்குப் பிள்ளைகள் இல்லை என்று கூறினாரே பாட்டியார். பிறகு எப்படி வாணர் குலம்?" என்றாள் தயங்கியவாறு.

குலோத்துங்கன், "இதற்கு யானே உனக்குத் தெளிவாக விளக்கம் அளிக்கின்றேன்" என்றான்.

தம்பதிகள் இருவரும் ஒருவரை ஒருவர் விரும்பியே மணந்து கொண்டனர். அதன் பொருட்டு நீண்ட நெடுங்காலம் காத்தும் இருந்தனர் -- பிள்ளைப் பேறு அமையும் என்று. இருந்தும், பலன் இல்லை. அதன் பின் வெகு ஆண்டுகளுக்குப் பிறகு வந்தியத் தேவர் மறுமணம் புரிந்து கொண்டார். அவர்களுக்குப் பெண் ஒன்றும், ஆண் ஒன்றும் பிறந்தன. வந்தியத்தேவரின் மறுமணத்தில், குந்தவை நாச்சியாருக்கு சிறிதும் உடன்பாடு இல்லையாம். இதனால் இருவருக்கும் கசப்புணர்வு ஏற்பட்டு அந்த வயோதிகக் காலத்தில் சோழர்களின் கோட்டைக்கே வந்துவிட்டாராம் குந்தவை நாச்சியார். அவரது மரணம் வரையும் தனது தம்பியுடன் தான் இருந்திருக்கின்றார்."

"ஏன் அந்தத் தள்ளாத வயதில் அவ்வாறு நடந்து கொண்டார்கள்? வந்தியதேவர் தான் செய்த குற்றம் என்ன தந்தையே?"

"என்னம்மா இப்படி கேட்கின்றாய் - என்ன குற்றம் என்று?" தான் காதலித்து மணந்து கொண்ட ஒருவர், தான் இருக்க மற்றொரு பெண்ணை மணந்து கொண்டால் கோபம் வரத்தானே செய்யும்? இதில் குந்தவையைக் குறைகூற என்ன இருக்கின்றது மகளே?"

"ஆம் அம்மா, பிரபு கூறுவதும் சரியே!" என்றார் வானதிராயர்.

"இல்லை தந்தையே, குந்தவையார் செய்ததைக் குற்றம் என்பேன் யான்" என்றாள் நிருதி.

ஒருவரையொருவர் பார்த்துக் கொண்டனர் - அரசன், அமைச்சனும்.

"ஏன் அம்மா? எதன் பொருட்டு?"

"ஆம் தந்தையே, குந்தவையாரே முன்னின்று தன் கணவனுக்கு மறுமணம் செய்திருக்க வேண்டும். அதுவே முறை. எந்த ஒரு பெண்ணும் தன் கணவருடன் தன் குலம் அற்றுப்போக விரும்பமாட்டாள். தன்னால் ஆகாது எனில் வேறு முறைகளைக் கையாள்வது தவறு ஏதும் இல்லையே தந்தையே. தவிரவும், தனது இல்வாழ்க்கையை மற்றும் ஒரு பெண்ணுடன் பகிர்ந்து கொள்வதால் தன் கணவன் தன் மீது கொண்ட பற்று குறையும் என்பது மூடத்தனம் இல்லையா? நம் குடும்பத்தையே எடுத்துக் கொள்ளுங்கள், தந்தையே. பிள்ளைச் செல்வங்களை அள்ளித்தந்த தாயார் மதுராந்தகி இருக்க, தாங்கள் மற்ற அன்னைமார்களை மணக்கவில்லையா?"

நிருதி இவ்வாறு கூறியதும் சற்றே இறுக்கமானது குலோத்துங்கனின் முகம்.

"தந்தையே, என்னை மன்னியுங்கள். யான் உங்களை சங்கடப்படுத்த அவ்வாறு கூறவில்லை. தாங்கள் அவ்வாறு மறுமணம் புரிந்ததால் தான் எமது இந்தப் பிறவி. தங்களின் இந்த செயல்பாடுகளினால்,தாயார்தங்களிடம்கொண்டஅன்போஅல்லது தாங்கள் தாயாரிடம் கொண்ட அன்போ குறையவில்லை. இது ஒரு பெரும் குற்றம் இல்லை எனும் பட்சத்தில் வந்தியத் தேவர் செய்தது ஒரு குற்றமே அல்ல, தந்தையே! மாறாக, அவர் அப்படியொரு முடிவு எடுக்க வில்லையானால் என்ன நடந்திருக்கும்?"

"என்ன நடந்திருக்கும் மகளே."

"வாணர்களின் குலத்தை இன்று வரலாற்றிலேயே தான் அறிந்திருக்க முடியும். வாழ்வியலில் கலந்திருக்க மாட்டார்கள். தவிரவும், ஓர் ஒப்பற்ற அரசியல் தலைவரை தங்களின் அரசவை இழந்திருக்கும். உண்மை தானே?" என்றாள் நிருதி.

தன் மகளை வாரி அணைத்துக் கொண்டான் குலோத்துங்கன். "நீ கூறுவது முற்றிலும் உண்மையே தாயே!" என்றான்.

"இளவரசியாரே, சிறுபிள்ளையாக இருந்தும் தங்களின் இந்தப் புகழாரத்தை யான் தலைவணங்கி ஏற்றுக் கொள்கிறேன்."

"என்ன, தாங்கள் என்னை வணங்குவதா? இப்பெரும் சோழ சாம்ராஜ்ஜியத்தின் தாளாத ஆட்சி சுமையை சுமக்கும் நன் தந்தையாருக்குத் தோள் கொடுப்பவர் வாணர் குல அரசர் வானதி ராயரான தாங்கள் தான் என்பது இச்சோணாடே அறிந்த ஒன்று தானே. அப்படியிருக்க யான் அல்லவா தங்களின் பொற்பாதங்களைத் தொட்டு வணங்கவேண்டும் நாயகரே.

"தன் மகள் கூறுவதும் உண்மைதான் ராயரே."

"வணங்குகின்றேன் தந்தையே. வணங்குகின்றேன் ராயரே" என்றான் மும்முடிச்சோழன்.

"வா மகனே!"

"ஆம் தந்தையே, நிருதி நீ இங்கு என்ன செய்து கொண்டிருக்கிறாய்? அங்கே உனது அண்ணியார் உன்னைத் தேடிக்கொண்டிருக்கிறார்."

"எம்மையா? ஏன் தமையா?"

"நாளை பாண்டி மண்டலம் புறப்பட உள்ளோம் அல்லவா? அதனால் அதுவரையில் உன்னுடன் இருக்க விரும்பினாள்."

இதோ இப்பொழுதே அண்ணியாரைக் காண்கின்றேன். விடையளியுங்கள் தந்தையே! வணங்குகின்றேன் ராயரே" என்ற நிருதி அங்கிருந்து சென்றாள்.

"மகனே நாளை புறப்பாடுக்கு ஆயத்தப் பணிகளை முடித்துவிட்டாயா?" என்றான் குலோத்துங்கன்.

"அனைத்தும் தயார் நிலையிலேயே உள்ளது தந்தையே" என்றான். அரசன், இளவரசன், அமைச்சர் மூவருமாக உரையாடிக் கொண்டிருந்தனர்.

சற்று நேரத்திற்கெல்லாம், "அரசே, தாங்கள் ஓய்வெடுத்துக் கொள்ளுங்கள். யானும் சென்றுவருகின்றேன். நாளை கோட்டை வாயிலுக்கு வந்துவிடுகின்றேன். இளவரசர் அவர்களை வழியனுப்ப" என்றுக் கூறிப் புறப்பட்டார், வானதிராயர்.

"ஆகட்டும் ராயரே. தாங்கள் சென்று வாருங்கள்" என்றான் குலோத்துங்கன்.

வானதிராயர் அறையை விட்டு வெளியே வர, அங்கே வந்தாள் மலர்.

“வணங்குகின்றேன் தந்தையே.”

“வா மகளே, என்ன அம்மா?” என்றார் வானதிராயர்.

“இன்றும் யானும் தங்களுடன் நமது அரண்மனைக்கு வருகின்றேன்.”

“என்ன மகளே, எப்போதும் யானும் உன் தாயும் அழைத்தால் வரமறுப்பாய். இன்று நீயாக வருகின்றேன் என்கிறாயே.”

“ஆம் தந்தையே, எல்லாம் காரணமாகத்தான்!”

“சரி அம்மா. வா போகலாம்” என்றார் வானதி ராயர்.

வானதிராயர் மாளிகை.

“என்ன ஆச்சர்யம், தந்தையும் மகளும் ஒன்றாக வந்திருக்கிறீர்கள்.”

மலர்,“கோட்டையுள்ளே தான் நமது மாளிகையும் உள்ளது என்பது உனக்கு நினைவுக்கு வந்துவிட்டதா?” என்றாள் வடிவுடையாள்.

“தாயே, ஏன் இவ்வாறாக எம்மை கேலி செய்கின்றீர்கள்?” என்றாள் மலர்.

“இல்லை அம்மா. கேலி செய்யவில்லையே. உள்ளதை தானே கூறுகின்றேன். ஏழு நாட்களுக்கு ஒரு முறையாவது நமது அரண்மனைக்கு வந்து செல் என்றால் எங்கு கேட்கின்றாய். நான் அல்லவா உன்னைக் காண சோழர்களின் அந்தப்புரத்திற்கு வந்து செல்கின்றேன்.”

“தாயே, புறம் கூறுவதை நிறுத்துங்கள். இன்று இங்கு யான் வந்த காரணத்தைக் கேளுங்கள்.”

“அதுதானே பார்த்தேன். காரணமின்றி நீ இங்கு வரமாட்டாயே” என்றாள் வடிவுடையாள்.

“தேவி, ஏன் பிள்ளையிடம் வம்பளக்கின்றாய்? அவள் கூற வருவதைத்தான் கேளேன்...” என்றார் வானதிராயர்.

“சரி கூறு மகளே” என்றாள் வடிவுடையாள்.

அன்று காலை சித்திர மண்டபத்தில் நடந்தவற்றை எடுத்துரைத்தாள் - மலர் தன் அகண்ட கயல்கள் (கண்கள் விரிய) “என்ன சக்கரவர்த்திகள் அவரின் மணிமுடியை உனக்குச் சூட்டினாரா!”

“ஆம் தாயே. மேலும் அவர் யான் வானர் குலத்திலேயே பிறந்திருந்தாலும் தனது மகளாகவே கருதுவதாக கூறினார்.”

“இச் சம்பவங்களின் போது தந்தையும் தானே உடனிருந்தார்?”

“ஆம் தேவி, மலர் கூறுவது அனைத்தும் உண்மைதான். சக்கரவர்த்திகளின் இப்பெரும் போக்கான எண்ணம் உண்மையில் எம்மை இன்று அகம் மகிழச் செய்தது.”

“ஆம், சுவாமி செவி மடுக்கும் எனக்கே இத்தனை ஆனந்த மாக உள்ளது என்றால், நேரில் கண்ட தங்களின் உள்ளக் களிப்பைக் கேட்கவும் வேண்டுமா?”

“சரி தாயே, தாங்கள் இருவரும் உரையாடிக் கொண்டிருங்கள். யான் அந்தப்புரம் செல்கின்றேன்.”

“ என்ன அதற்குள் அந்தப்புரம் செல்கின்றாயே. இரு மகளே. உணவு அருந்திவிட்டாவது செல்.”

“இல்லை தாயே. யான் அந்தப்புரத்திற்குச் சென்றே உணவு எடுத்துக்கொள்கின்றேன். அங்கே நிருதியும் அமுதாவும் மங்கையர்க்கரசியார் அண்ணியாரும் எமக்காகக் காத்திருப் பார்கள். இன்றைய காலை சம்பவத்தை தங்களுடன் பகிர்ந்து கொள்ளவே இங்கு வந்தேன். யான் வருகின்றேன். விடை யளியுங்கள். வணங்குகின்றேன், தந்தையே!”

“சரி அம்மா, சென்று வா” என்ற ராயர் “மலர் தேரிலே தானே அம்மா செல்லப்போகின்றாய்” என்றார்.

“இல்லை தந்தையே. நனது புரவியை எடுத்துச் செல்கின்றேன்” என்ற மலர் அங்கிருந்து சென்றாள்.

“இவள் ஏன் தான் இன்னும் சிறுபிள்ளையைப் போல் நடந்துகொள்கின்றாள் என்று தெரியவில்லை சுவாமி?”

“நீ கூறுவதும் சரிதான் தேவி. தன்னைப் பற்றி மட்டுமே சிந்திக்கும் மலரின் இச்சிறுபிள்ளை எண்ணத்தை யான் இதுநாள் வரையில் பெரிதாக எண்ணியதில்லை. ஆனால் இன்றோ நமது பிள்ளை வளர்ப்பில் குறையுள்ளதோ என்ற எண்ணம் தோன்றியுள்ளது, தேவி”

“எதன் காரணமாக பிரபு?”

சற்று முன் குலோத்துங்கன் நிருதியுடன் நடந்த விவாதத்தை எடுத்துரைத்தார் வானதிராயர்.

“தாங்கள் என்ன கூறுகின்றீர்கள் சுவாமி? இது உண்மையா?”

“ஆம் தேவி, முற்றிலும் உண்மை. சோழர் குலத்தில் பிறந்தவர்களில் தனிச் சிறப்பு வாய்ந்தவர் குந்தவை நாச்சியார். இருந்தும் கூட அவர்களின் இல்லறம் தொடர்பாக எடுத்த முடிவைத் தவறு என்று சுட்டிக்காட்டி அதற்கான விளக்கம் அளித்து வந்தியதேவரின் செயல்பாட்டை நியாயப்படுத்தி அதையும் சக்கரவர்த்திகளை ஏற்க வைத்து அதற்கான பாராட்டுதல்களைக் கூட எங்களிடம் எதிர்பாராமல் அங்கிருந்து சென்றுவிட்டாள் இளவரசியார்.”

“பிரபு, தாங்கள் இதைக் கூறும் பொழுதே எமக்கு ஒன்று தோன்றுகின்றது. இந்த எண்ணம் இன்று மட்டுமல்ல, அனேக முறைகள் தோன்றியதே.”

“என்ன தேவி, அது?”

“நிருதி நமக்கு மகளாகப் பிறந்திருக்கலாம் எனும் எண்ணம் அது.”

“உண்மைதான் தேவி. நனது எண்ணமே உனது வார்த்தையாக வெளிவருகின்றது. இன்று நம் மகள் கூறினாள் - சோழர்களுக்கு மகளாகப் பிறக்கும் வரம் வேண்டும் என்று. சக்கரவர்த்திகளின் அறையில் இருக்கும் போது இதையேதான் யானும் அந்தப் பரம்பொருளிடம் வேண்டினேன். இனி வரும் பிறவிகளில் இவளே நன் மகளாகப் பிறக்கும் இனிய வரத்தை அருளுங்கள் என்று. ஆயினும் இன்றும் கெட்டுவிடவில்லை. இப்பொழுதும் நிருதி நன் மகளே.”

“ஆம் பிரபு, அவளும் நம்மை அப்படித்தானே எண்ணுகின்றாள்.”

“அதில் என்ன சந்தேகம்?”

“அது இருக்கட்டும், அரசே. இன்று காலை இளவரசர் விக்கிரமர் வேங்கி புறப்பட்டாரே, எப்பொழுது அங்கு போய் சேர்வார்?”

“நாளை நள்ளிரவுக்கு முன்னதாக வேங்கியின் கோட்டையை அடைந்து விடுவார். எங்கும் தங்காமல் உணவருந்தும் நேரம் தவிர மற்ற நேரங்களில் பயணித்துக் கொண்டே இருப்பதால் இத்தனை சீக்கிரமாகச் சென்று விடுவார்.”

“ஓ அப்படியா? இளவரசர் மும்முடிச் சோழன் அவர்கள் நாளை காலை பாண்டி மண்டலம் புறப்படுகின்றார். சரி ஆகட்டும் பிரபு.

தாங்கள் உணவருந்தி விட்டு ஓய்வெடுங்கள்" என்றாள் ராயரின் மனைவி வடிவுடையாள்.

காஞ்சி மாநகர் நில அளவைக்காக ஆங்காங்கே அமைக்கப்பெற்ற கொட்டாகாரத்தில் தன் பணி நிலைப்பாட்டை ஓலைகள் வரைப்படங்களைக் கொண்டு சரிபார்த்துக் கொண்டிருந்தான் கருணாகரன்.

"யான் உள்ளே வரலாமா?"

"அட.... வா மாதவா! நீ இந்த வேளையில் இங்கே எப்படி?"

"நம் பணியின் காரணமாக நாம் இருவரும் ஒரே நகரத்தில் தான் இருக்கின்றோம். அதுவும் இன்னும் சிறிது காலமே. இங்கே உனக்கிட்ட பணிகள் நிறைவுற்றதும் நீ சோழ மண்டலம் புறப்பட்டு விடுவாய். அதன் பின் எப்போது காண்பது? இப்போதுகூட உன் பணிக்கு இடையூறாக யான் வந்துவிட வில்லையே கருணா?"

"இல்லை இல்லை" அப்படியெல்லாம் ஒன்றுமில்லை. வந்து அமரு!" என்றவன்.

"யார் அங்கே என்றதும், ஒரு காவலாளி அங்கே வந்தான்."

"உத்தரவு அரசே!"

"எங்கள் இருவருக்கும் சுக்கு நீர் எடுத்து வா" என்றான் கருணாகரன்.

"இந்த இரவு வேளையில் கூட ஓய்வெடுக்காமல் பணிகளைத் தொடர்ந்துகொண்டிருக்கின்றாய். உன்னை என்னவென்று கூறுவது கருணா?"

அங்கே இருவருக்கும் சுக்கு நீர் அளிக்கப்பட்டது.

"ஓய்வா? நீ வேறு மாதவா. யான் மேற்கண்ட பணியை முடிக்க நான்கு திங்கள் அவகாசம் கேட்டிருந்தேன். இருப்பினும் காஞ்சியிலேயே நேற்றுடன் ஒரு மாத காலம் முடிந்தது."

"அப்படியானால், நான்கு என்பது எட்டாகிவிடுமா என்ன, கருணா?"

மெள்ள சிரித்த கருணாகரன், "இல்லை இல்லை மாதவா. அடுத்த திங்கள் இந்நேரம் இப்பணி குறித்த அனைத்து ஆவணங் களையும் நம் சக்கரவர்த்திகளிடம் சமர்ப்பித்திருப்பேன்."

"நீ என்ன கூறுகின்றாய் கருணா! எமக்கு ஒன்றும் விளங்கவில்லையே. இதே பணியை தானே ராசராச சோழ

தேவர் காலத்திற்குப் பின் நம் சக்கரவர்த்திகளின் கட்டளைப்படி உனது தந்தையும் திருவேங்கடமுடையானான உலகளந்த சோழ பல்லவராயனும் இருவரும் இணைந்து துவக்கி இரண்டு ஆண்டுகள் கழித்து இப்பெரும் பணியை முடித்தனர். அப்படியிருக்க நீ ஒருவன் எப்படி இரண்டு மாதத்திற்குள் இப்பணியை முடிப்பாய்?"

"அவர்கள் பணியில் இருந்த போது இருந்த சோணாட்டு சூழல் வேறு; இப்போது யான் பணியில் இருக்கும் சோணாட்டு சூழல் வேறு, மாதவா."

"நீ கூறுவது எமக்கு விளங்கவில்லையே கருணா."

"புரியும்படியாகவே கூறுகின்றேன் கேள். ஏறக்குறைய எழுபது ஆண்டுகளுக்குப் முன் நன் தந்தையும் பல்லவ கம்பமுடையாரும் நாட்டை அளக்கும் பணியில் இருந்த போது சோணாடு எங்கும் பகுத்து பிரித்து துல்லியமாக நிலங்களை அளக்க வேண்டியதிருந்தது. தவிரவும், 20 ஆண்டுகளுக்கு முன் இருந்த சோணாட்டுப் பரப்பளவு வேறு; தற்போதைய பரப்பளவு என்பது வேறு. உதாரணமாக, அவர்களின் அளக்கும் பணியின் போது வேங்கி கடந்து கீழை சாளுக்கியத்தின் ஒரு குறிப்பிட்ட அளவு நிலங்கள் சோணாட்டு எல்லைக்கு உட்பட்டவை என்று அவற்றையும் அளந்து பதிவிட்ட ஆவணங்கள் உண்டு. ஆனால் இன்றோ வேங்கியுடன் சோணாட்டு எல்லை முடிவடை கின்றது. இது ஒரு காரணம்.

மேலும், இவர்களுக்குப் பின்னால் இப்பதவிக்கு வந்த மூவர் தன் பணியைத் திறம்படவே செய்துள்ளார்கள். ஒவ்வொரு மூன்று ஆண்டுகளுக்கு ஒருமுறை நில அளவைகளை சரிபார்த்து அது தொடர்பான ஆவணங்களை அரசரிடம் சமர்ப்பிக்கவுள்ளேன். இது போன்ற ஆவணங்கள் நம் பணிச் சுமையை வெகுவாகக் குறைத்துள்ளன என்றே கூறலாம் மாதவா."

"நீ கூறுவதும் உண்மை தான் கருணா. எப்பொழுதுமே ஒரு பணியை முதன்முதலாக மேற்கொள்வது வேறு அப்பணியை வரையறுத்து வடிவம் கொடுத்தபின் அதன் கட்டமைப்பில் அப்பணியை அடுத்த தலைமுறையினர் துவங்கும் பொழுது, சற்றே அப்பணியின் கடினத்தன்மை மறைந்து போகலாம்; அல்லது இல்லாமலும் போகலாம்."

"நீ கூறுவது முற்றிலும் உண்மை, மாதவா. தவிரவும், இப்பணி துவங்கும் பொழுது இருந்த பணி நுட்பம் வேறு; இன்றைய கால பணிநுட்பம் வேறு. கம்பனுடையாரும், நனது தந்தையாரும் சிறந்த கணித வல்லுநர்கள் என்பது அனைவரும் அறிந்ததே. இருப்பினும், அன்று அவர்களுடன் இப்பணியில் இருந்தவர்கள் எத்தனை பேர் கல்வி கற்றிருந்தனர் என்பது யான் அறியேன்.

ஆனால் இன்றோ எம்முடன் இப்பணியில் ஈடுபட்டு இருக்கும் இருநூற்று பத்தொன்பது பேர்களும் கல்வி அறிவில் சிறந்தவர்கள். அதுவே இப்பணி இத்தனை சீக்கிரம் விரைவு பெற காரணிகள் ஆயிற்று. காஞ்சியிலும் கூட விரைந்து முடித்திருக்கலாம். ஏனைய மண்டலங்களில் ஒப்பிடும் கால், இங்கு விளை நிலங்களை விடவும் தொழில்சார் நிலங்களே அதிகம். அதனாலேயே தொண்டை மண்டல அளக்கும் பணியில் கால அவகாசம் என்பது தவிர்க இயலாத ஒன்றாகிப்போனது.

"சரி கருணா, இப்பணியில் அடுத்த கட்ட செயல்பாடுகள் என்னென்ன?"

"அடுத்து என்ன? இன்னும் மூன்று தினங்களில் அதிராசராச மண்டலம் செல்ல வேண்டும். அங்கே இப்பணியை மேற் கொண்ட அனைவரும் வந்துவிடுவர். அங்கிருந்து சோணாட்டின் அத்தனை மண்டலங்களின் நில அளவை ஆவணங்களை சோழ மண்டலத்தில் உள்ள தஞ்சை அரசு அலுவலகத்தில் வைத்து சரிபார்க்க அதை சக்கரவர்த்திகளிடம் சமர்ப்பிக்கவேண்டும். அதன் பின் சோழபுர அரசு அலுவலகத்தில் தான் பேணி இருக்கும் சேகரிக்கப்பட்ட அனைத்து ஆவணங்களையும் செப்புப் பட்டையத்திற்கு மாற்ற வேண்டும். அப்படி பார்த்தோமானால், அரசரிடம் கேட்ட இந்த நான்கு மாத அவகாசம் என்பது சரியாகத்தான் இருக்கும், மாதவா."

"உண்மையில் உன்னைப் பாராட்டியே ஆக வேண்டும், கருணா."

"ஏன்? எதனால்?"

"பணிகளை வரிசைப்படுத்தும் உனது உக்தி, இப்பணியில் நீ கொண்டிருக்கும் பக்தி இவையெல்லாம் இச்சோணாட்டில் உள்ள அமைச்சர்களில் ஒரு நாள் உன்னை தனித்து காட்டும்."

"நன்றிகள் மாதவா."

“அப்புறம், சோழ மண்டலத்தில் தற்போதைய நிலை குறித்து நீ ஏதும் அறிவாயா மாதவா?”

“தற்போது நிகழ்விற்குப் பெரிதாக ஒன்றுமில்லை கருணா. கடைசியாக அரசியாரின் இரங்கல் குறித்து வந்த ஓலை, அவரின் ஈமைச் சடங்குகள் குறித்த விவரம் இவை மட்டுமே. ஓலையில் குறிப்பிட்டிருந்த படியே தான் நடந்து கொண்டிருக்கிறது.

அரசியார் இறந்த இந்த முப்பது நாட்களுக்கு அரசு அலுவலகம் செயல்படாது. சோழ மண்டலத்தில் அரசுப் பணிகள் அனைத்தும் நிறுத்திவைக்கப்பட்டுள்ளன.

சோணாட்டில் உள்ள அனைத்து மண்டலங்களில் வழக்கம்போல் அரசுப் பணிகள் செயல்படும். இந்த முப்பது நாட்களில் சோழ மண்டலத்து அமைச்சர் பெருமக்கள் அவரவர் பணிகளை மட்டும் மேற்கொள்ளாமல் மற்ற பணிகளையும் பகிர்ந்து கொள்ள வேண்டியது. இது திருமந்திர ஓலை நாயகத்தின் ஒத்துழைப்போடு சக்கரவர்த்திகளின் உத்தரவு.”

“ஆமாம் மாதவா. இதே ஓலைதான் எமக்கு வந்தது.”

“உனது அம்மானின் கையொப்பத்தோடு என்று கூறு கருணா.”

“திருமந்திர ஓலை நாயகம் வானதி ராயர். சரி, அது இருக்கட்டும். மாதவா, எனக்கு ஒரு உதவி செய்வாயா?”

“என்னவென்று சொல் கருணா.”

“நாளை மாலை மாமல்லபுரம் சென்று வரலாமா?”

“இரவு அங்கேயே தங்கி காலை வரலாம்.”

“என்ன திடீரென்று?”

“நான் பணியின் காரணமாக இரண்டு மூன்று முறைகள் அங்கு சென்றிருந்தேன். இருந்தும், அதன் எழிலை முழுவதுமாக எம்மால் கண்டு மகிழ இயலவில்லை. அதன்பொருட்டே நாளை செல்லலாம் என்று யோசனை. தவிரவும், இந்த வாய்ப்பைத் தவறவிட்டால் இனி எப்போது சந்தர்ப்பம் அமையும் என்று தெரியாது. அதனாலேயே உன்னை அழைத்தேன். உன்னால் வர இயலுமா மாதவா?”

வர இயலுமாவா? கரும்பு தின்னக் கூலியா? மாமல்லபுரம் பெயரைக் கூறும் போதே கடற்கரைக் காற்று உள்ளத்தை வருடிச் செல்கிறதே. யானே எண்ணிலடங்கா முறைகள் சென்றிருக் கிறேன். அப்படியிருந்தும், மாமல்லபுரத்தைக் காணும் ஆசை

எனக்கு இன்னும் குறையவில்லையே. நாளை நாம் இருவரும் கண்டிப்பாக அங்கு செல்லலாம்."

"நன்றி மாதவா. மற்றும் ஒன்று."

"என்ன கருணா"

"நாளை வீரர்கள், மெய்க்காவலர்கள் என்று எவரும் வேண்டாம். நாம் இருவர் மட்டும் சென்றுவரலாம்."

"ஏன்? எதனால் கருணா?"

"அவர்களுடன் வருவதனால் பெரும்பாலான நேரம் நாம் குடிகளின் காட்சிப்பொருளாகின்றோம். இது நம் இயல்பு நிலையைக் குறைத்துவிடுகின்றது. அதனால் தான்."

"அப்படியானால் சரி, உனது விருப்பப்படியே செல்லலாம்."

"நல்லது மாதவா. சரி வா இருவருமாக உணவு அருந்தலாம்."

"இல்லை கருணா. என்னைத் தவறாக எண்ணாதே. இங்கிருந்து நான் சோழர் மாளிகை சென்று அங்கிருக்கும் எம் தாயாரை அழைத்துக்கொண்டு பின் நனது மாளிகைக்குச் செல்லவேண்டும்."

"தாயார் சோழ மாளிகையிலா? எதனால்?"

"ஆமாம், அரசியார் இறந்ததிலிருந்து அவ்வப்போது இங்கிருக்கும் அரசியார்களைச் சந்தித்து வருவார்கள் தாயார். அதன் பொருட்டே. எமக்குக் கடைசியாகக் கிடைத்த தகவல் அரசியாரின் இறுதிச் சடங்கில் அவரின் பிள்ளைகளில் இளவரசர் வீரசோழனைத் தவிர வேறு எவரும் கலந்துகொள்ள வில்லையாம்."

"பிறகு என்ன ஆனது மாதவா?"

"பிறகு என்ன நடக்கும்? ஆண் பிள்ளைகளுக்கு உண்டான காரியங்களை வீரசோழனும், பெண் பிள்ளைகளுக்கு உண்டான காரியங்களை இளவரசியார் பானு நிருமையுமே செய்துள்ளார் கள். ஏதோ ஒரு சில காரணங்களை முன்னிட்டு சக்கரவர்த்தி களின் இரு மகள்களும் இப்போது வரையிலும் வரவில்லையாம். தனது தாயாரின் காரியத்தில் கலந்து கொண்ட இளவரசர் விக்கிரம சோழர் நேற்றோ இன்றோ வேங்கி புறப்படுவதாகவும், இளவரசர் மும்முடிச்சோழர் இன்றோ நாளையோ பாண்டி மண்டலம் புறப்படுவதாகவும் கேள்வி. சரி, நேரம் வேறு ஆகிவிட்டது நான்

வரட்டுமா கருணா? நாளை சந்திப்போம். ஆமாம், இதைக் கூற மறந்துவிட்டாயே. நாளை எங்கே எப்போ வருவது கருணா."

"நாளை மாலை அந்திசார் பொழுதில் காஞ்சியின் ராஜ பாட்டை எல்லையில் காத்திருக்கின்றேன். நீ அங்கு வந்துவிடு மாதவா."

"ஆகட்டும் கருணா" என்றவன் அங்கிருந்து சென்றான்.

மாதவன் சென்றதும் ஏனோ பணிகளைத் தொடர விருப்பமில்லாதவனாக பணியாட்களில் ஒருவனை அழைத்து அங்கிருந்த ஓலைகளையும் வரைபடங்களையும் எடுத்து வைக்கும்படி கூறினான். கொட்டாகாரத்தை விட்டு வெளியே வந்த கருணாகரன் வெட்ட வெளியில் நடக்கலானான்.

'இது என்ன ஒரு இனம்புரியா புது உணர்வு. கடந்த சில மாதங்களாக ஏதோ ஒன்று கிடைத்துவிட்டது போன்ற அகமகிழ்வு; எதையோ ஒன்றை இழந்துவிட்டது போன்ற ஏக்கம். இது எதனால், இதற்குப் பொருள் தான் என்ன? அத்தோடு அவள்... அந்தப் பெண்... அவளைப் பற்றிய நினைவுகளாயினும், அல்லது அவள் பெயரை யாரும் உச்சரிக்கக் கேட்டாலும் நனது இந்த செயலிழக்கும் தன்மை - இது எதனால் என்று ஒன்றுமே விளங்கவில்லையே. நாளை மாமல்லபுரம் சென்றதுமே எம்முள் நிகழ்ந்துள்ள இம்மாற்றங்கள் குறித்து மாதவனிடம் விவாதிக்க வேண்டும். இதற்கான உபாயத்தை அவனிடமே கேட்கலாம். அதுதான் சரி' என்று எண்ணிக் கொண்டான்.

அவன் அருகே வந்த காவலாளி ஒருவன், "அரசே, உணவு தயாராக உள்ளது. தாங்கள் வந்தீர்களானால்....."

"இல்லை, வேண்டாம் எமக்கு. நீங்கள் அனைவரும் உண வருந்திவிட்டு ஓய்வெடுத்துக்கொள்ளுங்கள்" என்று கருணாகரன் கொட்டாகாரத்திற்குள் வந்து அங்கு விரிக்கப்பட்டிருந்த படுக்கையில் படுத்துக்கொண்டான்.

'நனது இந்த உணர்வைப் போலவே தான் நிருதிக்கும் இருக்குமோ? அய்யோ... இதற்கான தீர்வை மாதவனிடமே கேட்டுத் தெரிந்து கொள்ளலாம்' என்று மெள்ள கண்ணயர்ந் தான் கருணாகரன்.

"என் இறைவா, இன்றைய பொழுது அனைவருக்கும் இனிதே விடியட்டும். இன்னும் சற்று நேரத்திற்கெல்லாம் மும்முடிச்சோழன்

பாண்டி மண்டலம் புறப்பட்டுவிடுவான். இன்று இரவுக்குள் வேங்கியை அடைந்துவிடுவான் விக்கிரமன். இருவரும் அவரவர் புகலிடம் செல்ல தாங்களே வழித் துணையாக வேண்டும். இப்பெரும் சோணாட்டினை ஒரு குடையின் கீழ் ஆட்சி செய்யும் வரம் தந்த இறைவா, யான் பெற்ற பிள்ளைகளை எமதருகே வைத்துக்கொள்ளும் வரம் எமக்கு எப்போது கிட்டும்." தனது அறையில் இருக்கும் சிவலிங்கத்தை வணங்கிக்கொண்டிருந்தான் குலோத்துங்கன்.

தன் மனைவியுடன் அங்கு வந்த ராசராச மும்முடிச்சோழன், "தந்தையே எங்களை ஆசிர்வதியுங்கள். புறப்படும் தருணம் வந்துவிட்டது" என்றான்.

அவர்கள் குலோத்துங்கனின் பாதங்களைத் தொட்டு வணங்க, "நீடுழி வாழ்வாய் மகனே, மங்கலம் உண்டாகட்டும் மகளே"' என்று கூறி அவர்கள் இருவருக்கும் திருநீறு பூசினான் குலோத்துங்கன்.

தனது அன்பு மகனின் தோள்களைப் பற்றிய குலோத்துங்கன், "நல்லது மகனே. உனது பயணம் இனிதே அமையட்டும். அந்தப் பொன் அம்பலத்தான் துணை இருக்கட்டும். சென்று வா மகனே" என்றான்.

தனது மகனின் தோள்களில் தனது கரத்தை வைத்து அழைத்து வந்தான் குலோத்துங்கன். தனது தாயின் ஈமைக்கு வந்து செல்வதனால் விக்கிரமனைப் போலவே ஆர்ப்பாட்டம் இல்லாமல் அமைதியாய் இருந்தது இராசராச மும்முடிச் சோழனின் புறப்பாடு.

சோழனின் குடும்பத்தாரும் குடிமக்களும் அங்கு கூட குடைகளும் கோடிகளும் முன்செல்ல, 'பகடின்' மீதமர்ந்தான் ராசராசன். அதன் பின்னே பல்லாக்கும் படைகளும் சென்றன பாண்டி மண்டலம் நோக்கி. சிறு பிள்ளைகள் போலவே சோழ மண்டலத்தின் ராச பாட்டை வரை தனது தமையனுடன் சென்று பின் திரும்புவதாக்க கூறி புரவி ஏறிச் சென்றனர் - சோழகங்கனும், வீரசோழனும்.

"தனது தமையன்மார்கள் செல்வதையே பார்த்த வண்ணம் நிருதியும் அவள் தோழிகளும் ஏனோ அதற்கு மேல் அங்கு நிற்க விரும்பவில்லை."

குலோத்துங்னிடம் அவனது பட்டத்து அரசிகள் இருவரும் "தேவரே" அரண்மனைக்கு வரவில்லையா என்றார்கள்.

"இல்லை தேவி, நீங்கள் இருவரும் பிள்ளைகளை அழைத்துக் கொண்டு செல்லுங்கள். யான் பிறகு வருகின்றேன்" என்றான்.

"ஆகட்டும் சுவாமி" என்ற வல்லபி, "அமுதா, மலர் வாருங்கள்; அரண்மனைக்குச் செல்லலாம். நிருதி அங்கே என்னம்மா பார்த்துக்கொண்டிருக்கின்றாய்? வா, போகலாம்." என்றாள்.

"இல்லை தாயே, தமையனார் இருவரும் வரட்டுமே" என்றாள்.

"அவர்கள் வர சற்றே நேரம் ஆகுமே. அதுவரையில் எதற்கு இங்கு நிற்பானேன்?"

"அப்படியானால், சரி தந்தையார். வரவில்லையா நம்முடன்?"

"இல்லை, அவர்கள் சிறிது நேரம் கழித்து வருவார்கள்."

பெண்டுகள் அனைவரும் ரதத்தில் அங்கிருந்து செல்ல கோட்டை வாயிலின் கிழக்குப்புறமாக இருக்கும் மிகப் பெரிய வாகை மரத்தின் கீழ் போடப்பட்டிருக்கும் மேடையில் சென்று அமர்ந்தான் குலோத்துங்கன்.

அடுத்தடுத்த நாட்கள் புறப்பட்டுச் சென்ற தன் அன்பு மகன்கள்; ஒரேயடியாக தன்னை விட்டுச் சென்ற மதுராந்தகி; இருந்தும், இல்லாமல் போன பெண் பிள்ளைகள்; தன்னுடன் இருக்கும் மூன்று பிள்ளைகளின் எதிர்காலம்; சோணாட்டு எல்லைகளில் அவ்வப்போது வந்து செல்லும் அன்னிய விசமிகள்; இச்சோணாட்டின் ஆட்சிப் பெரும் சுமை - இவை போன்று எண்ணங்கள் குலோத்துங்கனை ஆட்கொள்ள, உள்ளச் சோர்வு என்பது இயல்பான ஒன்றே.

மன்னன் ஆனாலும் மானுடன் என்ற முறையில் முதுமையை நோக்கி முன்னேறிக் கொண்டு இருக்கிறது அகவை. 'இதன் பொருட்டே இவை போன்ற எண்ணங்கள் அவ்வப்போது நம்மை ஆட்கொள்கின்றனவா என்ன? இல்லை; ஏதோ ஒரு எதிர்பார்ப்பு எம்முன்னே சில காலங்களாக. அது என்ன? அனைத்திற்கும் ஆலோசனை வழங்கும் ராயர் இருந்தும், இன்னமும் ஏதோ ஒன்று அது சோணாட்டின் அச்சுறுத்தலுக்கு முற்றுப் புள்ளியாய் இருக்க வேண்டும். நன் நிழலாக நனது இருகரங்களுக்குப் பெரும் அரணாக எம்மை விடவும் இச்சோழ தேசத்தை நேசிக்கும்

ஒருவன். அப்படி ஒருவனை யான் எங்கு சென்று தேடுவது? கருணை கொண்டு அருள் செய்க கருணா மூர்த்தியே! எம் கண்களில் அவனைக் காட்டி அருள்க' என்று மனமுருகி அந்தப் பரம்பொருளை வேண்டிக் கொண்டான் குலோத்துங்கன்.

கோட்டையுனுள் இருக்கும் ஆலயத்தில் இருந்து மணி ஓசை கேட்டது - பூசை நடப்பதன் பொருட்டு.

மேடையில் இருந்து எழுந்து நின்றான் குலோத்துங்கன்.

'என்ன இது நன்னிமித்தம்மாக உள்ளதே. அப்படியானால், நம் கோரிக்கைகளை அந்த ஆடவல்லான் ஏற்றுக் கொண்டாரா என்ன? இதன் பொருள் அவன் வரப்போகின்றான் அல்லது வந்துவிட்டான். எம்பெருமானே, இந்த மணி ஓசையை தங்களின் நல் ஆசி என்றே ஏற்றுக் கொள்வேன். இருப்பினும், அவன் இப்போது எங்கு இருக்கின்றான். யான் அதை எப்படி தெரிந்து கொள்வது?' என்று எண்ணினான் குலோத்துங்கன்.

* * *

23

தொண்டை வன முற்றுகை

"யான் இங்கு இருக்கின்றேன், சயந்தா. எதன் காரணமாக எம்மைத் தேடுகின்றாய்?"

"வணங்குகின்றேன் வண்டையார்கோனே. தங்களைக் காண கொட்டாகாரத்திற்குச் சென்றேன். காவலாளி தாங்கள் இங்கிருப்பதாகக்" கூறினான்."

சரி, தங்களுக்கு தற்போது என்ன வேண்டும்? ஒரு வழியாக தொண்டை மண்டல நில அளவைப் பணிகள் இன்று முற்பகலுடன் முடிந்தன. அது தொடர்பான அனைத்து ஆவணங் களையும் தங்களின் தலைமைக் கொட்டாகாரத்தில் வைத்துள்ளேன். அதை தாங்கள் வந்து ஒரு முறை சரி பார்க்க அடுத்த கட்ட செயல்பாடுகளுக்கு ஏதுவாக இருக்கும் பிரபு."

"தாங்கள் செல்லுங்கள், இதோ வந்துவிடுகிறேன்" என்றான், ஓடையில் நீராடிக்கொண்டிருந்த கருணாகரன்.

"உத்தரவு அரசே!" என்ற சயந்தன் அங்கிருந்து சென்றான். அங்கிருந்து சற்றே விலகி நின்ற சயந்தனின் உதவியாளன் தொண்டை மண்டலத்தைச் சேர்ந்தவன், "யார் அவர் பிரபு?"

"சோணாட்டு மேந்தரத்து அதிகாரி என்றால் வயது முதிந்தவராக இருப்பார் என்று நினைத்தேன். இவர் என்ன வாலிபராக உள்ளார். மிகவும் வடிவுடையவராகவும் (அழகாக) உள்ளார். ஒரு வேளை சக்கரவர்த்திகளின் மகனாக இருப்பாரா, என்ன?"

நகைத்தபடியே, "இல்லை. இவர் சோணாட்டுச் சிற்றரசர் களுள் ஒருவராவார். அதிலும், தமக்கென குடை உரிமையும் கொடி உரிமையும் பூண்ட அரசவம்சத்தினருள் இவரும் ஒருவர். வண்டையைத் தலைநகராகக் கொண்டு ஆட்சி செய்பவர். பேரரசர்களுக்கு மட்டுமே வழங்கப்படும் கோன் என்னும் பட்டம் பெற்ற மூன்று சிற்றரசர்களுள் இவரும் ஒருவர். இதோடு கூட இந்த நில அளவைப் பணியில் இவர் காட்டும் துரிதம்,துல்லியம்,இவருடன் பணி செய்பவர்களில் வெகுவாக கவர்ந்துள்ளது எனலாம்.

"அப்படியா? மிகவும் ஏற்கத்தக்க மனிதர் தாம் போலும்."

"ஆமாம்!" என்றான் சயந்தன்.

ஓடையில் நீராடிய கருணாகரன் தனது ஈர ஆடைகளைக் களைந்து மாற்று உடையை இடையே அணிந்தான். தனது வாளை எடுத்துக்கொண்டு தனது புரவியின் மேல் அமர, 'என்ன இது ஏதோ

ஒரு சத்தம். காட்டு விலங்குகள் ஓடையைக் கடக்கின்றனவா? இல்லையே, இது மனிதர்கள் கடப்பதைப் போல் அல்லவா உள்ளது? இங்கே எப்படி மனிதர்கள்? இது தொண்டை மண்டலத்தில் புறநகர்ப் பகுதியிற்றே? வேங்கிக்கும், தொண்டைக்கும் இடைப்பட்ட வனப்பகுதி. என்ன செய்வது? சற்றே சிந்தித்த கருணாகரன், "சுந்தரம் நீ இங்கேயே இரு. இதோ வந்துவிடுகின்றேன். உனது காலடிக் குளம்பு சத்தம் கேட்டால் அங்கிருக்கும் எதுவாயினும் எச்சரிக்கை கொள்ளக்கூடும் என்று அங்கிருந்து சென்று அந்த ஓடை அருகே இருந்த அடர்ந்த மரங்களுள் நெடிந்து உயர்ந்த வேங்கை மரத்தின் மீது ஏறினான்.

சப்தம் வந்த திசையை நோக்கினான். நமது யூகம் சரிதான். அதோ அங்கே மனிதர்கள் கரங்களில் வாளும், வில்லும். வேட்டுவர்கள் என்றால் வாள் எதற்காக? அதுவும் தனித்து வேட்டையாடுவது தானே இயல்பு? இது என்ன குழுவாக உள்ளனர்? சரி, இதை அறிந்து கொள்ள வேறொரு மார்க்கம் இருக்கின்றதே' என்று எண்ணிக்கொண்ட கருணாகரன் பரியின் மீதமர்ந்து விரைவாகச் சென்றான்.

கொட்டாகாரத்திற்குள் சென்ற கருணாகரனைக் கண்டதும் சயந்தன், "வணங்குகின்றேன், அரசே! இதோ ஆவணங்கள் தங்களின் பார்வைக்கு" என்று வணங்கி நின்றான்.

"இது இருக்கட்டும் சயந்தா எமக்கு ஒரு விவரம் தேவைப்படுகிறது."

"கூறுங்கள் அரசே!"

"இங்கிருக்கும் ஓடை எந்த ஆற்றின் கிளை ஊற்று?"

"இங்கிருக்கும் அனைத்து ஊற்றுகளுமே பாலாற்றின் உபரி ஊற்றுகள் தான் அரசே."

"இந்த ஓடை அருகே மக்கள் வசிப்பிடம் உள்ளதா என்ன?"

"சற்றுத் தொலைவில் இல்லை அரசே; இந்த வனப் பகுதிகளில் இம் மண்டலத்தில் காரணப் பெயர் கொண்ட தொண்டை கொடிகளுள் வனவிலங்குகள் மட்டுமே உள்ளன. இருப்பினும், தாங்கள் கூறுவது போல் சற்று தொலைவில் சிறு கால்வாய் ஒன்றும், அங்கிருந்து சில காத தூரத்தில் பெரும் கால்வாய் ஒன்றும் உள்ளன."

"இதன் பயன்பாடு என்ன?"

“தொண்டையில் இருப்போர் வேங்கிக்கும், வேங்கியில் இருப்போர் தொண்டைக்கும் பயணிக்கும் கால்வாய்.”

“இவை இரண்டிற்கும் உள்ள வேறுபாடுகள்?”

“சிறிய கால்வாய் வழியாக வேங்கிக்குச் சென்றோமானால் விரைவாகச் சென்றுவிடலாம். இருப்பினும், ஒரு வனப் பகுதியைக் கடக்க வேண்டும். இவ்வனப்பகுதியில் உள்ள வனவிலங்குகள், கள்வர்களின் அச்சுறுத்தல் காரணமாக இப்பாதையை வணிகர்களும், குடிகளும் தேர்ந்தெடுப்பது இல்லை. பெரும் கால்வாயில் போதிய பாதுகாப்பு இருக்கின்ற படியால் எந்நேரமும் கடக்க ஏதுவாக இருக்கும்.”

“அப்படியா?” என்ற கருணாகரன் எதையோ சிந்தித்தவனாக சில கனங்கள் கழித்து சற்றே பரபரப்புடன் ஒரு பட்டுச் சுருளை விரித்து எதையோ எழுதியவனாக பின் அதைச் சுருட்டி சயந்தனிடம் கொடுத்தான்.

“சயந்தா, இதை உடனடியாக சேனாபதியார் மாதவனிடம் கொடுங்கள்” என்றான்.

ஒன்றும் புரியாதவனாக “உத்தரவு அரசே!” என்று பெற்றுக் கொண்டு அங்கிருந்து சென்றான்.

“யார் அங்கே? பெட்டகத்தைத் திறந்து நனது சிலையையும் அம்புரா துளியையும் எடுத்து வாருங்கள்” எனக் கட்டளை யிட்டான்.

அவற்றை எடுத்து வந்து அவன் கரங்களிலே கொடுத்தான் காவலாளி ஒருவன்.

இவற்றிலேயே இடையில் நெடுவாள், குறுவாள், தோள்களில் அம்புரா துளி, இடக்கரத்தில் வில்லேந்தி புரவியில் அமர்ந்தான் கருணாகரன்.

சுதர்சனின் கருடன் போல பறந்து சென்றது கருணாகரனின் சுந்தரப் புரவி.

தொண்டை மண்டல அலுவலகம்.

“வணங்குகின்றேன் சேனாதிபதியாரே.”

“வாருங்கள் சயந்தா. தாங்கள் இவ்வேளையில் இங்கே…”

“வண்டையார்கோன் இந்த ஓலையைத் தங்களிடம் கொடுத்துவிட்டு வரும்படி உத்தரவிட்டார்.”

“அப்படியா? எங்கே கொடுங்கள் பார்க்கலாம். என்ன எழுதியுள்ளான்?”

"நண்பன் மாதவனுக்கு கருணாகரனின் வணங்கங்கள். இது அலுவல் சார்ந்த ஓலை இல்லை என்பதனால் முத்திரையிட வில்லை. நீ உடனடியாக ஐம்பது வீரர்களை அழைத்துக் கொண்டு தொண்டைக்கும், வேங்கிக்கும் இடைப்பட்ட சிறிய கால்வாயை அடுத்த வனப்பகுதிக்கு உடனடியாக வரவும் இவ்வுலி வீரர்களை அழைத்து வருவது உத்தமம். இத்தகவலின் முக்கியத்துவம் உணர்த்தவே நனது தனிப்பட்ட வண்டையின் முத்திரையைப் பதித்துள்ளேன். மேலும் நீ வனப்பகுதிக்குள் பிரவேசித்ததை உணர்த்த அங்குள்ள நெடிதுயர்ந்த மரத்தில் அம்பைச் செலுத்துவது அவசியம். கால தாமதம் ஆகாமல் உடனடியாக வரவும் வணக்கம்."

அதைப் படித்ததும், 'என்னவாயிற்று இவனுக்கு? நேற்றைய தினம் கடற்கரைக்குச் செல்லலாம் என்று கூறினான். அதுவும் இருவர் மட்டும் போதும் என்று. இப்போது வனப்பகுதிக்கு வீரர்களைக் கூட்டி வரச் சொல்கின்றான். என்னவாக இருக்கும்? இந்த ஓலையில் அரசாங்க முத்திரை வேறு இல்லையே. காவலர்களை அழைத்துச் செல்வதென்றால் அது ஒரு பொருட்டே இல்லை. வீரர்களை அழைத்துச் சென்றால் அதற்கான காரணத்தையும், அது குறித்த ஆவணத்தையும் அரசிடம் சமர்ப்பிக்கவேண்டுமே. தற்போது யான் என்ன செய்வேன்? சரி இதனால் வரப்போகும் பின்விளைவுகளைப் பின்னர் பார்த்துக்கொள்ளலாம். தற்போது உடனடியாக கருணா கூறிய இடத்திற்குச் செல்லலாம்.'

காவலாளி ஒருவனை அழைத்து வீரர்களைத் தயாராகச் சொல்லும்படி கட்டளையிட்டான். அவர்களை அழைத்துக் கொண்டு அவ் வனப்பகுதிக்கு விரைந்தான் வேளான் இராச வல்லவப் பல்லவரையனையாகிய மாதவன்.

சயந்தன் கூறிய சிறிய கால்வாய் அருகே வந்தான் கருணாகரன்.

'முன்னேறி வனத்திற்குள்ளே செல்லலாம். இல்லை இல்லை தொண்டை புற வனத்திற்குள் சென்று காணலாம். ஏதேனும் தகவல் கிடைக்கக்கூடும்.' "சுந்தரம், சற்று பையப் போ - சப்தம் உண்டுபண்ணாமல்" என்றான் கருணாகரன் தன் புரவியிடம். சற்று தூரம் சென்றதும் புரவியை ஒரு இடத்தில் நிறுத்திவிட்டு அங்கிருந்த அடர்ந்த மரத்தின் மீது ஏறினான். கண்களுக்கு ஏதேனும் தென்படுகின்றதா என்று கருணாகரன் எண்ணுவதற்குள்ளாகவே அங்கே சற்று தள்ளி ஒரு மரத்தின்

அடியில் ஒருவன் அமர்ந்து கொண்டு எதையோ எழுதுவது போல் இருந்தது. அவன் அருகே எண்ணற்ற அம்புகள் காணப்பட்டன. அங்கே யாராவது வருகின்றார்களா என்று சுற்றும் முற்றும் பார்த்தபடியே அவன் எழுதியவற்றைச் சுருட்டி அதை அம்புகளிலேயே கட்டிக்கொண்டிருந்தான்.

'இவன் யார்? இங்கு என்ன செய்து கொண்டிருக்கின்றான்? என்று எண்ணுவதற்குள்ளாகவே அமர்ந்து இருந்தவன் தலைக்கு மேல் உள்ள கிளையில் ஒருவன் நின்று கொண்டு எதிர் எதிர் திசையில் தொலைவில் உள்ள மிகப் பெரிய மரத்தில் குறி வைத்து அம்பு எய்தினான்.

'யார் இவர்கள்? எங்குள்ளவர்கள்? எதற்காக இங்கு வந்திருக்கிறார்கள்? பெரு மரத்தில் அம்பு எய்துவதன் நோக்கம் என்ன? ஒரே குழப்பமாக அல்லவா உள்ளது?' என்று எண்ணி இருந்த கருணாகரனின் பார்வையில் ஒரு காட்சி.

தொண்டை மண்டலப் புறநகர் வனப்பாதையில் கொடியேந்தி இவ்வுலி வீரர்கள் சற்று அருகாமையில் வர, புலிக்கொடி... அப்படியானால் வருவது சக்கரவர்த்திகளின் மகனார் விக்கிரமன். அது அடர்ந்த காடு என்பதனாலோ என்னவோ விக்கிரமனுக்குப் பின்னே இறுதியாக வரும் வீரர்கள் எங்கிருந்தோ அம்பு வந்து தாக்கப்பட்டது கூட தெரியாமல் பயணித்துக் கொண்டிருந்தனர்.

ஓடை அருகே தான் கண்ட காட்சி துவங்கி தற்போது நடப்பதை வரை ஒப்பிட்டுப் பார்த்த கருணாகரன் ஒருவாறாக அங்கு நிகழ உள்ளதைக் கணித்தவனாக அவ்விருவரையும் உற்று நோக்கினான். அவர்கள் இருந்த மரத்தின் எதிர் திசைகளில் இருந்து அடுத்தடுத்து இரண்டு அம்புகளும் அம்மரத்தில் பாய்ந்தன. அந்த அம்புகளை கிளையில் இருந்தவன் எடுக்க எத்தனிக்க மறு கணமே கருணாகரனின் அம்பானது கீழே அமர்ந்திருந்தவனின் சிரசைத் துளைத்தது. எங்கிருந்து அம்பு வந்தது எனக் கிளையில் இருந்தவன் காணும் முன்னமே அவன் மார்பைத் துளைத்தது கருணாகரனின் மற்றுமோர் அம்பு.

* * *

24

பரணியின் நாயகனும்,
உலா நாயகனும்

அவ்விடத்துக்கு விரைந்து சென்று பார்த்தான் கருணாகரன். அவர்கள் தோள்களிலும் தொடைகளிலும் சிவப்பு, பச்சை நிறத்தால் ஆன ஓவியம் வரையப்பட்டு இருந்தது.

கீழே இருந்தவன் எதை எழுதிக் கொண்டு இருந்தான் என்பதைத் தெரிந்துகொள்ள அங்கிருந்த மரச்சுருள்களைக் காண, அதில் எழுத்துக்கள் என்று எதுவும் இல்லை. அனைத்தும் சித்திரங்களே. ஒரு சில வகை குறியீடுகளும் சித்திரங்களும் அதிலே வரையப்பட்டு இருந்தன. சற்று முன் அந்த மரத்தில் பாய்ந்த அம்புகளை எடுத்து அதில் இருந்த மரச்சுருள்களைக் காண அதிலும் சித்திரமும் குறியீடுமே காணப்பட்டன.

இதன் பொருள், விக்கிரமனைப் பின்தொடரும் ஒரு குழு விக்கிரமனை எதிர்நோக்கும் ஒரு குழு. இவ்விரு குழுவினரையும் இங்கு இருந்து கொண்டு அம்புகளின் மூலம் செய்தி பரிமாறி வழிநடத்துகின்றான் இவன். இப்போது நாம் என்ன செய்ய வேண்டும் என்று சிந்தித்தான் கருணாகரன். இளவரசனை எதிர்நோக்குபவர்களைப் பற்றித் தற்போது கவலையுறத் தேவையில்லை. அதற்கு இன்னும் தொலைவு உள்ளது. தற்போது பின்தொடர்பவர்களையே நாம் தடுத்து நிறுத்த வேண்டும். ஏனெனில்,இளவரசனுக்கு மிக அருகில் இருக்கும் ஆபத்து அதுவே. செயல்பாடுகளைத் தொடர்வதற்கும், நிறுத்தி வைப்பதற்குமான குறியீடுகள் என்று, ஓர் அனுமானத்தில் ஒரு சில குறியீடுகளை எடுத்து அது போல் தானும் வரைந்து அச்சுருளை ஓர் அம்பிலே கட்டினான் கருணாகரன்.

‘எம் இறைவா, இந்த அம்பில் இருக்கும் சித்திரமானது அவர்களின் செயல்பாடுகளை நிறுத்தும்படி இருக்கவேண்டும். நன் அனுமானம் பலிக்கவேண்டும்’ என்று எண்ணியவனாக விக்கிரமன் வரும் திசையை நோக்கி அம்பைச் செலுத்தினான். அம்மரத்தில் நின்று ஏதேனும் தெரிகின்றதா எனக் காண மரக்கிளைகளைத் தவிர வேறு எதுவும் தெரியவில்லை. கணப்பொழுதில் ஓர் அம்பு அந்த மரத்தில் பாய அதில் இருக்கும் மரச்சுருளைப் பிரித்தான் கருணாகரன். அவன் அனுமானம் சரியாகப் போனது. செயல்பாடுகள் நிறுத்தி வைக்கப்படுவதாக அந்தச் சுருளில் சித்திரம் வரையப்பட்டு இருந்தது.

இந்தப் பதில் அம்பு என்பது ஆறுதலாக இருந்ததே தவிர, கருணாகரனால் முழுவதுமாக ஒரு முடிவுக்கு வர இயலவில்லை. அடுத்து என்ன செய்வது என்று குழப்பம் மேலோங்கியது. அம்மரத்தின் சற்றே உயரத்தில் உள்ள ஒரு கிளையில் ஏறிச் சென்று விக்கிரமன் வருவது தெரிகின்றதா எனக் காண, தூரத்தில் விக்கிரமனும், அவன் குழுவும் எவ்வித இடர்பாடும் இன்றி வந்து கொண்டு இருந்தார்கள்.

ஒருவாறாக, தன்னை ஆசுவாசப்படுத்திக் கொண்ட கருணாகரன், இளவரசரைப் பின்தொடர்பவர்களை எப்படி அறிவது, எதிர் நோக்கி இருப்பவர்களை எப்படி அழிப்பது என்று சிந்திக்கலானான். அப்போது அவன் கண்களில் பட்டன அம்புகள். சற்றே வித்தியாசமாக அம்பின் அடியில் இறகு களுக்குப் பதிலாக ஏதோ விலங்கின் மயிர் கட்டப்பட்டு இருந்தது. இந்த உரோமமானது சற்றே கனமாகவும் அழுத்தமாகவும் இருந்தது. அந்த அம்புகள் அனைத்தையும், தொண்டைக் கொடிகளைக் கொண்டு கட்டி, சற்றே அகண்டு உயர்ந்த ஒரு கிளிக்கூண்டு போல் உருவாக்கினான்.

அதன் மேல் தலைப்பகுதியில் அங்கிருந்த ஒரு வில்லையும் இணைத்துக் கட்டினான். ஒரு மரச்சுருளை எடுத்து ஒரு கிளிக்கூண்டை வரைந்து அதனுள் ஒரு மனிதனை உருவகப்படுத்தி, அந்தச் சுருளை அம்பிலே கட்டி விக்கிரமனை எதிர்நோக்கி இருப்போர் திசையில் மரத்தில் செலுத்தினான். அவன் எதிர்பார்த்ததைப் போலவே பதில் அம்பு அங்கிருந்து வந்தது. அதில் ஏதோ குறியீடுகளும் இருந்தன. ஒருவாறாக ‘நாம் அனுப்பிய சித்திரத் தகவலை ஆமோதித்திருப்பார்களா என்று பார்க்கலாம்’ என்ற எண்ணத்துடன் ‘சுந்தரம்’ என்று அழைத்ததுமே ஓடோடி வந்தது கருணாகரனின் செல்ல’ புரவி.

அந்தக் கூண்டை சுந்தரத்தின் முதுகினிலே கட்டி ‘நமக்குக் காலம் குறைவாக உள்ளது. சிறிய கால்வாய்க்கு அந்தப்புறம் உள்ள வனத்திற்குள் செல்லவேண்டும் வா போகலாம்’ என அழைத்துக் கொண்டவன் ஓர் அடி முன்னே எடுத்து வைத்திருப்பானோ என்னவோ ‘சுந்தரம், சற்றுப் பொறு’ என்றவன், அங்கு கிடந்த மற்ற அம்புகளையும் தனது அம்புரா துணியில் வைத்துக் கொண்டான்.

மரச்சுருள்கள், வரைய பயன் பட்ட கரிக்கோள் என அவற்றையும் எடுத்துக்கொண்டான்.

ஒரு வழியாக கால்வாயைக் கடந்து அந்த வனத்திற்குள் பிரவேசித்தான் சுந்தரத்தோடு கருணாகரன். அந்த இடத்தில் அவனையும், சுந்தரத்தையும் தவிர எவரும் இல்லை. தற்சமயம் அங்கிருக்கும் ஒரு மரத்தின் மீது ஏறி எதுவாயினும் புலப்படுகிறதா என்று பார்த்தான். சற்றே தொலைவில் ஓடையுடன் கூடிய மணல் திட்டு. அது சற்றே வெட்டவெளியாய்க் காணல் காணப்பட்டது இதை எங்கோ பார்த்தது போல உள்ளதே என்று எண்ணிய கருணாகரன், தன்னிடம் உள்ள மரச்சுருள்களை எடுத்துக்காண அவற்றில் ஒன்றில் இந்த மணல் திட்டை உணர்த்தும் சித்திரம் ஒன்று இருந்தது.

அதிலே ஏழு கோடுகள் வரையப்பட்டிருந்தன. இதன் பொருள்? அங்கே ஏழுவர் இருக்கின்றார்களா என்ன? வேறு எதுவும் அறியமுடிகின்றதா?' என்ற எண்ணத்துடன் மற்ற மரச்சுருள்களைக் காண, அனேகக் குறியீடுகள் ஒரு சில சித்திரங்கள். பிறகு மற்றும் ஒன்றில் அடர்ந்த மரங்களுக்கு நடுவே உள்ள வழித்தடம் போன்ற சித்திரம். அதிலே இருபத்தொன்பது கோடுகள்.

'அப்படியானால், இளவரசரை இந்த இருபத்தொன்பது பேர் கொண்ட குழு தான் தாக்கவுள்ளதா? நாம் அனுப்பிய சித்திரச் சுருள் இருவர்களில் யாருக்குக் கிடைத்திருக்கும்? ஒரு வேளை இத்தனை நேரத்திற்குள்ளாக அதையும் ஒரு குழுவினர் மற்றொரு குழுவினருக்குத் தெரியப்படுத்தியிருப்பார்களா? என்று எண்ணும் போதே எங்கேயோ தூரத்தில் புரவியின் காலடிச் சத்தம் கேட்க.'

'அய்யோ... இது என்ன புது குழப்பம்? வருவது விக்கிரமனா, மாதவனா? சரி வருகின்றவர்கள் வரட்டும். நாம் மரத்தின் மேற் கிளையில் சென்று பார்க்கலாம் - அந்த ஓடையின் அருகே தென்படுகிறதா என்று.' சற்றே உயரத்திற்குச் சென்றான் கருணாகரன். அவன் எண்ணியபடியே ஓடையின் அருகே இருந்த ஒரு பெரிய மரத்தின் அடியில் ஆறு பேர் அமர்ந் திருந்தனர். 'அதே சிவப்பு, பச்சை வண்ண சாயத்தைப் பூசிக்கொண்டு. என்ன இது? எழுவர் இருப்பதாகத் தானே அந்தச் சித்திரத்தில் மேற்கோள் இடப்பட்டிருந்தது.

அப்படியானால் மற்றும் ஒருவன் எங்கே? ஒரு வேளை சித்திரத்தில் பிழையாக வரைந்திருப்பார்களா, என்ன? என்று கருணாகரன் எண்ணுவதற்குள்ளாகவே சற்றே தள்ளி ஓடையில் இருந்து குடுவையில் நீர் எடுக்கச் சென்றிருப்பான் போல ஒருவன் அவனும் அங்கு வர கணக்கு சரியானது.

'கல்வி அறிவு என்பது இல்லை. ஆனாலும் கணிதத்தில் கைதேர்ந்தவர்கள் போல' என எண்ணிய கருணாகரன் தனக்குத்தானே சிரித்துக்கொண்டான். இவர்களில் ஒருவனுக்கு குறி வைத்தோமேயானால் மற்றவர்கள் தப்பிச் செல்லக்கூடும். அதற்கு இடம் தரலாகாது' என்று எண்ணிய கருணாகரன் அவர்கள் அமர்ந்திருந்த மரத்தை நோக்கி மூன்று அம்புகளை அடுத்து அடுத்து எய்துவிட அம்பில் இருக்கும் மயிற் குஞ்சங்களைக் காணவும் அது தங்களுக்கான செய்தி வந்துள்ளது என்ற ஆர்வத்தில் மூவரும் அவற்றை எடுப்பதற்காக மரத்தில் ஏற, அதை நால்வர் வேடிக்கை பார்க்க மிகவும் சுலபமான ஒன்றாய் இருந்தது கருணாகரனுக்கு அவர்களைக் கொல்ல. அவனின் அம்புகள் அங்கிருந்த அனைவரின் சிரங்களை கிழித்தன. மரத்தை விட்டு கீழ் இறங்கிய கருணாகரன், "சுந்தரம் வா போகலாம் - ஓடையின் மணற் திட்டிற்கு அங்கே ஏதேனும் அறிய முடிகிறதா என்று பார்ப்போம்" என்றவாறே மணற் திட்டை நோக்கிச் சென்றான்.

அங்கு சென்ற போது எழுவரின் உடல்களிலும் வில்லும், அம்புகளும். அதைப் போன்று மரச்சுருள்கள் சில. அவற்றைப் பிரித்துப் பார்த்த பொழுது அந்தச் சுருளிலே அவன் அனுப்பிய சித்திரமும் இருந்தது. இதன் பொருள்? இவ்விடத்தில் வைத்துத் தான் இளவரசரைத் தாக்க வுள்ளார்களா? சற்றே அருகாமையில் கேட்டது போல் இருந்தது பரிகளின் காலடி. அவர்கள் வந்துவிட்டார்கள். இது இளவரச ராகத்தான் இருக்க வேண்டும்' என்று எண்ணிய கருணா" சுந்தரத்தின் முதுகில் இருந்த கூண்டை தொண்டைக் கொடியில் கட்டி அந்தக் கொடியை மரத்தின் உயரத்தில் உள்ள கிளைகளில் கட்டினான் - கூண்டானது கிளைகளின் நடுவே இருக்கும் வண்ணம். அங்கிருந்த சடலங்களை அப்புறப்படுத்தினான்.

“சுந்தரம், ஏதேனும் புதர்களுக்கு, பின்னால் ஓடி சென்று மறைந்துகொள். யான் அழைக்கையில் வந்தால் போதும்” என்றான் கருணாகரன்.

வாய்மொழி பேசா அறிவாளன் சுந்தரம். அவன் கூறிய கணமே ஓடிச் சென்று மறைந்து கொண்டது.

கூண்டு கட்டிய மரத்தின் கிளையில் அமர்ந்து கொண்டான் கருணாகரன்.

அவன் அமர்ந்த சற்று நேரத்திற்கெல்லாம் புலிக்கொடி ஏந்திய வீரர்கள் ஓடை மணற் திட்டைக் கடக்கத் தொடங்கினார்கள். அவர்களின் முன்னே அம்பு ஒன்று மணலில் பாய்ந்தது. அதைக் கண்ட பரி வீரன் ஒருவன், “அரசே எங்கிருந்தோ அம்பு ஒன்று அதிலே ஏதோ செய்தி தரப்பட்டது போல உள்ளதே என்றதும், தனது பரியை விட்டு கீழ் இறங்கிய விக்கிரமன் அந்த அம்பை வாங்க, அனைத்து வீரர்களும் பரியை விட்டுக் கீழ் இறங்கினார்கள். அந்த அம்பில் என்ன செய்தி உள்ளது என்று பிரித்துப் பார்க்க சற்றே அருகில் அனேகர் ஓடி வருவது போன்ற சத்தம் கேட்க, அம்புக் கூண்டானது விக்கிரமனை சிறைபிடித்தது. விக்கிரமனை சிறைபிடிக்க கருணாகரன் எய்த அம்பு அது என்று அப்போது தெரிந்திருக்க வாய்ப்பில்லை. சற்று நேரத்திற்கு எல்லாம் இருபத்தொன்பது பேர் கொண்ட குழு சோழ வீரர்களை சுற்றி வளைத்தது. இரு குழுவினருக்குமிடையே சண்டை துவங்க கருணாகரனின் கணிப்பு படி விக்கிரமன் அருகே எவனும் செல்லவில்லை. அதுவும் சில நிமிடங்களே. அவர்களுள் ஒருவன் பார்வை விக்கிரமன் பக்கமாகத் திருப்பியது. அவன் அருகே செல்லும் போது தொண்டைக் கொடி உதவியுடன் கீழ் இறங்கிய கருணாகரன் அவனின் சிரத்தைத் துண்டித்தான். சிரம் சிதறுண்டு ஏதோ ஒரு புதருக்குள் விழுந்தது. இதைக் கண்ட இரு தரப்பினரும் ஒரு கணம் செயலற்று நின்றனர்.

“பரணியின் நாயகனும்”, “உலாவின் நாயகனும்” முண்டத்தை இடை நிறுத்தி முதல் முறையாக ஒருவரை ஒருவர் கண்ட தருணம் அது. சிறு குறுநகையை தவழ விட்டு விக்கிரமனைக் கடந்து மற்றவர்களின் சிரம் அறுக்க களம்புகுந்தான் கருணாகரன். கண நேரத்தில் இருபத்து எட்டு பேர்களின் உடலையும் தலையையும்

தனித்தனியே பிரித்தெடுத்த கருணாகரன், ஒருவனை மட்டும் தன் அம்பு கொண்டு தாக்கினான். அம்பானது அவன் கழுத்துப் பகுதியில் பாய்ந்தது.

அவன் புதர்களுக்கு இடையே ஓடினான். சோழவீரர்கள் அவனைப் பிடிக்க எத்தனிக்க,

“அவனை விட்டு விடுங்கள். தானாகவே அவனும் இறந்து விடுவான்” என்றான் கருணாகரன்.

அதற்குள் அங்கு வீரர்களுடன் வந்த மாதவன், கூண்டிலே அடைபட்டு இருக்கும் விக்கிரமனைக் கண்டு “கருணா, நீ என்ன காரியம் செய்திருக்கின்றாய்? என அலறி, அவன் அருகே செல்ல அவனை ஏதோ இடறிவிட அவை அங்காங்கே கிடக்கும் தலையற்ற முண்டங்கள்.

“இவர் யார் என்று தெரியுமா உனக்கு?” என்று கத்தினான்.

“ஏன் தெரியாது? சக்கரவர்த்திகளின் திருக்குமாரன் இளவரசர் விக்கிரமன் அவர்கள்” என்று கூறிய வாறே அவரை அச்சிறையில் இருந்து விடுவித்தான்.

“வணங்குகின்றேன், இளவரசே!” என்று கருணாகரன் கூற

“வணக்கங்கள்!” என்றான் விக்கிரமன்

மாதவனும் அவன் உடன் வந்த வீரர்களும் தங்களின் வணக்கங்களைத் தெரிவித்துக் கொண்டனர். இத்துணை நேரத்திற்குப் பின்பும் கோபமும், அக்கிராசமும் கருணாகரனின் முகத்திலும் உடலிலும் வெளிப்பட்டன.

“கருணா உனக்கு இந்த அளவிற்குக் கோபமும், வேகமும் வரும் என்று இன்று தான் கண்டு கொண்டேன். உண்மையில் உனது நண்பனான எமக்கே உனைக் காண அச்சமாக உள்ளது.”

“உனது அச்சத்தை சிறிதே ஒத்திவை மாதவா” என்றான்.

“இங்கே யான் ஒருவன் இருக்கின்றேன் என்பது ஞாபகம் இருக்கின்றதா?” என்றான் விக்கிரமன்.

“மன்னியுங்கள் இளவரசே! தங்களுக்கு இவரை அறிமுகம் செய்ய மறந்து விட்டேன். இவர் வண்டையின் அரசர். மற்றும் நனது உற்ற நண்பர் கருணாகரன்.”

“வணக்கம்!” என்ற விக்கிரமன்.

"தாங்கள் நாட்டை அளப்போர் பதவியில் அல்லவா உள்ளீர்கள்?" என்று கேட்டான்.

"ஆம் இளவரசரே!"

"பின் எப்படி இதெல்லாம்? இதற்கு முன் போர்க்களம் சென்று உள்ளீர்களா, என்ன?"

"இல்லை, இது வரையிலும் இல்லை."

"பின் எப்படி இத்துணை துரிதமாக இவ்வளவு பேர்களைக் கொன்று குவித்துள்ளீர்கள்?"

"இதுபோன்று நடந்து கொள்ள போர்க்களம் போக வேண்டும் என்ற அவசியம் இல்லை இளவரசே. மேலும் போர்க்களம் என்பது இரு தரப்பினரில் யார் பலவான் என்பதை நிரூபிக்க நிகழ்த்தப்படுவது ஆகும். ஆனால் இங்கு நடந்ததே வேறு. தனது உடைமையை மாற்றான் ஒருவன் அணுகவோ, அபகரிக்கவோ எண்ணினால் அவனுக்கு அளிக்கப்படும் தண்டனையானது அவனுக்கும் அவனைப் போன்று எண்ணமுடைய மற்றவர் களுக்கும் அச்சுறுத்தலுடன் கூடிய எச்சரிக்கை ஆக இருக்க வேண்டும். அதுதான் தற்போது இங்கு நடந்தது. "

"இதன் பொருள்?" என்றான் விக்கிரமன். சோணாட்டையும், அதன் உள்ளிருப்பவற்றையும் நனது உடைமைகளாகவே கருதுகின்றேன். அதற்குக் கேடு நினைக்கும் எதுவாயினும், யார் ஆயினும் தண்டனை இதுவே. அதில் எந்த மாறுதலும் இராது."

"தாங்கள் கூறுவது சரிதான். இருப்பினும், இத்துணை குரூரம் தேவையா?"

"இல்லை, எமக்கு அப்படி தெரியவில்லை" என்றான் கருணாகன்.

சிறிது நேரம் அங்கே அமைதி நிலவியது.

"கருணாகரா, மொத்தம் இருப்பது எட்டு பேர் முண்டங்களை எண்ணிவிட்டேன்" என்றான் மாதவன்.

"இல்லை மாதவா மொத்தம் முப்பத்து எட்டு. இன்னும் இருக்கலாம்" என்றான் கருணாகரன்.

"நீ என்ன கூறுகின்றாய் கருணா?" என்றான் மாதவன். விக்கிரமனும் கருணாகரனைக் காண, முன்னே நடந்தவற்றை கருணாகரன் கூறினான்.

“தங்களை பின் தொடர்ந்தவர்கள் எத்தனை பேர்கள் என்று தெரியவில்லை. தற்காலிகமாக அவர்களின் செயல்பாடுகளை நிறுத்தி வைத்தாகி விட்டது. இருந்தும், அவர்களை விட்டு வைப்பது அத்துணை நல்லது அல்ல அவர்களையும் கொல்லு வதே நல்லது. அதையும் யான் பார்த்துக் கொள்கின்றேன் மாதவா” என்றான் கருணா.

“அது சரி கருணா இங்கிருந்து ஒருவன் தப்பித்து விட்டானே, அதற்கு?”

“அவன் தப்பிக்கவில்லை மாதவா.”

“என்ன கூறுகின்றாய் நீ?”

“ஆமாம் அவன் இவர்களை ஏவிவிட்டவனிடம் செல்வான். இருந்தும், அன்பு பாய்ந்திருப்பதால் அவனால் பேச இயலாது. அதன் பொருட்டு, அந்த அம்பை எடுக்கும் கால் உடனடியாக அவன் மரணிப்பான். அவன் என்ன கூறவந்தான் என்ற குழப்பத்திலே இருப்பான் - இவர்களை அனுப்பியவன்.

“அது யாராக இருக்கும் கருணா?”

“அது நம் இளவரசருக்குத் தான் தெரியும். இவர்களை அனுப்பியவன் வேங்கியிலோ, சாளுக்கியத்திலோ தான் இருக்க வேண்டும். அவன் பேரில் சந்தேகம் வராமல் இருக்கவே இது போன்ற பழங்குடி வகுப்பினரைத் தேர்வு செய்து அனுப்பி உள்ளான்.”

“அப்படியானால், சரி அவன் யார் என்று யானே கண்டுபிடிக்கின்றேன்” என்றான் விக்கிரமன்.

“அதெல்லாம் சரி மாதவா. வீரர்களை அழைத்து இங்கிருக்கும் சடலங்களை எல்லாம் ஒன்று சேர்ந்து எரியூட்ட செய்ய வேண்டும். இருள் சூழ்ந்து வந்துவிட்டது. இரத்த வாடையில் வனவிலங்குகள் இங்கு வரக்கூடும்.”

“அதுவும் சரிதான் கருணா!” என்றவன் வீரர்களை அழைத்தான். ஓரிடத்தில் சடலங்களைக் குவித்து எரிய வைத்தனர். கருணா, “இருள் சூழ்ந்ததால் தலைகளைத் தேடி எடுப்பது சற்றே கடினமாக உள்ளது. கிடைத்தவரை நெருப்பிடுங்கள்” என்றான்.

எரியூட்டப்பட்ட பிணத்தின் வாடை அதிகம் வந்ததால் அங்கிருந்து அனைவரும் சென்றனர்.

"என்னவாயிற்று கருணா? நின்றுவிட்டாய்...."

"இல்லை மாதவா சூழ்நிலையைக் கருத்தில் கொண்டு சுந்தரத்தை மறைவாக இருக்கும் படி கூறினேன். அவனையும் அழைத்துக் கொண்டு செல்லலாம்."

"ஓ... அப்படியா? யானே கேட்க வேண்டும் என்று நினைத்தேன் -- சுந்தரம் எங்கே என்று"

"யார் அந்த சுந்தரம்?" என்றான் விக்கிரமன் - இருவரையும் பார்த்தபடியே.

"இதோ அழைக்கின்றேன்" என்ற கருணா, "சுந்தரம்" என்று கூற, அந்த இருள் சூழ்ந்த இடத்தில் வெண்பஞ்சு மேகம் போல் ஓடி வந்தது சுந்தரம்.

"ஓ... பரியா?" என்று சிரித்தான் விக்கிரமன்.

"ஆமாம்" என்று தலை அசைத்தான் கருணாகரன்.

"உண்மையில் தங்களின் புரவி வெகு அழகாக உள்ளது கருணாகரா" என்றான் விக்கிரமன்.

"நன்றிகள் இளவரசே."

"அதன் பொருட்டே தாம் அதற்கு சுந்தரம் என பெயர் வைத்துள்ளார் நம் வண்டையர்" என கூறி சிரித்தான் மாதவன்.

"சரி, பேசுவதற்கு தற்போது அதிக நேரம் இல்லை. இரவு நேரம் வேறு வரப்போகின்றது. இளவரசே, தாங்கள் வேங்கிக்குப் புறப்படுங்கள். மாதவனையும், வீரர்களையும் அழைத்துக் கொண்டு."

"அப்படியானால் நீ எங்களுடன் வரவில்லையா கருணா?" என்றான் மாதவன்.

"இல்லை மாதவா, யான் சென்று முதலில் இளவரசரைப் பின் தொடர்ந்தவர்களைக் கண்டு அறிய வேண்டும்."

"அப்படியானால், நாங்களும் உங்களுடனே வருகின்றோம், அமைச்சரே" என்றான் விக்கிரமன்.

"இல்லை இளவரசரே! அவர்களைக் கண்டுபிடிப்பது என்பது அத்துணை கடினம் அல்ல; அவர்களை வழிநடத்தியவனைக் காண அவன் இருப்பிடத்திற்கு வந்து கொண்டு இருப்பார்கள். இப்போது யான் சென்றால் தான் அவர்களையும் ஒழிக்க முடியும். அத்துடன் இந்த வனத்திற்கு அப்பால் தங்களின் பயணம்

பாதுகாப்பாகவே இருக்கும் என்று யான் எண்ணுகின்றேன். அதனால்தான் தங்களை இங்கே தாக்க முற்பட்டு இருக்கின்றனர்."

"தாங்கள் கூறுவதும் முற்றிலும் உண்மை தான் அமைச்சரே. இந்த வனப்பகுதியைக் கடந்தால் வேங்கியை அடைந்து விடலாம்."

"அப்படியானால் சரி உடனடியாகப் புறப்படுங்கள்."

"வணங்குகின்றேன் இளவரசே."

"வணக்கம் மாதவா! பிறகு சந்திக்கலாம்" என்று அவர்களிடம் விடைபெற்ற கருணாகரனை, "வண்டையர் கோனே, தாங்கள் செய்த இந்த பேர் உதவிக்குப் பரிசுகளும், பாராட்டுகளும் தங்களுக்கு வேண்டாமா? எம்முடன் வேங்கி வரையிலும் வந்து விட்டுச் செல்லுங்கள்" என்றான் விக்கிராமன்.

சற்றே பணிவுடன் "பணி செய்பவர்களுக்கு மட்டும் பரிசுகளும், பாராட்டுகளும் வழங்கப்படும் இளவரசே. இது நனது தேசம், நனது உடைமை. நம் கடமை இதற்கு யாதொருவரின் பரிசும், பாராட்டும் எமக்குத் தேவையில்லை. தவிரவும், சோணாட்டு அமைச்சன் ஆகும் முன்பே, வண்டை நகர் அரசன் யான். அதைத் தாங்கள் நினைவில் கொள்ளுமாறு பணிவுடன் கேட்டுக் கொள்கின்றேன்" என்றான் அரசனுக்கே உண்டான கர்வத்துடன் கருணாகரன்.

"தங்களின் எண்ணப்பாட்டைப் புரிந்துகொள்ளாமல் கூறிவிட்டேன். தவறு என்னுடையது தான்" என்றான் விக்கிரமன்.

"அதனால் ஒன்றும் பாதகம் இல்லை. சரி, நேரம் கடந்து கொண்டே போகின்றது எனக்கு விடையுளியுங்கள், இளவரசே!" என்றான் கருணாகரன்.

"ஆகட்டும். இருப்பினும், தங்களுடன் சேனாதிபதியையும் அழைத்துச் செல்லுங்கள், வண்டையர் கோனே."

"இல்லை இளவரசே! மாதவன் தங்களுடனே வேங்கி வரை வந்து பின் திரும்பட்டுமே" என்றான் கருணாகரன்.

"கருணா கூறுவதும் சரிதான் இளவரசே! யான் தங்களுடனேயே வருகின்றேனே" என்றான் மாதவன்.

நகைத்தபடியே, "யான் ஒன்றும் சிறுபிள்ளை அல்ல சேனாபதியாரே. தவிரவும், அனேக போர்களுக்கும் சென்று திரும்பிய இச்சோணாட்டின் இளவரசன் யான்" என்றான் விக்கிரமன்.

“தங்களின் பராக்கிரமம் என்பது இச்சோணாடே அறிந்த ஒன்று தான். சேனாதிபதியும் படைவீரர்களும் தங்களின் பாதுகாப்பை முன்னிருத்தி வரவில்லை இளவரசே. சோழர்களின் பாரம்பரியத்தையும், கௌரவத்தையும் மெய்யுணர்த்த இது போன்ற வீரர்கள் புடைசூழ செல்வது என்பது தவிர்க்க இயலாதது தானே!”

“தாங்கள் கூறுவதை யான் ஆமோதிக்கின்றேன். இருப்பினும், சேனாதிபதியார் எம்முடன் வருவதனால் ஓர் இரு நாட்கள் அவரின் பணிகள் தடைபடக் கூடும். அதன் பொருட்டே அவரைத் தொண்டையிலே இருக்கும்படி உத்தரவிடுகின்றேன்” என்றான் விக்கிரமன்.

“தங்களின் ஆணைப்படியே!” என்றான், சேனாபதி மாதவன்.

அனைவரும் அவரவர் குதிரைகளில் ஏற, விக்கிரமனும் வீரர்களும் வேங்கி நோக்கியும், மாதவனும் கருணாகரனும் தொண்டை நோக்கியும் பிரிந்து சென்றனர்.

“வண்டையர் கோனே!” என்றான் விக்கிரமன்.

“கூறுங்கள் இளவரசே!”

“தாங்கள் எந்தச் சாலையில் பயின்றீர்கள்?”

“உறையூர் சாலை இளவரசே. ஏன்?”

“தங்களின் வேகத்துடன் கூடிய லாவக வாள் வீச்சு அற்புதம் எம்மை வெகுவாகக் கவர்ந்தது. இந்தப் பாராட்டை யேனும் தாங்கள் ஏற்பீர்களா, மாட்டீர்களா?” என்றான் விக்கிரமன் நகைத்தபடியே.

மாதவன், வீரர்கள் என அனைவரும் மெள்ள சிரித்தனர்.

“நிச்சயமாக ஏற்பேன் இளவரசே! நன்றிகள்!” என்றான் கருணாகரன் - குறுநகை இழையோட.

அவரவர் வழியே பிரிந்து செல்ல, சற்று நேரத்தில் அமைதியானது - அந்த அடர்ந்த வனம்.

“கருணா, தற்போது நடந்தேறிய சம்பவங்களின் அடிப் படையில் ஒரு யூகத்தில் அவர்களைத் தேடப் போகின்றோமா? அல்லது, இங்கு தான் இருப்பார்கள் என்ற நம்பிக்கையின் பேரில் சென்று கொண்டு இருக்கின்றோமா? இந்த அடர்ந்த கானகத்தில் இத்துணை இருளில் அவர்களை எங்கே என்று கண்டுபிடிப்பது கருணா?”

“நீ இத்தனை தூரம் குழப்பம் அடையத் தேவையில்லை மாதவா. அவர்களே தீப்பந்தங்களை ஏந்தி நமக்கு மரணத்திற்கான தூது விடுவார்கள்” என்ற கருணாகரன், “அதோ புகை மண்டலம், அப்படியானால் அங்கே தாம் இருக்கின்றனர். வா போகலாம்” என்றான்.

இருவருமாக ஒரு மரத்திலே ஏறி காண, அங்கே நால்வர் தீப்பந்தத்தை உயர்த்திப் பிடித்தபடி எதிர்எதிரே நடந்து கொண்டு இருந்தனர்.

இருவருமாக நகைத்துக் கொண்டனர்.

“எண்ணிக்கை அதிகம் இருக்கும் என்று எண்ணி இருந்தேன். நால்வர் தான்” என்றான் மாதவன் “அம்புகளுக்கும் அதிகம் வேலை இராது போலவே” என்றான் அலுப்பாக.

“ஆமாம், உனக்கிருவர்; எமக்கிருவர், சரிதானே?” என்றான் கருணா.

* * *

25

மாதவனின் அறிவுரை

“அப்படியே ஆகட்டும்” என்ற மாதவனும் கருணாவும் சேர்ந்து கண் இமைக்கும் நேரத்தில் நால்வரையும் தங்களின் அம்புகளுக்கு இரையாக்கி அங்கிருந்து சென்றனர்.

“இந்தக் கார் இருளில் சுந்தரத்தைத் தவிர எம்கண்களுக்கு ஒன்றுமே தெரியவில்லை.”

“இதன் பொருள் யான் கரிய நிறத்தில் உள்ளேன் என்று கூற வருகின்றாய் அப்படித்தானே?”

“யான் அப்படி கூறவில்லை கருணா. அப்படி பார்த்தால் யானும் கருமை தானே? என்ன ஒன்று அஞ்சனத்தைப் போல் அல்லாமல் மலை மேகத்தை ஒத்த நிறம் என்று ஆறுதல் பட்டுக்கொள்ளலாம்” என்று மாதவன் கூறியதும், கருணா நகைக்கத் துவங்கினான்.

“அது இருக்கட்டும் மாதவா, முதலில் இங்கு எங்காவது ஓடைக்குச் சென்று நீராட வேண்டும். உடல் எங்கும் குருதி கறைபடிந்து உள்ளது.”

“ஆமாம் கருணா! யானே கூற வேண்டும் என்று இருந்தேன்” என்றான் மாதவன்.

நண்பர்கள் இருவரும் அவர்கள் செல்லும் வழியில் இருந்த ஓடையில் நீராடினர். கரம்பைச் செடியையும், பசலைக் கொடியையும் இலையுடன் சேர்த்து ஓடைப்படுகை உவரிலே (மண்) உரைத்து அதை உடலிலே தேய்த்து குளித்தனர்.

“குளிர்ந்த நீரில் இது போன்ற வேளையில் நீராடுவதே ஒரு சுகம் தான், இல்லையா மாதவா?”

“ஆம் கருணா!”

இருவருமாக நீந்தி விளையாடி குளித்து முடித்து ஈர ஆடை உலர்வதற்காக மணல்திட்டில் அமர்ந்தனர்.

“கருணா, நீ தொண்டை மண்டலத்திற்கு வந்த இந்த ஒரு மாத காலத்திற்குள் உனது பணி மற்றும் ஆலயம் செல்வதன் பொருட்டு. நீ நகர்வலம் வரும் பொழுது உனது கடைக்கண் பார்வை தங்களின் மீது படாதா என ஏங்கித் தவித்த பருவ மகளிர் அனேகம் பேர்களை யானே கண்டு இருக்கின்றேன். அதற்குக் காரணிகளாக இருந்தது நீ வகிக்கும் இந்தப் பதவி, உனது கல்விச் சிறப்பு, வண்டையர் அரசன் எனும் உனது குலப்பெருமை இவை தாம்.

"சரி, அதற்கு இப்போது என்ன வந்தது?" என்றான் கருணா - வெகு இயல்பாக.

"அப்பெண்களின் எவரேனும், ஏன் வாணர் குல இளவரசியார் மலர்விழி தேவியார் கூட சற்று நேரத்திற்கு முன் நீ நிகழ்த்திய சம்பவங்களைக் கண்டிருந்தார்களே யானால் கனவிலும் உன்னைக் காதலனாகவோ, அல்லது கணவனாகவோ ஏற்க மாட்டார்கள். ஆண்களே அச்சம் கொள்ளும் படியாக இருந்தது - உனது இந்தக் கனல் உமிழும் கண்களைக் காணும் பொருட்டு. நீ இயல்புக்குத் திரும்பி வெகு நேரம் ஆனபோதும் இன்னும் எம்மால் இயல்புநிலைக்கு வர இயலவில்லை."

"நீ தற்போது என்ன கூறவருகின்றாய் மாதவா?"

"வேறு ஒன்றும் இல்லை கருணா. அதீத சினம் என்பது ஒருவனை சுயம் இழக்க செய்யும். இதுவே நாம் சாலையில் கற்ற முதல் பாடம். மிகுசினம் என்பது நமது அன்புக்குரியவர்களின் அருகாமையைப் பறித்துவிடும். இது பலரின் அனுபவப் பாடம். அனைத்திலும் சிறந்தவன் நீ. உனக்கு யான் உபதேசம் செய்ய ஒன்றுமில்லை - இதைத் தவிர."

"போர்க்களத்திலோ பகைவரிடத்திலோ அதீதி சினம் கொள்வது என்பது இயல்பே. இது எப்படி பிழை ஆகும் மாதவா? தவிரவும், காரணத்துடன் கூடிய சினம் என்பது நமது மரபுவழியில் ஒன்று தானே. இதோ நமக்கு இருக்கும் இந்த நிறத்தைப் போல்.

அதற்கு மேல் ஒன்றும் கூற இயலாதவனாக கருணாவின் கருத்தை ஆமோதித்தான் மாதவன். இருவருமாக தங்களின் பரிகளில் ஏறி தொண்டை மண்டல ராசபாட்டைத் துவக்கத்தை அடைந்தனர். அங்கே ஒரு பாறையில் அமர்ந்து இருந்தான் சயந்தன். இவர்களைக் கண்டதும் வணங்கி நின்றான்.

"சயந்தா, நீ இங்கே என்ன செய்து கொண்டு இருக்கின்றாய்?" என்றான் மாதவன்.

பரியில் இருந்து இறங்கியபடி, "தாங்கள் இருவரும் எங்கு சென்றீர்கள் என தெரியாத காரணத்தினால், எப்படியும் இங்கே நுழைவு வாயிலில் தங்களை காணலாம் என்றே காத்திருக்கின்றேன் - சற்று முன்னதாக வந்தேன், அமைச்சரே. "சயந்தா பணிகளின் தற்போதைய நிலைப்பாடு?"

அதைத் தங்களிடம் தெரிவிக்கவே இங்கு காத்திருக்கின்றேன் வண்டையர் கோனே.

"சரி கூறுங்கள்!" என்றான் கருணாகரன்.

"தங்களிடம் யான் முன்பே கூறியது போல் இன்று முற்பகலிலே தொண்டை மண்டல அளக்கும் பணி முழுவதுமாக நிறைவு பெற்று விட்டது. இது குறித்து ஆவணங்கள் அனைத்தும் தங்களின் உத்தரவின் பேரில் பலத்த பாதுகாப்புடன் சோழ மண்டல தஞ்சைத் தலைமை அலுவலகத்திற்கு அனுப்பி வைக்கப்பட்டாகி விட்டது."

"எப்போது எடுத்துச் செல்லப்பட்டது சயந்தா?"

"மாலைப் பொழுதில் தான் அரசே!"

"தாங்கள் என்ன கூறுகின்றீர்கள் சயந்தா? இது போன்ற முக்கிய பயண நேரத்தைத் துல்லியமாகக் கூறாமல் மாலைப் பொழுது என்கிறீர்களே?" என்றான் மாதவன்.

"அவர்களைப் பயணப்படுத்தும் பொழுது நிழல் கடிகாரத்தை பயன்படுத்த வில்லையா?" என்றான் கருணாகரன்.

"மன்னியுங்கள் அமைச்சரே, சேனாதிபதி பொருட்டு, காலத்தைக் கணக்கிட்டு தான் அனுப்பினேன். மாலை சரியாக அந்திசார் ஒன்னரை நாழிகை முன்னதாக (4.30 மணி). தங்களிடம் பொதுப் படையாக மாலைப் பொழுது எனக்கூறி விட்டேன், மன்னியுங்கள்" என்றான் சயந்தன்.

"அதனால் ஒன்றும் பாதகம் இல்லை சயந்தா. நாளை அதிகாலை நாமும் தொண்டை மண்டல அதிகாரிகளிடம் விடைபெற்றுக் கொண்டு புறப்பட வேண்டும் அல்லவா? அதற்கான ஏற்பாடுகள் செய்தாகி விட்டனவா?" என்றான் கருணாகரன்.

"ஆம் பிரபு! அனைத்தும் செய்தாகி விட்டன. நாளை காஞ்சி ஏகாம்பர நாதர் ஆலயத்தில் நம் பொருட்டு விசேட பூசை ஏற்பாடு செய்யப்பட்டுள்ளது. அதில் அனைத்து அமைச்சர்களும் கலந்து கொள்கின்றனர். அங்கிருந்து அதிராசேந்திர மண்டலம் நோக்கி பயணத்தைத் துவங்க வேண்டியது தான்."

"அப்படியென்றால் சரி, தாங்கள் சென்று ஓய்வு எடுத்துக் கொள்ளுங்கள்; நாளை ஆலயத்தில் சந்திக்கலாம்" என்றான் கருணாகரன்.

“உத்தரவு அரசே!” என்று கூறி அங்கிருந்து சென்றான் சயந்தன்.

“அவசியம் நாளையே புறப்பட வேண்டுமா கருணா?”

“ஆம் மாதவா! இங்கே தான் அனைத்துப் பணிகளும் நிறைவடைந்து விட்டனவே. பின் எதற்காக இங்கிருந்து காலத்தை வீணாக்க வேண்டும்?”

“அதற்காக இல்லை கருணா, நீ மாமல்லபுரம் போகலாம் எனக் கூறினாயே, அதனால் தான் நாளை ஒருநாள் அங்கு சென்று விட்டு பின்னர் புறப்படலாமே.... என்று கூறினேன்.

ஆசை தான்; என்ன செய்ய மாதவா? இன்று பிற்பகலில் இருந்து நாளை அதிகாலை வரை நேரமிருக்கும். அப்பொழுது களில் அங்கு சென்று திரும்பலாம் என நினைத்தேன். இன்று நடந்தேறிய சம்பவங்களினால் அது முடியாத காரியம் ஆயிற்று.”

“அதனால் என்ன கருணா? நாளை ஒரு நாள் உனது விருப்பப்படி மாமல்லபுரம் சென்று வரலாம். ஓர் இரு நாட்கள் உனது விருப்பப்படி இருக்க உனக்கு அதிகாரம் உள்ளது. இதற்கு நீ விளக்கம் அளிக்கத் தேவையும் இல்லை. எதற்காக மாமல்லபுரம் சென்று வந்தோம் என்று”

“நீ கூறுவது எல்லாம் சரிதான் மாதவா. இருந்தும், சக்கரவர்த்திகள் நமக்கு அளித்திருக்கும் சலுகைகளை நாம் இவ்வாறு விரயம் செய்யலாகாது. அது நாம் வகிக்கும் பதவிக்கும் அழகல்ல. தவிரவும், இன்றைய ஒரு நாள் தவறியதில் எமக்கு நல்லதென்றே தோன்றுகிறது.”

“எதனால் கருணா அப்படி?”

“ஆம் மாதவா. அந்த நெய்தல் நிலப், பேர் எழிலை ஓர் இரவில் கண்டு களித்துவிட முடியாது அல்லவா.

“அதற்கு?”

“யான் தற்போது ஒரு முடிவுக்கு வந்து விட்டேன்.”

“என்ன அது கருணா?”

“இந்த அளவைப் பணிகள் அனைத்தும் இன்னும் இரு திங்கள்களில் முழுவதுமாக நிறைவடைந்து விடும். அதன் பின் யான் ஒரு பத்து தினங்கள் முறையான அரசு அனுமதியுடன் இங்கு வருகின்றேன். யான் வருவது குறித்து உனக்கும் ஓலை அனுப்புகின்றேன். சரியா மாதவா?”

"நீ கூறுவதும் சரிதான் கருணா. நல்ல யோசனை. அதோடு இன்று நாம் இருவர் மட்டும் மாமல்லபுரம் சென்று வந்தோமேயானால் மூர்த்தியும் தன்னை விட்டுச் சென்றது குறித்து குறை கூறுவான். ஆதலால் நீ விடுப்பில் வரும்பொழுது அவனையும் அழைத்துக் கொள்ளலாம். அப்போது அங்கே தங்குவதற்கான அனைத்து ஏற்பாடுகளையும் யானே கவனித்துக் கொள்கிறேன் சரிதானே?" என்றான் மாதவன்.

இருவருமாக உரையாடிக் கொண்டே வண்டையர் மாளிகையை அடைந்தனர்.

"மாதவா உன்னால் ஒரு உதவி..."

"கூறு கருணா."

"இன்று எம்முடன் இங்கேயே தங்குகின்றாய்."

"இதெல்லாம் ஒரு உதவியா கருணா.?" இன்று நீ கூறினாலும் கூறாவிடினும் யான் இங்கு தான் தங்கப் போகின்றேன். நாளை அதிராசேந்திர மண்டலம் புறப்படும் நீ இதன் பிறகு இரு. திங்கள்களுக்கு பின் தான் இங்கே வரப்போகின்றாய். அதனால் இன்றைய இரவு உன்னுடன் உரையாடி மகிழலாம் என்று இருக்கின்றேன்."

"மிக்க மகிழ்ச்சி, மாதவா."

இருவரின் குதிரைகளையும் காவலன் ஒருவன் குதிரைக் கொட்டிலில் கொண்டு கட்டினான்.

நண்பர்கள் இருவரும் மாளிகைக்குள் சென்றனர். "வேறு ஆடைகளை மாற்றிக் கொண்டு உணவு அருந்தி விட்டு பின்னர் உரையாடலாம். சரி தானே மாதவா?"

"இருவரும் உணவருந்தினர்.

எப்படியாவது இன்று எம்முள் நிகழ்ந்துள்ள சில மாற்றங்களுக்கான விளக்கத்தை மாதவனிடம் கேட்டாக வேண்டும் என்று எண்ணிக் கொண்டான்" கருணாகரன்

அரசியல், ஆலயம், வணிகம் அண்டை நாட்டின் அச்சுறுத்தல்கள் பெண்டுகள் என அனைத்தும் கலந்து இருந்தன அவர்களின் உரையாடலில். இருந்தும், ஏனோ கருணாவிற்கு மட்டும் தன் அகத்தே இருந்தவற்றை மாதவனிடம் கூற இயலவில்லை.

இதனை கூறுவதனால் நிருதியின் எதிர்காலம் பாதிக்கப் படுமா? அன்று ஒரு நாள் மூர்த்தி கூறினானே - சக்கரவர்த்திகள் தனது மகளை ஒரு சிற்றரசருக்குத் தருவதாக உள்ளார் என்று. அது ஒரு வேளை, மாதவனாக இருந்து விட்டால், எங்களின் இந்த நட்பை ஏற்பானா அல்லது மலர்தான் ஏற்பாளா? இல்லை இந்த சமுதாயத்திடம் எங்ஙனம் யான் எடுத்துரைப்பது? அவள் மீது எமக்கு உள்ளது நட்பு மட்டுமே என்று.'

"கருணா என்னவாயிற்று உனக்கு? எந்த உலகில் இருக்கின்றாய் நீ? யான் உரையாடிக் கொண்டு இருக்கின்றேன். அது உனது செவிகளில் விழுந்ததாக எமக்குத் தெரிய வில்லையே..."

"மன்னித்து விடு மாதவா! என்ன கூறிக் கொண்டு இருந்தாய்?"

உனது திருமணம் குறித்தும் உனது இல்லத்தார் ஏதேனும் பேச்சு வார்த்தைகள் தொடங்கியுள்ளனராய" என்றேன்.

"இல்லை மாதவா. அது குறித்து விவரம் ஒன்றும் எமக்குத் தெரியவில்லை. இருப்பினும், இன்னும் ஓராண்டுக்கு இடையில் திருமணம் இல்லை என்பது மட்டும் தெரியும். அது சரி, ஏன் மாதவா, உனது தாயார் உன் திருமணம் குறித்துப் பேசினாரா என்ன?" என்றான் சிறு புன்னகையுடன்.

"ஆமாம் கருணா, நனது பிள்ளைப் பிராயத்திலே நனது தந்தையார் மாண்டு போனதால் எமது அனைத்துக் காரியங்களுக்கும் நன் தாயே முடிவுகள் எடுப்பார் என்பதை நீ நன்கு அறிவாய் தானே?"

"ஆமாம் இது அனைவரும் அறிந்தது தானே."

"அப்படியானால், உனது தாயார் உனக்குப் பெண் பார்த்து முடிவு செய்து விட்டார்களா என்ன மாதவா?"

"அப்படி கூறிவிட முடியாது கருணா. நாம் விருப்பப்பட்டு என்ன பயன்? எமக்குக் கொடுக்க அப்பெண்ணின் தந்தை விருப்பப்பட வேண்டுமே."

"நீ என்ன கூறுகின்றாய் மாதவா? எமக்கு ஒன்றும் புரிய வில்லை."

"புரியும்படியாகவே கூறுகின்றேன் கேள். சக்கரவர்த்திகளின் அரசியார்களுள் ஒருவரான காடவன் மாதேவியார் எங்களின் உறவினர் என்பதை நீ அறிவாய் தானே."

"ஆமாம், அதற்கென்ன மாதவா?"

"ஆம், அவர்கள் அரசியார் மதுராந்தகியின் ஈமைச் சடங்கிற்குச் சென்ற போது இளவரசியாரின் திருமணம் குறித்து அரசரிடம் கேட்டுள்ளார். அதற்கு அவர் சிற்றரசர் யாரேனும் ஒருவரைத் தேர்ந்தெடுத்து விரைவிலேயே இளவரசியாருக்குத் திருமணம் நடத்தப் போவதாகக் கூறியுள்ளார். இதைக் கேட்ட காடவன் மாதேவியர் இங்கு வந்ததும் எம் தாயாரிடம் நன்பொருட்டு அரசரிடம் பேசுவதாகக் கூறியுள்ளாராம். இரண்டொரு மாதங்கள் கழிந்ததும் நனது தாயாரை அழைத்துக் கொண்டு சோழபுரம் செல்லப் போகின்றார்களாம். இந்த விருப்பத்தை அரசர் நிச்சயம் ஏற்பார் என நம்புகின்றார் காடவன் மாதேவியார்."

"இதில் உனது நிலைப்பாடு என்ன மாதவா?

"பதவிகளையும் பட்டங்களையும், பரிசுப் பொருட்களையும் வாரிவழங்குவதில் நம் சக்கரவர்த்திகளுக்கு நிகர் எவரும் இலர். அதற்காக அவரின் அன்பு மகளையும் நமக்குப் பரிசாகத் தரவேண்டும் என்று எதிர்பார்த்தது தவறு என இத்துணை நாட்களாக எண்ணி இருந்தேன். ஆனால் ஏதோ ஒரு வித இணக்கம் வந்ததைப் போல ஆனால்..."

"என்ன மாதவா?" என்றான் கருணா.

"பானு நிருபமையை அவளை அனேகம் முறைகள் பார்த்துள்ளேன். சற்றே தொலைவில் அவளின் இல்லத்தாரின் மத்தியில் அவளைக் காண மட்டுமே முடியும். அவளை மணப்பது என்பது சக்கரவர்த்திகள் மனம் வைத்தால் மட்டுமே முடியும் என்பதனால் அவளைப் பற்றி சிந்தனைகளை இது நாள் வரையிலும் யான் வளர்த்துக் கொண்டது இல்லை.

இருப்பினும், காடவன் தேவியார் எம் பொருட்டுப் பேசுவதாகக் கூறியதனாலும், அவ்வப்போது நனது தாயார் அப்பெண் குறித்து பேசுவதனாலும் இந்த ஒரு வார காலமாக அவளைப் பற்றிய சிந்தனை மேலோங்கி உள்ளது என்றே கூறலாம் கருணா. அவள் எம்மனைவியாகும் பொருட்டு அவளை யான்... அவள் அருகே..."

"நிறுத்து மாதவா!" என்றான் - இருக்கையில் இருந்து எழுந்து நின்ற கருணாகரன்.

இதைச் சற்றும் எதிர்பாராத மாதவன், "என்னவாயிற்று கருணா? எதற்கு இந்த ஆவேசம் உனக்கு?"

"அவளைக் குறித்த இது போன்ற எண்ணங்களை உடனடியாக நிறுத்திக் கொள். இது தவறாகும்."

"இதில் தவறு என்ன இருக்கின்றது கருணா? அவள் எமது மனைவியாகும் பட்சத்தில் நனது இந்த எண்ணங்கள் எப்படி தவறாகும்?"

"உனக்கு அவர்களை மணக்கும் சந்தர்ப்பம் உள்ளதே தவிர, அவர் இன்னும் உனக்கு மனைவி ஆகவில்லை. அப்படி இருக்க ஒரு கணவனுக்கான உரிமையை உனது எண்ணங்களின் மூலம் அவளிடம் இருந்து அடைய நினைப்பது தவறு ஆகும்."

"இது எப்படி தவறு என்கிறாய் கருணா? ஒரு பெண்ணைக் காதலியாகவோ மனைவியாகவோ நினைக்கும் பட்சத்தில் அவர்களுடனான நெருக்கத்தை கற்பனை செய்வது என்பது வெகு இயல்பே. இதை எப்படி நீ பிழை என்கின்றாய் கருணா?"

"ஒரு வேளை அவர்கள் மாற்றான் மனைவி ஆகும் பட்சத்தில் இன்றைய உனது இந்த எண்ணமானது அன்று நிலையாகத் தானே இருக்கும். இளவரசி அவர்கள் உனக்கானவர் என்று முடிவான பிறகு எண்ணம் கொள்ளலாம். உன்னை யார் தடுக்கப் போவது மாதவா"

நீண்ட பெருமூச்சுடன், "நீ கூறுவதும் சரிதான் கருணா!"

"சரி, வெகு நேரம் ஆகிவிட்டது, சென்று உறங்கலாமா? நாளை வேறு விரைவாக காலை எழவேண்டும்" என்றான் மாதவன்.

"ஆமாம் மாதவா" சரி வா போகலாம் என்றான் கருணாகரன்.

நண்பர்கள் இருவரும் தனித்தனி அறைகளில் சென்று உறங்கினார்கள்.

ஏனோ கருணா உறங்கவில்லை.

'இன்று நாம் மாதவனைக் கண்டித்தது சரியா முறையா? உண்மையில் மாதவன் நனது உற்ற நண்பன். அப்படி இருக்க! அவனின் எண்ணங்கள் ஈடேற வாழ்த்துக்கள் அல்லவா தெரிவித்து இருக்க வேண்டும்? அதை விடுத்து இது போன்று பேசியது, அவனுக்கு அபசகுணம் என்று தோன்றாதா? உண்மையில், மாதவன் நிருதியை மணக்க நினைத்ததில்தான் என்ன தவறு? அதற்கு அவன் முழுத்தகுதி ஆனவனே. பாரம்பரியமிக்க பல்லவ

குலத்தில் பிறந்தவன் அவன். சிறந்த பண்பாளன், கொடையாளன், மாவீரனும் கூட. அப்படி இருக்க, இத்துணை தகுதிகளை உடைய மாதவன் நிருதியை மணக்க நினைப்பதில் தவறென்ன? இன்று நாம் அவனிடம் பேசியவற்றுக்கு, நாளை நிச்சயமாக மன்னிப்பு கோர வேண்டும்.

உண்மையில் மாதவனின் இத்தகைய எண்ணத்தைத் தவறு என்று சுட்டிக்காட்ட நான் யார்? அதற்கான தகுதி முதலில் எமக்கு இருக்கிறதா என்ன? ஒரு நண்பன் என்ற வகையில் அனைத்திலும் மாதவன் எம்மிடம் வெளிப்படையாகவே உள்ளான். அதுபோல் யான் அவனிடம் இருக்கின்றேனா? இன்று வரையிலும் நிருதியுடனான நட்பை மாதவனுக்குத் தெரியப்படுத்தவே இல்லையே. முதலில் எமக்கும் அவளுக்குமான இந்த உறவு என்னவென்று எம்மாலே ஒரு முடிவுக்கு வர இயலவில்லையே. பிறகு எப்படி இதை யான் மாதவனிடம் கூற? இந்த பெரும்குழப்பம் எப்போது தான் எம்மை விட்டு அகலும்? அல்லது இந்த நிலைமையை யான் எப்படி தான் எதிர்கொள்வது? இறைவா தாங்களே காத்தருள வேண்டும்.'

இப்படி இன்னும் எதை எதையோ எண்ணிக் கொண்டு இருந்த கருணாகரன் எப்போது உறங்கினானோ தெரியாது.

* * *

26

கருணாகரன் சோழபுரம் வருகை

அதிகாலை ஏகாம்பர நாதர் ஆலயத்தில் பூசைகள் நிறைவுபெற்றன.

அரசு அதிகாரிகளும் அமைச்சர்களும் தங்களின் வாழ்த்துக் களையும் வயது மூப்பர்கள் தங்கள் ஆசிகளையும் தெரிவித்தனர். முழு அரச மரியாதையுடன் காஞ்சியில் இருந்து புறப்பட்டான் கருணாகரன். அவனுடன் வீர நாராயணர் ஏரி வரையிலும் வருவதாகக் கூறி மூர்த்தியும், மாதவனும் உடன் பயணித்தனர். ஒரு வழியாக ஏரியை அடைந்தவர்கள் அங்கிருந்து தனது நண்பனுக்குப் பிரியா விடையளித்தனர்.

மூர்த்தி வேறு ஒருவருடன் உரையாடிக் கொண்டு இருக்கையில் முதல் நாள் இரவு தான் மாதவனிடம் கொண்ட கலந்துரையாடல்களில் ஏற்பட்ட மனவருத்தத்தை மேற்கோள் இட்டு அதற்காக மன்னிப்பும் கோரினான்.

“அவற்றை அவ்வளவு பெரிதாக எடுத்துக் கொள்ளவில்லை” என்று வெகு இயல்பாகக் கூறிய மாதவன், “கருணா, யான் உன்னிடம் ஒன்று கேட்பேன். அதை நீ மறைக்காமல் கூறவேண்டும்.” என்றான்.

“கூறு மாதவா - என்ன அது என்று!”

“நீ இளவரசியாரைச் சந்தித்து, இருக்கின்றாயா? அவர்களுடன் உரையாடி இருக்கின்றாயா?”

“நீ யாரைக் கூறுகின்றாய் மாதவா?” என்றான்

“கருணாகரன் நகைத்தபடியே, “தெளிவாகவே கேட்கின்றேன், கருணா. சக்கரவர்த்திகளின் மகள் பானு நிருபமையை நீ சந்தித்திருக்கின்றாயா?

உண்மையில், முதலிலேயே மாதவன் நிருதியை தான் கேட்கின்றான் என்பது நன்கு தெரியும்- - கருணாவிற்கு. ஏனோ தெரியும் என்று காட்டிக்கொள்ள மனம் இல்லை.

“ஒருவாறாக “இல்லை மாதவா. தனித்துச் சந்தித்தது இல்லை. ஏன்? எதற்காகக் கேட்கின்றாய்?”

புன்னகைத்தபடியே, “ஒன்றும் இல்லை கருணா. ஏன்? எதற்கு? என்ற காரணத்தைப் பின்னாளில் உனக்கு விளக்கமாகக் கூறுகின்றேன். தற்போதைய சூழ்நிலையில் இது குறித்துப் பேச இயலாது. புரிகின்றதா? உன் பணிகளை முடித்துக் கொண்டு

இங்கே வருகின்றேன் என்றாய் அல்லவா? அப்போது இது பற்றி பேசிக் கொள்ளலாம். சரியா கருணா?" என்றான் மாதவன்

"ஆகட்டும் மாதவா!"

"எம்மை விடுத்து நீங்கள் இருவருமாக எது குறித்து உரையாடிக் கொண்டு உள்ளீர்கள்?" என்றான் மூர்த்தி.

"ஒன்றுமில்லை மூர்த்தி! சாதாரண உரையாடல்தான்" "சரி நேரம் கடந்து கொண்டே இருக்கின்றது நீ புறப்படு கருணா. உனது இப்பணி சிறப்படைய நன் வாழ்த்துக்கள்."

"ஆமாம் நனது வாழ்த்துக்களையும் ஏற்றுக் கொள்வாயாக!" என்றான் மூர்த்தி.

நண்பர்கள் இருவரும் தொண்டை மண்டலம் நோக்கித் திரும்பிச் செல்ல, அதிராசேந்திர மண்டலம் நோக்கி சென்றது கருணாகரனின் குழு.

வேங்கியின் அரண்மனை கோட்டை வாயிலில் நின்று விக்கிரமனை வரவேற்றனர். அவனின் மனைவிகளும் அரசு அதிகாரிகளும். அங்கிருந்த அனைவரும் விக்கிரமனின் தாய் இறந்தது குறித்து தங்களின் வருத்தத்தைத் தெரிவித்துக் கொண்டனர். விக்கிரமன் வேங்கி சென்ற மறுநாள் வேங்கி முழுவதும் துக்கம் அனுசரிக்கப்பட்டது. தனது மனைவி மார்களிடம் அங்கு நடந்த சம்பவங்கள் அனைத்தையும் விவரித்துக் கூறினான் விக்கிரமன். ஏனோ தொண்டை வனத்தில் நிகழ்ந்தவற்றை மட்டும் கூறவில்லை. உண்மையில், அங்கு நடந்த பயங்கரத்தை அவனால் மறக்க இயலவில்லை. கருணாகரனின் சினம் கொண்ட பார்வை, வெறிகொண்ட வேகம் ஆகியவை விக்கிரமனை, அல்லும் பகலும் ஆட்கொண்டன. அப்பெரும் ஆபத்தில் இருந்து தன்னைக் காப்பதற்காக என்றாலும், என்ன இவ்வளவு குரூரமாக இருக்கக் கூடுமா என்ன?" என எண்ணிக் கொண்டான் விக்கிரமன்.

இருந்தும், தனது தந்தைக்கு அனுப்பிய ஓலையில் இச்சம்ப வங்களை விவரித்து கருணாகரனைப் பாராட்டியே எழுதி இருந்தான். மாதவனைக் குறிப்பிடவும் அவன் மறக்கவில்லை.

நாட்கள் பல செல்லவே இச்சம்பவத்தில் இருந்து மெள்ள மெள்ள விடுபட்டான் விக்கிரமன்.

சோழபுரம் கோட்டை, பாண்டி மண்டலம் சென்றடைந்ததாக இராசராச மும்முடி சோழனிடம் இருந்தும், வேங்கி சென்றடைந்தான் என்று விக்கிரமனிடம் இருந்தும், தொண்டை மண்டல நில அளவைப் பணிகள் முடித்து அதிராசேந்திர சோழ மண்டலம் செல்வதைப் பற்றி கருணாகரனிடம் இருந்தும் ஓலைகள் வந்தன - குலோத்துங்கனுக்கு. கருணாகரனின் வீரபராக்கிரமம் குறித்து விக்கிரமன் அனுப்பிய ஓலையை திருமந்திர ஓலை நாயகம் வாசிக்க, குலோத்துங்கன் அதைக் கேட்டுக் பெரும் மகிழ்ச்சி கொண்டான்.

வானதிராயரோ தனது மருமகனின் இத்தகு அருட்பெரும் செயலை எண்ணிப் பூரித்தே போனார்.

“வானதிராயரே வண்டையர் கருணாகரனின் இத்தகு சிறப்பு செயலைப் பாராட்டும் விதமாக ஒரு விழா ஏற்பாடு செய்ய வேண்டும். அதிலே இராசவல்லபப் பல்லவரையன் மாதவனையும் கௌரவிக்க வேண்டும் அமைச்சரே!” என்றான் குலோத்துங்கன்.

“தங்களின் சித்தப்படியே பெருமா. அமைச்சர் கருணாகரனின் நில அளவைப் பணி நிறைவு பெற்றதற்காகவும், இந்த வீரசெயலைப் புரிந்ததற்காகவும் ஒன்றாக விழா எடுக்கலாம், தேவரே.”

“ஆமாம், தாங்கள் கூறுவதும் சரிதான், ராயரே. அதுவும் வண்டையர் கோன் கோட்டைக்கு வரும் நாள் அன்றே விழாவுக்கான ஏற்பாடுகள் இருக்க வேண்டும்.”

“அப்படியே பெருமா!” என்றார் ராயர்.

தனது வருங்காலக் கணவரின் இந்த வீரபிரபந்தங்களை தம் தோழிமார்களிடம் கூறிப் பூரித்துப் போனாள் மலர். தனது தமையனைக் காத்த கருணாகரன் கடவுளாகவே தெரிந்தான் நிருதிக்கு.

இப்படியாக ஒரு திங்களும் ஒரு வார காலமும் உருண்டோடின. சோழபுரமும், சோழர் கோட்டையும் ஒரே பரபரப்பாக இருந்தன. காரணம், நாளை மறுநாள் காலை வண்டையர் கோன் கருணாகரனின் வருகையை முன்னிட்டு சோழபுரத்தில் எங்கு பார்த்தாலும் அவனைப் பற்றிய பேச்சுக்களே! அவனின்

முன்னோர்களைப் பற்றி ஒரு சிலர், அவன் தந்தையைப் பற்றி ஒரு சிலர், அவனின் எழில் கல்வி சிறப்பைப் பற்றி ஒரு சிலர் என்று, எங்கு பார்த்தாலும் கருணாகரணின் குடும்பப் புகழைப் பற்றிய செய்திகளே செவிகளில் ஒலித்தன.

மலரோ தனக்கான பரிசுப் பொருள்கள் என்ன என்ன வாங்கி வருவார் - அவளின் அத்தை மகன் என்று பட்டியல் இட்டுக் கொண்டு இருந்தாள். அவரின் இந்த பணிகாரணமாக மழை என்றும் வெயில் என்றும் பாராமல் உழைத்திருப்பார். பாவம்... எப்படி இருக்கின்றாரோ தெரியவில்லையே. என்ன ஆயிற்று உனக்கு நிருதி? யான் இங்கே கூறிக்கொண்டு இருப்பது உனது செவிகளில் விழுந்ததா இல்லையா?"

"ஏன் விழாமல் மலர்? நன்றாகவே விழுந்தது. அவர் அளிக்கும் பரிசுப் பொருட்களை எங்களிடம் காண்பிப்பாய் தானே."

"ஆமாம் நிச்சயமாக."

"அதில் நமக்குப் பிடிக்கும் பொருட்களை நாமும் எடுத்துக் கொள்ளலாமா நிருதி?" என்றாள் அமுதா கேலியாக.

"அமுதா, அவர் அப்பொருள்களை எமக்குக் காதலுடன் தருவார். அதை எப்படி உங்களுடன் யான் பங்கிட்டுக் கொள்வேன்" என்றாள் மலர், சற்றுக் கோபத்துடனே.

"தாயே, அவர் உனக்குக் காதலுடன் அளிக்கும் எது ஒன்றும் எங்களுக்கு வேண்டாம் அதை நீயே வைத்துக்கொள்" என்றாள்.

"யான் வேடிக்கைக்காக அப்படிக் கூறினேன் என்றாள் அமுதா - சற்றே முறைத்தபடி."

"சரி சரி, கோபப்படாதே அமுதா. யானும் வேடிக்கையாகத் தான் கூறினேன் இல்லையா நிருதி?"

ஏதோ ஒரு வாட்டம் அவள் முகத்தில்

"என்ன வாயிற்று?"

"நிருதி ஏன் ஏதோ போல் இருக்கின்றாய்? இத்துணை நேரம் நன்றாகத் தானே இருந்தாய்? ஏன் இந்தத் திடீர் முகவாட்டம்?"

"ஒன்றும் இல்லை மலர். அமைச்சர் அவர்கள் எப்போது வருவதாகக் கூறினாய்?"

"நாளை மறுநாள், நிருதி"

"சரி, அவரிடம் நனது வாழ்த்துக்களைத் தெரிவித்ததாகக் கூறு."

“ஏன், நீயும்தானே நாளை மறுநாள் எங்களுடன் கோட்டை வாயிலுக்கு வருவாய்? பிறகு என்ன, என்னை உன் பொருட்டு கூறச் சொல்கின்றாய்.”

“இல்லை, எனக்கு மாதவிடாய் துவங்கப்போகிறது. யான் புனித மாளிகைக்குச் செல்லப் போகின்றேன். அதனாலேயே அவ்வாறு கூறினேன்.”

“அப்படியானால், யான் உன்னுடன் இருந்து கொள்கின்றேன். பிறகு அவரைச் சந்தித்துக் கொள்கின்றேன்.”

“இல்லை மலர், அது முறை ஆகாது. அவர் நெடுநாட்கள் கழித்து கோட்டைக்கு வரவுள்ளார். அவரை நீ சென்று வரவேற்பதே உத்தமம். உன்னுடன் அமுதாவையும் அழைத்துச் செல், மலர்”

“யானா? யான் எப்படி? இல்லை, வேண்டாம் நிருதி. யான் உன் உடனே இருந்து கொள்கின்றேனே.”

“இல்லை அமுதா. நீங்கள் இவருவருமாக வண்டையர் கோனுக்கு நடக்கும் வரவேற்பிலும், பாராட்டு விழாவிலும் கலந்து கொண்டு பின் அதை எம்மிடம் கூறுங்கள் - வரவேற்பும், விழாவும் எப்படி இருந்தன என்று.”

“சரி, உனது விருப்பப்படியே” என்றனர் - தோழிகள் இருவரும்.

புனித மாளிகை என்பது மாதவிடாய்க் காலங்களில் அரச மகளிர் ஓய்வெடுக்கும் இடம். இங்கு அவர்களுக்குத் தேவையான உணவுகள், உதவிக்கு பணிப்பெண்கள் என இருப்பார்கள். நான்கு தினங்கள் கழித்து ஐந்தாம் நாள் காலை நீராடி அவரவர் அறைக்குத் திரும்புவார்கள்.

தோழிகள் மூவரும் புனித மாளிகைக்குச் சென்றனர். அங்கு சென்றதும், “நிருதி, உனக்கு எதுவேனும் தேவை என்றால் உடனடியாக எங்களுக்குத் தெரியப்படுத்துவாயாக - அவ்வப் போது நாங்கள் வந்து செல்கின்றோம், சரியா? இப்பொழுது சென்று ஓய்வு எடுத்துக் கொள்” என்றாள் மலர்.

“அப்படியே ஆகட்டும்” என்ற நிருதி புனித மாளிகைக்குள் செல்ல, மலரும் அமுதாவும் அந்தப்புரம் திரும்பினர்.

மாளிகைக்குள் சென்ற நிருதி தனது ஆடைகளைக் கலைந்து அம்மாளிகையினுள் உள்ள தடாகத்தில் நீராடச் சென்றாள்.

‘அவர் எப்பொழுது வருவார் என்று ஆவலுடன் காத்திருந்தோம். ஆனால் நாளை மறுதினம் வரப்போகின்றார். இருந்தும் எம்மால் அவரைக் காண இயலாது. என் செய்வது, இறைவா? அவரைக் காண்பது கூட பிழை ஆகும், என தனக்குள்ளே எண்ணிக் கொண்டாள்.

அம்மாளிகையில் பெண்டுகள் விளையாடிக் களிக்கும் பொருட்களும், பணிப் பெண்களும் இருந்தும் ஏனோ நிருதிக்கு எதிலும் நாட்டம் இல்லை. ஒரு பகலும், இரு இரவுகளும், பல யுகங்களாய்க் கழிந்தன அவளுக்கு. இன்னும் இரு தினங்கள் இங்கேயே இருக்க வேண்டுமே என்ற கவலை வேறு. இன்னும் சற்று நேரத்திற்கெல்லாம் விடிந்து விடும். அவர் கோட்டைக்கு வரப்போகின்றார். இத்துணை நேரத்திற்கு சோழ கோட்டையின் ராசபாட்டையை அடைந்திருப்பார் அவர்.

இப்படி எதைஎதையோ எண்ணிக் கொண்டு விடியவிடிய உறங்காமல் இருந்த நிருதி, விடியும் தருவாயில் உறங்கிப் போனாள். எங்கோ தூரத்தில் வானவேடிக்கை சப்தம் கேட்க, விழிப்பு வந்தது நிருதிக்கு. ‘அவர் வந்துவிட்டார் போலும்’ என்று எண்ணிக் கொண்டவள் படுக்கையில் இருந்து எழுந்து நீராடச் சென்றாள். அங்கிருந்து விரைவாக வந்து ஆடைகளை உடுத்திக் கொண்ட நிருதி அந்த மாளிகையின் மேல் தளத்தின் சாளரத்தின் வழியாக எதுவும் தெரிகின்றதா என்று நோக்கினாள். அதன் வழியே எதுவும் தெரியாது எனத் தெரிந்தும், ஏதோ ஓர் உந்துதல் அவளை அப்படி செய்யச் சொல்லியது எனலாம். ஏதோ ஏமாற்றத்துடன் தனது அறைக்கு வந்தமர்ந்தாள் நிருதி.

கோட்டை வாயில் ஏறக்குறைய நான்கு மாதங்களில் இது இரண்டாவது முறை சோழ மண்டல மக்களின் வாழ்த்துக்களும், வரவேற்புக்களும் கருணாகரனுக்காக. முதல் முறை அவன் பதவி ஏற்ற நாள் அன்று; தற்போது அப்பதவியின் பொருட்டு சோணாடு எங்கும் சென்று வந்ததனால். ஆயினும், அனேக மாற்றங்களை கருணாகரனால் உணர முடிந்தது. சென்ற முறையை விடவும் தற்போது குடிகளின் முகங்களில் காணப்படும் மகிழ்ச்சி ஆரவாரங்களும், கோசங்களும், அவனுக்கு சற்று வியப்பை அளித்தன. அதற்குக் காரணங்கள் தொண்டை மண்டலத்தில்

அவன் பணியைத் திறம்பட முடித்தது; பேராபத்தில் இருந்து விக்கிரமனை மீட்டது.

இவை சோழ மண்டலக் குடிகள் இடையே பரவலாக அறியப்பட்டு இருந்தன. இதன் பொருட்டே கருணாகரனைக் காண மக்கள் கூட்டம் அதிகமாக இருந்தது. அதிலும் பெண்கள் அதிகமாய் இருந்தனர். ஏழுபருவப் பெண்களும் கலந்து இருந்தனர். இவன் நமது மகனாய், தமையனாய், தோழனாய், காதலனாய், கணவனாய் இருக்கமாட்டானா என்ற ஏக்கம் அவர்களில் கண்களில் தெரிய, அவர்களில் யாரையும் எவரையும் எதன் பொருட்டும் தனித்துப் பார்க்கும் எண்ணம் கருணாகரனுக்குத் தோன்றவில்லை.

தனது சுந்தர புரவியில் வந்த கருணாகரனையும் அவன் உதவியாளர்களையும் முழு அரச மரியாதையுடன் வரவேற்றனர் - குலோத்துங்கன் குடும்பத்தாரும் அவன் உடன் கூட்டத்து அதிகாரிகளும். புரவியில் இருந்து இறங்கிய கருணாகரன், “சக்கரவர்த்திகளுக்கு அடியேனின் பணிவான வணக்கங்கள்!” என்றான்.

அப்படியே அங்கிருந்த மற்றவர்களுக்கும் தனது வணக்கத்தைத் தெரிவித்துக் கொண்டான்.

மலர்விழியின் பணிவான வணக்கத்தையும் சிறு புன்னகையுடன் ஏற்றுக்கொண்டான்.

தனது நல் ஆசிகளைக் கூறிய குலோத்துங்கனும், வானதிராயரும் பிரயாணம் குறித்துக் கேட்டறிந்தனர்.

சிறிது நேரத்திற்கெல்லாம் அங்கே கொம்பு ஒலிக்கப்பட்டது

அங்கிருந்த குடிகளும் அமைச்சர்களும் அமைதியாக தண்டகன் ஒருவன் “இதனால் நாட்டு மக்களுக்குத் தெரிவிப்பது யாதெனின், இன்று மாலை ஆலோசனை மண்டபத்தில் உடன் கூட்டத்து அதிகாரிகளுடன் சக்கரவர்த்திகள் பங்கு கொள்ளும் சபை கூட உள்ளது. நாளை காலை சித்திர மண்டபத்தில் முதல் தர அமைச்சர் நாட்டை அளப்போரான வண்டையர் கோன் கருணாகரன் அவர்களுக்கும், சயங்கெண்ட சோழ மண்டல (தொண்டை) அதிகாரி சேனாதிபதியான இராவல்லபப் பல்லவரையன் மாதவனாருக்கும் பாராட்டு விழா நிகழ இருப்பதன் பொருட்டு மக்களும் அனைத்து அமைச்சர் பெரு மக்களும் இவ்விழாவில்

கலந்துகொள்ளும்பபடி சக்கரவர்த்தி களின் உத்தரவு" என்று முடித்தான்.

இதைக் கேட்ட கருணாகரன் தனது அம்மான் ஆன வானதி ராயரின் அருகே சென்று அமைச்சர் அவர்களே சேனாபதி மாதவன் அவர்கள் வந்திருக்கிறார் என்ன?" என்றான் ஆர்வத்துடன்.

"இல்லை மகனே, அவர் இன்னும் இங்கு வரவில்லை. ஆனால் 'அவர் தொண்டை மண்டலத்தில் இருந்து புறப்பட்டு விட்டார்.' நாளை காலை சோழ கோட்டையை அடைந்து விடுவார் என்ற தகவல் கிடைத்து உள்ளது.

"மிக்க மகிழ்ச்சி!" என்றான் கருணாகரன்.

"மாலை ஆலோசனை மண்டபத்தில் சந்திக்கலாம்" என்று கூறி அங்கிருந்தவர்களிடம் விடைபெற்றுச் சென்றான் குலோத்துங்கன்.

அதன் பின் அங்கிருந்து அமைச்சர்களும் இன்னும் சிலரும் கருணாகரனுக்குத் தங்களது வாழ்த்துக்களை மீண்டும் ஒரு முறை தெரிவித்து அங்கிருந்து சென்றனர்.

கருணாகரனின் உதவியாளர்களை ஓய்வு எடுத்துக் கொள்ளும்படி அழைத்துச் சென்றது - அமைச்சர்கள் நியமித்த குழு ஒன்று.

"கருணாகரா!"

"கூறுங்கள், அம்மான் அவர்களே."

"தாங்கள் சென்று ஓய்வு எடுத்துக் கொள்ளுங்கள். இன்று மதிய விருந்து வாணர் மாளிகையில் உங்களுக்கு. இதைத் தங்களின் அத்தையார் கூறச் சொன்னார்கள்."

"அப்படியே, அம்மான் அவர்களே! அவசியம் கலந்து கொள்கின்றேன்" என்று கருணாகரன் வானதிராயரை வணங்கி விட்டு தனது பரியில் ஏறி கோட்டையுனுள் இருக்கும் தனது மாளிகைக்குச் சென்றான்.

அங்கே காவலன் ஒருவனை அழைத்து சுந்தரத்தைக் கட்டும் படி கூறிவிட்டு உள்ளே சென்றவன், பணிப்பெண் ஒருத்தியை அழைத்து, "எனது அனுமதி இன்றி யாரும் எமது அறைக்கு வரக்கூடாது. யான் தனிமையில் இருக்க வேண்டும். யான் அழைத்தால் மட்டுமே வந்தால் போதும். புரிகிறதா?" என்றான்.

"உத்தரவு அரசே!" என்றாள் அப்பணிப் பெண்.

தனது அறைக்குச் சென்றவன் மனதில் அத்துணை நேரமாக அவனுள் இருந்த ஒருவித வெறுப்புணர்வு மெல்ல தலை எடுத்தது”

என்ன பெண் இவள், சக்கரவர்த்தியின் மகள் என்றால் முதுகில் இறக்கைகள் முளைத்ததாய் நினைப்போ அவளுக்கு? சாமான்யக் குடியில் பிறந்த பெண்கள் துவங்கி குறுநில மன்னர், அமைச்சர் பெருமக்கள் மகன்கள் வரை தங்களை அழகுற அலங்கரித்துக் கொண்டு எமைக் காண அங்கே கோட்டை வாயிலில் கால்கடுக்க காத்து நிற்கின்றனர். ஆனால் இவளோ தோழமையின் அடிப்படையில் கூட வேண்டாம். மரியாதை நிமித்தமாக சக்கரவர்த்திகளின் குடும்பத்தார் அனைவரும் இன்று வரவேற்றனர். நன் பதிவியின் பொருட்டு அல்ல. யான் இளவரசருக்கு உதவியதன் பொருட்டு.

அதன் அடிப்படையில் கூட அவர்களுள் ஒருத்தியாக எமைக் காண வந்திருக்கக் கூடாதா? அது வேறு ஒன்றும் இல்லை; சோணாட்டிலே தான் அழகி என்ற மமதை அவளுக்கு. எப்பொழுது பார்த்தாலும் நம்மை அலட்சியம் செய்வதையே வேலையாக வைத்துள்ளாள். இத்துணை நாட்களில் அனுதினமும் அவளைப் பற்றி ஒரு முறையாவது சிந்திக்கத் தூண்டும் நனது உள்ளம். இப்பதவியின் பொருட்டு கிடைக்கும் பரிசையும், பாராட்டுக்களையும் விட, அவளை மீண்டும் காணும் அந்தத் தருணமே எமக்குக் கிடைக்கும் பெருமகிழ்ச்சி என்று எண்ணியே இன்று காலை கோட்டை வாயிலில் நுழைந்தேன். இருந்தும், நனது எதிர்பார்ப்பு அத்துணையும் வீண். உண்மையில் எம்மை நினைவில் வைத்துள்ளாளா? அல்லது மறந்தே தான் போனாளா? என்ன தான் இருந்தாலும் உரிமையும் உடையவள் மலர். அதனால் தாம் எமைக் காண வந்துவிட்டாள். அவள் இருக்க, உன்னை முதலில் காணும் எண்ணம் கொண்டது நன் தவறுதான். இனி உன்னைக் காணப் போவதும் இல்லை. உனது நட்பானது எமக்குத் தேவையும் இல்லை நிருதி’ என்று பற்களைக் கடித்துக் கொண்ட கருணாகரன் தன்னைச் சற்றே ஆசுவாசப்படுத்திக் கொண்டான். அத்துடன் “நிருதி!” என்று ஓர் இருமுறைகள் தனக்குள்ளே சொல்லிக் கொண்டான்.

'இல்லை, அப்படி எல்லாம் அவளை விட்டுவிட முடியாது. இன்று எமைக் காண வராததற்குத் தண்டனையாக இனி வரும் ஒவ்வொரு நாளும் அவள் எம்மைச் சந்தித்தே ஆகவேண்டும். அதுவும், இதே கோட்டைக்குள் அனைவரும் அறிய. இதைச் சாதிக்கவில்லையானால் யான் வண்டையன் அல்லன் நிருதி.' எனத் தனக்குத் தானே கூறிக் கொண்டான் கருணாகரன்.

பயணக் களைப்போ அல்லது கோபக்களைப்போ ஏதோ ஒன்று அவனை ஆட்கொண்டது. கண் அயர்ந்தான் கருணாகரன். எத்துணை நேரம் உறங்கினான் என்பது தெரியாது.

பின் கண்விழித்த கருணாகரன், 'ஐய்யோ என்ன இது? காலை வேளையில் எப்படி உறங்கிப் போனோம்? அம்மான் வேறு அவரின் மாளிகைக்கு அழைத்து இருந்தாரே' என்று எண்ணியவன் நீராடி விட்டு ஆடவல்லானை வணங்கி திருநீறு அணிந்து வாணர் மாளிகைக்குப் புறப்பட்டான்.

அங்கே அவனின் அத்தையும், அம்மானும் வரவேற்றனர். மதிய விருந்து முடித்து பலவித பேச்சு வார்த்தைகளுடன் பொழுது கழிந்தது. அந்தி சாய துவங்கியதால் ராயரும், கருணாகரனும் வடிவுடையாளிடம் விடைபெற்றுக் கொண்டு ஆலோசனை மண்டபத்திற்குப் புறப்பட்டனர். உடன் கூட்டத்ததிகாரிகளின் கலந்துரையாடலில் பங்குபெறுவதன் பொருட்டு சக்கரவர்த்திகளுக்கு முன்னதாகவே அனைத்து அமைச்சர்களும் அங்கு இருக்க வேண்டும் என்பது நியதி.

வாணர் மாளிகையை விட்டு வெளியே இருவரும் வர, அங்கு வந்தாள் மலர்.

"வணங்குகின்றேன், தந்தையே! வணக்கம், அத்தான் அவர்களே" என்றவள், "என்ன அதற்குள்ளாகப் புறப்பட்டு விட்டீர்களா, என்ன?" என்றாள் -சற்றே கோபம் கொண்ட வளைப் போல.

"இல்லை மலர்" யான் வந்து வெகு நேரம் ஆகிவிட்டது. நீயோ தற்போது தான் வருகின்றாய். அதற்கு யான் என்ன செய்ய?" என்றான் கருணா.

சற்றே அவர்களிடம் இருந்து இடைவெளி விட்டு நின்றார் வானதிராயர்.

“சரி மலர், நாங்கள் ஆலோசனை மண்டபம் செல்ல வேண்டும். பிறகு சந்திக்கலாம்” என்றதும், ராயர் சென்று தனது பரியில் அமர்ந்தார்.

“சபை முடிந்ததும் உனக்காக நந்தவனத்தில் காத்திருப்பேன் என பைய கூறி அங்கு இருந்து சென்றான் கருணா.”

“ மெள்ள தலையசைத்தாள் புன்னகைத்தபடி மலர்.”

ஆலோசனை மண்டபம். அமைச்சர் அனைவரும் வீற்றிருக்க வாயில் காவலன்; குலோத்துங்கன் விருது பெயர்களை உச்சரித்து அவன் வருவதாக எச்சரித்தான்.

சபையினர் அனைவரும் எழுந்து நின்று தங்களின் வணக்கங் களைத் தெரிவிக்க பதிலுக்கு வணங்கிய குலோத்துங்கன் அனை வரையும் அமரும்படி கூறினான். ஓலை நாயகம் ஓலையில் இருக்கும் கட்டளைகளை வாசிக்க சபை நடவடிக்கைகள் துவங்கின. கருணாகரனின் பணிச் சிறப்பு துவங்கி பலதரப்பட்ட அரசின் நடவடிக்கைகள் குறித்தும் விவாதிக்கப்பட்டது.

வெகு நாட்களுக்குப் பிறகு குடிகளும், அமைச்சர்கள் உள்பட அனை வரும் கலந்து கொள்ளும் சித்திர மண்டப சபை நடவடிக்கை கள் குறித்தும் விவாதிக்கப்பட்டது. வெகு நேரத்திற்குப் பின் ஒருவழியாக சபை நடவடிக்கைகள் முற்றுப் பெற்றன. சக்கரவர்த்திகளும் வானதிராயரும் அங்கிருந்து செல்ல, மற்ற அமைச்சர்களும் கலைந்து சென்றனர்.

காலிங்க ராயர் மட்டும் சிறிது நேரம் கருணாகரனுடன் உரையாடி விட்டு, பின் அவரும் அங்கிருந்து சென்றார்.

கருணாகரனின் ஆஸ்தான ஒற்றனான குமரன் அங்கு வந்தான். “வணங்குகின்றேன் பிரபு. தங்களின் மாளிகையில் இருந்து தாங்கள் எடுத்து வரும்படி கூறிய பேழையை எடுத்து வந்துவிட்டேன். இந்தாருங்கள்” என்றான்.

அதை வாங்கிக் கொண்ட கருணா, “நன்றி குமரா, நீ செல்லலாம்” என்று கூறி பரியில் ஏறி நந்தவனத்திற்குள் சென்றான்.

சுந்தரம் பையவே சென்றது - அந்த வனத்திற்குள். உண்மையில் சற்று உற்சாகத்துடனே இருந்தான் கருணாகரன் - மலரைச் சந்திக்கின்றபடியால்.

“ஐய்யோ, இவ்வளவு பெரிய நந்தவனத்தில் அவளை எப்படி கண்டுபிடிப்பது அல்லது நாம் எங்கு இருக்கின்றோம் என்பது அவளுக்கு எப்படி தெரியும்? என்று எண்ணிக் கொண்டு இருக்கையிலேயே, “அத்தான் என்று மலரின் குரல் கேட்ட திசையில் திரும்பினான் கருணாகரன்.”

“நல்லவேளையாக தாங்கள் இப்பொழுது தாம் வருகின்றீர் களா? இப்பெரும் நந்தவனத்தில் தங்களை எங்கும் என்று தேடுவேன் என எண்ணிக் கொண்டு வந்தேன்” என்றாள் - அவன் முன்னதாகவே வந்த மலர்.

‘அதே எண்ணம் தான் சற்றுமுன் நனது உள்ளத்திலும் தோன்றியது’ என்று மனதிலே எண்ணிக் கொண்டான் கருணாகரன்.

“வாருங்கள் அத்தான்! சற்று உள்ளே சென்றால். திடல் ஒன்று இருக்கும்; அங்கு சென்று உரையாடலாம்” என்றாள் மலர்.

இருவருமாக அத்திடலில் சென்று அமர்ந்தனர்.

“மலர், இங்கே யாரும் வந்து விடமாட்டார்களே” என்றான் கருணாகரன்.

“இல்லை அத்தான். இங்கு அப்படி எவரும் வரஇயலாது. பெண்டுகள் மட்டுமே நந்தவனத்திற்குள் அனுமதிக்கப்படுவர். தாங்கள் வகிக்கும் பதவியின் பொருட்டு தாங்கள் இங்கு வர தடையில்லை அல்லவா?”

“ஆமாம் மலர். நந்தவனப் பாதையில் சென்றால் வண்டையர் மாளிகையை எளிதில் அடைந்து விடலாம் என்பதனால் யான் இப்பாதையைப் பயன்படுத்துவது வழக்கம் தான். அதெல்லாம் இருக்கட்டும். மலர், நீ எப்படி இருக்கின்றாய்?” என ஆசையாய் அவளை உற்று நோக்கினான் கருணா.

பெண்களுக்கே உண்டான நாணம் அவளை ஆட்கொள்ள, “யான் நலமாகத்தான் உள்ளேன். தாங்கள் எப்படி உள்ளீர்கள்? தங்களின் பிரயாணம் எல்லாம் சுபம் தானே?” என்றாள்.

“அனைத்தும் சுபமே!” என்றவன் மெள்ள அவளின் மெல்லிய கரங்களைப் பற்றினான்.

“எமக்காக என்ன பரிசுப் பொருள் வாங்கி வந்தீர்கள் அத்தான்?” என்றாள் மலர்.

வாய்விட்டுச் சிரித்த கருணாகரன், "எமக்குத் தெரியும் - அடுத்து நீ இதைத் தான் கேட்பாய் என்று. மறப்பேனா என்ன! கடந்த முறை யான் உனக்குப் பரிசளித்த கனகமணி மாலை அவ்வளவாக உனக்கு விருப்பம் இல்லை என்பதை யான் நன்கு அறிவேன். அதனாலேயே இம்முறை காஞ்சியில் ஒரு வைர வியாபாரியிடம் இந்த ஆபரணத்தை வாங்கி வந்தேன். எப்படி இருக்கின்றது மலர்?" என்று அவளின் கரங்களிலே கொடுத்தான்.

அந்த இருளிலும் கூட கண்களைப் பறித்தது வைரத்தின் ஒளியானது.

"அற்புதம்! மிக அற்புதம்! எமக்கு மிகவும் பிடித்து இருக்கின்றது அத்தான்" என்றாள் ஆர்வத்துடன். "இதை யான் இப்போதே அணிந்து கொள்ளட்டுமா என்றாள்.

தாராளமாக என்றவன், அதை வாங்கி அவள் கழுத்திலே அணிவித்தான். "உண்மையில், உன் கழுத்தில் இருக்கையில் தான் மிக அழகாக உள்ளது மலர் - இந்த ஆரம்" என்றான் கருணா.

வெட்கம் வந்து அவளைப் பற்றிக் கொள்ள தலைகுனிந்தாள்.

அவளின் தாடையைப் பிடித்து நிமிர்த்திய கருணா. "அய்யோ உனக்கு நாணம் வேறு வந்து விட்டதா? இனி எதுவும் பேசமாட்டாயே?" என்றான் கேலியாக.

அதற்கும் அமைதியாய் இருந்தாள் மலர்.

"உன்னை எப்படி பேசவைப்பது என்று எமக்குத் தெரியும்" என்ற கருணா, "இன்று காலை பொது மக்களும் அமைச்சர்களும் நனது பணிச் சிறப்பு குறித்தும் விக்கிரமன் தொடர்பான சம்பவம் குறித்தும் பாராட்டினார்களே அது குறித்து உனது அபிப்பிராயம் என்ன மலர்?"

"இதில் அபிப்ராயம் கூற என்ன இருக்கிறது அத்தான்? நனது தந்தையரும், தமையனும் செய்திராத சாகசத்தையா தாங்கள் செய்து விடப்போகின்றீர்கள்?" என உடனடியாகப் பதில் வந்தது - மலரிடம் இருந்து.

@நீ கூறுவதும் சரி தான் மலர்! இவ்வுலகில் யாரும் செய்தரியாத காரியத்தை ஒன்றும் யான் செய்துவிட வில்லையே."

"ஆம் அத்தான்; சாமான்யன் ஒருவன் இது போன்றதொரு காரியம் செய்வதே சாகசம் ஆகும். நம்மைப் போன்ற அரச

வம்சத்தினருக்கு, இது இயல்பான ஒன்று தானே. தூரதேசத்திற்குச் சென்று போர்க்களம் கண்டீர்களேயானால் அதிலே பெருமை பட்டுக்கொள்ள பொருள் இருக்கும். நமது தேசத்தினுள் ஊடுருவியவர்களை அழிதத்து என்பது எதார்த்தமே நன் வரையில். யான் கூறுவது சரிதானே அத்தான்?”

ஒரு கணம் என்ன கூறுவதென்று புரியவில்லை அவனுக்கு.

பின் அவனாகவே, “நீ கூறுவது தான் முற்றிலும் உண்மை மலர்!” என்றான் ஒரு நீண்ட பெருமூச்சுடன்.

“சரி இவற்றை எல்லாம் விடு. யான் இங்கு இல்லாத இந்த இரண்டு திங்கள்களில் எம்மை எத்தனை முறைகள் நினைத்திருப்பாய் மலர்?”

“தாங்கள் எம்மை எத்தனை முறை நினைத்துக் கொண்டிருந்தீர்களோ, அத்தனை முறை.”

“நீ என்ன கூறுகின்றாய் மலர்? எமக்குப் புரியவில்லையே” என்றான் மலரிடம் - கண்களை நோக்கி.

“ஆமாம் அத்தான்! தாங்கள் இங்கேயே இருந்திருந்தீர்களே யானால் தங்களைக் காண வேண்டும் என்ற எண்ணத்தில் அவ்வப்போது தங்களின் நினைவானது வந்திருக்கும். தவிரவும், தாங்கள் இங்கிருந்த ஒரு மாத காலத்தில் தங்களைச் சந்திக்க வேண்டும் என்ற எண்ணத்தில் அவ்வப்போது தங்களின் நினைவானது வரும். தாங்கள் இங்கு இல்லாத பொழுதுகளில் தங்களைப் பற்றிய சிந்தனைகள் அவ்வளவாக எமக்கு இருக்காது. அதனால் எப்போதாவது நினைத்துக் கொள்வேன். இது இன்று அல்ல. தாங்கள் வண்டையிலும், உறையூரிலும் இருந்த காலத்தில் இருந்தே இப்படித்தான் அத்தான்” எனக் கூறிமுடித்தாள் மலர்.

நம் இருவருக்கும் கருத்து ஒற்றுமை என்பது எதில் இருக்கிறதோ இல்லையோ, இதிலே இருக்கின்றது என எண்ணிக் கொண்டே கருணா தனக்குள்ளே நகைத்துக் கொண்டான்.

“என்னவானது அத்தான்? தன் இந்த திடீர் மௌனம்? யான் கூறியதில் பிழை ஏதும் உண்டோ?

“அப்படி எல்லாம் ஒன்றுமில்லை மலர். யான் வேறு ஒன்றை நினைத்தேன்” என்று சொல்லி சமாளித்தான் கருணா.

“தாங்கள் என்ன நினைத்தீர்கள்?” என்றாள் மலர்.

"அப்படி எப்போதாவது எம்மைப் பற்றி சிந்திக்கையில் உனது உள்ளமானது எதை எண்ணும் என்று ஒரு சிறு அலசல் என்னுள்ளே" என்றவன், அவளின் அருகே நெருங்கி செல்ல ஏதோ ஒன்று அவன் தோளைத் தொட்டு விழுந்தது. சற்றே இருள் சூழ்ந்திருந்த படியால், அவன் மீது விழுந்ததை உணர முடிந்ததே தவிர, அது என்னவென்று உடனடியாக அவனுக்குத் தெரியவில்லை.

அதை எடுத்து, செண்பகப் பூ அத்தான். இது நந்தவனம் அல்லவா? அதனால் காற்றிலே இலைகளும், பூக்களும் உதிர்வது என்பது இயல்பு தானே?" என்றாள் மலர்.

அந்தப் பூவை வாங்கிய கருணா அதை நுகர்ந்தபடியே மேலே நோக்க "அந்தப் பெரிய செண்பக மரம்... அதன் அடியே தான் இத்துணை நேரமாக உரையாடிக் கொண்டிருந்தோம். இதே மரத்தடியில் தானே அன்று ஒரு நாள் அவள் யார் என்றும், அவளின் பெயர் என்னவென்றும் அறிந்து கொண்டோம்" என்று தனக்குள்ளேயே எண்ணிக் கொண்டான் கருணா.

"அத்தான், தங்களுக்கு என்னவானது? ஏன் இந்த அமைதி?" என்று மலர் அவனின் கரங்களைப் பற்றினாள்.

ஏனோ அதற்கு மேல் அங்கு இருக்க அவனுக்கு விருப்பம் இல்லை.

"ஒன்றும் இல்லை மலர்" என்று அவளின் கரத்திலிருந்து தனது கரத்தை விடுவித்துக் கொண்ட கருணாகரன், "மலர், நாம் இங்கு வந்துவெகுநேரம்ஆகின்றது.இருள்வேறுசூழத்தொடங்கிவிட்டது. இந்தச் செடி கொடிகளுக்கு இடையில் இருளில் நடந்து செல்வது என்பது ஆபத்தானது. விஷ ஜந்துகள் இருக்கக் கூடும். அதனால் நீ இப்போது புறப்படு மலர். நாளை சந்திக்கலாம் என்றான்.

"சரி அப்படியே அத்தான். நாளை என்றால் எப்போது, எங்கே அத்தான்? இங்கேயே வந்து விடுவீர்களா?"

"இல்லை, இங்கு வேண்டாம் மலர். நாளை காலை சித்திர மண்டபத்தில் சபைகூடுவது உனக்கே தெரியும். மதியத்திற்குப் பிறகு அரசியார் இறந்தது குறித்து சக்கரவர்த்திகளையும் அவர் குடும்பத்தாரையும் காணவேண்டும் என்று அம்மானிடம் கூறி இருந்தேன். அதன் பொருட்டு யானும் அம்மான் அவர்களும்

சோழர்கள் அரண்மனைக்குச் செல்ல உள்ளோம். அதன் பின் மாலை சந்திக்கலாம் மலர். எங்கே என்று நீயே கூறேன்."

சற்றே யோசித்த மலர், "சோழிசுரர் ஆலயம்? அங்கு சந்திக்கலாம் அத்தான்" என்றாள் ஆர்வமாக.

"உனது விருப்பப்படியே!" என்று கூறிய கருணா மலரிடம் விடைபெற்றுக் கொண்டு அங்கிருந்து வண்டையர் மாளிகையை நோக்கிச் சென்றான்.

மாளிகைக்குள் வந்த கருணாகரனை வணங்கிய பெண் ஒருத்தி, "அரசே, உணவு தயாராக உள்ளது. தாங்கள்..." என்பதற்குள், "எமக்கு எதுவும் வேண்டாம். முதலில் இங்கிருந்து செல்" என்று அப்பெண்ணைக் கடிந்து கொண்டான்.

அந்த மாளிகையின் மேல் தளத்தில் இருக்கும் தனது அறைக்குச் சென்ற கருணாகரன் அங்கு இருக்கும் நடராசர் சிலைக்கு அருகே சென்றான்.

பரம்பொருளே எமக்கு என்ன தான் ஆனது இறைவா? அப்பெண்ணின் நினைவானது எம்மைப் பாடாய்ப் படுத்துகின்றதே. இதன் பொருள் தான் என்ன? ஒரு வேளை, இதுவும் தங்களின் திருவிளையாடல்தான் என்ன? எப்படியேனும், அவளின் நினைவானது எம்மை ஆட்கொண்டு விடுகிறது. இதன் காரணம்தான் என்ன? இன்று அதிகாலை கோட்டைக்கு யான் வந்தாகிவிட்டது. இதோ இன்றைய பொழுதே முடியப்போகிறது. இதுவரையிலும் எமைக் காண வேண்டும் என்ற எண்ணம் அவளுக்கும் வரவே இல்லையா? அல்லது யான் இங்கு வந்தது அவளுக்கு தான் தெரிய வில்லையா? இல்லை, அதற்கு வாய்ப்பே இல்லையே. மலர் கூறியதில் தான் எத்தனை உண்மை.

இத்தனை ஆண்டுகளில் மலரின் நினைவு என்பது வராத நாட்கள் அனேகம். ஆனால் இந்த மூன்று திங்கள்களில் அவளை ஒரு நாள் தவறாமல் நினைத்துக் கொண்டதை எம்மால் உறுதியாகக் கூற இயலும். இந்த உள்ளக் குழப்பத்திற்கு வழிதான் என்ன? ஒரே ஒரு முறை அவளை கண்டேனேயானால் போதும் - நன் மனம் அமைதி யடையும். அதற்கு நாளை காலை வரையிலும் பொறுக்கத்தான் வேண்டும். இன்று இல்லை யானால் என்ன? நாளை எப்படியும் சபை நடவடிக்கைகளைக் காண

சித்திரமண்டபத்திற்கு அவள் வந்தே ஆகவேண்டும். அப்பொழுது பார்க்காமலா இருப்பாள்? என்று தனக்குத் தானே ஆறுதல் கூறிக்கொண்டான் கருணாகரன்.

நிருதி... எங்கே அவள்?

* * *

27

பணி சிறப்பும் பட்டமும் பாராட்டும்

புனித மாளிகை. தனது படுக்கையில் நிருதி. ஏதேதோ எண்ண ஓட்டம், இனம்புரியா ஆதங்கம். இருந்தும், இன்றோ நாளையோ ஒரு பொருட்டு அல்ல. தங்களைச் சந்திக்கப்போகும் நாளும் தூரம் அல்ல. அவள் கண் எதிரே நின்றான் கருணாகரன் கடைசியாக காளிதேவி கோவிலில் பார்த்த கோலத்துடன் மெள்ளப் புன்னகைத்துக் கண்களை மூடினாள். அவள் விழிகளில் வழிந்தோடிய ஈரம் மட்டும் காயவே இல்லை - வெகு நேரமாக.

அன்று இரவு தொடங்கி விடிய விடிய கோட்டை வாயில் துவங்கி சித்திரமண்டபம் வரை வாழை, மா, தென்னை, பலவித பழங்கள் பூக்கள் கொண்டு அலங்கரிக்கப்பட்டது. அதிகாலை தனது அறையில் இருந்து வெளியே வந்த கருணாகரன் சற்றே ஆச்சர்யத்துடன் மாளிகையைக் காண, மாளிகை முழுவதும் மலர்களாலும், மாவிலைகளாலும் அலங்கரிக்கப்பட்டு இருந்தது. மேல் தளத்தில் இருந்து கீழ் இறங்கிவர வரவேற்பு அறையில் வானதிராயரும், திருவரங்க அன்னவராயரும் உரையாடிக் கொண்டு இருந்தனர்.

“வணங்குகின்றேன் தந்தையே, வணங்குகின்றேன், அம்மான் அவர்களே!” என்று அவர்கள் அருகே சென்று நின்றான் கருணாகரன்.

“வணக்கம் மருமகனே!” என்றார் வானதி ராயர். “யான் வந்து வெகு நேரம் ஆகின்றது மகனே. உனது அறைக்கு வந்தோம். நீ அயர்ந்து உறங்கிக் கொண்டு இருந்தாய்.”

“ஆம் கருணாகரன், இன்று விடிவதற்கு முன்னதாகவே. மைத்துனர் அவர்களும், சேனாதிபதியார் மாதவன் அவர்களும் அடுத்தடுத்து வந்து விட்டார்கள். இன்று நடக்கப்போகும் சுப நிகழ்வுகளுக்காக சோணாட்டுச் சிற்றரசர் என்ற முறையில் நன் அன்பு மைத்துனர் வண்டையர் கோன் அன்னவராயருக்கும் சக்கரவர்த்திகளின் சார்பாக ஓலை அனுப்பப்பட்டது. இதில் கலந்து கண்டு விழாவை சிறப்பிக்கும் படி. அதன் பொருட்டே உனது தந்தையார் இங்கே வந்துள்ளார்” என கூறி முடித்தார் வானதி ராயர்.

“இருப்பினும், யான் சிற்றசரசன் என்கிற முறையில் இங்கு வரவில்லை மைத்துனரே. நனது அன்பு மகனுக்கான பாராட்டு விழாவை நான் கண்குளிர காண வேண்டும் என்பதனாலேயே இங்கு வந்தோம்” என்றார் அன்னவராயர்.

“மிக்க நன்றி தந்தையே!” என்றான் கருணாகரன்

“தாங்கள் இருவரும் உரையாடிக் கொண்டு இருங்கள். யான் இதோ வந்து விடுகின்றேன்” என்று கூறி அங்கிருந்து சென்றான் கருணாகரன்.

மாளிகையின் உள்ளே உள்ள தடாகத்தில் நீராடி வெண்பட்டு இடையே உடுத்தி ஆண்களுக்கான காஞ்சி (இடுப்பு பட்டயம்) அணிந்து நேர் சங்கிலி, வரிசை சங்கிலி, முத்து மாலை தரித்து, இடக்கையில் கைக்காப்பும், விரல்களில் கணையாழியும் பூட்டி, நெற்றியிலே திருநீறு அணிந்து, சிரசிலே முடிதரித்து, கரத்திலே எந்நாளும் அவனை விட்டு அகலாத வாளை ஏந்தி கீழ் இறங்கி வந்தான் கருணாகரன். அவனைக் கண்ட மைத்துனர் இருவரும் “கருணா, சபை கூட இன்னும் நேரம் இருக்கின்றதே” என்றனர்.

“மகனே, இதற்குள்ளாகப் புறப்பட்டு விட்டாயே!” என்றார் அன்னவராயர்.

“இல்லை தந்தையே! யான் மாதவனைக் காணவே செல்கின்றேன்.”

“அப்படியானால், உணவாவது அருந்தி விட்டுச் செல், மகனே.”

“இல்லை தந்தையே, யான் மாதவனுடன் உணவு அருந்திக் கொள்கின்றேன். யான் புறப்படட்டுமா? வணங்குகின்றேன். தந்தையே, அம்மான் அவர்களே!” என்று அங்கிருந்து நகர்ந்த கருணாகரனை அழைத்த வானதிராயர் “மருமகனே, ஒரு கணம்...” என்றார்.

"கூறுங்கள் அம்மான் அவர்களே.

"தாங்கள் சேனாதிபதியாரைச் சந்தித்து விட்டு இருவருமாக அலுவலகத்தில் இருக்கும் தங்களின் அறையில் காத்திருங்கள். தங்களின் பெயர்களைக் கூறி தண்டகன் அழைக்கையில் தாங்கள் சித்திர மண்டபத்திற்கு வரவேண்டும். இது அரசின் உத்தரவு!"

"அப்படியே ஆகட்டும் அம்மான் அவர்களே. தாங்கள் எப்போது?" என்ற கருணாகரனிடம், "இதோ, இன்னும் சற்று நேரத்தில் யானும் தங்களின் தந்தையும் சித்திர மண்டபம் சென்று விடுவோம்" என்றார் வானதிராயர்.

"இன்றைய சபையின் முதல் நடவடிக்கையே சிற்றரசர்களுடன் கலந்துரையாடல் தான் பிறகே மற்ற நடவடிக்கைகள் துவங்கும்" என்றார் வானதி ராயர்.

அதற்குத் தலையசைத்து அவர்களை வணங்கி அங்கிருந்து சென்றான் கருணாகரன்.

அவன் சென்றதும் வானதி ராயர் "இந்தச் சோழ மண்டல மக்களின் அனைத்து கண்களும் நனது மருமகனின் மேனியிலே தான் ஒட்டிக் கொண்டு இருக்கும். நனது கண்களும் கூடத்தான் மைத்துனரே என்றார்.

நகைத்தபடி, "எதனால் அப்படி மைத்துனரே?" என்றார் அன்னவராயர்.

"நன் மருமகன் தான் எத்துனை அழகன்! கோயில் சிற்பங்களும் தோற்று விடும் அவனின் திருத்தம் கண்டு. முன்னொரு முறை அயோத்திய அரசன் ராமபிரானைப் பற்றி வர்ணித்தார் நம் பட்டர் அவர்கள். அவரின் வர்ணனையை ஒத்ததே. நமது கருணாகரனின் கரிய நிறத் தேகமும் கண்கொள்ளா அழகும்" என்று கூறி பூரித்துப் போனார் வானதி ராயர்.

"நன்றிகள்" என்றார் அன்னவ ராயர் - சற்றே பெருமிதத்தோடு.

பல்லவர் மாளிகை பூசை அறையில் ஈசனைத் தொழுது கொண்டிருந்தான் மாதவன். அங்கு வந்து பைய நின்றான் கருணாகரன்.

பூசையை முடித்து எழுந்த மாதவன், "கருணா! நீயா? நீ எப்போது வந்தாய்?" என்று ஆரத்தழுவிக் கொண்டான்.

“யான் வந்து வெகு நேரம் ஆகின்றது மாதவா. பூசையைத் தடுக்கக் கூடாது என்று காத்திருந்தேன்.”

“சரி வா, இருக்கையில் அமர்ந்து பேசலாம்” என்றான் இருவரும் அந்த மாளிகையில் உள்ள பெரிய பத்தியில் உள்ள இருக்கையில் சென்று அமர்ந்தனர்.

“யார் அங்கே? சுக்கு நீர் எடுத்து வாருங்கள்!” என்று கூற

சற்று நேரத்தில் இருவருக்கும் சுக்கு நீர் தரப்பட்டது.

“அப்புறம் மாதவா, உனது பயணம் எப்படி இருந்தது?”

“அதற்கென்ன கருணா? எப்போதும் போலவே தான் திங்களுக்கு ஒரு முறையோ அல்லது இருமுறையோ இங்கே வந்து கொண்டு தானே இருக்கின்றேன்.”

“நீ கூறுவதும் சரிதான் மாதவா! எப்படியும் ஒரு பத்து தினங்களாவது இங்கு இருப்பாய்தானே.”

“இல்லை கருணா. இன்று மாலைக்கு முன்னதாகவே யான் இங்கிருந்து புறப்பட வேண்டும்.”

“என்ன? ஏன்? எதனால் மாதவா?”

“நாளை இரவு எங்கள் உறவினர் இல்லத் திருமணத்தில் கலந்து கொள்ளவேண்டும். அதற்கு இன்று மாலை புறப்பட்டால் தான் நாளை மதியம் அவ்வூர் சென்றடைய முடியும்.”

“அப்படியானால், திருமணத்தில் கலந்து கொண்டு விட்டு, பின் இங்கு வந்துவிடு மாதவா.”

“இல்லை கருணா, யான் உடனடியாக காஞ்சி திரும்ப வேண்டும். தூரதேசத்து மரக்கலங்கள் மூலம் வணிகப் பொருள் களும், அரசுக்குச் செலுத்தும் சுங்கப் பொருளும் கொண்டு வரப்பட்டுள்ளன. அவற்றைத் தக்க பாதுகாப்புடன் கோட்டையில் சேர்க்க வேண்டும். அதன் பொருட்டு யான் அங்கிருப்பது அவசியமான ஒன்று ஆகிறது. தவிரவும், நீதான் உனது பணிகள் முடிவடைந்ததும் ஓய்விற்காக மாமல்லபுரம் வரப்போவதாகக் கூறினாயே, அப்பொழுது நாம் பேசி மகிழ்ந்து பொழுதைக் கழிக்கலாம்; சரிதானே?”

“அதுவும் சரி தான்!” என்றான் கருணாகரன் - உற்சாகமாக.

“அதெல்லாம் இருக்கட்டும், சோழ மண்டலம் எங்கும் உனது புராணமாகவே இருக்கின்றதே...” என்றான் மாதவன்.

“நீ என்ன கூறுகின்றாய் மாதவ?.”

“ஆம் கருணா. நேற்று காலை சோழ மண்டலத்தில் நுழைந்ததில் துவங்கி இன்று காலை கோட்டை வாயில் வரையில் உன்னைப் பற்றிய பேச்சுக்கள் தாம் - குடிகளிடம். அதிலும் நேற்றைய தினம் உன்னை வரவேற்கக் கூடி இருந்தவர்களில் அதிகம் பெண்கள் தானாமே...” என்ற மாதவன் கருணாவை உற்று நோக்க, “அதை எல்லாம் யான் கவனிக்கவில்லை மாதவா.” என்றான் கருணாகரன்.

“அது தான் எமக்குத் தெரியுமே - நீ கவனிக்க மாட்டாய் என்று. பாவம்... அது அந்தப் பெண்களுக்கு தெரியாது அல்லவா?” என்றான் மாதவன்.

“போதும் போதும், உனது இந்த கேலிப்பேச்சு. அலுவலகத்திற்குப் புறப்படலாம்” என்றான் கருணாகரன்.

நண்பர்கள் இருவரும் சித்திர மண்டபம் நோக்கி பரியில் பயணித்தனர். வழி நெடுகிலும் நண்பர்கள் இருவரையும் வணங்கிச் சென்றனர் குடிகள்.

மிகச் சிறப்பாக அலங்கரிக்கப்பட்டு இருந்தது கோட்டை வாயில் துவங்கி சித்திர மண்டபம் வரை மங்கல வாத்தியங்கள், மக்களின் கூட்டம் என்று கோட்டையே களைகட்டி இருந்தது.

மண்டபத்தின் முகப்பில் இருந்த கணபதியை வணங்கி விட்டு அதை அடுத்த நடராசரையும் வணங்கி அலுவலகத் தினுள் இருவரும் செல்ல, அங்கிருந்த அமைச்சர் பெருமக்கள் உற்சாகமாக அவர்களை வரவேற்றனர்.

சற்று நேரம் அவர்களிடம் உரையாடி விட்டு தனது அறைக்குச் சென்றான் கருணாகரன், “மாதவா!” என்று அழைத்துக் கொண்டு தனது இருக்கையில் சென்று அமர்ந்தான். அவன் எதிரே மாதவன் அமர, ‘எத்துணை நாட்கள் ஆகின்றன - அலுவலக அறைக்கு வந்து’ என்ற ஓர் அங்கலாய்ப்பு அவனுள்.

“என்ன தான் வெளியூர்களில் சுற்றுப்பயணம் செய்தாலும் நமது அலுவலகத்தில் நம் இருக்கையில் அமர்வதே ஒரு தனி சுகம் தான். இல்லையா, மாதவா?”

“நீ கூறுவது உண்மை தான் கருணா!”

அங்கே கொம்பு ஒலிக்கப்பட்டது.

வாயில் காவலன் உரத்த குரலிட்டு “சபை நடவடிக்கைகள் துவங்க இருப்பதால் அமைச்சர் பெருமக்கள் சித்திர மண்டபத்தில் எழுந்தருளுமாறு கேட்டுக் கொள்ளப்படு கிறார்கள்” என்றான்.

சற்று நேரத்தில் புலவர்கள் சயங்கொண்டாரும், நாராயண பட்டரும் அங்கு வந்ததாக அறிவிக்கப்பட்டது. அதைத் தொடர்ந்து அரசரின் மனைவியரும் அரசு அதிகாரி இல்லப் பெண்டுகளும் அங்கு வந்ததாக அறிவிக்கப்பட்டது.

அறையில் இருந்த கருணாகரனுக்கும் மாதவனுக்கும் ஒரே மாதிரியான எண்ண ஓட்டமே. ‘இன்று எப்படியாவது அவளைப் பார்த்து விடவேண்டும்’ என்பது. அதன் பின் இராசகேசரி ஸ்ரீ குலோத்துங்கன் விருது பெயர்களை உச்சரிக்க, அவனும் சித்திர மண்டபம் எழுந்தருளினான். இறை வாழ்த்துடன் சபை நடவடிக்கைகள் துவங்கப்பட்டன.

சற்று நேரத்தில் இராசவல்லப் பல்லவரையன் சயங்கொண்ட சோழ மண்டலத்து சேனாதிபதியான மாதவனார் சபைக்கு வர உள்ளார் என்று கூற, சபையோரை வணங்கி, அங்கு வந்த மாதவன் சக்கரவர்த்திகளையும் வணங்கி தனது இருக்கையில் அமர்ந்தான்.

இன்றைய விழா நாயகரான வண்டையர் கோன் கருணாகரனை எழுந்தருளும் படி கேட்டுக் கொள்ளப்படுகிறது என்றான் வாயில் காவலன். சித்திர மண்டபத்தில் பிரவேசிக்கும் முதல் நாள் - அதுவும் தனக்கான நாள் என்பதில் கருணாவிற்குப் பெருமிதமே. தனக்கேயுரித்தான மிடுக்கான நடையுடன் அனைவரையும் வணங்கி அவர்களைக் கடந்த கருணாகரனை அரசனுக்குப் பக்கத்தில் போடப்பட்டு இருந்த இருக்கைகளிடம் கைகாட்டி அமரும்படி கூறினார் வானதிராயர்.

அங்கே இளவரசர்கள் சோழ கங்கனும் வீரராசசோழனும் அமர்ந்திருந்தனர். அவர்களின் அருகே சென்று தனக்கான இருக்கையில் அமர்ந்து கொண்டான் கருணாகரன். அரசனை வணங்கி அவனுக்கு எதிரே புலவர்கள் இருவருடன் மாதவன் அமர்ந்திருந்தான்.

சிற்றரசர்கள் வரிசையில் அமர்ந்து இருந்த அன்னவ ராயனுக்குச் சொல்ல முடியா ஆனந்தம் - தன் மகன், சக்கரவர்த்தி களுக்கும், இளவரசர்களுக்கும் இடைப்பட்ட இருக்கையில்

இருந்ததைக் கண்டு. குலோத்துங்கன் ‘சபை நடவடிக்கைகள் துவங்கட்டும், எனக் கூற, திருமந்திர ஓலை நாயகம் உத்தரவின் பேரில் ஓலை நாயகம் கருணாகரனின் பணிச்சிறப்பைப் பட்டியல் இட்டார்.

வண்டையர் கோனான நமது நாட்டை அளப்போர் அதிகாரியான கருணாகரன் அவர்கள் கணிதம், பொறியியல், தற்காப்பு மருத்துவம் போன்ற அனைத்தையும் பயின்றவர் என்பது நாம் முன்பே அறிந்ததே. இருந்தும், அவரின் பணிச்சிறப்பை இங்கே பகிர்ந்து கொள்வதில் மகிழ்ச்சி அடைகின்றோம். ஒன்பது மண்டலங்களை உள்ளகத்தே கொண்ட முப்பது வளநாடுகளும் உள்ள இப்பெரும் சோழ நாட்டு நிலப்பரப்பை, இருநூற்று பத்தொன்பது உதவியாளர்களுடன், இருமாதங்களில் அளந்துள்ளார் என்பது குறிப்பிடத்தக்கது. இருபது ஆண்டுகளுக்கு முன்பு இதே பதவி வகித்த இரண்டாண்டுகளில் நிள அளவையை முடித்தவர்கள். உலகளந்தானான திருவரங்க தேவர், மற்றும் கம்ப முடையானான உலகளந்த சோழப் பல்லவரையன். அவர்கள் இவர்களுள் திருவரங்க தேவன் நமது அமைச்சர் கருணாகரனின் தந்தை என்பதை யாம் இங்கே நினைவுபடுத்துகின்றோம்” என்றார் ஓலை நாயகம்.

இதைக் கேட்ட அனைவரும் அன்னவராயருக்குத் தங்களின் வாழ்த்துக்களைத் தெரிவித்துக் கொண்டனர்.

‘புலிக்குப் பிறந்தது பூனை ஆகாது’ என்னும் உவமையை எம்மால் கூற இயலாது. வேறு எதை உவமையாகக் கூறலாம் புலவரே?” என்றான் குலோத்துங்கன் சயங்கொண்டாரிடம்.

“இல்லை அரசே இந்த உவமைதான் தற்போது இவர்களுக்கு மிகப் பொருத்தமாக இருக்கும். தாங்கள் கூறாவிட்டால் என்ன? நாங்கள் கூறுகின்றோம்; ‘புலிக்குப் பிறந்தது பூனை ஆகாது’ என்று” என்றதும் சிரிப்பொலியும் கரவொலியும் கலந்து பரவின - சித்திர மண்டபம் எங்கும்.

இங்கே இத்துணை ஆரவாரம் நிகழ, கருணாவோ தனக்கு எதிரே இருக்கும் மேல் கூரையில் அமர்ந்து இருக்கும் பெண்களில் நிருதி வந்து இருக்கின்றாளா என்று காண முயன்றான். அதிலும் தோல்வியே அவனுக்கு. இடையில் திரைச்

சீலைகள் இருந்ததால் யாரையும் இன்னார் என்று அடையாளம் கண்டு கொள்ள முடியவில்லை.

“இதுவரையில் வண்டையர் கோன் கருணாகரனின் பணி குறித்து விவரிக்கப்பட்டது. இனி தொண்டை மண்டலம் வனத்தில் தம் இளவரசர் விக்கிரமனுக்கு நேர இருந்த ஆபத்தைக் கலைந்தது குறித்து இங்கே விவரிக்கப்படும்” என்றார், ஓலை நாயகம். இந்த ஓலையானது நம் இளவரசர் அவர்கள் கரம்பட எழுதிய ஓலை ஆகும்.

நம் சக்கரவர்த்திகளுக்கு அன்றைய சம்பவத்தைச் சுருக்கமாக எழுதி இருந்தான் விக்கிரமன். அதிலே கருணாகரனின் திறமையையும், உரிய நேரத்திற்கு அங்கு வந்த மாதவனையும் பாராட்டி எழுதியிருந்தான். இவை தவிர, சேனாதிபதி மாதவனிடம் அன்று என்ன நடந்தது என்று அறிந்து கொள்ளும்படி உத்தரவிட்டிருந்தார் அரசர். அவ்வாறு மாதவன் கூறிய விவரங்களை அச்சபையில் எடுத்துரைத்தார் ஓலை நாயகம்.

சபையில் இருந்த அனைவரும் வெகுவாகப் பாராட்டினார்கள்.

மாதவனையும், கருணாகரனையும் சற்றே அமைதி காக்கும்படி கூறிய திருமந்திர ஓலைநாயகம் முதலில் சேனாபதியார் மாதவன் அவர்களுக்கான பரிசு அறிவிக்கப் பட்டது. அதன்படி நூறு கழஞ்சு பொன்னும், நூறு கழஞ்சு மணியும், ஓர் உடைவாள், அத்தோடு தற்போது வகிக்கும் சேனாபதி பதவியுடன் கூடுதலாக புரவுவரித்திணைக் களம்[4] தொண்டை மண்டல அதிகாரியாக அறிவிப்பதுடன், கூடுதலாக “வேளான்” எனப் பட்டம் இன்றிலிருந்து நம் சக்கரவர்த்திகளால் வழங்கப்படுகிறது. எனவே இன்று முதல் ‘வேளான் மாதவனாகிய இராசவல்லபப் பல்லவரையன்’ என்று அழைக்கப்படுவார் என்று கூறினார்.

மாதவனுக்கு அனைவரும் தங்கள் வாழ்த்துக்களைத் தெரிவித்துக் கொண்டனர். தனக்கான அறிவிப்பை ஓலை நாயகம் கூறத்துவங்கியதில் இருந்து தற்போது வரை தனது இருக்கையில் இருந்து எழுந்து நின்ற மாதவன் அனைவருக்கும் தன் வணக்கத்தைத் தெரிவித்தான்.

---

4 “புரவு வரித்திணைக் களம்” என்பது நிலவரி சம்பந்தமுடைய அதிகாரிகள் மலரை உறுப்பினராகக் கொண்ட நிலவரிக் கழகத்தின் தலைவர்.

இருக்கையில் அமரும்படி வானதிராயர் கூற, பின் அமர்ந்தான்.

"தற்போது இன்றைய இச்சபை கூட காரணமாக இருக்கும் நம் விழா நாயகன் அவர்களின் பரிசுப்பட்டியல் வாசிக்கப்படும் என்றார் ஓலை நாயகம்.

தனது இருக்கையில் இருந்து எழுந்து நின்றான் கருணாகரன்.

பரிசுகளின் விவரம் அறிவிக்கப்பட்டது. ஆயிரம் கழஞ்சு பொன்னும், ஆயிரம் கழஞ்சு மணியும், ஒன்பது உயர்தர சாதிப் புரவிகளும், முப்பது காளைகளும், நூற்று இருபது கரவை பசுக்களும், களிறு கரி ஒன்றும் (ஆண் யானை) பிடி கரி ஒன்றும் (பெண் யானை), இரண்டு தேர்களும், ஒரு சிவிகையும். இவை அனைத்தும் தங்களின் பதவிக்கான ஊதியம் அல்லாத பரிசுப் பொருள்கள் என்று இங்கே அறிவுறுத்தப்படுகிறது என்றதும், அனைவரும் தங்களின் வாழ்த்துக்களை கருணாகரனுக்குத் தெரிவித்துக் கொண்டனர்.

அதை ஏற்றுக் கொண்ட கருணாகரன் இருக்கையில் அமர எத்தனித்தான்.

"ஒரு கணம் மகனே! அப்படியே சற்று நேரம் நிற்கும்படி சபையோரின் சார்பாகக் கேட்டுக் கொள்கின்றேன்" என்றார் ஓலை நாயகம்.

அதை ஏற்றுக் கொண்ட கருணாகரன் தலையசைத்து நிற்கலானான். இது வரையிலும் தாங்கள் செய்த பணிக்கான பரிசுகள் அறிவிக்கப்பட்டன. தற்போது தாங்கள் சாதுர்யமாக எதிரிகளை வீழ்த்தியது குறித்து தங்களுக்கு பரிசும் பாராட்டும் வழங்கினால் அது தங்களின் கடமை உணர்வை இழிவுபடுத்திய தாகும் என்று நம் சக்கரவர்த்திகள் உணருகின்றார்கள். இருப்பினும், தங்களின் இந்த மதிநுட்பம் வாய்ந்த போர்க்கலை களை இனிவரும் தலைமுறையினருக்கு நினைவூட்டும் படியாகவும், சமகாலத்தில் வாழ்பவர்கள் நினைவுகொள்ளும் படியாகவும் தங்களுக்குப் பட்டம் தர விழைந்துள்ளார் நம் சக்கரவர்த்திகள். அதைத் தமக்கே உரித்தான தோரணையில் சயங்கொண்ட புலவர் எடுத்துரைப்பார், எனக்கூறினார் ஓலை நாயகம்.

“சக்கரவர்த்திகளையும், சபையோரையும் வணங்குகின்றேன்” என்ற சயங்கொண்ட புலவர்,

காரண காரியங்களின் கட்டு அறுப்போர் யோகக்
கருத்து என்னும் தனித்தறியில் கட்டக், கட்டுண்டு
ஆரணமாம் நாற்கூட்டது அணைத்து நிற்கும்
ஐங்கரத்து ஒரு களிற்றுக்கு அன்பு செய்வோம்.

என்று ஐங்கரனைத் தொழுது தனது உரையைத் துவங்கினார் அறம் வளர்க்கும் அபயன் (குலோத்துங்கன்) தன் தலை மகனின் சிரம்காத்தவண்டையர்திலகம்.தொண்டைவனத்தில்வண்டையர் குலவீரத்தைப் பறைசாற்றியவன். சுயமாய் முளைத்திருக்கும் சோணாட்டின் புதியதோர் இருப்பு அரண். வண்டையர் கோன் கருணாகரன் அன்னாருக்கு நம் சக்கரவர்த்திகள் அளித்திருக்கும் பட்டமானது ‘தொண்டை மான்’ இன்றிலிருந்து அனைவரும் “வண்டையர் கோன் கருணாகரத் தொண்டைமான்” என்றே அழைக்கப்படுவாராக என்று கூறி புலவர் அமர்ந்ததும் முதலில் அரசனும், பின் அங்கிருந்த அனைவரும் அவன் பெயரை முழுவதுமாக உச்சரித்தனர் - கருணாகரத் தொண்டைமான் என்று - இப்பட்டத்துடன் வேங்கியில் இருந்து வரவழைக்கப்பட்ட வாளும், மலை மண்டலத்தில் இருந்து (சேர நாடு) வரவழைக்கப்பட்ட சிலையும் (வில், அம்பு) பரிசளிக்கப்பட்டது. கருணாகரனுக்கு.

* * *

28

தொண்டைமானின் விண்ணப்பம்

ஒரு வழியாக மிகக் கோலாகலமாக நிறைவுபெற்றன சபை நடவடிக்கைகள். புலவர் கூறிய அரண் என்னும் வார்த்தை ஆர்ப்பரித்தது - குலோத்துங்கன் மனதில். 'ஒரு வேளை நமது வேண்டுதலுக்கு செவிமடுத்து விட்டாரா, அந்த ஆடவல்லான்? அப்படியானால், இவன் தானா நாம் தேடிக் கொண்டிருக்கும் ஒருவன். சந்தேகமே இல்லை. இவனே தான் விக்கிரமனுக்கு உதவியதன் பொருட்டு இவனை அந்த ஈசனே நம் பிணி போக்க படைத்துள்ளான் என உறுதியாக நம்பலாம்' என்று எண்ணிக் கொண்ட குலோத்துங்கன் கருணாகரனைத் தனது அருகே அழைத்தான்.

பணிவுடனே அவர் அருகில் சென்றான் கருணாகரன் - "கூறுங்கள் தேவரே" என்று.

"நீண்ட நாட்களுக்குப் பின் இன்று தான் மனநிறைவும் மகிழ்ச்சியும் கொண்டுள்ளேன், கருணாகரா. இதற்குத் தாங்கள் தான் முழுமுதல் காரணம். ஆகையினால் தங்களுக்கு இன்னும் எது வேண்டுமானாலும் தாராளமாகக் கேட்கலாம்" என்றான் குலோத்துங்கன்.

சற்றே தயங்கிய கருணாகரன், "இல்லை அரசே! எமக்கு எதுவும் வேண்டா. தாங்கள் இதுவரை அளித்த பட்டமும் பரிசுமே போதுமானது" என்றான்.

"இல்லை தங்களுக்கு வேறு எதுவேனும் வேண்டுமாயின், அதைத் தாங்கள் எம்மிடம் தயங்காமல் கேட்கலாம்" என்றான் குலோத்துங்கன். அவர்களிடையே வானதிராயரும் உடன் இருந்தார்.

"அப்படியானால் தங்களிடம் ஒரு வரம் வேண்டும்" என்றான் கருணாகரன்.

"என்னவென்று கேளுங்கள்" என்றான் குலோத்துங்கன்.

"எனக்கு சிறுவயது முதலே இலக்கிய வகைகளின் அடிப்படைத் தத்துவத்தை அறிந்துகொள்ள ஆர்வம் இருந்தும், நேரமின்மையால் அவற்றை இன்றுவரை எம்மால் அறிந்து கொள்ள இயலவில்லை. அது எமக்குப் பெரும் குறையாகவே உள்ளது பெருமா."

"சரி, அதற்கு யான் எந்த வகையில் உதவ இயலும் கருணாகரா?"

"தங்களின் மகள் இளவரசியார் பானு நிருபமை அவர்கள் இலக்கண, இலக்கியங்களை ஆர்வத்துடன் கற்றறிந்துள்ளார் என்று இங்குள்ளோர் கூற கேட்டுள்ளேன்."

"அதற்கு?" என்றான் குலோத்துங்கன். அவன் வார்த்தைகளில் வேகம் தெறித்தது.

"தங்களின் அனுமதியுடன் எமக்கான சந்தேகங்களை தங்களின் மகளிடம் கேட்டறிய விரும்புகின்றேன் அரசே!" என்றான் கருணாகரன்.

பதறிய வானதிராயர், "கருணாகரா, நீ என்ன கூறுகின்றாய்?" என்றவர், 'பெருமா' அவர் ஏதோ சிறுபிள்ளைத் தனமாகக் கூறியதைத் தாங்கள் பொருள்படுத்த வேண்டாம். பிழை பொருத்து அருளுங்கள். இது சாத்தியப்படாது என்பதை யான் அவருக்குப் புரிய வைக்கின்றேன்" என்றார் - வணங்கியபடியே.

சிறிது நேரம் அங்கே அமைதி நிலவியது.

"சரி, தங்களின் கோரிக்கை பரிசீலிக்கப்படும்," என்ற குலோத்துங்கன் கருணாகரனின் பதிலுக்காகக் காத்திராமல் அங்கிருந்து சென்றான். அவன் பின்னேயே வானதிராயரும் சென்றார்.

இதைக் கவனித்து அங்கே வந்த மாதவன், "என்னவாயிற்று கருணா? சக்கரவர்த்திகள் ஏதோ கோபத்துடன் செல்வது போல் உள்ளதே ஏன்? எதனால்?" என்றான்.

"ஒன்றுமில்லை மாதவா. எங்களுக்குள் இயல்பான உரையாடலே நிகழ்ந்தது. உனக்கு தான் வேறு மாதிரியாகத் தோன்றியிருக்கிறது.

"அதுவும் அப்படியா?" என்றான் மாதவன்.

"அடுத்து என்ன?" கருணா.

"அடுத்து என்ன? அரசியார் மாண்டதை விசாரிப்பதன் பொருட்டு சோழர் அரண்மனைக்குச் செல்ல வேண்டும். அதற்கு முதலில் வாணர் மாளிகை செல்ல வேண்டும். அங்கே எமது தந்தையும் அம்மானும் இருப்பார்கள். அவர்களை அழைத்துக் கொண்டு பின் சோழரைக் காண வேண்டும்.

"அப்படியானால், யானும் வருகின்றேன் கருணா. யானும் தானே சக்கரவர்த்திகளை விசாரிக்க வேண்டும்" என்றான் மாதவன்.

"கண்டிப்பாக, நீயும் எங்களுடன் வரலாம்" என்ற கருணா மாதவனை அழைத்துக் கொண்டு, வாணர் மாளிகைக்குச் சென்றான். அங்கிருந்து நால்வருமாக சோழர் அரண்மனைக்குச் சென்றனர்.

அப்பொழுது கருணாவைத் தனியே அழைத்த வானதிராயர், “அரசரிடம் வைத்த கோரிக்கை தற்சமயம் எவருக்கும் தெரிய வேண்டாம்” என்றார்.

“அப்படியே அம்மான் அவர்களே!” என்றான் கருணாகரன்.

சோழர் அரண்மனையில் குலோத்துங்கன் அவன் மனைவியர், மகன்கள் உள்பட அனைவரும் இருந்தனர். இன்று தான் இளவரசன் ராசராச சோழகங்கனை முதல் முறையாகக் கண்டான் கருணாகரன். அதனால் அவனிடம் கேட்டதற்கு மட்டும் பதில் அளித்த கருணாகரன், வீரசோழனுடன் வெகு இயல்பாக உரையாடிக் கொண்டு இருந்தான். கருணாகரனின் ஒவ்வோர் அசைவையும் உன்னிப்பாகக் கவனித்துக் கொண்டு இருந்தான் குலோத்துங்கன். வந்தவர்கள் நால்வரும் அங்கிருந்து விடை பெற்றுச் செல்ல வானதி ராயரை அழைத்தான் குலோத்துங்கன்.

“கூறுங்கள் பிரபு.”

“இன்று மாலை தாங்கள் எமது அறைக்கு வர இயலுமா ராயரே.”

“அவசியம் வருகின்றேன் பிரபு” என்றார் வானதி ராயர்.

“சரி, தாங்கள் புறப்படுங்கள்” என்றான் குலோத்துங்கன்.

அங்கிருந்து வெளியே வந்தவர்களிடம், “சரி யானும் சோழிசுரர் ஆலயம் சென்று விட்டு அங்கிருந்து பயணப்படு கின்றேன்; எமக்கும் விடையளியுங்கள்” என்றான் மாதவன்.

அன்னவராயனும், வானதி ராயரும் “சென்று வா மகனே” எனக் கூற “யானும் மாதவனுடன் ஆலயம் வரையில் சென்று பின்னர் வருகின்றேன் தந்தையே” எனக் கூறினான் கருணாகரன்.

“நல்லது மகனே! சென்றுவா!” என்றதும், நண்பர்கள் இருவரும் ஆலயத்திற்கும், மைத்துனர்கள் இருவரும் வாணர் மாளிகைக்கும் சென்றனர்.

சோழசுரர் ஆலயம் சென்றவர்கள் ஆடவல்லானை வணங்கினர்.

“சரி, யான் புறப்படட்டுமா கருணா?” மீண்டும் மாமல்லபுரத்தில் சந்திக்கலாம்” என்றான் மாதவன் புன்னகைத்தபடி.

“நிச்சயமாக நண்பா!” என்றான் கருணாகரன்.

“சரி நீயும் கோட்டைக்குப் புறப்படு! நானும் புறப்படுகின்றேன்.”

“இல்லை மாதவா; ஆலயத்திற்கு வந்து வெகு நாட்கள் ஆகிவிட்டன. ஆகையால் சிறிது நேரம் இங்கேயே இருந்து

விட்டு பின் கோட்டைக்குச் செல்கின்றேன் என்றதும், 'சரி' என்ற மாதவனை வழி அனுப்பிவைத்த கருணாகரன், சோழிசர் ஆலயத்தின் மூன்றாம் பிராகாரத்திற்கு வந்தான்.

'இங்கு தானே மலர் வருவதாகக் கூறினாள் என்று அங்கிருக்கும் படிக்கட்டுகளில் அமர்ந்து இருப்பாளோ என்னவோ?'

மலர் அங்கே வந்தாள். "வணங்குகின்றேன் அத்தான்" அன்று

"வா மலர்!" என்றான் வாஞ்சையோடு.

"எமக்காக வெகு நேரம் காத்துக் கொண்டு இருந்தீர்களா அத்தான்?"

"இல்லை மலர் இந்நேரம் வரை மாதவன் இங்கு தான் இருந்தார். இப்பொழுது தான் அவரை வழி அனுப்பி விட்டு வந்தமர்ந்தேன். நீயும் வந்து விட்டாய்" என்றான் கருணாகரன்.

"அத்தான்?ஆலயத்தைவலம்வந்துகொண்டேஉரையாடலாமா."

"அதற்கென்ன மலர்? தாராளமாக!"

இருவரும் வலம்வரத் துவங்கினர்.

"அத்தான், இன்று எமக்கு எத்துணை பெருமிதம் தெரியுமா தங்களை எண்ணி?"

"ஏன்? எதனால் மலர்?"

"ஆமாம், இன்று தங்களுக்கு எவ்வளவு பரிசுப் பொருட்களும் பாராட்டுதல்களும் வழங்கப்பட்டன. அதனை எண்ணி தாம் எமது இந்த மகிழ்ச்சி. இன்று தங்களின் மீது எத்தனை கண்கள் பட்டு இருக்குமோ? தாயார் கூன் கிழவியை அழைத்து தங்களுக்குச் சுற்றி போடும்படி கட்டளை இட்டுள்ளார். அவள் இன்று இரவு தங்களின் மாளிகைக்கு வருவாள். இதைத் தந்தையார் தங்களிடம் கூறவில்லையா, அத்தான்?"

"அதெல்லாம் எதற்கு மலர்? வேண்டாம். யாரும் எனது மாளிகைக்கு வரவேண்டாம்."

"ஏன் அத்தான்? அவள் கிழவி என்பதனாலா?" என்று புன்னகைத்த மலர். "சரி தங்களின் மாளிகைக்கு யார் வந்தால் தங்களுக்குப் பிடிக்கும் என்று கூறுங்கள். அவர்களை அனுப்பி வைக்கின்றேன்." என்றாள்.

முறைத்த கருணாகரனை, "சரி, இதற்கு எதற்கு முறைக் கின்றீர்கள் அத்தான்? அது எம்மைத் தவிர வேறு யாராக இருக்கும்?" என்றாள் மலர்.

சிறு புன்னகையைத் தவழ விட்டான் - கோபம் தணிந்தவனாக. இப்படி வேடிக்கையாகப் பேசிக் கொண்டிருந்தாள் மலர்.

“அத்தான், யான் தங்களிடம் ஒன்று கேட்க வேண்டும் என்று எண்ணி இருந்தேன்.”

“என்ன மலர்? கேள்!” என்றான் கருணா.

“தங்களின் முகத்தில் ஒரு வித வாட்டம். யான் இங்கு வந்ததில் இருந்தே தென்படுகின்றது. எதனால்?”

“அப்படி எல்லாம் ஒன்றுமில்லை! யான் இயல்பாகவே இருக்கின்றேன் மலர்.”

“அப்படியானால், சரி அத்தான். யான் இங்கு வந்து வெகு நேரம் ஆகின்றது. யான் புறப்படட்டுமா அத்தான்?”

“அதற்குள்ளாகவா மலர்.”

“சரி, சிறிது நேரம் இதோ இந்தக் காசிவிசுவநாதர் சன்னதி அருகே அமர்ந்து விட்டு செல்லலாம் அத்தான்.”

எங்கெங்கோ அலை பாய்ந்த கருணாகரனின் மனம் காசிவிசுவநாதரின் சன்னதி என்று மலர் கூறக் கேட்டதுமே ஒரு நிலைக்கு வந்தது. இருவருமாக அங்கு அமர்ந்தனர். சிறிது நேரம் கடந்து இருக்கும்.

“மலர் உனக்கு நேரம் ஆகிவிட்டது அல்லவா? நீ புறப்படு. சிவிகையில் தானே வந்தாய்? இல்லையானால், யான் கோட்டை வரையிலும் உன்னுடனே வருகின்றேன்” என்றான் கருணா.

“இல்லை அத்தான். வேண்டாம். தாங்கள் எம்முடன் கோட்டை வரையிலும் வந்தால் தந்தையாருக்கு எப்படியும் தெரிந்து விடும். தவிர, யான் சிவிகையில் தான் வந்தேன். தாங்கள் கவலையுறத்தேவையில்லை.”

“அப்படியானால், சரி, நீ புறப்படு மலர்” என்றான் கருணா.

“ஆகட்டும் அத்தான். வணக்கம். பிறகு சந்திக்கலாம்” என்று கூறி அங்கிருந்து சென்றாள் மலர்.

அவள் சென்றதும் சுவாமி சன்னதியை நோக்கிய கருணாகரனின் கண்களில் கண்ணீர் பெருக்கெடுத்தது. காரணம் என்னவென்று உண்மையில் அவனுக்கே தெரியவில்லை. கண்களைத் துடைத்துக் கொண்ட கருணா ‘எமக்கு உண்மையில் என்னதான் ஆனது இறைவா? இன்று யான் மிகவும் மகிழ்ச்சிகரமாகத் தானே இருக்க

வேண்டும். இன்று சபையில் எமக்குக் கிடைத்த பெயரையும் புகழையும் எண்ணி இவை தவிர, உறவினர், நண்பர்களின் வாழ்த்துக்கள், இதோ தங்கள் தரிசனம். இதைவிடவும் வேறு எமக்கு என்ன வேண்டும்? இருந்தும், எதற்கு இந்த வெறுமை? ஏன் இந்தத் தவிப்பு எமக்குள்? இதற்குக் காரணம் தான் என்ன? என்ன என்பதை விடவும் யார்?' எனக் கேட்டால் பொருத்தமாக இருக்கும். யான் இங்கு என்று முதன் முதலில் அவளை கண்டேனோ அது முதல் யான் யானாக இல்லை என்பது மட்டும் எனக்கு நன்றாகத் தெரிகின்றது.

நீ எங்கே தான் போனாய் நிருதி? ஏன் எம்மைக் காண மறுக்கின்றாய். உன் மீது யான் கொண்ட கோபம் கூட நிலையாய் இருப்பதில்லை. உன்னைப் பற்றி எவரிடமும் வெளியே கூறவும் முடியவில்லை.. நன் உள்ளத்துள்ளே வைத்துக் கொள்ளவும் முடியவில்லை. இதற்குத் தீர்வு தான் என்ன பரம்பொருளே? தாங்களே எமக்கு கதி. எப்படியேனும், அவளின் நிலைப்பாட்டை எமக்கு அறிவுறுத்துங்கள்' என்று சிவனை வணங்கிய கருணாகரன் அங்கிருந்த மணியை அடித்து விட்டுச் சிரித்து கொண்டான்.

அவன் இருக்கும் இடத்திற்கு ஓடி வந்தாள் மலர்.

"நல்லவேளையாக அத்தான் தாங்கள் இன்னும் செல்ல வில்லை."

"மலர் நீ இன்னமும் புறப்படவில்லையா?"

"இல்லை அத்தான் சிவிகையில் ஏறிவிட்டேன். பின்னர் தான் தங்களுக்குக் கூற நினைத்த சேதி நினைவிற்கு வந்தது. அதனால் தான் இங்கு வந்தேன்?"

"என்ன சேதி மலர்? எதுவாக இருந்தாலும் நாளையோ அல்லது அதன் பிறகோ கூறி இருக்கலாமே?"

"இல்லை அத்தான். இன்றே இப்பொழுதே கூற வேண்டும்; ஏற்கெனவே யான் தாமதித்து விட்டேன்."

"சரி, கூறு மலர் என்ன வென்று."

"நிருதி..."

"நிருதியா?" என்றான் ஏதோ உயிர் வந்தது போல.

"ஆமாம் அத்தான். நிருதி தங்களுக்கு வாழ்த்துக்களைத் தெரிவிக்கும்படி கூறினாள்."

"எதற்காக?"

“இன்று நடந்தவற்றுக்காக.”

“ஏன் அதை அவர்கள் நேரிலே கூறமாட்டார்களா, என்ன?”

“இல்லை அத்தான், அவளால் தற்போது வரயியலாத சூழ்நிலை. அதன் பொருட்டே எம்மிடம் கூறினாள்.”

“இல்லை மலர், அவர்களுக்கு அவ்வப்போது அரசரின் மகள் என்ற கர்வம் வந்துவிடும் போலும். அதனாலேயே இவ்வாறாக நடந்து கொள்கிறார்.

“அத்தான்!” என்று சத்தமாகக் கூறிய மலரின் முகத்தில் கோபம் இழையோடியது.

“என்ன மலர், நான் தவறாக ஒன்றும் கூறிவிடவில்லையே எதற்கு இந்தக் கோபம்?”

“தாங்கள் அல்லாத வேறு எவரேனும் நிருதியை இவ்விதம் பழித்திருந்தால் அவர்களை நிச்சயம் தண்டித்திருப்பேன்.”

“நீ அவர்களின் தோழி என்பதனால் பிறரை அலட்சியப் படுத்தும் அவர்களின் செய்கை உனக்குப் பெரிதாகத் தெரியவில்லை போலும்.”

“அத்தான், தாங்கள் மீண்டும் மீண்டும் தேவையற்ற வார்த்தைகளை உதிர்க்கிறீர்கள்.”

“சபை நாகரிகம் இன்னதென்று தெரிந்திருந்தும் வாழ்த்து என்ற ஒரு வார்த்தையைக் கூட நேரிலே கூறாமல், உன்னைத் தூது அனுப்பி இருக்கிறார்கள் உங்கள் இளவரசியார். அவரின் இச்செய்கையை நியாயப்படுத்துவதே தவறு. அதில் என்மீது உனக்குக் கோபம் வேறு வருகின்றது! நல்ல வேடிக்கை தான் மலர்.”

“அத்தான், தங்களுக்குத் தெரியாதது ஒன்றும் இல்லை. காரணமில்லாமல் காரியம் இல்லை என்பார் பெரியோர். அது போலவே நிருதி தங்களை நேரிலே சந்திக்காதற்கும் காரணம் இருக்கின்றது. அதைத் தங்களிடம் கூற சற்றே தயக்கமாக இருந்தது. ஆனால் தற்போது தேவையற்றது இந்தத் தயக்கம். என்று எண்ணுகின்றேன். அவளுக்குத் தற்போது மாதவிடாய்க் காலம். புனித மாளிகையில் உள்ளாள். ஐந்து தினங்களுக்கு அங்கேயே இருக்க வேண்டும். இது சோழர்களின் மரபுமுறை என்பதை விட இங்கே அனைவரும் கடைப்பிடிப்பது என்பது இயல்பே. இதைத்

தாங்களே அறிந்திருக்கக் கூடும் என நினைக்கின்றேன். மேலும் தாங்கள் சோழபுரம் வருவதற்கு இருதினங்கள் முன்னதாகவே எங்களிடம் கூறிக்கொண்டு இருந்தாள்; தங்களின் பணியைப் பாராட்டி வாழ்த்துகளும், தனது தமையனுக்கு உதவியதன் பொருட்டு நன்றியும் கூற கோட்டை வாயிலுக்கு வந்து தங்களை மற்றவர்களுடன் வரவேற்று பின் இவற்றைத் தெரிவிப்பதாக உத்தேசம். இது அவளே எதிர்பாராமல் நிகழ்ந்தது. பாவம்... அவள் என்ன செய்வாள்? இதற்குப் பின்னர் ஒரு நாள் அவளின் தந்தையுடனோ அல்லது இளவரசர் வீரசோழனுடனோ தங்களின் மாளிகைக்கு வருவதாய் உள்ளாள். இது எதையுமே அறிந்து கொள்ளாமல் தாங்கள் வாய்க்கு வந்ததை எதை எதையோ கூறிவிட்டீர்கள்" என்று நிறுத்தினாள் மலர்.

"ஓ அப்படியா? பிழை எம்மீது தான் மன்னித்துவிடு, மலர்" என்றான் கருணாகரன்.

"சரி போகட்டும், விடுங்கள். யான் புறப்படுகின்றேன்" என்று அங்கிருந்து சென்றாள் மலர்.

அவள் சென்றதும் சிவன் சன்னதியைப் பார்த்து வணங்கிய கருணாகரன்.'மலருக்குத் தெரிய வாய்ப்பில்லை தான் - நிருதியின் குணம் என்ன என்பதை யான் நன்கு அறிவேன் என்று. இருந்தும், நிருதியின் தற்போதைய நிலை என்னவென்று அறிந்து கொள்ளும் பொருட்டே அவளைக் கடிந்து கொண்டேன் என்பது தங்களுக்குத் தெரியும். எம் இறைவா! நனது கோரிக்கைகளுக்கு செவிமடுக்கும் தங்களின் கருணைக்கு எவ்விதத்தில் நன்றி உரைப்பேன், என்றெண்ணிய கருணாகரன் ஈசனை வணங்கி விட்டு ஆலயத்தில் இருந்து புறப்பட்டான்.

"இப்பொழுது தாம் நன் உள்ளம் சற்றே அமைதி கொண்டது சுந்தரம்" என்று அந்த வாய்பேசா அழகனின் பிடரி மயிரைக் கோத அது மயிர்க் கூச்சத்தால் தலை அசைத்தது. "சரி, புறப்படலாமா? விரைவாக கோட்டைக்கு செல்ல வேண்டும்" என்று அதன் மீது ஏறி அமர்ந்தான் கருணாகரன்.

ஆலயம் தொடங்கி கோட்டையினுள் இருக்கும் வண்டையர் மாளிகை வாசல் வரையிலும் அன்று சுந்தரத்தின் தயவு இல்லை யானால் வந்திருக்க முடியாது. இந்த இடைப்பட்ட தூரத்தில் என்ன

நடந்ததென்றே தெரியவில்லை அவனுக்கு. எதையோ சிந்தித்துக் கொண்டு இருந்தான். வழியில் கண்ட குடிகள் அனைவரும் தங்களின் வணக்கங்களைத் தெரிவித்துக் கொண்டனர். அவர்களைக் கடந்து வந்த கருணாகரனை குடிகளில் ஒரு சிலர், “பார்த்தீர்களா, நம் வண்டையர் கோனை. இன்று காலை தான் அவருக்கு பரிசுகளும், பட்டமும் வழங்கப் பட்டன. அதற்குள் அது அவர் கண்களை மறைத்துவிட்டது” என்று பேசிக் கொண்டனர்.

பாவம் அவர்கள் அறிந்திருக்க வாய்ப்பில்லை - பரிசோ, பாராட்டுகளோ அவனுக்கு ஒரு பொருட்டில்லை என்பதை.

“என்ன, சுந்தரம் நின்று விட்டாய்? ஓ மாளிகைக்குள் வந்துவிட்டோமா? அதற்குள்ளாகவா வந்துவிட்டாய்? சரி நீ சென்று ஓய்வெடு நாம் நாளை காணலாம்” என்று அதன் தாடையை வருடிக் கொடுத்தான்.

அதுவும் தலை அசைத்து விடை கொடுத்தது.

காவலன் ஒருவன் அதைக் குதிரைக் கொட்டிலில் கொண்டு போய் கட்டினான். மாளிகையின் முகப்பு வாயிலில் நுழைந்து இருப்பானோ என்னவோ, பெண் ஒருத்தி பயத்துடனும் பணிவுடனும் “வணங்குகின்றேன் அரசே!” என்றான்.

“யார் நீ? உனக்கு என்ன வேண்டும்?” என்றான் கருணா.

“தங்களிடம் இருந்த ஓலையைத் தரும்படி உத்தரவு”

“ஓலையை யார் தரச்சொன்னார்கள்?” என்றான். அப்பெண் சுற்றும் முற்றும் பார்த்தாள்.

“சரி, என் பின்னே வா” என்று கருணாகரன்.

மேல் தளத்தில் உள்ள தனது அறைக்குச் சென்றான். அவன் பின்னேயே ஒரு சில பணி ஆட்களையும் காவலர்களையும் கடந்து சென்றாள் அந்தப் பணிப்பெண். படிக்கட்டு துவங்கும் இரு புறங்களிலும், பெரிய அளவிலான காளை ஐம்பொன்னால் செய்த சிலை. அது மிகவும் தத்ரூபமாக இருந்தது. மேல் தளத்தின் வளாகச் சுவர்களில் விதவிதமான வாள்களும், கேடயங்களும், வில்லும். அம்புரா தூளிகளில் நூற்றுக்கணக்கான அம்புகள், அழகுற வைக்கப்பட்டு இருந்தன.

இவற்றைக் கண்டதும் ஏனோ அப்பெண்ணுக்கு அச்சம் சற்றே அதிகமானது. தனது அறைக்குள் சென்ற கருணா திரும்பி “ஏ

பெண்ணே, உனக்கு விரைவாகச் நடக்க வராதா, என்ன?” என்று கேட்க, விரைவாக சென்று அந்த அறையின் வாசலில் போய் நின்றாள் அந்தப் பணிப்பெண். அங்கிருந்த இருக்கையில் அமர்ந்து இருந்த கருணா “ஏன் அங்கேயே நிற்கின்றாய்? உள்ளே வா!” என்றான் - தனது அருகே இருந்த பட்டோலை ஒன்றைப் பிரித்துப் பார்த்துக் கொண்டே.

“வண்டையர் கோனை இன்று தாம் இத்துணை அருகில் காண்கின்றேன். எத்துணை அழகாக இருக்கின்றார். பார்த்துக் கொண்டே இருக்கலாம் போல் உள்ளது. ஆனால் பயமாகவும் இருக்கிறதே....”

“ம்ம்..... என்ன யோசனை? யார் உன்னை இங்கே அனுப்பியது?” என்றான்.

“இளவரசியார், பிரபு!” எனறாள் நடுக்கத்துடன்.

“இளவரசியார் என்றால்... யாரைக் கூறுகின்றாய்?” என்றான் இருக்கையில் இருந்து எழுந்து...”

“இளவரசியார் பானு நிருபமை அவர்களே இந்த ஓலையைக் கொடுத்து அனுப்பினார் அரசே” என்றதும் அதனை வாங்கி அதனுள் என்ன எழுதி இருக்கின்றாள் என ஆர்வமாய் படித்தான்.

வண்டை அரசர்க்கு நன் பணிவான வணக்கங்கள். தங்களின் பணிச்சிறப்பும், பராக்கிரமமும் அறிந்தேன் மிக்க மகிழ்ச்சி. மற்றவை இன்னும் ஐந்து தினங்களில். காளி தேவி கோயிலில் காத்திருப்பேன். முன்னம் சந்தித்த அதே வேளையில் அப்போது உரையாடலாம் இவ்வண்ணம், நிருதி வணக்கம்” என்று இருந்தது.

மெள்ள புன்னகைத்தான் கருணாகரன்.

“அரசே யான் போகட்டுமா?” என்றாள் அந்தப் பெண் தயக்கத்துடன்.” தனது விரல்களின் இருந்து மோதிரம் ஒன்றைப் பரிசளித்தான்.

“நன்றிகள் அரசே!” என்றாள் அப்பெண்.

“இப்பொழுது போ” என்றான். அந்தப் பெண் அங்கிருந்து புறப்பட்டதும்,

“ஏ பெண்ணே, சற்று நில்!” என்று அவசரமாக அழைத்தான் கருணாகரன்.

“கூறுங்கள் அரசே.”

நனது கேள்விக்கு விளக்கம் அளித்துவிட்டு பின்பு செல் என்றான்.

“கூறுங்கள்!” என்று தலை அசைத்தாள் அப்பெண்.

அருகே சென்ற கருணாகரன், “மாதவிடாய் முடிந்து எத்தனை நாட்களில் ஆலயம் செல்வீர்கள்?” என்றான். இதைக் கேட்டவுடனேயே உடல் முழுவதும் வியர்க்க திருதிருவென விழித்தாள் அப்பெண்.

“யான் கேட்டது உன் செவிகளில் விழவில்லையா?” என்றான் கருணா.

“விழுந்தது, பிரபு!” என்றாள் பதறியவாறு.

“பிறகு ஏன் பதில் கூற இத்துணை தாமதம்?”

திக்கி தடுமாறி, “ஒன்பது நாட்கள் அரசே!” என்றாள்.

“சரி யான் இங்கே கேட்டது யாருக்கும் தெரியக்கூடாது. புரிந்ததா? நீ போகலாம்.” என்றான் வெகு இயல்பாக இருக்கையில் சென்று அமர்ந்து.

“உத்தரவு! வணங்குகின்றேன் அரசே!” என்று அங்கிருந்து சென்றாள் பணிப்பெண்.

அவள் சென்றபின் மீண்டும் ஒரு முறை அந்த ஓலையைப் படித்துப் பார்த்தான் கருணாகரன்.

‘எம்மை மன்னித்து விடு நிருதி. தோழமையில் முதன்மையானது பொறுமையும், புரிதலுமே. அதை இன்று யான் நன்கு உணர்ந்து கொண்டேன். இனி நமக்குள் சஞ்சலமோ, சங்கடமோ ஒரு நாளும் வராது’ என்று எண்ணிக் கொண்டவன் ‘இருந்தும் இந்த ஐந்து தினம் என்பது எமக்கு பல ஆண்டுகள் போல் அல்லவா கழியும் இறைவா? என்றாலும் பரவாயில்லை. காத்திருக்கின்றேன், என்றான். ஓலையில் இருக்கும் அவள் பெயரைத் தொட்டவண்ணம்.

* * *

29

அரசனும் ராயரும் ஆலோசனை

“வணங்குகின்றேன் பெருமா தாங்கள் எம்மை வந்து சந்திக்கும்படி கூறினீர்களே.”

“வணக்கம்! வாருங்கள் ராயரே!” என்றான் குலோத்துங்கன்.

“இளவரசர் இருவரும் கூட இங்கு தாம் இருக்கின்றீர்களா? வணங்குகின்றேன்” என்றார் ராயர்.

“வணங்குகின்றோம் ராயரே!” என்று இருக்கையில் இருந்து எழுந்து நின்றனர் இளவரசர் இருவரும். அனைவரும் அமர, “வண்டையர் கோன் அன்னவராயர் புறப்பட்டு விட்டாரா ராயரே?” என்றார் குலோத்துங்கன்.

“இல்லை அரசே! நாளை மறுநாள் காலை தான் புறப்பட உள்ளார். தற்போது நனது மாளிகையில் அவர் தங்கையுடன் உரையாடிக் கொண்டுள்ளார். யான் தங்களைச் சந்தித்து விட்டு வருவதாகக் கூறி இங்கு வந்தேன், தேவரே.”

“சரி ராயரே. இன்று கருணாகரன் வைத்த கோரிக்கை குறித்து தங்களின் கருத்து?”

“பிரபு, மன்னிக்க வேண்டுகின்றேன். அவர் நன் தங்கை மகன். அவரின் கோரிக்கை என்பது இலக்கியத்தின் மீதான பற்றை வெளிப்படுத்தியதே தவிர, வேறு ஒரு உள்நோக்கமும் இராது, பெருமா. யானும் பிள்ளைகளைப் பெற்றவனே. எம்மாலும் உணரமுடிகின்றது. ஒரு பெண்ணை முறையற்ற வகையில் காண நோக்கம் கொண்டவன் அவளின் தந்தையிடம் அனுமதி பெற விரும்ப மாட்டான். தவிரவும், வண்டையர்களின் பாரம்பரியம் என்னவென்று யான் நன்கு அறிவேன். அக்குலத் தோன்றலைப் பழிபேசும் கால் அந்தப் பரம்பொருளும் எம்மை மன்னிக்க மாட்டார்.” என்றான் குலோத்துங்கன்.

ஒரு பெருமூச்சு விட்ட ராயர், “மிக்க மகிழ்ச்சி தேவரே.” என்றார்.

“தந்தையே, அது தான் அமைச்சர் கருணாகரன் மேல் இத்துணை தெளிந்த நம்பிக்கை வைத்துள்ளீர்களே, அப்படி யானால், அப்பொழுதே மறுத்திருந்தால் வண்டையர் கோனும் அதனை ஏற்றுக் கொண்டு இருப்பார் அல்லவா? அந்த நிகழ்விற்கு அப்பொழுதே ஒரு முடிவு கிடைத்திருக்குமே. இப்பொழுது எதற்காக எங்களை வரும்படி கோரினீர்கள்?” என்றான் சோழகங்கன்.

“ஓர் அமைச்சராகவும், தனிப்பட்ட மனிதனாகவும் அவர் தம் எண்ணத்தை இன்று கூறிவிட்டார் கருணாகரன். இந்நாட்டின் அரசன் என்ற வகையில் இங்குள்ள குடிமக்களின் நியாயமான எண்ணங்களையும் எதிர்பார்ப்புகளையும் பூர்த்தி செய்வதே நநது தலையாய கடமை சோழா.”

“இதனால் தாங்கள் கூற வருவது தந்தையே.”

“கருணாகரனின் கோரிக்கையானது ஏற்கப்படும். ஆயினும், அதற்கான வழிமுறைகள், விதிமுறைகள், வரையறைகளை, ராயர், சயங்கொண்ட புலவர், நாராயண பட்டர் இம்மூவர் பொறுப்பில் கட்டமைப்பதே உத்தமம் என்று யான் கருதுகின்றேன்.”

“தந்தையே, இது சாத்தியமா?” என்றான் வீரசோழன்.

“ஏன் சாத்தியம் இல்லை மகனே? உடன் பிறந்தாரோ, கணவன் மனைவியோ அல்லாத ஆணும், பெண்ணும் இது போன்று கல்வி சார்ந்தும், இலக்கியங்கள் சார்ந்தும் நடத்தும் கலந்துரையாடல்கள் பலநூறு ஆண்டுகளாக வழக்கத்தில் உள்ளதே. மேலும் இது போன்ற கலந்துரையாடல்களே வரலாற்று சிறப்புமிக்கவையாகவும் அமைந்துள்ளன என்பது நாம் அனைவரும் அறிந்த ஒன்றே. இல்லையா ராயரே?”

“ஆம் பிரபு! தங்களின் இது போன்ற பெரும் போக்கான எண்ணமே தங்களைத் தனித்துக் காட்டுகின்றது.”

“தந்தையே, தாங்கள் வரலாற்றுச் சிறப்பு மிக்க கலந்துரை யாடல்கள் என கூறினீர்களே, அதில் ஏதேனும் ஒன்றைக் கூறிப்பிடுங்கள்” என்றான் சோழகங்கன்.

“அதற்கென்ன மகனே? இதோ. பாண்டியன் நின்றசீர் நெடுமாறனின் மனையாள் மங்கையர்க்கரசியார் நம்குலத் தோன்றல் என்பது உனக்குத் தெரியும் அல்லவா? அவர்கள் அந்நாளில் அரசவையில் இருந்த புலவர்களிடமும் தாங்களைக் காண வந்த நாயன்மார்களிடமும் இலக்கணம் குறித்து கேட்டறிந்துள்ளார்; தனக்குத் தெரிந்த இலக்கியங்களுக்கு அவர்களிடம் விளக்கமும் அளித்துள்ளார்.

“உண்மை தான் தந்தையே! இதை முன்னமே ஓர் அளவிற்கு அறிவேன். சரி அடுத்து என்ன செய்வது?”

"யான் முன்னரே கூறியது தான். ராயரே, புலவர்களுடன் கலந்தாலோசிக்க ஒரு ஏழு தினங்கள் கால அவகாசம் எடுத்துக் கொள்ளுங்கள். அதிலே தாங்கள் வகுத்திருக்கும் நிபந்தனை களையும், கட்டளைகளையும் ஒன்பதாம் நாள் அமைச்சர் கருணாகரனுக்குத் தெரியப்படுத்துங்கள். பதினோராம் நாள் இந்தக் கலந்துரையாடல் என்பது அமலுக்கு வரட்டும். சரிதானே?" என்றான் குலோத்துங்கன்.

"அப்படியே பிரபு! யான் நாளை காலையே புலவர்கள் இடத்தில் இது குறித்து கலந்து கொள்கின்றேன்."

"நல்லது ராயரே! தாங்கள் சென்று வாருங்கள்!"

"ஆகட்டும் அரசே! நல்லது வருகின்றேன் வணக்கம்."

"வணங்குகின்றோம் ராயரே!" என இளவரசர்கள் கூற, தலையசைத்து அங்கிருந்து சென்றார் வானதி ராயர்.

"வணங்குகின்றேன் இளவரசியாரே!"

"வா கல்யாணி உனக்காகத் தான் காத்துக் கொண்டு இருந்தேன் போன காரியம் என்னவானது? வண்டையர் கோனைக் கண்டாயா?"

"கண்டேன் அம்மா தாங்கள் கொடுத்ததாக ஓலையையும் அளித்துவிட்டேன்."

"பதிலுக்கு அவர் ஏதும் கூறவில்லையா?"

கூறினார் ஆனால் அதை தங்களிடம் கூற இயலாரே" என்று தனக்குள்ளே கூறினாள்.

"என்ன ஆனது கல்யாணி! ஏன் இந்த மௌனம்?"

"ஒன்றும் இல்லை இளவரசியாரே! இதோ இந்தக் கணையாழியைத் தான் பரிசளித்தார்."

"அப்படியா? அதைக் கொடு" என்று ஆர்வமாக வாங்கி பார்த்தாள் நிருதி.

"இளவரசியாரே!"

"கூறு கல்யாணி.

"வண்டையர் கோன் அதை எமக்குப் பரிசளித்தார். தங்களின் ஓலையைக் கொடுத்ததன் பொருட்டு" என்றாள் கல்யாணி.

"ஓ... அப்படியா? சரி வைத்துக்கொள்" என்று நிருதி அமைதியானாள்.

"இளவரசி யான் போகட்டுமா?"

"சரி போ", என்றாள்.

"கல்யாணி ஒரு கணம்! நில்! அந்தக் கணையாழியை இப்படி கொடு" என்றவள் தனது இடையில் அணிந்திருந்த காஞ்சி (ஒட்டி யானம்) அவிழ்த்துக் கொடுத்தாள். "அதற்குப் பதிலாக இதை வைத்துக்கொள்" என்றாள் நிருதி.

மோதிரத்திற்குப் பதில் காஞ்சி யாருக்குதான் கசக்கும்? மகிழ்வுடனே வாங்கிக் கொண்ட கல்யாணி, 'என்னவானது இளவரசியாருக்கு? எதுவானால்தான் நமக்கென்ன? அரச குடும்ப விஷயங்களின் ஆர்வம் காட்டினால் ஊழியம் பறிபோகும் அல்லது உயிர் பறிபோகும். இதெல்லாம் நமக்குத் தேவையா என்ன?' என்று எண்ணியபடி அங்கு இருந்து சென்ற கல்யாணி, 'இறைவா, இனி இளவரசியார் வண்டையர் கோனுக்குக் கொடுக்கும் எந்த ஓலையானாலும் அதை யானே சென்று கொடுக்க வேண்டும். பரிசுகள் பெறுவதற்காக அல்ல. அவரை மீண்டும் மீண்டும் காண்பதற்காக. எவ்வளவு அழகாக இருக்கின்றார்?' என்று பெரு மூச்சு விட்டாள். 'ம்... நம்மால் கானத்தான் முடியும். கண்ணானம் செய்ய நாம் என்ன வாணர் குல இளவரசி மலர்விழியா என்ன?'

கருணாகரனின் மோதிரத்தையே பார்த்துக் கொண்டு இருந்தாள் நிருதி. தனது படுக்கையில் இருந்தபடி, 'ஏதோ ஓர் ஆசை. இது தவறு தான் அவரின் கணையாழியை அணிந்து பார்ப்பது என்பது. இருந்தும், இங்கே யாருக்குத் தெரியப் போகிறது? ஒரு முறை அணிந்து தான் பார்ப்போமே என்று தனது விரல் அருகே கொண்டு செல்ல, "நிருதி" என்று அங்கு வந்தாள் மலர். பதறியவளாய் அம்மோதிரத்தை தன் இடையில் ஒளித்துக் கொண்டாள்.

"வா மலர்! என்ன இந்த நேரத்தில் இங்கு?"

"நாளையுடன் ஐந்து தினங்கள் ஆகின்றன அல்லவா? அதுதான் நாளை காலை நீராடி விட்டு அணிந்துகொள்ள புத்தாடையைக் கொடுத்து விட்டு வரச் சொன்னார்கள் அரசியார்; ஆம், பிறகு யான் இன்று அவரை ஆலயத்தில் சந்தித்தேன் உனது வாழ்த்துச் செய்தியையும் அவரிடத்தில் கூறிவிட்டேன் நிருதி" என்றாள் மலர்.

"நன்றி மலர்! பதிலுக்கு அவர் என்ன கூறினார்."

"அவர் என்ன கூறுவார்? உனது வாழ்த்தை ஏற்றுக் கொண்டதாகக் கூறினார். சரி, அதெல்லாம் இருக்கட்டும். நீ உணவு அருந்தினாயா நிருதி."

தலை அசைத்தாள்.

"அப்படி என்றால் சரி, நீ ஓய்வெடுத்துக் கொள். நாளை அதிகாலை கிழவி வந்துவிடுவாள் - மாதாந்திர சடங்கு முடிப்பதற்குப் பின் நீ நீராடு. அதற்குள்ளாக யானும் அமுதாவும் வந்துவிடுகின்றோம்."

அதற்கும் தலை அசைத்தாள் நிருதி.

"அதென்ன இடையில்?" என்றாள் மலர்.

'ஒரு வேளை மறைத்து, வைத்திருந்த கணையாழி மலருக்குத் தெரிந்து விட்டதா, என்ன?' என் அச்சத்துடன் மலரை நோக்கினாள்.

"நிருதி, எங்கே உனது இடையில் இருந்த காஞ்சி?"

"அது... பணிப் பெண் ஒருத்தி எமக்கு செய்த பணி விடைக்காக அதைப் பரிசளித்து விட்டேன் மலர்."

"நீ என்ன கூறுகின்றாய்? பணிவிடைக்குப் பரிசாக கணையாழியைக் கொடுத்தால் போதாதா? இப்படி காஞ்சியையா கழற்றிக் கொடுப்பாய்? என்ன பெண்ணோ நீ? சரி, நீ சென்று உறங்கு நிருதி! நாளை காணலாம்?" என்று அங்கிருந்து சென்றாள் மலர்.

"இப்படி தான் அவரைப் பற்றி எண்ணித் துவங்கினாலே, உடனடியாக வந்து விடுவாள் - அவர் அவளுக்கானவர் என்று அறிவுறுத்தும் படியாக. மலரே நன்றாக மணந்து கொள்ளட்டும் அவரை. நினைக்கும் உரிமையைக் கூட தாங்கள் எமக்குத் தரக் கூடாதா - இறைவா?" என்றவளின் கண்களில் கண்ணீர்.

அங்கிருந்த ஆபரணப் பேழையில் அந்த மோதிரத்தை வைத்தாள்.

காலை பொழுது. நீராடி, புத்தாடை உடுத்தி அந்தப்புரத்திற்கு அழைத்து வரப்பட்டாள் நிருதி. ஆபரணங்கள் பூட்டி, கூந்தலைக் பின்னிப் பூச்சூட அங்கு வந்தாள் தியாக வல்லி. பால் சோறும் தினைக் கூழும் எடுத்து வந்து கொடுத்தாள் - தன் அன்பு மகளுக்கு.

வண்டையர் மாளிகை.

"மகனே, அலுவல் பணிக்குப் புறப்பட்டு விட்டாயா?"

“ஆம் தந்தையே”

“ஏனப்பா ஓரிரு நாட்கள் ஓய்வெடுத்தபின் பணியைத் தொடரலாம் அல்லவா? உன்னை யார் என்ன கேட்கப் போகின்றார்கள்?”

“இல்லை தந்தையே. நில அளவை குறித்த ஆவணங்களை முறையே செம்புப் பட்டையத்தில் குறிப்பிடப்பட வேண்டியவை, கல்வெட்டுக்களில் குறிப்பிடப்பட வேண்டியவை, சாசன வகை ஆவணங்களாகப் பிரிக்கப்பட வேண்டியவை என இனிமேல் தான் பணி அதிகமாக உள்ளது தந்தையே.”

“சரி மகனே, சென்றுவா. யானும் பட்டரின் குடிலுக்குச் சென்று வருகின்றேன்.”

“ஆகட்டும் தந்தையே, வணக்கம்!” என்று அங்கிருந்து சென்றான் கருணாரன்.

கோட்டையுள் உள்ள சிவ ஆலயத்திற்குச் சென்றவன் ஈசனை வணங்கி விட்டு சற்று நேரம் அங்கே அமர்ந்தான்.

‘இன்னும் நான்கு தினங்கள் உள்ளன?’ என்று தனக்குள்ளாக கூறிக் கொண்டவன் அங்கிருந்து அலுவலகம் சென்றான்.

மறுநாள் காலை தனது தந்தையுடன், கருணாகரனுக்கு அளிக்கப்பட்ட பரிசுப் பொருட்கள் அனைத்தும் வண்டையை நோக்கிச் சென்றன.

அன்று காலை மிகுந்த சுறுசுறுப்புடனே அலுவலகம் வந்தான் கருணாகரன்.

“சயந்தா!” என்று அழைத்தான்

“வணக்கம் பிரபு.”

“யான் கூறியது உனக்கு நினைவிருக்கின்றதா?”

“நன்றாக, பிரபு! தாங்கள் இன்று புறத்தே போவதாகவும் இன்றைய பணிகள் அனைத்தையும் யானே மேற்பார்வை இடவேண்டும் என்று கூறினீர்கள்.”

“நினைவிருக்கின்றதா?”

“ஆம் பிரபு!”

“அப்படியானால் சரி, யான் புறப்படுகின்றேன்” என்று கூறி நடராசரையும், ஐங்கரனையும் வணங்கி அங்கிருந்து சென்றான்.

'இவருக்கு என்னவாயிற்று? அனைவரும் அலுவலகத் திற்குள் வரும் பொழுது தானே வணங்குவார்கள். வண்டையர் கோன் என்ன வெளியே செல்லும் போதும் இறைவனை வணங்குகின்றார். என்னவோ?' என்று அங்கிருந்து சென்றான் சயந்தான்.

கோட்டை ஆலயத்தில் 'இறைவா நீண்ட இடைவேளைக்குப் பின் இன்று யானும் நிருதியும் சந்திக்க உள்ளோம். எங்களின் இந்தச் சந்திப்பிற்கு யாதொரு இடையூறும் வராமல் காத்தருள்க' என்று அங்கிருந்து புறப்பட்டான்.

கோட்டை வாயிலின் அருகே சென்றதும் சுந்தரம் 'ஆற்றுப்படுகை காளி தேவி கோயிலுக்கு விரைவாக செல்' என்று கட்டளை இட்டதும் காற்றாகப் பறந்தது - காளி கோயில் நோக்கி. அங்கு சென்றதும் காளி தேவியை வணங்கி விட்டு படிக்கட்டில் அமர்ந்தான். வேகமாக வந்ததால் களைத்துப் போன சுந்தரம் ஆற்று நீரைக் குடித்து விட்டு, அங்கே முளைத்துக் கிடந்த புற்களை மேய்ந்தது. அவ்வப்போது கருணாகரன் இருக்கின்றானா என்று பார்த்தும் கொண்டது.

அவன் அங்கு வந்து வெகு நேரம் ஆகியும் நிருதி அங்கு வரவில்லை. இருந்தும், அவனுக்கு ஏனோ கோபமும் இல்லை; மகிழ்வுடனே காத்திருந்தான் என்றாலும், அவ்வப்போது தன்னைக் காணும் சுந்தரத்தைப் பார்க்கும் போது இவ்வாறு எண்ணத் தோன்றியது - அவனுக்கு. 'ஏதோ போருக்குச் செல்கின்றான் போல் விரைவாக செல்லும்படி எனக்குக் கட்டளை இட்டு விட்டு இங்கே வந்து அமர்ந்து கொண்டு காற்று வாங்குகிறானே என்று எண்ணுமோ' இதை எண்ணி தனக்குள்ளாக சிரித்தும் கொண்டான்.

எங்கோ தூரத்தில் புரவியின் கால் அடி சத்தம் கேட்டது.

'அதோ அந்த சப்தம் நிருதி தான் வந்து கொண்டு இருக்கின்றாள். ம்ம்.... வரட்டும் அவள். நாம் ஆலயத்தின் பின்புறமாகச் சென்றுவிடலாம். இல்லை வேண்டாம். முன்னர் ஒருவர் அறியாமல் ஒருவரைக் காண எண்ணினோம். அதனால் மறைவு என்பது அவசியம். இப்போது அப்படி அல்லவே. இந்தச் சந்திப்பு ஏற்கெனவே முடிவு செய்தது தானே பிறகு எதற்கு?' என்ற

எண்ணம் கொண்ட கருணா, சுந்தரத்திற்கு ஏதோ சமிக்சை செய்ய, அது மரங்களுக்குப் பின்னால் சென்று மறைந்தது. கோயிலுக்கு உள்ளே சென்றான் கருணாகரன்.

சற்று நேரத்தில் கோயிலின் அருகே பரி ஒன்று வர, அதில் இருந்து இறங்கிய நிருதி, தனது முகத்தை மூடியிருந்த துணியை அகற்றினாள். கோயிலினுள் வந்தவள் காளியை வணங்கி கோயிலை ஒருமுறை வலம் வந்து கருவறையின் அருகே வந்து அமர்ந்தாள்.

'என்ன இது, கோயிலில் ஒருவரையும் காணவில்லை. ஒரு வேளை வெகு நேரத்திற்கு முன்னதாகவே இங்கு வந்து நமக்காகக் காத்திருந்தாரா என்ன? நாம் வராததால் சென்று விட்டாரா? அல்லது இன்னும் வரவில்லையா? என்னவாக இருந்தாலும் சரி, இங்கேயே காத்திருப்போம்.' என்று எண்ணிக் கொண்டாள் நிருதி.

அவளை அப்படி காக்கவைத்துப் பார்க்க வேண்டும் என்றுதான் கருவறையினுள் ஒளிந்து கொண்டான் கருணாகரன். ஒருவேளை காத்திருப்பதற்கு அவளுக்குப் பொறுமை இருந்து இருக்கலாம். ஆனால் அவனுக்கு அது இல்லை - அவளைக் காக்க வைக்க கருவறையில் இருந்து வெளிவழியே வந்தான்.

நிருதியின் பின்புறமாக நின்று, "யாருக்காகக் நிருதி காத்திருக்கின்றீர்கள், இளவரசி?" என்றான்.

திடுக்கிட்டுத் திரும்பினாள்.

"தாங்கள் இத்துணை நேரமாக இங்கே தான் இருந்தீர்களா?" என்று ஆர்வத்துடன் அவனை ஏறிட்டாள்.

ஒருவரை ஒருவர் பார்த்தபடியே சில நேரம் கழிந்தது வார்த்தைகள் இன்றி.

பின் நிருதியே பேசலானாள்: "தாங்கள் எப்படி இருக்கின்றீர்கள் அமைச்சரே?"

"மிக்க நலம். தங்கள் சேமம்?"

மீண்டும் அங்கே அமைதி நிலவியது.

"அய்யோ மறந்து விட்டேனே, வணங்குகின்றேன் அமைச்சரே."

நகைத்தபடி, "எதற்கு இந்த சம்பிரதாயங்கள் நிருதி அவர்களே -- நாம் தோழமையுடன் பழகுகையில்?" என்றான் கருணாகரன்.

"தோழமை என்றாலும் மரபை மறக்கலாமா?" என்றவள் சுற்றும் முற்றும் பார்த்த வண்ணம் இருந்தாள்.

சிறிது தயக்கத்துடனே, "என்னவானது நிருதி? தாங்கள் இங்கு வந்ததிலிருந்தே பதற்றமாக உள்ளீர்களே, எதனால்?" என்று கேட்டான் கருணா.

"இல்லை அமைச்சரே. இது கோயில் என்பதனால் யாரேனும் வரக்கூடும். அவர்கள் நம்மைப் பார்த்து விட்டால் என்ன செய்வது?"

"இதுதான் தங்களின் பயத்துக்கான காரணமா?"

"ஆமாம்."

"அப்படி என்றால் ஒன்று செய்யலாம்."

"என்ன அது?"

"படகில் பயணிக்கலாமா? கரையை விட்டு சற்றே நதி ஓட்டத்துடன் சென்றால், இங்கிருந்து பார்பவர்களுக்கு நம்மை சரிவர அடையாளம் தெரியாது."

சற்றே அச்சத்துடன் காணப்பட்ட நிருதியிடம், "தாங்கள் தயக்கம் கொள்ளத் தேவையில்லை நிருதி. யான்தான் தங்களுடனேயே இருக்கப் போகின்றேனே, பின் என்ன தயக்கம்? படகில் பயணித்து விட்டு பத்திரமாகத் தங்களைக் கரையில் சேர்த்து விடுகின்றேன்." என்றான்.

தங்களின் அருகாமையே நனது தயக்கத்திற்குக் காரணம் என்று எப்படிக் கூறுவேன்.?

"என்ன வாயிற்று, நிருதி? ஏன் ஒன்றும் கூறவில்லை?"

"சரி போகலாம்" ஆனால் புரவியை என்ன செய்வது என்றாள்.

"கோயிலின் உள்ளே கட்டிவைக்கலாம்."

"இல்லை நிருதி. இது போன்று அவற்றுக்கு அதிகம் பழக்கமில்லாத இடங்களில் கட்டிவைக்கலாகாது. அது அவற்றுக்குப் பலவிதத்திலும் ஊறு விளைவிக்கும்."

"அப்படியானால் என்ன செய்வது?"

"அதை அப்படியே விட்டு விடுங்கள். நம்மைக் காணவில்லை என்றால், அது எங்கும் போகாது. இங்கேயே சுற்றித்திரியும்; நாம் அழைக்கையில் வந்துவிடப் போகின்றது"

"அதுவும் சரிதான்."

* * *

30

நிருதியின் நிராகரிப்பு

இருவரும் படகிலே பயணித்தனர்.

நிருதியே பேசலானாள்: “தங்களின் பணி வெற்றிகரமாக முடிந்தது குறித்து எமது வாழ்த்துக்கள் அமைச்சரே! தவிரவும், நனது தமையனாரைப் பேராபத்தில் இருந்து காத்துள்ளீர்கள். அதற்கும் நனது மனமார்ந்த நன்றிகள்.”

“இதில் வாழ்த்துக்கும், நன்றிக்கும் என்ன இருக்கின்றது இளவரசி? இவ்விரண்டும் நன் கடமையே. தவிரவும், தங்களின் தமையனார் ஏதோ எம்மால்தான் காப்பாற்றப்பட்டார் என்று எண்ணுவது தவறு. யான் அங்கு செல்லவில்லையானாலும், அவர் தன்னைத் தானே காத்துக் கொண்டிருப்பார். இதுவே உண்மை. ஏனெனில் சிறுவயது முதலே பல போர்க் களங்களைவென்று பல சதிவேலைகளை முறியடித்து நன்கு தேர்ச்சி பெற்றவர். அதனால் அன்று அங்கு தாக்க வந்தவர்கள் அவருக்கு ஒரு பொருட்டே அல்ல. ஏதோ சந்தர்ப்பமும் சூழ்நிலையும் எம்மை அங்கே கொண்டு சேர்த்தன. அவ்வளவு தான்!”

“அதெல்லாம் சரி அமைச்சரே. அந்த சதியை தாங்கள் எப்படி? முறியடித்தீர்கள் என்று ஆரம்பம் முதல் எமக்குக் கூறுகின்றீர்களா.”

“ஏன்? அதுதான் இந்தப் பத்து தினங்களாகவும் அதற்கு முன்னதாகவும் சோழ மண்டலம் எங்கும் பேசப்பட்டுக் கொண் டிருக்கின்றதே. அது தங்களின் செவிகளில் விழவில்லையா என்ன? தவிரவும், தங்களின் தந்தையும், தமையனும் செய்யாத சாகசத்தையா யான் செய்து விட்டேன், நிருதி?”

“அப்படி இல்லை அமைச்சரே. மற்றவர்கள் கூற கேட்பதைக் காட்டிலும், அக்களம் கண்டவர்களே கூற கேட்பது என்பது அந்நிகழ்ச்சியை நேரிலே காண்பது போன்று இருக்கும் அல்லவா? அதனால்தான்! அதோடு கூட புலியின் பலம் அதன் நகப்பரல்கள் என்றால், களிறின் பலம் அதன் கொம்புகளில். இதைத் தாங்கள் மறுப்பீர்களா, என்ன? அவரவெருக்கென்று தன்நிலையும், தனித்துவமும் இருக்கத் தானே செய்யும் அமைச்சரே. தங்களின் ஆற்றல் என்பது ஒப்பீடுகளுக்கு அப்பாற்பட்டது என்றே யான் கருதுகின்றேன். இதன் பின்பும் தங்களுக்கு அன்று நிகழ்ந்தவற்றை விளக்கிக் கூற விருப்பம் இல்லையானால், பரவாயில்லை அமைச்சரே.”

“இல்லை அப்படியெல்லாம் ஒன்றுமில்லை நிருதி!” என்ற கருணா அன்று என்ன நடந்தது என்று ஆர்வத்துடன் விளக்கிக் கூறினான்.

அவன் கூறியவற்றைக் கண் கொட்டாமல் பார்த்து ரசித்துக் கொண்டு இருந்தாள்.

“அருமை! அற்புதம்! தங்களின் துணிச்சலையும், ஆற்றலையும் பாராட்ட வார்த்தைகளே இல்லை அமைச்சரே!” என்றாள் பெருமிதத்துடன் நிருதி.

“நன்றிகள், நிருதி!”

“உண்மையில் இவ்விசயத்தில் தந்தையாரைப் பாராட்டியே ஆகவேண்டும்.”

“எதனால் நிருதி?”

“ஆமாம், இச்சம்பவத்தை நினைவு கூரும் விதமாக தங்களுக்குப் பட்டம் வழங்கியது குறித்து.”

“அப்படி பார்த்தால், தங்களின் தந்தையார் பட்டம் மட்டுமா வழங்கினார்? எண்ணற்ற பரிசுப் பொருட்களும்தான் வழங்கினார் நன் பணி நிமித்தமாக.”

“இல்லை அமைச்சரே, பரிசுப் பொருட்கள் கொடுத்ததற்காக தந்தையாரைப் பாராட்ட வேண்டிய அவசியம் இல்லை என்றே யான் நினைக்கின்றேன்.”

“எதனால், அப்படி நிருதி?”

“ஆமாம், அன்று தந்தையாரால் வழங்கப்பட்ட பரிசுகள் எதுஎதுவென்று இன்னும் ஒரு சில திங்கள்களில் இங்கிருக்கும் குடிகளுக்கு மறந்து போகும். ஏன் இன்னும் ஓரிரு ஆண்டுகளில் தங்களுக்கே கூட மறந்து போகலாம். ஆனால் தங்களுக்கு வழங்கப்படும் பட்டம் என்பது காலங்கள் பல கடந்தாலும் தங்களின் கீர்த்தி நிலைபெற உதவும் இல்லையா, அமைச்சரே?” என்றதும், “உண்மை தான் நிருதி! தாங்கள் கூறுவது முற்றிலும் உண்மையே” என்ற கருணாகரன் ஆர்வமிகுதியினால் அவளைக் கட்டி அணைத்தான்.

ஒரு சில கணங்கள் கடந்திருக்கும் அவனைத் தன்னிடம் இருந்து தள்ளிவிட்டாள் நிருதி - தன்னினைவு வந்தவளா.

“ஐய்யோ இங்கே என்ன நடந்தது? எம்மை மன்னியுங்கள் நிருதி. எம்மையும் அறியாமல் தங்களிடம் அவ்வாறு நடந்து கொண்டேன்.” என்று உண்மையில் பதறிப்போனான் கருணா

அதை நிருதியினால் நன்கு உணரமுடிந்தது. இருந்தும், “கரைக்கு திரும்பலாம் அமைச்சரே” என்றாள்.

“நிருதி யான் கூறவந்தது...”

“தயவு கூர்ந்து கரைக்குச் செல்லுங்கள் அமைச்சரே” என்றாள். கரைக்கு வரும் வரை அவனைப் பார்க்கவே இல்லை நிருதி. ஆனால் அவளைத் தவிர வேறு எது ஒன்றையும் அவன் பார்க்கவில்லை.

கோயிலின் அருகே அவள் வந்ததும் அவளின் பரி அங்கு வந்தது. துணியைக்கொண்டு தனது முகத்தை மூடிக்கொண்ட நிருதி, புரவியின் மேல் ஏற முற்பட்டாள்.

அங்கு வந்த கருணா, “நிருதி, சற்று நில்லுங்கள். எம்மை மன்னித்தேன் என்று கூறிவிட்டுப் போங்கள்; அல்லது எம்மைத் தண்டித்தாவது செல்லுங்கள். இப்படி எதுவும் கூறாமல் செல்லாதீர்கள். எமக்கு மிகவும் வருத்தம் அளிக்கிறது.”

“இல்லை அமைச்சரே. தங்களைத் தண்டிக்க யான் யார்? தங்களை மன்னிக்கும் மனப்பக்குவம் தற்போது இல்லை. எனினும், நாம் தனிமையில் சந்திப்பது இதுவே இறுதி முறையாகும். இதன்பிறகு நாம் இது போன்று சந்திக்க தேவையில்லை.”

“அய்யோ... தாங்கள் என்ன கூறுகின்றீர்கள் நிருதி? நான் தான் மன்னிப்பு கேட்டு விட்டேனே. இது போன்று இனி ஒருமுறை தங்களிடம் நடந்து கொள்ளமாட்டேன்; எம்மை நம்புங்கள் நிருதி.”

“இல்லை அமைச்சரே! இது குறித்து இனி விவாதிப்பது வீண்.”

“அப்படியானால் தங்களின் முடிவு...”

“அது தான் ஏற்கெனவே கூறிவிட்டேனே.

“சரி, இனி யான் தங்களை சங்கடத்தில் ஆழ்த்த விரும்பவில்லை. தாங்கள் புறப்படுங்கள்” என்ற கருணா. “இளவரசியாரே ஒரு கணம்...” என்று அவளை நிறுத்தினான்.

“கூறுங்கள் அமைச்சரே!”

“நனது இப்போதைய செய்கைக்கு தாங்கள் எம்மை மன்னிக்கவும் இல்லை; தண்டிக்கவும் இல்லை. போகட்டும். நனது

செயல்பாடுகளை மெச்சி சக்கரவர்த்தி அவர்கள் பரிசுகளும், பட்டமும் தந்தார். அவரின் மகளான தாங்களோ, வெறும் பாராட்டு மட்டும் தெரிவித்துவிட்டுச் செல்வதா?

"மன்னியுங்கள். யான் தங்களுக்கான பரிசு என்று எதையும் எடுத்து வரவில்லை; தவறுதான். எனினும், தற்போதைக்கு இதையே நனது பரிசை ஏற்றுக் கொள்ளுங்கள் என்று அவள் இடையில் இருந்த குத்துவாளைப் பரிசளித்து அவன் பதிலுக்காகக் காத்திராமல், "வருகின்றேன் அமைச்சரே. வணக்கம்!" என்று கூறி அங்கிருந்து சென்றாள்.

அவள் அங்கிருந்து சென்றதும் கோயிலில் சென்று அமர்ந்தான் கருணாகரன்.

'இறைவா, இன்று காலை எங்களின் சந்திப்பிற்கு எவ்வித இடையூறும் இருக்கலாகாது என்று எண்ணினேனே. கடையில் யானே பிழை செய்து விட்டேனே. தன்னிலை மறந்து அவ்வாறு நடந்து கொண்டேனே தவிர, தவறாக அவளை அணுகவில்லை என்பதை எங்ஙனம் அவளுக்கு உணர்த்துவேன். அவளுடன் இருந்த ஒரு சில தருணங்களிலேயே அவளை நன்கறிவேன். நனது எண்ணங்களை அப்படியே பிரதிபலிக்கும் கண்ணாடி அவள். அதை யானே நனது கரம் கொண்டு உடைத்து விட்டேன், இறைவா! ஏதோ மீளமுடியா துயரத்தில் மாட்டிக் கொண்டது போன்றதொரு உணர்வு. அவளின் மீது யான் கொண்டது அன்போ, நட்போ அது எமக்குத் தெரியாது. ஆனால் நனது எண்ணம் தூய்மையானது. இன்று நடந்தது எதிர்பாராமல் நிகழ்ந்ததே ஒழிய, யாதொரு உள்நோக்கமும் இதில் இல்லை. அதற்கு இந்தக் காளி தேவியே சாட்சி! நிருதி, நீ என்னை... என்றவாறு, சுந்தரம்!" என உரக்க அழைத்தான் கருணா.

மறுகணமே கோயிலின் அருகே வந்து நின்றது சுந்தரம்.

காளியை வணங்கி விட்டு அங்கிருந்து சென்றான். "சுந்தரம் விரைவாக செல்" என்றான் கருணாகரன்.

கண்ணிமைக்கும் நேரத்தில் நிருதியின் அருகே கொண்டு சேர்த்தது சுந்தரம்.

"நிருதி, சற்று நில்லுங்கள்!" என்றான்.

தனது பரியின் வேகத்தைக் குறைத்தாள்" - கூறுங்கள் என்று பதிலளித்து.

"இது வரையிலும் தவறான நோக்கத்துடன் யாதொரு பெண்ணையும் நான் அணுகியது இல்லை - மலர் உட்பட. இனியும் அப்படி தான். தங்களிடத்தில் வேறு எந்தப் பெண் இருந்திருந்தாலும் அப்போதே மன்னிப்பு கேட்டு அங்கிருந்து சென்றிருப்பேன். ஆனால் தாங்கள் தனித்துவமானவர் எமக்கு. அதனாலேயே தற்போது வரையிலும் இதற்கு ஏதும் பரிகாரம் உண்டா என தவித்துக் கொண்டிருக்கின்றேன். இருப்பினும், யான் செய்த பிழைக்குத் தங்களின் தண்டனை சரி தான். நாம் இப்படி தனிமையில் இனி சந்திக்க வேண்டாம். ஆனால் நாம் கோட்டையினுள் சந்திக்க நேர்ந்தால் அப்போது பாராமுகமாக இருந்து விடாதீர்கள், தயவு கூர்ந்து!" என்றான் கருணாகரன்.

"ஆகட்டும் அமைச்சரே!" என்றாள்.

"மிக்க நன்றி இளவரசியாரே!" என்றவன் அங்கிருந்து சென்றான்.

அந்தப்புரத்தில் இருக்கும் தனது அறைக்கு வந்த நிருதி, "அன்னம் எனது அறைக்கு வர யாரையும் அனுமதிக்காதே. யான் சற்றே தனிமையில் இருக்க வேண்டும்."

"உத்தரவு இளவரசியாரே!"

தனது படுக்கைக்குச் சென்றவள் அழத்தொடங்கினாள்.

'உண்மையில் இதில் தங்களின் குற்றம் ஏதும் இல்லை என்பதை யான் நன்கு அறிவேன். தங்களின் எண்ணத் தூய்மையும் எமக்கு நன்கு தெரிந்த ஒன்றே. ஆனால் நனது எண்ணத்தில் தான் பிழை உள்ளது. மலரை மணந்துகொள்ளப் போகின்றீர்கள் எனத் தெரிந்தும் தங்களின் மீதான நனது நோக்கம் நட்பல்ல எனத் தங்களுக்குத் தெரியவந்தால் என்ன நடக்கும்? அதன் பின் தாங்கள் எம்மை மன்னிக்க மாட்டீர்களே... இன்று தாங்கள் எம்மிடம் நடந்து கொண்டது என்பது உண்மையில் எமக்கு மிகவும் பிடித்திருந்ததே. அந்நிலை தொடர்ந்திருந்தால், அதனை ஆமோதிக்கும் படி நனது செய்கை வெளிப்பட்டு இருந்தால், என்ன செய்வதென்றே அவ்வாறு தங்களை நான் தள்ளிவிட்டேன்.

ஆனால் இதன் பிறகு நாம் சந்தித்தோமே யானால் இதே கட்டுப்பாடான நிலையை எம்மால் கடைபிடிக்க இயலுமா' எனத் தெரியவில்லை. அதனாலேயே இனி நாம் தனிமையில் சந்திக்க வேண்டாம் என்று கூறி அங்கிருந்து வந்தேன் - தங்களை பிரிய மனமில்லாமல்.' யான் யாருக்கு என்ன தீங்கிழைத்தேன்? அந்தப் பரம்பொருள் எம்மை ஏன் இப்படி அலைக்கழிக்கின்றார் எனத் தெரியவில்லை அப்படியே படுக்கையில் துவண்டு கிடந்தாள் நிருதி.

* * *

www.ingramcontent.com/pod-product-compliance
Lightning Source LLC
LaVergne TN
LVHW090221051026
849517LV00001B/147
9798887835815